अलौकिकत्व लाभूनही विनयशील असलेली : रश्मी बन्सल

तिच्या पहिल्या पुस्तकाच्या पाच लाख प्रती विकल्या गेल्या. तळागाळातल्या लोकांनी प्रस्थापित केलेल्या उद्योगधंद्यांचं तिला अप्रूप वाटतं आणि अशा उद्योजकांच्या कर्तृत्वाचं समर्थ रेखाटन करणं ही तिची खासियत आहे. रश्मी बन्सलचं नवं पुस्तक Take me Home भारत देशातल्या चिमुकल्या गावांमधल्या २० उद्योजकांच्या संप्रेरक कहाण्या शब्दबद्ध करतं. १०० कोटी रुपयांची उलाढाल करणाऱ्या आणि प्रारंभी राजस्थानातील चिमुकल्या चुरू गावातून सुरू केलेल्या 'जयपूर रग्ज' या कंपनीची कहाणी या पुस्तकातली प्रतिनिधिक कहाणी म्हणता येईल. आज, नंदकिशोर चौधरींची ही कंपनी हातांनी विणलेल्या गालिच्यांची भारतातील सर्वांत मोठी निर्यातदार कंपनी बनली आहे आणि भारतभरातील विविध खेड्यांतला ४०,००० विणकारांना या कंपनीनं नियुक्त केलं आहे.

रश्मी बन्सलनं तिचा लेखनप्रवास 'बुक लिंक'ला सांगताना, लेखनाला प्रारंभ का आणि कसा केला, हे वाचकांपुढे मांडलं आहे. ती म्हणते, 'मी सोप्पाया कॉलेजमध्ये बीएची दुसऱ्या वर्षाची विद्यार्थिनी असताना लेखनाला प्रारंभ केला. गंमत म्हणून आणि वर्तमानपत्रात माझं छापून आलेलं नाव पाहणं थरारक वाटत होतं म्हणून मी लिहू लागले. मी ज्या मध्यमवर्गीय कॉलनीत लहानाची मोठी झाले, तिथल्या माझ्या सर्व मित्र-मैत्रिणी आय.आय.टी. किंवा विज्ञानशाखेच्या शिक्षणाकडे वळल्या होत्या; त्यामुळे माझा हा उद्योग जरा 'हटके' अशाच सदरात मोडत होता. मी पदवी मिळवली, तोवर माझे शंभर लेख प्रसिद्ध झाले होते आणि मी वृत्त-पत्रकार बनण्याचं स्वप्न पाहू लागले होते. परंतु योगायोगानं, मी CATची परीक्षा दिली आणि त्यात उत्तीर्ण झाले. त्यामुळे पत्रकारितेऐवजी मी अहमदाबादच्या आय.आय.एम.मध्ये दाखल झाले. जरी मला तो अनुभव अत्यंत सुखावह वाटला आणि अत्यंत

समृद्ध करणारा ठरला, तरी माझ्या लक्षात आलं की, माझा पिंड मोठ्या कंपनीत नोकरी करण्याचा नाही आणि मी पुन्हा लेखनाकडे वळले.'

प्रश्न : *पहिल्या यशानंतर तुमच्या डोक्यात कोणते विचार पिंगा घालत होते?*

उत्तर : एकदा श्रीयुत नारायण मूर्तींनी म्हटलं होतं, 'रातोरात यशस्वी बनण्यासाठी पंचवीस वर्षं तपस्या करावी लागते.' मी १९८९पासून विविध स्वरूपाचं लेखन करत होते आणि 'स्टे हंग्री स्टे फूलिश' हे पुस्तका लिहिल्यानंतर मला खूप प्रसिद्धी मिळाली.

अगदी प्रांजळपणे सांगायचं, तर मला फारसं झगडावं लागलं नाही. माझं हे पहिलं पुस्तक मी आय.आय.एम. अहमदाबाद येथील 'सेंटर फॉर इनोव्हेशन, इन्क्युबेन' यांनी योजलेल्या एका प्रकल्पासाठी लिहिलं आणि अंतर्गत वाटपासाठी ते जून २००८ मधल्या एका परिषदेत अधिकृतरीत्या प्रकाशित केलं जाणार होतं. माझ्या दृष्टीनं तो अत्यंत समृद्ध करणारा शैक्षणिक अनुभव होता. प्रत्येक मुलाखत घेऊन मी परत येत असे, तेव्हा मी अत्यंत संप्रेरित आणि उत्साही मन:स्थितीत तरंगत असे. मी माझी तीच भावना आणि तोच बोध माझ्या वाचकांपर्यंत पोचवण्याचा प्रयत्न केला. जेव्हा परिषदेत त्या पुस्तकाचं अत्यंत उत्साहानं स्वागत झालं, तेव्हा माझे प्रशिक्षक आणि आय.आय.एम.चे माजी विद्यार्थी सुनील हांडा यांनी सर्वसामान्य वाचकांसाठी हे पुस्तक प्रकाशित करण्यासाठी आय.आय.एम. अहमदाबादला मदत देऊ केली. प्रारंभी आम्ही पाच हजार प्रती छापल्या आणि पहिल्या वर्षभरात एक लाख प्रती विकल्या. नुकताच या पुस्तकाच्या विक्रीनं पाच लाखांचा आकडा ओलांडला आहे.

प्रश्न : *तुम्ही तुमचे विषय कसे निवडता? कारण तुमचं प्रत्येक पुस्तक चित्तवेधक आहे. अशा कहाण्या लिहाव्यात, असं तुम्हाला का वाटतं?*

उत्तर : माझी सारी पुस्तकं प्रेरणादायी असलेल्या भारतीय उद्योजकांवर लिहिलेली असली, तरी प्रत्येक पुस्तकाचा विषय वेगळा आहे. ज्यांनी स्वत:च स्वत:ला घडवलंय, ज्याचं काम मनोवेधक आहे आणि जे त्याबद्दल प्रामाणिकपणे बोलायला राजी आहेत, अशा लोकांचा मी शोध घेते. भारत हा तरुण देश आहे आणि इथे प्रत्येक जण एक वेगळं स्वप्न पाहत असतो; परंतु फारच थोडे त्या स्वप्नांचा पाठपुरावा करायचं धाडस करतात. माझी पुस्तकं वाचकांना आत्मविश्वास मिळवून देऊन त्यांची स्वप्नं वास्तवात उतरवण्यासाठी प्रेरित करायचा प्रयत्न करतात.

प्रश्न : *आजच्या काळात पुस्तक यशस्वी करण्यासाठी काय करावं लागतं? काही लोक म्हणतात, त्याप्रमाणे ते सारं विक्रीतलं कसबच असतं?*

उत्तर : सर्वांत महत्त्वाची गोष्ट अशी की, ते पुस्तक लोकांच्या मनाला भिडलं पाहिजे आणि कोणत्यातरी प्रकारे ते त्यांच्या हृदयातील भावनांना स्पर्शून गेलं पाहिजे. लेखकाची स्वत:ची अशी ठसा उमटवणारी आगळीवेगळी शैली असली पाहिजे. हे पुस्तक सर्वत्र उपलब्ध करून देणं आणि त्याबद्दलची माहिती पसरवणं यासाठी विक्रीचं कसब मोलाचं ठरतं. परंतु कोणतंही पुस्तक सरतेशेवटी तोंडी केलेल्या वाचक-प्रशंसेमुळेच उठत असतं. पुस्तकाचा आशय हा निर्णायक राजा असतो!

प्रश्न : *असं म्हटलं जातं की, भारतातील तरुणाई फारसं वाचत नाही; परंतु तुमची पुस्तकं तर तरुणांमध्येच खपतात. चेतन आणि आमिशसुद्धा तरुणांचेच लाडके आहेत. कोणती गोष्ट भारतातील तरुणांचं चित्त आकृष्ट करून घेतं?*

उत्तर : वाचकांना भावनिक गुंतवणुकीची ओढ वाटत असते. ते वाचत असलेल्या पात्रांमध्ये वाचक स्वत:चं प्रतिबिंब शोधत असतात. कल्पनाविलासातून जन्मलेल्या कादंबऱ्यांचा लहानसा आणि जाणकार असा वाचकवर्ग असतो. परंतु जनसामान्यांच्या विस्तृत बाजारपेठेत प्रामुख्याने तरुणाई समाविष्ट असते. ही तरुणाई सवय म्हणून वाचत नसते. असे लोक जेव्हा 'इसमें कुछ है' असं ऐकतात, तेव्हाच ते पुस्तक उचलतात. माझी पुस्तकं ते वाचतात, कारण प्रत्येक तरुण वाचक 'मोठ्ठं बनण्याचं' स्वप्न जोपासत असतो. माझ्या पुस्तकांमुळे त्यांना आयुष्यात पुढे जाण्यासाठी उत्तेजन आणि प्रेरणा मिळते.

प्रश्न : *प्रेरक कहाण्या खरोखरच माणसाचं आयुष्य बदलू शकतात का?*

उत्तर : आजवर माझ्या पुस्तकांच्या दहा लाखांपेक्षा जास्त प्रती खपल्या आहेत आणि त्यांचा दहा भाषांमध्ये अनुवाद झाला आहे. त्यावरून ती उपयुक्त ठरत असावीत असं दिसतंय. मी जेव्हा लिहू लागले तेव्हा माझ्या मनात कोणतंही यशासाठीचं सूत्र नव्हतं. परंतु माझं एमबीएचं प्रशिक्षण उपयोगात आणून आज मी या मुद्द्यावर विचार केलं तर मला म्हणता येईल की, वेगवेगळ्या गोष्टी यासाठी महत्त्वाच्या ठरल्या.

१. 'स्टे हंग्री स्टे फूलिश' प्रसिद्ध झालं, त्यापूर्वी भारतीय उद्योजकांच्या यशाच्या कहाण्या सांगणारं एकही पुस्तक नव्हतं. मी तुमच्या-माझ्यासारख्या मध्यमवर्गीय लोकांबद्दल बोलतेय. टाटा किंवा अंबानींसारख्या उद्योजकांबद्दल बोलत नाहीये.

२. एका पुस्तकात फक्त २०-२५ कहाण्याच सांगितल्या, तर त्या वाचणं सोपं वाटतं. आजकालच्या लोकांचं चित्त फार काळ एकाग्र राहू शकत नाही. अशांच्या दृष्टीनं एवढीच माहिती पुरेशी असते!

३. पाश्चिमात्य देशातली उद्योगजगताबाबतची पुस्तकं अत्यंत उपदेशपूर्ण असतात. ती तुम्हाला असं करा, तसं करा असे धडे देत असतात. आपणा भारतीयांचा पिंड कथांवर पोसलेला आहे. या कथांमधून धडे दिलेले असले तरी निव्वळ कथा म्हणूनही त्या वाचनीय आणि रंजक वाटतात.

प्रश्न : *भारतातील तरुणाईला तुम्हाला वाचन-लेखनाबद्दल सांगायचं असेल तर तुम्ही त्यांना काय सांगाल?*

उत्तर : वाचन हा आयुष्यात जोपासण्याजोगा छंद आहे. हातात पुस्तक असलं की तुम्ही कधीच एकटे नसता. खुर्चीत बसल्या बसल्या तुम्ही साऱ्या जगाची सफर करून येऊ शकता. आणि लेखनाचं म्हणाल, तर ते गायन आणि नृत्यासारखं असतं. ती तुमच्या आत्म्याची अभिव्यक्ती असते. त्यात आनंद वाटतोय म्हणून ते करा आणि लेखन हृदयापासून येऊ द्या.

‘प्रेरणादायी टेक मी होम’

दिव्य मराठी १०.४.२०१५, - विवेक आहेरराव

क्विट जॉब, टेक अ चान्स

दिव्य मराठी १२.४.२०१५

छोट्या गावात मोठ्या संधी उपलब्ध

लोकमत १२.४.२०१५

मुलांना स्वातंत्र्य द्या! लेखिका, उद्योजक रश्मी बन्सल यांचा सल्ला

म. टा. प्रतिनिधी, नाशिक १३.४.२०१५

गोष्टीरूपातील विचार अधिक परिणामकारक : रश्मी बन्सल

सकाळ १४.४.२०१५ सकाळ वृत्तसेवा

भूमिपुत्रांची प्रेरणादायी उद्योग वाटचाल

कामाच्या शोधासाठी शहरांकडे धाव घेऊन, जीवघेण्या स्पर्धेत उतरणाऱ्या युवा पिढीला 'टेक मी होम' मधील उद्योजकांच्या कथा प्रेरित करतील. गावातच राहून नवनिर्मिती करण्याचा मार्गही दाखवतील.

सकाळ साप्ताहिक ३०.५.२०१५

टेक मी होम

भारतातल्या लहान गावात राहून मोठी स्वप्नं पाहणाऱ्या २० उद्योजकांच्या प्रेरणादायी कहाण्या

रश्मी बन्सल

अनुवाद
सुनीति काणे

मेहता पब्लिशिंग हाऊस

✆ +91 020-24476924 / 24460313 / Mob. No. 9545000513

Email : production@mehtapublishinghouse.com

Website : www.mehtapublishinghouse.com

TAKE ME HOME by RASHMI BANSAL

First Published in India by Westland Ltd 2014

Translated into Marathi Language by Suneeti Kane

टेक मी होम / अनुवादित व्यक्तिचरित्रे

अनुवाद : सुनीति काणे

Email : author@mehtapublishinghouse.com

मराठी अनुवादाचे प्रकाशनाचे हक्क : मेहता पब्लिशिंग हाऊस, पुणे ३०.

प्रकाशक : सुनील अनिल मेहता, मेहता पब्लिशिंग हाऊस,
१९४१, सदाशिव पेठ, माडीवाले कॉलनी, पुणे - ४११०३०.

मुद्रक : ट्रिनिटी ॲकॅडमी फॉर कॉर्पोरेट ट्रेनिंग लिमिटेड

मुखपृष्ठ : वेस्टलॅन्ड लिमिटेड यांच्या सौजन्याने

प्रकाशनकाल : जानेवारी, २०१५ / सप्टेंबर, २०१५ / पुनर्मुद्रण : मे, २०१९

किंमत : ₹ ३२०

P Book ISBN 9788184986303

E Book ISBN 9788184986310

E Books available on : amazonkindle Apple Books Google Play Books

---

‘तुमच्या स्वप्नांच्या दिशेनं, आत्मविश्वासानं पावलं उचला.
तुमच्या कल्पनेतलं आयुष्य जगायला प्रारंभ करा!’

– थोरा

मातीच्या पाऊलवाटांनो, जिथं माझी मुळं रुजली आहेत,
त्या गावाकडच्या माझ्या घराकडे मला घेऊन चला...
– जॉन डेन्व्हर

लेखिकेचं मनोगत

आयुष्यातल्या काही गोष्टी तुम्ही कधीच बदलू शकत नाही. त्यातली एक गोष्ट म्हणजे, तुमचं जन्मगाव! माझा जन्म रतलाममध्ये झाला आणि माझ्या बायोडेटामध्ये, पासपोर्टवर आणि माझ्या शाळेच्या डायरीच्या पहिल्या पानावर मला 'रतलाम' हे नाव लिहावं लागलं.

माझे आई-वडील इतके अविचारी कसे?

माझा भाऊ नशीबवान होता. त्याचा जन्म मुंबईत झाला. त्यामुळे 'रतलाम कुठं आहे?' या प्रश्नाचं उत्तर देण्याची वेळ त्याच्यावर कधीच आली नाही! पण मला सांगावं लागे, "ते मध्यप्रदेशात आहे." ते ऐकून लोक म्हणत, "असं का? त्या गावाचं नाव फारसं कधी ऐकलेलं नव्हतं." ही प्रतिक्रिया ऐकून मला शरम वाटत असे.

रतलामच्या रहिवाशांना दोन गोष्टींचा प्रचंड अभिमान वाटतो – त्यांचं गाव हे अत्यंत महत्त्वाचं रेल्वे-जंक्शन आहे याचा आणि जगभरातली सर्वांत स्वादिष्ट शेव तिथे तयार होते याचा.

माझ्या दृष्टीनं, ते आमचं मूळ गाव आहे. काका, काकू आणि चुलत भावंडं असे सगळे एकत्र नांदणाऱ्या तिथल्या घरात मी उन्हाळी सुट्या व्यतीत केल्या आहेत. त्या मंडळीतली प्रत्येक व्यक्ती एक वल्लीच होती आणि त्यांची आठवण माझ्या मनावर कायमची कोरली गेली आहे.

माझे काकाच घ्या – श्यामसुंदर अग्रवाल! ते कधीही टेबलापाशी बसले नाहीत; त्यांनी कधीही शर्ट-पँट असा पोशाख परिधान केला नाही. ते नेहमी पांढरा कुडता-पायजमा घालून सायकलवरून कामावर जात असत. तिथे ते जाड गादीच्या बैठकीवर बसून खाते-खतावण्या तपासत. 'अग्रवाल स्टील कॉर्पोरेशन'चा (पॉवर हाउस रोड) कारभार चालवत. एखादं मूल व्रात्यपणा करू लागलं की, काका त्याला 'बेंडा' किंवा 'बेंडी' असं संबोधत. 'मूर्ख' या अर्थाचा हा खास रतलामी शब्द!

आम्ही ओटीवर बसून खेळाच्या पत्त्यांवरून भांडाभांडी करत असू. मी दिवसभर पाच-तीन-दोन खेळत बसले, तरीही मला त्याचा कंटाळा येत नसे.

मला रतलाममध्ये जन्मल्याबद्दल कितीही शरम वाटत असली, तरी रतलामनं मला कधीही उणं लेखलं नाही!

मागे वळून पाहिल्यावर आता मला जाणवतं की, मी अतिशय 'खास' होते! मी मुंबईत राहत होते, इंग्रजी बोलू-वाचू शकत होते, मी केसांना कधीच चपचपून तेल

लावत नव्हते किंवा कुंकूही लावत नव्हते; म्हणून मी स्वत:ला विशेष समजत होते. माझ्या या उथळ कल्पना 'कूऽऽल' या पाश्चात्त्य संकल्पनेवर बेतलेल्या होत्या. 'केअरलेस व्हिस्पर' या कवितेला एकेकाळी मी 'सर्वोत्कृष्ट' – 'सही' (!) अशी कविता समजत असे; तसंच!

आज, मी रतलामची कन्या असल्याबद्दल मला अभिमान वाटतोय. माझी तिथली चुलत भावंडं, काका-काकू ही मंडळी – मोठी आणि यशस्वी झाल्याबद्दल मला त्यांचं कौतुक वाटतंय. त्यातले काही जण अजूनही इंग्रजी बोलू शकत नाहीत आणि ते अजूनही केसांना चपचपून तेल लावतात, पण त्याबद्दल मला आता काहीही वाटत नाही.

हा नवा भारत आहे; हा 'खरा' भारत आहे. प्रत्येक विक्रेता आणि प्रत्येक 'सोप ऑपेरा'* याच भारतापर्यंत पोचू इच्छित असतो. या 'खऱ्या' भारतानं आपल्या संख्याबळानं आणि आपल्या (ध्येयप्राप्तीच्या) भुकेनं मोठ्या शहरांवर स्वारी केली आहे. या लहान-लहान गावातले आपले देशबांधव काहीतरी करू इच्छितात – शिक्षणाद्वारे, महत्त्वाकांक्षेद्वारे आणि निष्ठेनं काम करून कोणीतरी बनू इच्छितात!

आज ते त्यासाठी मोठ्या शहरांकडे धाव घेऊन संधी शोधत आहेत, परंतु उलटी गंगा लवकरच वाहू लागेल. कारण भारतातील लहान-लहान गावांमध्ये आज एक छोटीशी क्रांती उदयाला येते आहे; उद्योजकांची नवी पिढी जन्माला येते आहे. ही पिढी जुनी समीकरणं आणि जुनी गृहीतकं बदलून टाकते आहे. आपल्या जन्मगावी राहूनच ते जागतिक दर्जाचं काम करू लागले आहेत.

त्या लहान-लहान गावांना मुंबईसारखा झगमगाट लाभलेला नाही; पण मुंबईच्या घाणीचाही त्यांना स्पर्श झालेला नाही. या गावातली जीवनशैली शांत आणि संथ आहे. धापा टाकत पुढची गाडी पकडण्यासाठी वेळ खर्च न करता इथले लोक तोच वेळ एकमेकांवर खर्च करतात.

इथला भविष्यकाळ उज्ज्वल आहे. तो तुम्हाला साद घालतो आहे. तर मग मिटा तुमचे डोळे आणि जिथे आपली मुळं रुजली आहे, जिथे आपली नाळ पुरली आहे, ती मायमाती आठवा! तुम्हाला तुमचं अंतर्मन सांगेल, "मी सारं जग पाहिलं आहे... आता मला माझ्या घराकडे घेऊन चल!"

जानेवारी, २०१४ – रश्मी बन्सल
मुंबई

---

*सोप ऑपेरा (Soap Opera) – आकाशवाणी किंवा दूरदर्शनवर प्रक्षेपित केली जाणारी कौटुंबिक जीवनावर आधारित नाट्यमय घटनांनी भरलेली संगीतिका. सामान्यत: साबण कंपन्या आपल्या जाहिरातींसाठी अशा संगीतिका पुरस्कृत करत असत. त्यामुळे त्यांचं 'सोप ऑपेरा' हे नाव रूढ झालं.

भूमिपुत्र

हे लोक 'हिरव्या कुरणां'च्या अर्थात 'समृद्धी'च्या शोधार्थ इतरत्र गेले नाहीत; परंतु त्यांची स्वप्नं आणि महत्त्वाकांक्षा, त्यांच्या जन्मगावांपासून खूप खूप दूरवर जाऊन पोचल्या.

मिठाला जागणारा...

चंदूभाई विराणी : बालाजी वेफर्स
राजकोट, गुजरात

राजकोटमधल्या 'ॲस्ट्रन सिनेमा' इथे बटाटा वेफर्स विकण्यापासून विराणी बंधूंच्या व्यवसायाचा श्रीगणेशा झाला. चार दशकांनंतर 'बालाजी वेफर्स' आणि त्यांचे इतर तिखट, चटपटीत खाद्यपदार्थ पाच राज्यांतील ६५ टक्के व्यवसाय काबीज करून बसले आहेत. 'देशी' व्यवसायानं विदेशी प्रतिस्पर्ध्यावर मात केली आहे.

चंदूभाई विराणी ही अत्यंत व्यवहारकुशल आसामी आहे.

ते अगदी साधासा पांढ्या-हिरव्या चौकड्यांचा शर्ट घालतात. तपकिरी रंगाच्या

रेक्झिनच्या खुर्चीवर बसतात. त्यांच्या ऑफिसच्या भिंतींवर आणि टेबलांवर त्यांचे पिताश्री, त्यांचे गुरू आणि स्वामी विवेकानंद यांच्या तसबिरी नजरेस पडतात.

"१९७४ सालच्या सुरुवातीला माझ्या भावांनी आणि मी राजकोटमधील ॲस्ट्रन सिनेमात नोकरी केली. तेव्हापासून आम्ही वेफर्स आणि नमकीन विकतो आहोत."

सुरुवातीला पगारी नोकर म्हणून काम करणाऱ्या विराणी बंधूंनी कंत्राट-तत्त्वावर सिनेमा-कँटीन चालवण्यापर्यंत मजल मारली. १९८२मध्ये त्यांनी घरातच भटारखाना उघडून बटाटा-वेफर्स बनवायला सुरुवात केली. या व्यवसायातून फारसा नफा सुटत नसला, तरी व्यवसाय वाढत होता. त्यामुळे विराणी बंधूंनी नेटानं तो चालू ठेवला.

१९९२मध्ये चंदूभाई विराणींनी मोठी झेप घ्यायचं साहस केलं. ५० लाखांचं कर्ज काढून स्वयंचलित यंत्रांच विकत घेऊन फॅक्टरी सुरू केली. हा जुगार यशस्वी ठरला आणि त्यांच्या कंपनीची उत्तरोत्तर भरभराटच होत गेली. आज 'बालाजी वेफर्स' ही हजार कोटींची कंपनी आहे आणि पाच राज्यांतील बाजारपेठेत त्यांनी महत्त्वाचा हिस्सा काबीज केला आहे. तो आणखी वाढवत नेण्याचा त्यांचा इरादा आहे.

चंदूभाईंच्या ऑफिसातील एका कोपऱ्यात हनुमानाची मूर्ती आहे. त्याच्या पार्श्वभूमीवर वानरसेना रामाला लंकेत नेणारा सेतू उभारत असल्याचं चित्र आहे.

"१९७४ सालापासून आम्ही एक-एक शिळा टाकत गेलो आणि एके दिवशी त्याचा सेतू बनला. आमच्या यशामागचं हेच रहस्य आहे."

श्रद्धेच्या शिळांच्या मदतीनं तुम्ही शंकांच्या महासागरावरून आणि निराशेच्या समुद्रावरून अलगद पल्याड नेणारा सेतू उभारू शकता.

यश हे तुमच्या मनातलं एक बेट असतं. तुम्ही तिथवर पोचू शकता आणि एक दिवस ते साध्य करता!

मिठाला जागणारा...

चंदूभाई विराणी : बालाजी वेफर्स, राजकोट, गुजरात

जामनगर जिल्ह्यातील कालवड तालुक्यातील धुन-धोराजी नावाच्या खेड्यात चंदूभाई विराणींचा जन्म झाला.

"या खेड्याची लोकसंख्या होती, फक्त दोन हजार. माझे वडील शेतकरी होते."

तिथे पावसाचं दुर्भिक्ष होतं आणि शेती करणं कठीण होतं. १९७२मध्ये चंदूभाईंच्या वडिलांनी त्यांची वडिलोर्जित शेती विकून टाकली आणि त्यांच्या मुलांना २० हजार रुपये दिले.

पोपटभाई त्यांना म्हणाले, "जा, कोणतातरी व्यवसाय सुरू करा."

शेतकरी कुंटुंबातील विराणी बंधूंनी खतं आणि शेती अवजारं यांचा व्यवसाय करायचं ठरवलं. परंतु गाठीशी विक्रीचा आणि अन्य कोणताही अनुभव नसल्यामुळे हा व्यवसाय अयशस्वी ठरला.

"कुणीतरी आम्हाला नकली खतं पुरवली आणि आम्ही आमचा सारा पैसा गमावून बसलो."

विराणी बंधू तिथून राजकोटला हलले. तिथे त्यांनी कॉलेज विद्यार्थ्यांसाठी जेवण पुरवणारं वसतिगृह सुरू केलं. हा व्यवसायसुद्धा चालला नाही, परंतु विराणी बंधूंनी हातपाय गाळले नाहीत.

त्यावेळेस चंदूभाईंचं वय होतं, सतरा वर्षांचं. त्यांनी शाळेला रामराम ठोकला होता आणि भावांना मदत करण्यासाठी तेसुद्धा राजकोटला आले.

'आयुष्यात काहीतरी करून दाखवायचंय. मोठं बनायचंय. गावात राहून काहीही साध्य होणार नाही,' अशी त्यांची विचारसरणी होती. १९७४मध्ये राजकोटमध्ये 'ॲस्ट्रन सिनेमा'चं समारंभपूर्वक उद्घाटन करण्यात आलं. प्रारंभी विराणी बंधूंनी तिथल्या कँटीनमध्ये नोकरी मिळवली; परंतु त्यांची कोणतीही गोष्ट करण्याची सिद्धता होती. तिकीट विक्रीची खिडकी सांभाळण्यापासून डोअरकीपरच्या अनुपस्थितीत

त्याचं काम करण्यापर्यंत ते सारंकाही आनंदानं, न कंटाळता करत होते. जणूकाही तो सिनेमा हॉल त्यांचा स्वत:चाच होता!

सिनेमा हॉलचे मालक शेठ गोविंदभाई खुंट त्यांच्यावर खूश होते. १९७६मध्ये त्यांनी विराणीबंधूंना कंत्राट-तत्त्वावर नफ्याच्या भागीदारीत सिनेमा कँटीन चालवायला दिलं. अशाप्रकारे हे चार भाऊ मिळून सिनेमाला आलेल्या प्रेक्षकांना वेफर्स, इतर खाद्यपदार्थ, नमकीन आणि सॉफ्ट ड्रिंक्स विकू लागले.

सुरुवातीला चंदूभाई मोठ्या भावांच्या मार्गदर्शनाखाली, त्यांच्या हाताखाली मदतनीस म्हणून काम करत होते. परंतु हळूहळू त्यांना जबाबदारीची जाणीव झाली; त्यांची महत्त्वाकांक्षा अंकुरित होऊ लागली. कँटीन व्यवसाय ठीक होता; परंतु त्यात फारसं भविष्य नव्हतं.

''मी ठरवलं की, आम्हाला पुढे जायचं असेल, तर नवीन काहीतरी हाती घेऊन नेटानं प्रयत्न करायला हवा.''

कँटीनमध्ये जोरात विकली जाणारी गोष्ट होती वेफर्स! विराणी बंधू वेफर्सची तयार पुडकी विकत आणून तीच विकत असत. चंदूभाई आणि त्यांचे वडील बंधू भिसाबाई यांनी सुटे वेफर्स विकत घेऊन त्याचे पुडे तयार करायचं ठरवलं. त्यामुळे दर पॅकेटमागे त्यांना थोडा जास्त नफा सुटू लागला.

१९७६-७७मध्ये विराणी बंधूंनी घरीच सँडविचेस बनवायला सुरुवात केली. त्यामुळे त्यांचा नफा आणखी वाढला. परंतु खरी प्रगती झाली १९८२मध्ये; त्यांनी घरीच वेफर्स आणि नमकीन तळायचं ठरवलं तेव्हा! भावांच्या मदतीनं चंदूभाईंनीच ही जबाबदारी मुख्यत्वेकरून पेलली होती.

त्यांची सुरुवातीची कल्पना होती, या गोष्टी सिनेमा कँटीनमध्येच विकण्याची. परंतु त्यांच्या भावांपैकी एक जण म्हणाला – ''आपण आपले वेफर्स इतर दुकानदारांना विकायचा प्रयत्न करू या.''

विराणी बंधूंनी 'बालाजी' नावानं वेफर्स विकायचं ठरवलं. सुरुवातीला भावांपैकी एक जण लुनावर वेफर्सची पुडकी लादून ती वेगवेगळ्या दुकानांमध्ये नेत असे. परंतु कुणीही दुकानदार त्या मालाचा दुकानात साठा करायला राजी होत नव्हता. विक्रीनंतर पैशांची वसुली करणं ही तर त्याहूनही मोठी डोकेदुखी होती. काही दुकानदार अर्धवट संपवलेली पुडकी परत करत आणि ग्राहकांनी ती परत केली आहेत, असा दावा करत असत. इतर काही दुकानदार फाटक्या-तुटक्या नोटांमध्ये किंमत चुकती करत असत. ''आम्ही भिकारी आहोत, असंच आम्हाला वाटू लागलं होतं.'' रेल्वे कँटीन्स आणि हाय-वेवरील रेस्टॉरंट्स तर सर्वांत जास्त पैसे बुडवत. ती महिन्यानंतर हिशेब चुकता करत आणि कधीकधी तर तोंडाला चक्क पानं पुसत. आपले पैसे वसूल होवोत की न होवोत; बालाजीचं धोरण होतं आपल्या पुरवठादारांचे पैसे नेमानं

चुकते करण्याचं! तळणीचं तेल, बटाटे, प्लास्टिकच्या पिशव्या यांचे पैसे ते नेमाने चुकते करत असत.

पैशांची तंगी आली, तर चंदूभाई जातीनं सर्व पुरवठादारांकडे जात आणि त्यांना शब्द देत की, थोडस उशिरानं का होईना, त्यांच्या मालाचे पैसे नक्की चुकते केले जातील.

अनेक प्रतिस्पर्धी आले; परंतु त्यांना तोटा झाला आणि ते गाशा गुंडाळून निघून गेले.

पण एक कंपनी अजूनही व्यवसायात टिकून राहिली आहे आणि आपल्या पुरवठादारांचे पैसे चुकते करते आहे, हा चर्चेचा विषय बनला.

"नेटानं व्यवसाय चालू ठेवल्यावर हळूहळू आम्ही लोकांचा विश्वास संपादन करू शकलो. पहिल्यांदा एक, नंतर दहा आणि कालांतराने दोनशे निष्ठावान ग्राहक दुकानदार आम्ही मिळवले."

व्यवसाय वाढू लागला, तेव्हा मोपेडवरून वेफर्सची पुडकी पोचवणं अवघड बनलं. विराणी बंधूंनी एक रिक्षा विकत घ्यायची ठरवलं. परंतु ही कल्पना प्रत्यक्षात उतरवणं सोपं नव्हतं; कारण रिक्षाच उपलब्ध नव्हत्या. परंतु विराणीबंधूंना तेल पुरवणाऱ्या दुकानदाराकडे एक रिक्षा होती आणि व्यवहाराचे संबंध लक्षात घेऊन त्यांनं ती विकायचं कबूल केलं.

"वाटेत ज्या अनंत अडचणी आल्या, त्यातून आम्हाला खूप शिकता आलं. तेच आमचं 'गुरुज्ञान' होतं."

"योग्य प्रतीचे बटाटे निवडण्याची आम्ही नेहमीच दक्षता घेत होतो. त्यासाठी जास्त पैसे मोजावे लागले, तरी आम्ही तसं करत होतो!"

तो तेल व्यापारी म्हणाला, "तुम्ही माझं मोठं आणि चांगलं गिऱ्हाईक आहात. तुम्हाला रिक्षाची गरज आहे. मी ती तुम्हाला देईन."

वस्तुतः त्यानं कर्ज काढून ती रिक्षा घेतली होती. ते कर्ज त्यानं विराणीबंधूंच्या नावानं फिरवलं. विराणींचा व्यवसाय आणखी वाढला, तेव्हा त्यांना एका टेम्पोची गरज भासू लागली. या वेळेस 'स्टेट बँक ऑफ इंडिया'कडून ते सहज कर्ज मिळवू शकले.

वित्तव्यवस्थापन आणि विक्री यांखेरीज व्यवसायाची प्रमुख भिस्त होती पिवळ्या-सोनेरी बटाटा वेफर्सवर! बालाजी वेफर्स कुरकुरीत आणि चवदार होते; त्यामुळे त्यांची लोकप्रियता वाढत होती. परंतु हा दर्जा सतत कसा टिकवायचा? ती एक कला आहे आणि एक विज्ञानही आहे.

चंदूभाईंनी एक उत्तम स्वयंपाकी शोधला होता. तो वेफर्स तयार करण्यात वाकबगार होता, परंतु समस्या अशी होती की, हा माणूस आगाऊ सूचना न देता, महिन्यातले १५ दिवस गैरहजर राहायचा. अशा वेळेस स्वतःचं चंदूभाई बल्लवाचार्य

बनत असत!

"सुरुवातीला मी खूप वेफर्स बिघडवले; परंतु कालांतराने मला त्यातल्या खाचाखोचा उमगल्या."

खरंतर वेफर्स बनवण्यात चंदूभाई इतके निष्णात झाले की, केवळ कढईतलं तेल पाहून, त्यांना ते तळण्यायोग्य तापमानाचं आहे की नाही, हे समजत असे.

आणखी महत्त्वाची गोष्ट होती : उच्च प्रतीचा कच्चा माल विकत आणणं. योग्य प्रकारचा बटाटा हा आकारानं फार मोठाही असता कामा नये आणि फार लहानही असता कामा नये. त्यामुळे बाजारातून योग्य आकाराचे बटाटे निवडण्यासाठी खूप वेळ खर्चावा लागत असे. भरीत भर म्हणजे, प्रक्रियेच्या प्रत्येक टप्प्यावर दर्जावर नियंत्रण ठेवण्याबाबत चंदूभाई अत्यंत आग्रही होते.

तुटके आणि जळलेले वेफर्स, क्षणाचाही विचार न करता फेकून दिले जात असत.

वेफर्स बनवण्याची रीत कष्टाची असते. तळण्यापूर्वी बटाटे सोलणं आणि त्याच्या चकत्या करणं आवश्यक असतं. बटाटे सोलण्याचं काम करण्यासाठी स्थानिक बनावटीचं एक मशीन त्यांनी विकत घेतलं. तो एक गोल डबा होता आणि त्याला एक जाळी होती. आत बटाटे गोल-गोल फिरले की, त्यांची सालं निघत असत. एका वेळेला या मशीनमध्ये पाच किलो बटाट्यांची सालं काढता येत असत.

"याहूनही मोठ्या आकाराचं मशीन उपलब्ध होतं. त्यामुळे आम्ही ते विकत घेतलं."

राजकोट हे कारखान्यांचं गाव असल्यामुळे तिथे असे अनेक उत्पादक होते. चंदूभाईंनी एका स्थानिक कारखानदाराकडून १० आणि २० किलो बटाट्याची सालं काढणारं मशीन बनवून घेतलं. त्याप्रमाणेच बाजारात बटाट्यांच्या चकत्या करणारं यंत्रसुद्धा उपलब्ध होतं. परंतु त्यात त्यांना हातानं, एका वेळेस एक-एक बटाटा घालावा लागत असे. विराणीबंधूंनी एका वेळेस एकदम १० बटाट्यांच्या चकत्या करणारं यंत्र बनवून घेतलं. त्यामुळे उत्पादनाचा वेग प्रचंड वाढला.

१९८२ ते १९८९ सालांच्या दरम्यान व्यवसाय खूप वाढला असला, तरी त्यातून नफा मात्र बेताचाच सुटत होता. परंतु व्यवसाय चालू ठेवण्यासाठी आशा आणि ऊर्जा पुरवण्याच्या दृष्टीनं मात्र तो पुरेसा होता. सर्वांत मोठ्या भावानं हा व्यवसाय सोडून दुसऱ्या व्यवसायाकडे लक्ष वळवलं. परंतु चंदूभाई, भिखाभाई आणि कांजीभाईंनी वेफर्सवर अढळ विश्वास ठेवला.

"याच व्यवसायाला पुढे न्यायचं! मी म्हटलं, आमच्या हाती एकच उद्योग आहे. मग त्यालाच चिकटून राहून तो का वाढवू नये?"

१९८९मध्ये बालाजी वेफर्सची महिना दोन लाख रुपयांची विक्री होत होती. त्यावर्षी विराणीबंधूंनी राजकोटमधील औद्योगिक विभागात एक हजार मीटरचा प्लॉट विकत घेतला. त्यासाठी त्यांनी 'सिटिझन बँके'कडून ३.६ लाख रुपये कर्जाऊ

घेतले. घरी केवळ दोन मोठ्या कढयांमध्ये तळणी करण्यापासून आता त्यांनी आठ कढयांपर्यंत व्यवसाय वाढवला आणि उत्पादनासाठी आणखी कर्मचाऱ्यांची नियुक्ती केली.

१९९२ सालापर्यंत बालाजी वेफर्सची विक्री ३ कोटी रुपयांएवढी वाढली. परंतु चंदूभाईंचं समाधान झालेलं नव्हतं. आता त्यांना व्यवसायासाठी तीव्र धडपड करावी लागत नसली, तरी महत्त्वाकांक्षा त्यांना व्यवसाय वाढवण्यासाठी पुढे रेटत होती.

"आम्ही आमच्या वेफर्सची विक्री करण्यासाठी सायकलवरून, रिक्षातून प्रवास करत होतो. त्यायोगे आम्हाला बाजारपेठेचा प्रत्यक्ष अनुभव मिळत गेला."

"व्यवसाय वाढवण्याच्या वेडानं मला पुरतं पछाडलं होतं. त्यासाठी आमचं राहातं घर गहाण टाकायचीसुद्धा माझी तयारी होती."

यावेळेपर्यंत चंदूभाईंना जाणीव झाली होती की, त्यांना जे गिऱ्हाईक संतुष्ट ठेवायचं आहे, ते गिऱ्हाईक दुकानदार नसून, वेफर्स खाणारा माणूसच आहे! आणि त्या गिऱ्हाइकाला कसली अपेक्षा आहे? त्याला हवा आहे अधिक चांगला दर्जा, अधिक आकर्षक वेष्टन आणि अधिक स्वस्त किंमत.

"असं असलं, तर मालाचा दर्जा उंचावण्यासाठी काय करायला हवं? मला एक गोष्ट पक्की ठाऊक होती. ती म्हणजे, कढईवर बेतलेल्या उत्पादन पद्धतीच्या जोरावर आम्हाला दर्जा सुधारता येणं अशक्य होतं."

१९९२मध्ये बालाजी कंपनीनं त्यांची पहिली स्वयंचलित फॅक्टरी सुरू केली. त्यासाठी ५० लाख रुपये गुंतवावे लागले. ही रक्कम खूपच मोठी होती. सर्वांत मोठ्या विराणी भावानं याला आक्षेप घेतला : अनावश्यक धोका कशासाठी पत्करायचा?

"माझं मत होतं काहीही झालं, कितीही रक्कम गुंतवावी लागली, त्यासाठी अगदी आमचं घर गहाण टाकायची वेळ आली, तरी आपण आपलं पाऊल पुढेच टाकायचं!"

चंदूभाई, कांजीभाई आणि भिखाभाई या योजनेवर ठाम राहिले आणि त्यांनी पुण्यातल्या 'माथर ॲन्ड प्लाट' कंपनीकडून यंत्रसामग्री विकत घेतली. परंतु गोष्टी सुरळीतपणे पार पडल्या नाहीत. विराणीबंधू स्वत: इंजिनिअर नव्हते. त्यांच्या पदरी तंत्रज्ञ कर्मचारीसुद्धा नव्हते. भरीत भर म्हणजे ज्या कंपनीकडून त्यांनी यंत्रसामग्री विकत घेतली होती, ती कंपनी त्याच वर्षी बंद पडली.

पहिले सहा महिने म्हणजे शुद्ध नरकयातना होत्या! या फॅक्टरीत दर तासाला एक हजार किलो वेफर्स बनवता येण्याची क्षमता होती. परंतु काहीही उत्पादन करता येत नव्हतं, कारण यंत्रामध्ये सतत बिघाडच होत होते. 'दोष कुणाचा' या मुद्द्यावरून भावांमध्ये झक्काझक्की सुरू झाली.

''माझ्या लक्षात आलं की, भांडणामुळे काहीही पदरी पडणार नव्हतं. उलट त्यामुळे समस्या फक्त वाढल्या असत्या. त्यापेक्षा आम्ही नेटानं पुढे जात राहायला हवं!''

कालांतरानं या समस्या दूर करता आल्या. परंतु त्या जागी नव्या समस्या उद्‌भवल्या. १९९०च्या दशकाच्या सुरुवातीला 'अंकल चिप्स' आणि 'बिनीज' या कंपन्या स्पर्धेत उतरल्या. त्यांचा माल झगमगत्या वेष्टनांमधून बाजारपेठेत आला. त्यावेळेस 'बालाजी'चे वेफर्स पारदर्शक पिशव्यांमध्ये भरले जात होते आणि पिशव्यांवर अगदी साधासा नारंगी, निळ्या आणि पिवळ्या रंगाचा लोगो होता.

विराणींनी माल भरून सील करणाऱ्या मशीनमध्ये पैसे गुंतवायचं ठरवलं. हे मशीन लॅमिनेटेड मटेरियल वापरतं आणि नायट्रोजनसुद्धा भरतं. त्यामुळे पिशवी फुगते आणि आतला माल जास्त काळ ताजा राहतो. हे मशीन परदेशातून आयात करायला ६० लाख रुपये खर्च आला असता. स्थानिक उत्पादित मशीन केवळ सहा लाख रुपयांत मिळालं असतं. बालाजी कंपनीनं स्थानिक मशीन विकत घ्यायचा पर्याय निवडला.

''परंतु ते मशीन चाललंच नाही. त्या दोन मशीनमध्ये जमीन अस्मानाचा फरक आहे, हे जाणण्याचं तांत्रिक ज्ञान आमच्यापाशी नव्हतंच.''

अनेक तक्रारी केल्यावर, पुन्हा-पुन्हा आठवण करून दिल्यावर आणि अखेरीस कायदेशीर नोटीस पाठवल्यावर बडोद्याच्या त्या मशीन विक्रेत्यानं ते मशीन परत घ्यायला कबुली दिली. परंतु या प्रक्रियेत त्यांची दोन-तीन वर्षं वाया गेली!

अखेरीस त्यांनी १९९५मध्ये जपानमधून ते पॅकेजिंग मशीन विकत आणलं. त्याच वर्षी बाजारपेठेत पेप्सीच्या 'फ्रीटो लेज' या पोटॅटो चिप्सचा प्रवेश झाला आणि स्पर्धा आणखीनच वाढली. छोटीशी भारतीय कंपनी या बलाढ्य स्पर्धकांसमोर टिकाव धरू शकली असती?

''आम्ही बरबाद होऊ शकलो असतो. तरीही आम्ही ठरवलं की, आम्ही हिमतीनं लढा देऊ; आमच्या सर्व शक्तिनिशी लढा देऊ!''

वेफर्स बनवणं, हे काही रॉकेट-सायन्स नव्हे. बालाजी वेफर्स आधीच त्यांच्या कुरकुरीतपणाबद्दल आणि स्वादिष्ट चवीबद्दल विख्यात होते. वितरकांचासुद्धा या कंपनीवर प्रगाढ विश्वास होता. त्यामुळे बालाजी वेफर्सला बाजरपेठेतलं आपलं स्थान केवळ अबाधित राखता आलं नाही; तर दरवर्षी विक्री २० ते २५ टक्क्यांनी वाढवता आली. असं असूनही चंदूभाई अजिबात आत्मसंतुष्ट बनले नाहीत. उलट त्यांनी 'आपण आपल्या मालात सुधारणा घडवून आणून तंत्रज्ञानात आणखी भांडवल गुंतवायला हवं,' असा विचार केला.

''कुणाचं काय चुकलं... याचा काथ्याकूट करणं सोडून आपण नेटानं पुढे जायला हवं!

''मी देवाला कधीही नाही विचारलं, 'देवा माझ्यापाशी सायकल आहे. मला

मोठी गाडी कधी देतो आहेस?' माझ्यापाशी सायकल असणंच माझ्या दृष्टीनं मोठी किमती गोष्ट होती.''

१९९९मध्ये बालाजी वेफर्सनं आणखी भांडवल गुंतवून व्यवसाय वाढवला. त्यांनी दिवसाला दोन हजार किलो उत्पादन करणाऱ्या स्वयंचलित फॅक्टरीची स्थापना केली. त्यासाठी कंपनीला दोन कोटी रुपयांचं कर्ज काढावं लागलं. मागणी वाढतच गेली. २००३मध्ये त्यांनी ताशी पाच हजार किलो बटाट्यांवर प्रक्रिया करणारी 'एफएमसी' (FMC – Potato Processing Machinery Chips Line) राजकोटमध्ये कार्यान्वित केली.

यावेळपर्यंत बालाजी वेफर्सची विक्री २० कोटी रुपयांएवढी वाढली होती, तर दैनंदिन उत्पादनही सुरळीतपणे चाललं होतं. आता चंदूभाईंना क्षणभर विसावा घेऊन पुढच्या योजना आखण्याएवढी उसंत लाभली.

''आम्ही अन्य नमकीन पदार्थांच्या उत्पादनाबाबत विचार करू लागलो.''

बालाजी वेफर्स लहान प्रमाणावर भुजिया बनवत होती. याचं अनेक पटींनी उत्पादन कसं वाढवायचं याबद्दल विचार करणं आवश्यक होत. नमकीन, चटपटीत खाद्यपदार्थ ही भारताची खासियत आहे. वेफर्ससाठी जर्मनी किंवा अमेरिकेतून स्वयंचलित यंत्रसामग्री सहजपणे विकत आणता आली होती. नमकीन खाद्यपदार्थांसाठी अशी तयार यंत्रं उपलब्ध नव्हती.

''आम्ही कढया वापरून माल बनवायला सुरुवात केली असली, तरी त्याबरोबरच स्वयंचलित यंत्रणा बनवण्याचा प्रयत्न सुरू ठेवला होता.''

एका ऑस्ट्रेलियन कंपनीनं हे आव्हान स्वीकारलं. त्यांचे तंत्रज्ञ बालाजी वेफर्सच्या फॅक्टरीत जातीनं उपस्थित राहिले आणि शेंगदाण्यांची भजी (बेसन लावलेले मसालादाणे) कसे बनवले जातात, हे प्रत्यक्ष पाहू लागले. त्यासाठी त्यांना तापल्या तव्यापुढे तासन्‌तास उभं राहावं लागत होतं.

''ते परदेशी लोक लालबुंद होत. परंतु संशोधनासाठी ते त्यांचा प्राणही गमावायला सिद्ध असत.''

या संशोधनात अनेक तांत्रिक बाबींचा परामर्श घ्यावा लागत होता. बेसनाचा चिकटपणा कसा हाताळावा, यावर तोडगा शोधायचा होता. परंतु तंत्रज्ञांच्या या गटानं, या समस्येवर तोडगा शोधायचा विडाच उचलला होता! त्यांनी तो तोडगा अखेरीस शोधून काढला.

''यात कोणतंही गुपित नाही. आम्ही खूप नेटानं प्रयत्न केले. ते मशीन बनवण्यासाठी आम्ही दोन-तीन वर्षं झगडलो.''

परंतु व्यवसायाच्या दृष्टीनं, ही सारी धडपड सार्थकी लागली. गेली २० वर्षं बालाजी वेफर्स कंपनी फक्त बटाटा वेफर्सच्याच मागे लागली होती. बटाटा वेफर्स

अफलातून असले, तरी बनवायला अवघड होते. कच्चा बटाटा प्रथम धुवावा लागे, मग त्याची सालं काढावी लागत, त्यानंतरच तो तळता येई. लहान आकाराचे आणि तुटलेले वेफर्स टाकून द्यावे लागत.

"१०० किलो बटाट्यांपासून फक्त २५ किलो वेफर्स बनत. बाकी सारं वाया जात असे."

नमकीन पदार्थ अन्य दृष्ट्यासुद्धा किफायतशीर ठरतात. फक्त ५० हजार रुपयांत मिळणारं स्थानिक मशीन शेव-भुजिया भरण्याचं काम करू शकतं. आणि ट्रकमध्ये फुगीर आकाराची, बटाटा वेफर्सची फक्त दोन टन वजनाची पुडकी लादता येतात; तर त्याच ट्रकमध्ये आठ टन वजनाच्या नमकीनची पुडकी भरता येतात.

"नमकीन पदार्थ सर्व दृष्ट्या सोपे आहेत. डोकेदुखी बटाटा वेफर्स देतात! आम्ही एका पाठोपाठ एक, वेगवेगळे नमकीन पदार्थ बनवायला सुरुवात केली."

खरं पाहता, व्यवसायाची वाढ ग्राहकांच्या गरजेनुसार होत गेली. सुरुवातीला बालाजी (तळलेली) चणाडाळ आणि (तळलेले) वाटाणे आणि अन्य डाळी बनवत होतं; परंतु शेंगदाण्याची भजी (बेसन दाणे) मात्र त्यांनी अद्याप बनवली नव्हती. शेंगदाण्याची भजी बनवणारा उत्पादक विक्रेत्यांना ओलीस धरून दमदाटी करत होता, 'तुम्ही बालाजी नमकीन विकायला ठेवलंत, तर मी तुम्हाला माझा माल देणार नाही.'

त्यामुळे बालाजी कंपनीनं शेंगदाण्याची भजीसुद्धा बनवायला सुरुवात केली आणि दादागिरी करणाऱ्या त्या उत्पादकाची खोडकी जिरवली.

"आमच्या लक्षात आलं की, दुकानदार सारे नमकीन पदार्थ आमच्याच कंपनीतून विकत घेऊ शकेल. एकाच कंपनीबरोबर व्यवहार करणं त्यांनासुद्धा सोपं जाईल."

परंतु तेवढीच महत्त्वाची गोष्ट होती – योग्य चवीचा माल बनवणं. याबाबतीत बालाजीनं वेगळं धोरण स्वीकारलं आहे. त्यांनी फक्त पदार्थाच्या चवीवरच नव्हे, तर त्या पदार्थाच्या पोटावर होणाऱ्या परिणामांकडेसुद्धा लक्ष पुरवायचं धोरण ठेवलं आहे.

आता प्रसिद्ध रतलामी शेवेचंच उदाहरण घ्या. परंपरेनं चालत आलेली पाककृती अत्यंत तेलकट-तिखट शेव बनवते. परंतु बालाजीनं त्या कृतीत योग्य ते बदल करून, ती शेव वेगवेगळ्या चवीच्या ग्राहकांना पसंत पडेल अशा स्वरूपात बनवायला सुरुवात केली आहे. पारंपारिक पद्धतीनं बनवलेल्या पदार्थांना झुकतं माप देणाऱ्या राजस्थानसारख्या राज्यातसुद्धा आज बालाजीच्या रतलामी शेवेनं इतर सर्व ब्रँड्सना मागे टाकलं आहे. चवीतला असाच बदल, बालाजीनं त्यांच्या इतर सर्व नमकीन पदार्थांमध्येसुद्धा घडवून आणला आहे आणि तो बदल यशस्वी ठरला आहे.

"पदार्थ थोडा गोडसर, थोडा तिखट, थोडा आंबट असायला हवा. असा पदार्थच लोकांना स्वादिष्ट वाटतो."

"आयुष्यात कधी हिरवेगार बगिचे लाभतील तर कधी थोडे शुष्क बगिचे लाभतील... आयुष्य असंच असतं!"

ग्राहकांशी आणि दुकानदारांशी थेट संपर्क साधत असल्यामुळे त्या प्रदीर्घ अनुभवाच्या बळावरच चंदूभाईंना अशा गोष्टींचं अंतर्ज्ञान लाभलं आहे. चव आणि दर्जाखेरीज, बालाजीचं ब्रह्मास्त्र आहे माफक किंमत. ही कंपनी ५०-५५ ग्रॅम वेफर्स १० रुपयांना विकते. आंतरराष्ट्रीय ब्रँड्सपेक्षा १० रुपयांत बालाजी दुप्पट वेफर्स देते आहे.

"आम्ही सुरुवात केली, तेव्हा आम्ही ५० ग्रॅम वेफर्स ५० पैशांना विकत होतो. आजसुद्धा तुम्ही आमचे नमकीन पदार्थ पाच रुपये किमतीच्या पुडक्यात विकत घेऊ शकता."

"'लेज' आणि 'चिप्स' हे एकार्थी शब्द बनलेत किंवा 'हल्दीराम' आणि 'नमकीन' हे समानार्थी शब्द बनलेत. आम्ही चिप्स आणि नमकीन या दोन्ही पदार्थांमध्ये आमच्या मालाचा जिथे पुरवठा होतोय, त्या पाचही राज्यांत आघाडीवर आहोत. गुजरात, महाराष्ट्र, गोवा, मध्यप्रदेश आणि राजस्थान या पाचही राज्यांत बालाजीनं ६५ टक्के व्यवसाय काबीज केला आहे"*

बालाजी कंपनीचे आठ मोठे डीलर्स त्यांचा माल ५०० वितरकांकडे पोचवतात. हे ५०० वितरक बालाजीचा माल सात लाख दुकानांपर्यंत पोचवतात.

मालाचं इतक्या प्रचंड प्रमाणात वितरण करण्यासाठी बालाजीनं कधीही रेडिओ किंवा टीव्हीवर जाहिरात केलेली नाही किंवा जाहिरातीचे बोर्ड लावले नाहीत. खरंतर त्यांनी कधीही घाऊक सवलतही दिलेली नाही. चंदूभाईंच्या मते अगदी लहानात लहान पानवालासुद्धा प्रचंड मोठ्या 'रिलायन्स फ्रेश'एवढाच महत्त्वाचा असतो.

"एकेकाळी आम्हीसुद्धा लहानच होतो; त्यामुळे लहान माणूसही आमच्या लेखी जास्त महत्त्वाचा आहे."

कामगारांच्या बाबतीतही तेच धोरण आहे. आजमितीला बालाजीच्या राजकोट आणि वलसाड येथील फॅक्टऱ्यांमध्ये १८०० कर्मचारी नियुक्त आहेत. योग्य पगार आणि चांगल्या सुविधांखेरीज कंपनी कामगारांची वाहतुकीची सोय आणि वैद्यकीय मदत या दोन्ही गोष्टींची काळजी घेते.

"आम्ही आमच्या कर्मचाऱ्यांना केवळ ते कामगार आहेत म्हणून सरकारी हॉस्पिटलमध्ये पाठवत नाही. आम्ही त्यांना आमच्या स्वतःच्या, उत्तम अशा फॅमिली डॉक्टरकडे नेतो."

याच आस्थेमुळे बालाजी कंपनीसाठी काम करणारा प्रत्येक कामगार त्यांचा

* फक्त पाच राज्यांत माल पुरवत असूनही बालाजीचा संपूर्ण भारतातला मार्केट शेअर १४ टक्के आहे.

विश्वासू साथी बनतो.

आज राजकोटमध्ये बसून विराणीबंधू सर्वोत्तम दर्जाचा कच्चा माल मिळवू शकतात, सर्वोत्कृष्ट तंत्रज्ञान जगभरातून कुठूनही मिळवू शकतात. बटाट्यांच्या लागवडीबद्दलचं अत्याधुनिक तंत्रज्ञान शिकून घेण्यासाठी कंपनी त्यांच्या कर्मचाऱ्यांना इस्रायलसारख्या देशात पाठवते. बनसकांठा जिल्ह्यातले शेतकरी आज कंत्राट-तत्त्वावर बालजी वेफर्ससाठी 'लेडी रोझेट'सारख्या बटाट्याच्या जातींची लागवड करू लागले आहेत.

''प्रत्येक जण कष्ट करतोय. सर्वांच्या प्रयत्नांच्या बळावरच आम्ही व्यवसायाचं हे साम्राज्य उभं करू शकलो आहे.''

मार्च, २०१३मध्ये बालाजीनं एक हजार कोटी रुपयांची सीमा ओलांडली आणि त्यात वेफर्स आणि अन्य नमकीनचा समान वाटा होता. चंदूभाई मॅनेजिंग डायरेक्टर आहेत, भिखाभाई चेअरमन आहेत, तर कनुभाई कंपनीचे टेक्निकल डायरेक्टर आहेत. परंतु भिखाभाईंचे मुलगे, केयूर (वय ३३) आणि मिहीर (वय २९) आणि चंदूभाईंचा मुलगा प्रणय (वय २९) आता दैनंदिन कारभाराची आणि भविष्यकालीन धोरणांची धुरा वाहत आहेत.

पुढच्या पिढीला वाटतं आहे की, उद्योगविस्तारासाठी आता बाहेरून भांडवल मिळवणं महत्त्वाचं ठरणार आहे. ऑगस्ट, २०१३मध्ये संभाव्य निवेशकांशी (त्यात पेप्सीकोचा समावेश आहे) बोलणी करण्यासाठी बालाजी वेफर्स कंपनीनं 'अर्न्स्ट ॲन्ट यंग'ची नियुक्ती केल्याचं जाहीर केलं. 'इकॉनॉमिक टाइम्स'च्या बातमीनुसार कंपनीतील २५ टक्के भागभांडवलाच्या बदल्यात १०० ते १२५ मिलियन डॉलर्स (६०० ते ७५० कोटी रुपये) मिळतील अशी अपेक्षा आहे.* स्वत: चंदूभाई मात्र द्विधा मन:स्थितीत आहेत.

''मला वाटतं की, आम्हाला जेवढं पेलेल तेवढंच आम्ही करावं आणि ते नीटपणे करावं.''

संथपणे, नेटानं मार्गक्रमण करणाराच शर्यत जिंकू शकेल असं म्हणणं अवघड आहे. ससा आणि कासव यांच्या शर्यतीच्या गोष्टीतल्या कासवावर चंदूभाईंचा विश्वास आहे. व्यवसायाच्या ४० वर्षांच्या अनुभवांकडे पाहण्याची त्यांची दृष्टी सर्वस्वी वेगळी आहे.

''व्यवसाय हा आमच्यासाठी ध्यास आहे. व्यवसाय ही आमच्या हाडामाशी मुरलेली सवय आहे. हे सारं आम्ही केवळ पैशांसाठी केलेलं नाही!''

ॲस्ट्रन सिनेमात घालवलेल्या काळाबद्दल त्यांच्या मनात गोड आठवणी आहेत. राजकोटमधलं तेव्हाचं एकमेव असं एक्स्प्रेसो कॉफी-मशीन ॲस्ट्रन सिनेमात

---

* हे पुस्तक छपाईला जाईपर्यंत कोणताही सौदा पूर्णत्वाला गेलेला नव्हता.

आलं, ती छोटीशी आठवणही त्यांना फार सुखद वाटते. सिनेमागृहाच्या मालकाकडे कुणी विशेष पाहुणा आला की, मालक बालाजी कॅंटीनमधून कॉफी मागवत असत आणि चंदूभाई स्वत: ती नेऊन देत असत.

''मला शेठचा बंगला आठवत नाही; परंतु सिनेमागृहातली प्रत्येक खुर्ची माझ्या आजही लक्षात आहे, इतकी माझी माझ्या कामावर निष्ठा होती!''

दररोज सकाळी चंदूभाई त्यांच्या घरी एक मिनिटभर प्रार्थना करतात, एक मिनिट फॅक्टरी आवारातील मंदिरात प्रार्थना करतात आणि त्यांच्या स्वत:च्या ऑफिसमधल्या हनुमानजींसमोर एक मिनिट प्रार्थना करतात. देवाशी साधत असलेल्या दैनंदिन चिंतन-संपर्काच्या वेळेस त्यांनी देवापाशी यश, धन, ऐहिक सुखाची कधीही मागणी केलेली नाही!

''मी देवाला सांगतो की, सर्वांना सद्बुद्धी दे! माझं देवापाशी फक्त एवढचं मागणं असतं.''

तुम्हाला भेटलेल्या प्रत्येक व्यक्तीकडून तुम्ही खूपकाही शिकू शकता, असा चंदूभाईंचा प्रगाढ विश्वास आहे. अगदी वाइटातल्या वाईट मनुष्यमात्राच्या ठायीसुद्धा काही सद्‌गुण असतात, असं त्यांना वाटतं. विराणी कुटुंबीय वैष्णवपंथीय असले तरी ते उदारमतवादी आहेत.

''आम्ही सर्वांचे भक्त आहोत. प्रत्येक झाड सावली देत असतं. जिथून मिळेल, तिथून ती घ्यायची.''

स्वामिनारायण पंथाचे आध्यात्मिक गुरू – पूज्य प्रमुखस्वामी हे चंदूभाईंचं दैवत आहे आणि या पंथाकडून व्यवस्थापन क्षेत्रासंबंधी खूपच शिकता येण्याजोगं आहे.

''तुम्ही जर स्वामिनारायणाची वर्षभर सेवा केलीत,तर तुम्ही खूप गोष्टी शिकू शकाल.''

मोठ्या समारंभाच्या वेळेस व्यवस्थापक हजारो कार्सच्या पार्किंगची व्यवस्था मोठ्या चातुर्यानं करतात. सर्व भक्तांशी – मग तो उच्चपदस्थ असो की सर्वसामान्य माणूस असो – सगळ्यांशी समभावानं वागतात. या छोट्या-छोट्या गोष्टी तुम्हाला खूपकाही शिकवून जातात.

अमेरिका भेटीच्या वेळेस चंदूभाई ड्रायव्हरची सोय करू शकले नव्हते. परंतु ते स्वामिनारायण समारंभासाठी गेले, तेव्हा १५-२० स्वयंसेवक पाहुण्यांच्या गाड्या पार्क करायची जबाबदारी उचलत होते.

''ही त्या संस्थेच्या व्यवस्थापनाची शक्ती आहे. त्यांच्या नातेसंबंधाचं बळ आहे.''

साधेसे बटाटा वेफर्स असोत की नवी, क्रांतिकारी कल्पना असो; या प्रचंड दुष्ट, वेड्या जगात कशाचीही विक्री करण्यासाठी तुम्हाला या नातेसंबंधांच्या बळाचीच गरज असते.

तरुण उद्योजकांसाठी कानमंत्र!

तरुणांनी सुख-दुःखाबाबत विचार करता कामा नये. देवानं आपल्याला मनुष्यजन्म दिलाय हेच केवढं मोठं वरदान आहे. याहून जास्त देवापाशी काय मागायचं?

सुखी राहणं आणि वेळेचा सदुपयोग करणं, ही आपली मनोधारणा असायला हवी.

तुम्हाला काही करावसं वाटत असेल, कुणीतरी बनण्याची इच्छा असेल, तर तुम्ही स्वतःची स्वतंत्र ओळख निर्माण करायचा प्रयत्न करायला हवा; तरच तसं घडू शकेल. तुम्हाला आपलं उद्दिष्ट गाठायची आतून ओढ वाटली पाहिजे आणि त्यासाठी तुम्ही नेटानं प्रयत्न करत राहिलं पाहिजे; तरच तुम्ही उद्दिष्ट साध्य करू शकाल; तरच तुम्ही एके दिवशी यशस्वी बनाल.

परंतु आपल्यापैकी बहुतेक जण समाधानी न राहता, अधिकाधिक सुखामागे धावत राहतात. त्यासाठी वेगवेगळे मार्ग स्वीकारतात. सुखामागे धावण्याच्या शर्यतीत ८० टक्के लोक वैफल्यग्रस्त होतात.

सुख-दुःख आयुष्याचा अविभाज्य भाग आहेत. कुणीही सदैव सुखी नसतो किंवा सदैव दुःखी नसतो. माणसानं केवळ मनाची उभारी राखून ठेवायला हवी!

काही भली माणसं

नंदकिशोर चौधरी : जयपूर रग्ज

जयपूर, राजस्थान

राजस्थानातील चुरू या गावी १९७८मध्ये एक तरुण पदवीधर गालिच्यांच्या व्यवसायात शिरला. आज 'जयपूर रग्ज' ही हातानं विणलेल्या गालिच्यांची निर्यात करणारी भारतातील सर्वांत मोठी कंपनी आहे आणि भारतातल्या विविध खेड्यांमधल्या ४० हजार विणकरांना ही कंपनी रोजगार मिळवून देते आहे. तरुण मारवाडी व्यवसायाच्या शोधत असतो, हे त्रिकालाबाधित सत्य आहे. मारवाड्यांच्या अनेक पिढ्यांनी मुंबई, कोलकाता आणि विविध देशांमध्ये नशीब कमावलं आहे.

नंदकिशोर चौधरी त्यांच्याहून निराळे आहेत. त्यांनी मारवाडच्या केंद्रस्थानी असलेल्या चुरू गावातूनच आपला व्यवसाय सुरू केला. सुरुवातीला त्यांच्यापाशी गालिचे विणणारे केवळ दोन हातमाग आणि मागास जातीचे अगदी थोडे विणकर होते.

"माझे कुटुंबीय आणि शेजारी माझी विचारसरणी समजू शकले नाहीत. माझे विचार वेगळेच होते."

परंतु नंदकिशोर यांचा स्वतःवरचा आणि स्वतःच्या व्यवसायावरचा विश्वास कधीही ढळला नाही.

पुढल्या २० वर्षांमध्ये नंदकिशोर यांनी विणकरांचा प्रचंड मोठा समुदाय जोडला. हे सारे विणकर आपापल्या खेड्यांमध्ये राहून, स्वतःच्या हातमागावर गालिचे विणत होते. कंत्राट-तत्त्वावर काम करणारे नंदकिशोर, कालांतरानं स्वतःच एक अत्यंत यशस्वी निर्यातदार बनले.

शेकडो निर्यातदारांमधून केवळ नंदकिशोर यांना जगभरात 'समाजसेवी औद्योगिकता' यातील आदर्श म्हणून नावाजण्यात आलं.

"माझ्यावर लिहावं, असं मी काहीएक केलेलं नाही," असं ते सी.के. प्रल्हाद त्यांना भेटायला आले असताना म्हणाले होते.

खरोखरच समाजसेवी व्यवसाय करायच्या उद्देशानं नंदकिशोर या व्यवसायकडे वळले नव्हते. दलालांची लुडबुट बंद करण्यापासून, त्याच्या विणकरांचं राहणीमान सुधारण्यापर्यंतची प्रत्येक गोष्ट त्यांनी एका साध्या विचारानं केली : "माझे विणकर समाधानी असले, तर ते चांगलं काम करतील. चांगलं काम चांगल्या व्यवसायासाठी अत्यावश्यक आहे." असंही लोकांशी भलेपणानं वागणं महत्त्वाचंच असतं. मग त्यांची जात, वर्ण किंवा सामाजिक दर्जा काहीही असो!

जयपूरच्या मानसरोवर औद्योगिक विभागातील त्यांच्या कंपनीत नक्षीकाम केलेल्या जागतिक दर्जाच्या गालिच्यांनी मला मंत्रमुग्ध केलं. २५० डॉलर्सना किरकोळीनं विकल्या जाणाऱ्या ज्यूटच्या गालिच्यांपासून त्याच्याकडे १० हजार डॉलर्स किमतीचे उत्तम प्रतीचे रेशमी गालिचे आहेत.

गरीब हातांनी विणलेले आणि श्रीमंतांच्या पायगती जाणारे जयपूर गालिचे हे गरीब-श्रीमंतांना जोडणारा एक सेतूच आहे. कुटुंबानं गाळलेल्या घामाचं शिंपण झालेला हा सेतू मानवतेच्या आधारावर उभा आहे. तो खेड्यांना जगाशी जोडणारा दुवा आहे!

काही भली माणसं

नंदकिशोर चौधरी : जयपूर रग्ज, जयपूर, राजस्थान

राजस्थानमधील चुरू या जिल्ह्याच्या गावी नंदकिशोर यांचा जन्म झाला. ''मी चुरूमधील लोहिया कॉलेजातून बीकॉमची पदवी मिळवली आणि माझ्या वडिलांच्या व्यवसायात त्यांना मदत करू लागलो.''

त्यांच्या वडिलांचा व्यवसाय म्हणजे नामांकित ब्रँडचे बूट विकणारं एक चिमुकलं दुकान होतं. २२व्या वर्षी, नंदकिशोर यांनी 'युनायटेड बँक ऑफ इंडिया'मध्ये खजिनदाराची कायमस्वरूपी नोकरी मिळवली; परंतु ती नोकरी नाकारून त्यांनी सर्वांना आश्चर्याचा आणि दु:खाचा धक्काच दिला.

''मी नोकरी नाकारायचं ठरवलं, कारण स्वत:चा व्यवसाय करण्यावर मी ठाम होतो. मला स्वत:च्या हिमतीवर काहीतरी मोठं करून दाखवायचं होतं.''

बुटाच्या दुकानात फारसं भविष्य दिसत नव्हतं. चुरू हे एक लहानसं गाव होतं आणि तिथल्या रहिवाशांपाशी फॅशनवर उधळण्याजोगे पैसे नव्हते! मग एका तरुण माणसाने काय बरं करावं?

याच सुमारास नंदकिशोरची इले कूपर या इंग्लंडमधल्या तरुण लेखक-फोटोग्राफरशी ओळख झाली. त्यावेळेस शेखावती पेंटिंगचा अभ्यास करण्याच्या वेडानं कूपरला पछाडलं होतं. या दोन तरुणांना खेड्याचं आणि वाळवंटाचं प्रचंड आकर्षण होतं. त्यांची चटकन मैत्री जुळली.

दरम्यान नंदकिशोर यांनी आयुष्याबद्दल आणि कार्याबद्दल आत्मचिंतन करण्यात अनेक तास खर्च केले. त्यांनी ओशोंची पारायणं केली; भगवद्गीता वाचली. महात्मा गांधींचं आणि टागोरांचं साहित्य वाचलं. त्यांनी या इंग्लिश मित्राबरोबर चर्चा करण्यात आणि आत्मचिंतनात अनेक तास खर्च केले.

''मी कशा प्रवृत्तीचा माणूस आहे? मी कशा प्रकारचा व्यवसायात शिरायला हवं? याबद्दल मी खूप विचार केला.''

शोधक नजरेनं आजूबाजूला पाहत असता, त्यांना गालिच्यांच्या व्यवसायाची माहिती मिळाली. वाहतुकीच्या व्यवसाय करणारा त्यांचा एक मित्र त्यांना म्हणाला, ''गालिच्यांसाठी प्रचंड मागणी आहे, परंतु पुरवठा तुटपुंजा आहे. तू स्वत:च गालिचे विणायला माग का टाकत नाहीस?''

ही कल्पना नंदकिशोर यांना आवडली. अधिक माहिती मिळवण्यासाठी त्यांनी जयपूर गाठलं. ते मिळालेली माहिती ऐकून हादरून गेले. भारतभरातील ४५ टक्के लोकर राजस्थानातून येत असली, तरी बहुतांश गालिचे मात्र उत्तर प्रदेशात बनत होते. गालिच्याचा व्यवसाय आर्थिकदृष्ट्या आकर्षक वाटत होताच आणि हा व्यवसाय नयनसुख देणारासुद्धा होता. नंदकिशोर यांनी ठरवलं की, गालिच्याच्या व्यवसायातच शिरणं योग्य ठरेल.

हे साल होतं, १९७८. या तरुणानं त्याच्या वडिलांकडून पाच हजार रुपये उसने घेतले आणि त्यांच्या घराच्या अंगणातच गालिचे विणणारे दोन हातमाग टाकले.

''सरकारनं प्रशिक्षण देऊन तयार केलेले, परंतु हाती कोणतंही काम नसलेले नऊ लोक मी कामावर नेमले.''

हे विणकर चांभार जातीचे होते. ते अस्पृश्य समजले जात. हे ऐकून नंदकिशोर यांचे कुटुंबीय हादरूनच गेले.

''माझे वडील, माझी आई, माझे शेजारी सारे जण म्हणू लागले, 'हे काय सुरू केलं आहेस?'''

ते म्हणाले, ''ज्या लोकांमध्ये आपण मिसळत नाही, ज्यांना आपण आपल्या घरातही घेत नाही, तेच लोक तुझ्यासाठी काम करताहेत? तुझ्या घरात येताहेत?''

या टीकेचा नंदकिशोर यांच्यावर काहीही परिणाम झाला नाही.

''लहानपणापासून मी आपल्या समाजाचा दांभिकपणा पाहत होतो. माझा जाती-पातीवर अजिबात विश्वास नाही!''

हे विणकर कार्यकुशल होते आणि ते प्रामाणिकपणे काम करत होते. त्यांच्यावर लक्ष ठेवण्यासाठी नंदकिशोरनं बनारसहून एक पर्यवेक्षकसुद्धा आणला; परंतु तो पैशांच्या अफरातफरीत उस्ताद निघाला. आयुष्यातलं त्याचं परम ध्येय होतं 'आगाऊ' पैसे घेण्याचं!

''एकदा तो उद्धटपणे वागला. तेव्हा मी त्याला म्हटलं, 'तू आता जाऊ शकतोस, तुझ्यामुळे मी शिकण्याजोगं सारं शिकून घेतलं आहे.'''

शांतपणे उस्तादाचं निरीक्षण करून, रात्रंदिवस विणकरांबरोबर राहून, नंदकिशोर यांनी या व्यवसायातल्या साऱ्या खाचाखोचा शिकून घेतल्या. गालिच्याची प्रत मुख्यत्वेकरून मारण्यात आलेल्या गाठींवर ठरत असते.

''त्या गाठीचा आकार, त्याची सांधेजोड आणि धाग्याला दिलेला ताण या महत्त्वाच्या गोष्टी नीट जमल्या पाहिजेत, हे मला समजलं.''

परंतु सर्वांत महत्त्वाची एकमेव गोष्ट असते; प्रत्येक चौरस इंचात बसणारी

गाठींची संख्या. जितकी गाठींची संख्या जास्त, तितकी नक्षीची बारकाईनं केलेली कलाकुसर जास्त आणि तेवढीच गालिच्याची किंमतही जास्त. नंदकिशोर यांनी विणकरांशी जिव्हाळ्याचं नातं जोडलं. ते त्यांच्याजवळ बसायचे, त्यांच्याशी बोलायचे, त्यांच्याबरोबरच खायचे-प्यायचे.

"त्यांच्या कुवतीवरचा माझा विश्वास वाढत गेला."

आणि पहिला गालिचा विणून तयार झाला, तेव्हा तो विश्वास सार्थ ठरला. एका मोठ्या जयपूरस्थित निर्यातदाराच्या मागणीबरहुकूम हा गालिचा तयार करण्यात आला होता. खरेदीदार त्या गालिचाच्या उच्च प्रत पाहून इतका खूश झाला की, त्यानं त्याच्या स्वतःच्या कारागिरांनाही तो पाहायला बोलावलं.

तो म्हणाला, "हा मुलगा गालिच्यांच्या व्यवसायात अगदी नवशिका आहे, पण त्यानं किती सुरेख गालिचा तयार केलाय ते पहा!"

सप्टेंबर, १९८०मध्ये इले कूपरनं लिहिलेला लेख अत्यंत सुप्रसिद्ध अशा, 'इनसाइड-आउटसाइड' या मासिकात छापून आला. त्याचं शीर्षक होतं, 'मोअर दॅन अ रिव्हायव्हल' (पुनरुज्जीवनापेक्षाही खूप काही!). त्यात नंदकिशोर यांनी बनवलेल्या पहिल्या-वहिल्या गालिच्याचा पानभर मोठा फोटो छापून आला होता. त्या लेखात, हातानं बनवलेल्या गालिच्यांचा भविष्यकाळ किती उज्ज्वल आहे आणि त्यासाठी नंदकिशोरसारख्या तरुणांच्या सहभागाची किती गरज आहे, याचं वर्णन केलं होतं.

"माझी विचारसरणी नेहमीच अगदी वेगळ्या प्रकारची होती. माझे कुटुंबीय मला कधीच जाणू शकले नाहीत."

"तज्ज्ञ उस्तादाचं काम पाहून शिकता-शिकता, मी स्वतःच उस्ताद बनलो!"

"माझा आत्मविश्वास वाढला आणि मी व्यवसाय वाढवायचा निर्णय घेतला."

प्रसिद्धीखेरीज, पहिल्या गालिच्याच्या विक्रीतून नंदकिशोर यांना चार हजार डॉलर्स आणि आणखी काम मिळालं. दोन वर्षांच्या अल्पावधीत, आणखी सहा हातमाग टाकून नंदकिशोर यांनी व्यवसाय वाढवला. कामाचे कंत्राट देणारा कंत्राटदार त्यासाठी कच्चा माल पुरवत असे आणि नंदकिशोर तो माल वापरून त्याला गालिचे विणून द्यायचे. कारागिरीचं वेतन आणि वाहतुकीचा खर्च वजा जाता, नंदकिशोर यांना महिना ३० ते ४० हजार रुपये सुटत होते. १९८०मध्ये ही रक्कम चांगलीच घसघशीत होती.

"मी जे पैसे कमावत होतो, त्याचाच उपयोग मी आणखी हातमाग विकत घेण्यासाठी करत होतो."*

---

* १९८० साली एक हातमाग साधारणतः ३,००० रुपयांना मिळत असे.

परंतु या वेळेस नंदकिशोर चुरू गावापलीकडे गेले. ते जवळच्याच रतनगड, सुजनगड, लक्ष्मणगड या खेड्यांमध्ये आणि जोधपूरमध्ये गेले. चांगले विणकर शोधून त्यांना प्रशिक्षण देणं, ही त्यांच्यावरची अवघड जबाबदारी होती. तेथल्या लोकांना कामाची अत्यंत आवश्यकता होती. तरीसुद्धा नंदकिशोर अत्यंत काळजीपूर्वक माणसं निवडत होते.

''ज्यांना या कामाबद्दल उत्कट ओढ वाटते आहे, जी माणसं शिस्तीची आहेत अशाच माणसांचा मी शोध घेत होतो. असा माणूस एक व्यक्ती म्हणूनही चांगला असणं आवश्यक होतं.''

नीटपणे विणकाम होण्यासाठी संघटित वृत्तीनं काम करणं आवश्यक असतं. ८ × १० इंच मापाचा, उच्च प्रतीचा* गालिचा बनवायला चार विणकरांना तीन-चार महिने लागत असत.

जसजशी कामाच्या जागा आणि विणकरांची संख्या यांत वाढ होत गेली, तसतशी नंदकिशोरनं एक प्राथमिक व्यवस्थापन-प्रणाली तयार केली. विणकरांपैकी एकाला 'दर्जासाठी पर्यवेक्षक' या पदावर बढती देण्यात आली. या माणसाला वापरासाठी एक मोटारसायकल देण्यात आली. त्याच्यावरची जबाबदारी होती : प्रत्येक हातमागावर नजर ठेवून कामाच्या दर्जाची पाहणी करणं. 'प्रॉडक्शन प्रोग्रेस रिपोर्ट' (उत्पादन-प्रगतीचा अहवाल) तयार करणं, हे त्याचं काम होतं.

हा पर्यवेक्षक प्रत्येक विणकरानं किती चौरस फुटांचं विणकाम (ठराविक कालवधीत) केलं आहे, याची नोंद ठेवत असे. त्यानुसार विणकरांना पगार देणं, हीसुद्धा त्याचीच जबाबदारी होती.

आठ वर्षं कंत्राट-तत्त्वावर काम करून नंदकिशोर यांनी व्यवसाय १५ लाख रुपयांवर नेला. आता त्यांच्यापाशी १०० हातमाग होते आणि ३०० विणकर त्याच्यासाठी काम करत होते. परंतु कोणत्यातरी गोष्टीची त्यांना उणीव भासत होती.

''मला माझ्या कामात पूर्णत्वाचा ध्यास लागलेला होता; परंतु निर्यातदार केवळ पैशांच्या मागे धावत होता!''

नंदकिशोर यांचा संपूर्ण व्यवसाय या लोभी माणसावरच अवलंबून होता. आदर्शवादी वृत्तीच्या नंदकिशोर यांना ही गोष्ट डाचत होती! १९८६मध्ये त्यांनी निर्यातदाराबरोबरचे व्यावसायिक संबंध सोडून द्यायचं ठरवलं आणि निर्यातीचा व्यवसाय स्वत:च सुरू करायचं ठरवलं. त्यांनी भावाच्या भागीदारीत एक नवी कंपनी सुरू केली.

नंदकिशोर यांनी जयपूरला स्थलांतर करून एक घर भाड्यानं घेतलं. त्यांनी

---

* गालिच्याची प्रत दर चौरस इंचात किती गाठी बसतात, यावर ठरत असते.

आणखी हातमाग टाकले आणि कच्च्या मालातही स्वत:चं भांडवल गुंतवलं. परंतु स्वत:च्या बळावर निर्यात करणं एवढं सोपं नव्हतं.

"सुरुवातीला मी जयपूर आणि दिल्लीमधील इतर निर्यातदारांना माल पुरवत होतो. तीन वर्षांनी आम्हाला पहिल्यांदाच एका जर्मन ग्राहकाकडून निर्यातीची थेट मागणी आली!"

पहिलीच निर्यातीची मागणी १० लाख रुपयांची होती आणि त्यापाठोपाठ आणखी मागण्या येऊ लागल्या. या क्षेत्रात भरपूर संधी उपलब्ध आहे, हे स्पष्टपणे दिसत होतं. परंतु हातानं विणलेले गालिचे मोठ्या प्रमाणावर तयार करणं शक्य होतं?

"'हे काम मोठ्या प्रमाणावर कसं करावं?' असा मला प्रश्न पडला."

याच सुमाराला कूपरवर 'इंटेक'नं (Indian National Trust for Art and Cultural Heritage – INTACH) दीव या पूर्वी पोर्तुगीजांच्या अखत्यारीत असलेल्या विभागातील स्मारकांवर दस्तऐवज तयार करण्याची जबाबदारी सोपवली होती. दीव हा गुजरात किनाऱ्यावरचा विभाग आहे. कूपरनं सारा दीव पालथा घातला. त्याने गुजरातमधील आदिवासी टापूलासुद्धा भेट दिली.

नंदकिशोर यांनी त्यांच्या मित्राला प्रश्न विचारला, "मला गुजरातमधून विणकर मिळवता येतील?"

इले कूपरनं उत्तर दिलं, "हो! नक्कीच! हे आदिवासी बलवंत आहेत आणि इमानदारसुद्धा आहेत. फक्त तुम्ही त्यांना प्रेमादरानं वागवायला हवंत!"

"विणकरांबरोबर माझा इतका दृढ स्नेह जुळला की, दुपारचं जेवणसुद्धा मी त्यांच्याबरोबरच घेऊ लागलो."

"मला खेडेगावांमध्ये आणि निसर्गाच्या सन्निध्यात राहण्याची अतीव ओढ वाटत होती. त्यामुळे आदिवासींबरोबर नातं जोडायला मला अजिबात कष्ट पडले नाहीत."

इले कूपर म्हणाला की, गुजरात हे राज्य स्त्रियांच्या दृष्टीनेसुद्धा अत्यंत सुरक्षित राज्य आहे.

"इथे स्त्रियांना खूपच मोकळीक मिळते. तुझ्या पत्नीला आणि मुलींना इथलं वातावरण आवडेल."

आणखी एक फायद्याची गोष्ट म्हणजे, गुजरात राज्य सरकारने आदिवासींना गालिचे विणण्याचं प्रशिक्षण देण्याची योजना राबवली होती. जिल्हा स्तरावरच्या व्यवस्थापनानं त्यांना फुकट हातमाग देऊन त्यांच्या सहकारी संस्थासुद्धा सुरू करून दिल्या होत्या. परंतु जेव्हा नंदकिशोर परिस्थितीचं अवलोकन करण्यासाठी वेगवेगळ्या

खेड्यांमध्ये गेले, तेव्हा त्यांना आदिवासींमधली एक त्रुटी लक्षात आली. हे आदिवासी चांगले विणकर असले, तरी व्यवस्थापनात अत्यंत कमजोर होते.

नंदकिशोरसारख्या उद्योजकाच्या दृष्टीनं ही एक पर्वणीच होती.

"१९९०मध्ये मी गुजरात हे माझं प्रमुख उत्पादन केंद्र बनवण्याचा निर्णय घेतला."

राजस्थानातले २०० हातमाग विश्वासू सहकाऱ्यांच्या हाती सोपवून, नंदकिशोर यांनी सहकुटुंब वलसाडला स्थलांतर केलं. त्याच्या तीन मुली आणि दोन मुलगे तेथील स्थानिक शाळेत जाऊ लागले. आदिवासी राहत असलेल्या दूरदूरच्या खेड्यांमध्ये कामासाठी नंदकिशोर यांना फेऱ्या माराव्या लागत. परंतु सुरुवातीला ते सोपं नव्हतं.

"परक्या लोकांशी हे आदिवासी फारशा स्नेहानं वागत नाहीत. परंतु इले कूपरचे शब्द माझ्या पक्के लक्षात राहिले होते. मी हळूहळू त्यांचा विश्वास संपादन करू शकेन याची मला खातरी होती."

त्यांच्याशी जवळीक करण्यासाठी नंदकिशोर यांना तीन वर्षं प्रयत्न करत राहावं लागलं. त्यानंतरच ते त्यांचे 'त्राता' आणि 'भाईसाहब' बनले. विणकामाचा दर्जा उत्तम राहावा, या दृष्टीनं नंदकिशोर या आदिवासींना प्रशिक्षण देऊ लागले. तेथील स्त्रियांची कर्तबगारी पाहून ते विशेष प्रभावित झाले.

"मला दिसत होतं की, या आदिवासी स्त्रिया घर, स्वयंपाक, मुलं, त्यांचं अंदाजपत्रक या सर्वांची समर्थपणे काळजी घेत असताना, गालिचे विणण्यासाठी फुरसतीचा वेळ काढू शकत होत्या. माझ्यामते जगभरातील सर्वोत्कृष्ट व्यवस्थापकांमध्ये त्यांचा समावेश करायला हवा!"

दूरदूरच्या खेड्यांमधून काम करून घेण्यात इतर काही व्यावहारिक अडचणी होत्या. फोन, फॅक्स किंवा इंटरनेट नसताना तुम्ही उत्पादनावर नजर कशी ठेवू शकाल? अहमदाबादेतील एका प्रदर्शनात नंदकिशोरला दिसलेल्या एका वायरलेस संचामुळे हा प्रश्न सुटला.

"आम्ही सापुताराच्या डोंगरावर एक वायरलेस टॉवर उभा केला. वायरलेस आणि एका जागी स्थित अशी १५ केंद्रं उभारली. याला अंदाजे सहा लाख रुपये खर्च आला."

दर्जाचं पर्यवेक्षण करणाऱ्या पर्यवेक्षकांची या डोंगराळ भागात ने-आण करण्यासाठी, त्यांनी दोन जीप्स आणि २० मोटरसायकली विकत घेतल्या. राजस्थानाप्रमाणेच इथेसुद्धा हे पर्यवेक्षक प्रत्येक हातमागावर लक्ष ठेवत होते. विणकरांना कच्चा माल पुरवून कामानुसार पगार देत होते.

हळूहळू उत्पादन वाढत गेलं आणि दर आठवड्याला निर्यातपूर्व पाहणीसाठी ट्रकभर गालिचे जयपूरला रवाना होऊ लागले. परंतु आता आणखी एक समस्या उद्भवली. नंदकिशोर थेट विणकरांकडूनच यशस्वीरीत्या काम करून घेत असल्यामुळे मध्यस्थ दलालांना काम मिळेना.

एके दिवशी सकाळी राजकारण्यांचा वरदहस्त लाभलेला एक कंत्राटदार बंदूक नाचवत नंदकिशोर यांच्या ऑफिसात आला.

"ताबडतोब गुजरात सोडून निघून जा! नाहीतर... बघून घेईन!" नंदकिशोर यांनी ही धमकी गांभीर्यानं घेतली नाही.

"मी जाणून होतो की, हे त्याचं त्याच्या अपयशाबद्दलचं वैफल्य होतं! मी उत्तम काम करत होतो आणि आदिवासी समाजाचा मला पाठिंबा होता."

१९९९ सालापर्यंत नंदकिशोर यांनी १० हजार आदिवासी विणकरांना प्रशिक्षण देऊन गुजरातमध्ये २००० हातमाग टाकले होते. त्याच वर्षी नंदकिशोर यांनी आणि त्यांच्या भावाने भिन्न मार्गांनी जाण्याचा निर्णय घेतला.

"आयुष्याच्या त्या टप्प्याला मी 'जगातल्या शाळेतलं खडतर प्रशिक्षण' असं म्हणतो."

नंदकिशोर यांनी 'जयपूर कार्पेट्स' नावाची नवी कंपनी सुरू केली. समस्या अशी होती की, आजवरचं सारं आयुष्य त्यांनी तळागाळाच्या विणकर समाजाकडून काम करून घेण्यातच व्यतीत केलं होतं. व्यवसाय कसा चालवायचा याबद्दल त्यांना काहीही ठाऊक नव्हतं. त्यांच्यापाशी फक्त जयपूरमधले काही हातमाग, गुजरातमधले हातमाग आणि २० वर्षांचं व्यवसायातलं नाव एवढ्याच गोष्टी जमेच्या होत्या.

"कच्ची लोकर विकत आणण्यापासून ते तयार गालिचा नेऊन देण्यापर्यंतच्या उत्पादन प्रक्रियेचे एकूण ६० टप्पे असतात... आम्ही प्रत्येक टप्प्यावरील दर्जावर नियंत्रण ठेवत असतो."

"जे अशिक्षित आहेत, त्यांच्याठायी एक वेगळंच कौशल्य, एक वेगळंच शहाणपण आणि एक वेगळीच दृष्टी असते."

"विणकामाच्या क्षेत्रात मी मोठं नाव कमावलं होतं; व्यवसायासाठी मला त्याचा फायदा झाला."

अगदी कोऱ्या पाटीपासून सुरुवात करून, नंदकिशोर यांनी पहिल्याच वर्षी निर्यातीचा आकडा चार कोटी रुपयांवर नेऊन पोचवला. परंतु त्यानंतर समस्या उद्‌भवू लागल्या. वित्त व्यवस्थापन आणि ह्यूमन रिसोर्स (कर्मचाऱ्यांच्या गुणवत्तेचं नियोजन) या दोन गोष्टींची नंदकिशोर यांना प्रचंड धास्ती वाटायची. या दोन क्षेत्रांकडे लक्ष पुरवण्यासाठी त्यांनी तज्ज्ञ व्यावसायिकांची नियुक्ती केली. परंतु त्यांच्या अपेक्षांना पुरे पडणं आणि त्यांच्या अहंकाराला चुचकारणं ही नवीनच डोकेदुखी सुरू झाली.

"व्यवसायावर त्याचा विपरीत परिणाम झाला. आम्हाला व्यवसायात खोट येऊ लागली."

कंपनी बंद करावी लागते की काय, असाही एक क्षण आला. पुन्हा एकदा नंदकिशोर अंतर्मुख होऊन आत्मचिंतन करू लागले. त्यांनी पवित्र धर्मग्रंथांची पारायणं केली; सभांना जाऊ लागले आणि त्यांनी निसर्गाशी तादाम्यता साधण्याचा प्रयत्न केला. या सर्व प्रक्रियेदरम्यान त्यांना साध्याशा सत्याचा साक्षात्कार झाला : 'तुम्ही इतर लोकांना दोष देऊ शकता; परंतु अखेरीस साऱ्या समस्या तुमच्या ठायीच्या त्रुटींमुळेच उद्भवत असतात.'

"एक गोष्ट माझ्या पक्की लक्षात आली : व्यवसाय बदलण्याची इच्छा असेल तर मला माझी विचारपद्धती बदलायला हवी."

नंदकिशोर यांनी स्वीकारलेलं तत्त्वज्ञान होतं : स्वत:ला अगदी मोकळं, बेलगाम सोडून स्वत:चा शोध घ्या!

बर्फाच्या खड्याचंच उदाहरण घ्या. तो टणक आणि अचल असतो त्याचीच मुक्तपणे, नैसर्गिकपणे वाहणाऱ्या पाण्याशी तुलना करा. ते पाणी परिस्थितीनुसार आकार धारण करत असतं.

"माझा व्यवसाय वाढवण्यासाठी मी मुक्तपणे वाहणाऱ्या, कोणताही बदल स्वीकारणाऱ्या पाण्याप्रमाणे बनायला हवं!"

सोप्या, व्यवहाराच्या भाषेत सांगायचं तर, माणसानं स्वत:चा अहंकार सोडून द्यायला हवा. इतर लोकांमधले गुण जोखायला हवेत.

"मी नव्या नजरेनं माणसांकडे, त्यांच्या ठायीच्या कुवतीकडे पाहू लागलो"

नंदकिशोरच्या लक्षात आलं की, त्याचे प्रशिक्षित व्यवस्थापक आणि तळागाळातून वर आलेले कर्मचारी यांनी एकमेकांचा आदर करायला शिकणं अत्यंत गरजेचं आहे. यातूनच 'शिकलेलं सारं विसरून जाण्याची उच्च-प्रशिक्षणशाला' या नव्याच संकल्पनेचा उदय झाला. त्या संकल्पनेअंतर्गत उच्चशिक्षित असे एमबीए आणि सीए झालेले कर्मचारी वेगवेगळ्या खात्यांमधल्या अशिक्षित व्यवस्थापकांबरोबर काम करून गालिच्यांच्या व्यवसायाचा खराखुरा आणि सखोल अनुभव मिळवू लागले.

प्रत्येक जणच या ढाच्यात नीटपणे बसेल असा नव्हता. असे कर्मचारी कंपनी सोडून बाहेर पडले.

"मी पुस्तकं वाचली... अनेक पुस्तकं वाचली. माझ्या लक्षात की, मी उच्च प्रतीच्या, वेगळ्या प्रकारे विचार करणाऱ्या आणि माझ्यापेक्षा हुशार असणाऱ्या कर्मचाऱ्यांची नियुक्ती करायला हवी!"

नंदकिशोर यांनी एक अत्यंत सुज्ञपणाचा निर्णय घेतला आणि त्याच्या थोरल्या मुलीला व्यवसायात नियुक्त केलं. आशानं २००१मध्ये अटलंटाच्या एमरी युनिव्हर्सिटीतून 'बीबीए'ची (बॅचलर ऑफ बिझनेस ॲडमिनिस्ट्रेशन) पदवी मिळवली होती. ही २३ वर्षांची मुलगी नवी ऊर्जा आणि नव्या कल्पना घेऊन जयपूरला परत आली.

ती आल्यामुळे कार्पेट-डिझाइन आणि मार्केटिंग या दोन क्षेत्रांना खूपच मदत झाली.

आशाला शिक्षणासाठी अमेरिकेला पाठवणं, ही एका मारवाडी परिवाराच्या दृष्टीनं अत्यंत असाधारण गोष्ट होती.

नंदकिशोर कबूल करतात, ''मारवाडी परिवारांमध्ये मुलांच्या तुलनेत मुलींना कमी प्राधान्यक्रम दिला जातो, ही गोष्ट खरी आहे. परंतु सुरुवातीपासूनच माझ्या पत्नीनं आणि मी आमच्या मुलामुलींना समानतेनं वागवलं.''

जेव्हा आशानं परदेशात शिक्षण घेण्याची इच्छा व्यक्त केली, तेव्हा नंदकिशोर यांनी होकार दिला.

''मला उच्च दर्जाची पहिल्यापासूनच आवड होती – गालिच्यांच्या दर्जाची तसंच माणसांच्या दर्जाचीही!''

''एनजीओ (नॉन गव्हर्मेंट ऑर्गनायझेशन – समाजसेवी संस्था) मला भेटायला नकार देत; कारण त्यांची समजूत होती की, व्यवसाय म्हणजे इतरांचं शोषण.''

नंदकिशोर यांनी आशाला सांगितलं, ''बेटा, ना तर मी कधी विमानात बसलोय, ना तर मी कधी जग पाहिलंय. तूच माझे डोळे आणि कान बन. अमेरिकेची जवळून पाहणी कर, विशेषत: अमेरिकन गृहिणींची! त्याच आपले गालिचे विकत घेतात!''

आशानं वडिलांचा ग्राहकांशी आणि विक्रेत्यांशी सतत चाललेला संघर्ष जवळून पाहिला होता. ते सतत दोष काढत असत; रंग आणि डिझाइन्स उत्तम नसल्याचे आरोप करत आणि त्यानंतर ते किंमत कमी करून मागत.

''जेव्हा माझ्या वडिलांना वाईटप्रकारे वागवलं जाई, तेव्हा ते घरी येऊन देवाची प्रार्थना करत!'' आशा म्हणते.

नंदकिशोरजींच्या प्रार्थनांना फळ आलं. कारण एका मागून एक, त्यांची मुलं व्यवसायात त्यांना मदत करू लागली. अर्चनानं २००४मध्ये नॉर्थ कॅरोलिना युनिव्हर्सिटीतून टेक्स्टाइल केमिस्ट्रीमध्ये बीएची पदवी मिळवली. पाठोपाठ कवितानं २००६मध्ये, आर्ट इन्स्टिट्यूट ऑफ शिकागो इथून पदवी मिळवली. त्याचवर्षी योगेशनं बॉस्टन कॉलेजमधलं शिक्षण अर्ध्यावर सोडलं आणि तो पूर्णवेळ वडिलांना मदत करू लागला.

प्रत्येक मूल व्यवसायात सहभागी झालं, तेव्हा ताबडतोब व्यवसायावर त्याचा चांगला परिणाम झालेला जाणवू लागला.

आशानं अमेरिकेतला ग्राहकवर्ग प्रचंड प्रमाणात वाढवला आणि विशेष प्रतीचे गालिचे विकणारी दुकानं, मोठ्या प्रमाणावर किरकोळीनं गालिचे विकणारे दुकानदार आणि इंटिरिअर डिझाइनर्स या सर्व प्रकारच्या ग्राहक वर्गात शिरकाव केला. सध्याच्या पठडीला आणि आवडीला साजेशा आधुनिक डिझाइन्सचे गालिचे बनवून घेण्याची प्रक्रिया तिने सुरू केली. अर्चनाने दर्जावर लक्ष केंद्रित केलं आणि उत्पादनाच्या प्रत्येक

टप्प्यावर दर्जाकडे लक्ष पुरवणारी व्यवस्थापन-प्रणाली कार्यान्वित केली.

"आम्ही कच्च्या मालाची प्रत तपासतो आणि त्यानंतर प्रत्येक टप्प्यावर कताई, रंगवणं, विणणं आणि पूर्णपणे तयार करणं यांतल्या प्रत्येक टप्प्यात दर्जाकडे बारकाईनं लक्ष पुरवतो."

प्रत्येक एरिया कमांडर एका विभागातील ४० ते २०० हातमागांवर लक्ष पुरवतो. विभाग पर्यवेक्षक म्हणून उत्पादनक्षेत्रात काम करणारे कर्मचारी मूलत: निष्णात विणकर असतात. त्यामुळे काम चालू असतानाच त्यांना त्यातील चुका शोधून, सुधारून देता येतात. तरीसुद्धा थोडेसे, सहजगत्या निवडलेले काही गालिचे पूर्णपणे तयार होण्यापूर्वी मुख्य केंद्रात तपासणीसठी पाठवले जातात.

"आम्ही प्रत्येक गोष्टींकडे बारकाईनं पाहतो. उदाहरणार्थ, गालिच्याची लांबी आणि रुंदी आम्ही तीन वेगवेगळ्या जागी मापतो."

दर्जाचा ध्यास धरल्यामुळे उत्पादनखर्च वाढतो; परंतु दर्जा हाच कंपनीचा मूलाधार आहे. त्यामुळेच त्यांना निष्ठावान ग्राहक लाभले आहेत.

जसजशी मागणी वाढू लागली, तशी इतर आव्हानं उभी राहू लागली. देशभरात विविध जागी विखुरलेल्या हातमागांवर तुम्ही हुबेहूब असे २०० गालिचे कसे बनवून द्याल? हाताने रेखाटलेल्या डिझाइन्सची जागा कॉम्प्युटराइज डिझाइन्सनी घेतली. आशानं आलेखात मांडलेले नकाशे तयार केले आणि पारंपारिक डिझायनर्सना त्याचा वापर कसा करायचा, ते शिकवलं

"या नकाशांमध्ये दिलेल्या सूचना वापरणं अगदी सोपं असतं. कुठून विणकामाला सुरुवात करायची इथपासून सर्व बारीकसारीक गोष्टी त्यात नमूद केलेल्या असतात. हे नकाशे विणकरांना त्यांच्या कच्च्या मालाच्या वॉर्डासोबत आणि आवश्यक एवढ्या धाग्याच्या बंडलांसोबत दिले जातात."

या यंत्रणेमुळे, विणकरांना नव्यानं प्रशिक्षण न देता नवी डिझाइन्स चटकन बनवून घेता येतात. डिझाइन्सचं खातं आता कविताच्या अखत्यारीत आहे.

'उद्योग स्त्रोतांचे नियोजन – ईआरपी' (Enterprises Resource Planning – E.R.P.) कंपनी अंतर्गत आणि बाहेरून मिळत असलेल्या माहितीचा, संपूर्ण कंपनीभार, वेगवेगळ्या खात्यांमध्ये (वित्त, उत्पादन, विक्री, ग्राहकसंबंध इत्यादी) सुयोग्य फैलाव व वापर करून घेणं, त्याचा वापर सुरू करणं या यशाचा पुढला टप्पा होता. त्यात योगेशचं योगदान मोठं होतं. २००४मध्ये 'मायक्रोसॉफ्ट डायनॅमिक सॉफ्टवेअर' विकत घेण्यात आलं असलं, तरी ते कार्यान्वित करण्यासाठी चार वर्षं लागली. या प्रणालीमुळे कंपनीला भारतातली आणि अमेरिकेतली विक्री आणि विकल्या न गेलेल्या मालाचा साठा (इन्व्हेन्टरी) यांचे आकडे त्वरित पाहता येतात.

आमच्या ग्राहकांनी मागवलेला माल कुठवर पोचलाय, किती दिवसांत मिळणार

आहे, हेसुद्धा त्याद्वारे ताबडतोब पाहता येतं.

२००६मध्ये कपनीनं आपली अंतर्रचना संपूर्णत: बदलली आणि कंपनीचं 'जयपूर कार्पेट्स' हे नाव बदलून 'जयपूर रग्ज' हे नाव धारण केलं. परंतु कंपनीचं व्यवस्थापन कायदेशीररीत्या भिन्न व्यक्तींच्या हाती सोपवण्यात आलं आहे आणि वेगवेगळे विभाग पाहणाऱ्या या सर्व व्यक्ती कुटुंबसदस्यच आहेत.

'जयपूर रग्ज' ही जयपूरमध्ये मुख्यालय असलेली कंपनी नंदकिशोर आणि त्यांचा मुलगा योगेश चालवत आहेत. नंदकिशोर चेअरमन आणि मॅनेजिंग डायरेक्टर आहेत, तर योगेश डायरेक्टर आहे. ही कंपनी आणि तिच्या २२ शाखा माल विकत घेण्यापासून ते निर्यातीपर्यंतची उत्पादनाची सर्व कामं पार पाडतात. जयपूर रग्ज ही अ‍ॅटलांटा इथे नोंदणीकृत झालेली कंपनी नंदकिशोर यांच्या दोन कन्या आशा (चीफ एक्झिक्यूटिव्ह ऑफिसर) आणि अर्चना (चीफ ऑपरेटिंग ऑफिसर) सांभाळत आहेत. ही अ‍ॅटलांटातील कंपनी गालिच्यांच्या अमेरिकेतील वितरणाकडे आणि विक्रीकडे लक्ष पुरवते. अमेरिका ही जयपूर रग्जची सर्वांत मोठी बाजारपेठ आहे.

> *"व्यवसायात जरी तोटा सहन करावा लागाला, तरी त्या अनुभवातून काय शिकता येईल, अशी शोधक वृत्ती ठेवा."*

नंदकिशोरचा मेहुणा, नवरतन सराफ लोकर मिळवण्याचं काम सांभाळतो आणि बिकानेरमधील लोकरीच्या गोदामांकडे लक्ष पुरवतो. लोकर पिंजून त्याचं सूत कातण्याचं काम स्थानिक भागीदारांकडून करून घेतलं जातं.

"आम्ही हातानं पिंजलेली आणि हातानं कातलेली लोकरच वापरतो. ती अधिक चांगल्या प्रतीची असते," असं नंदकिशोर म्हणतात.

हे काम किलोवरील दरानं बिकानेरमधील आणि आजूबाजूच्या खेड्यातील स्त्रिया करून देतात.

या संस्थेचा तिसरा महत्त्वाचा आधारस्तंभ आहे, 'जयपूर रग्ज फाउंडेशन'. २००४मध्ये स्थापित झालेल्या या संस्थेला जयपूर रग्ज कंपनीला मिळालेल्या नफ्याचा काही टक्के हिस्सा दिला जातो. हा पैसा विणकरांच्या कल्याणासाठी आणि प्रशिक्षणासाठी खर्च केला जातो.

"आमच्या लक्षात आलं की, विणकरांजवळ ते कारागीर असल्याचं प्रमाणपत्र असलं, तर अनेक सरकारी योजनांमधून त्यांना मदत मिळवता येते. त्यामुळे अशी प्रमाणपत्रं मिळवण्यासाठी आम्ही त्यांना मदत करतो."

कारागीर असल्याचं प्रमाणपत्र जवळ असेल, तर विणकर 'ग्रुप हेल्थ इन्श्युरन्स' आणि बँकेची कर्ज मिळवू शकतात. या संस्थेतर्फे वैद्यकीय शिबिरं भरवली जातात विणकरांसाठी आणि त्यांच्या कुटुंबीयांसाठी साक्षरता वर्ग भरवले जातात. परंतु नंदकिशोर यांना

२००८मध्येच उमगलं की, ते करत असलेली ही मदत 'सीएसआर' (कॉर्पोरेट सोशल रिस्पॉन्सिबिलीटी : कंपन्यांनी उचललेली सामाजिक जबाबदारी) या सदरात मोडते.

त्याची सुरुवात झाली अमेरिकेतून आलेल्या एका फोननं. दुसऱ्या टोकाला असलेली व्यक्ती म्हणाली, ''मी सी.के. प्रल्हाद बोलतोय.'' आश्चर्यचकित झालेल्या नंदकिशोर यांनी उत्तर दिलं, ''तुम्ही कोण आहात, हे मला ठाऊक आहे.'' परंतु मनोमन आश्चर्य वाटत होतं की, या मॅनेजमेंट गुरूचं माझ्यापाशी काय काम असेल?

प्रल्हाद यांनी नंदकिशोर यांना म्हटलं की, जयपूर रग्जवर त्याला 'केस स्टडी' (कंपनीच्या कार्यपद्धतीचं मॅनेजमेंट विद्यार्थ्यांकडून केलं जाणारं अन्वेषण) करण्याची इच्छा आहे.

''मी एक साधासुधा माणूस आहे आणि मी एक साधासुधा व्यवसाय करतोय. तुम्ही माझ्याबद्दल माझ्या शेजाऱ्याजवळ चौकशी केलीत, तर बहुधा त्याला मी काय करतो याची काहीही कल्पना नसेल. माझ्याबद्दल लिहिलेलं कोण वाचणार?''

प्रल्हाद यांनी नंदकिशोर यांना समजावून सांगितलं की, जयपूर रग्ज ही कंपनी तळागाळाच्या लोकांकडून काम करून घेऊन जगभर माल पुरवणारी एखाद्या सेतूसारखी संस्था आहे. त्यामुळे त्यांच्या कार्यपद्धतीबद्दल त्यांना प्रचंड औत्सुक्य वाटतं आहे.

''तुम्ही गरिबातल्या गरिबांना, श्रीमंतातल्या अग्रणींना जोडणारा दुवा आहात... तुमच्या उदाहरणावरून आम्ही खूप काही शिकू शकू.''

प्रल्हाद यांचे विद्यार्थी भारतात आले आणि त्यांनी जयपूर रग्जच्या कार्यपद्धतीचा बारकाईनं अभ्यास केला. सप्टेंबर, २००९मध्ये युनिव्हर्सिटी ऑफ मिशिगन येथील रॉस बिझनेस स्कूलनं जयपूर रग्जवरचा अहवाल प्रसिद्ध केला. नंदकिशोर यांच्या दृष्टीनं हा अत्यंत महत्त्वाचा टप्पा होता. ते आजवर करत आलेलं काम आता 'समाजसेवी उद्योजक' (Social Entrepreneur) म्हणून संबोधलं जाऊ लागल होतं.

''माझी विचारसरणी अगदी सरळ आणि साधी होती. मला वाटत होतं की, माझ्यासाठी काम करणारे लोक आनंदी असतील, तर ते मनापासून काम करतील. ते ग्राहकासाठी उत्तम वस्तू बनवतील आणि व्यवसायात नफा मिळेल.''

नंदकिशोर यांनी इतरांपेक्षा वेगळी केलेली गोष्ट अगदी साधीशीच होती. त्यांनी विणकरांना आदरानं वागवलं. आपल्या बरोबरीचे समजून माणुसकीनं वागवलं.

दुसरी तेवढीच महत्त्वाची गोष्ट होती, त्यांनी त्यांचं उत्पन्न वाढवण्यासाठी केलेले प्रयत्न. त्यांनी विणकरांना थेट नोकरीवर ठेवलं आणि त्यांच्या वेतनाचा ३० टक्के ते ४० टक्के हिस्सा गिळंकृत करणाऱ्या मध्यस्थ दलालांना वाटेतून बाजूला सारलं. शिवाय त्यांना कामासाठी किंवा कच्चा माल आणि पगार आणण्यासाठी शहरात जावं लागत नव्हतं.

''घरबसल्या त्यांना सारं काही मिळत होतं.''

"मी स्वत:ला एक विणकरच समजतो आणि माझ्या मुलांना सांगत असतो की, विणकाम हा माझ्या आयुष्यातला सर्वांत मोठा आनंद आहे आणि त्यांनी हे कधीही विसरता कामा नये."

"मारवाडी कुटुंबामध्ये मुलांपेक्षा मुलींना कमी प्राधान्यक्रम दिला जातो. परंतु सुरुवातीपासूनच माझ्या पत्नीनं आणि मी आमच्या सर्व मुलांना समभावाने वाढवलं."

कालांतरानं विणकरांनासुद्धा आपली समाजातील पत उंचावता आली. गेली २० वर्षं, गुजरातमध्ये आणि राजस्थानामध्ये, जयपूर रग्जसाठी काम करणाऱ्या सावरमलचंच उदाहरण घ्या. साध्याशा विणकरापासून तो मॅप-रीडर (विणकामाचा नमुना समजावून देणारा) या पदाला पोचला आणि त्यानंतर एरिआ कमांडर (ठरावीक भागावर पर्यवेक्षण करणारा पर्यवेक्षक) बनला. आता तो एका शाखेचा प्रमुख बनला आहे आणि महिना ३० हजार रुपये मिळवतो आहे. इतर अनेकांना नंदकिशोर यांनी स्वत:चे उद्योग सुरू करून जयपूर रग्जसाठी कंत्राट-तत्त्वांवर काम करून द्यायला उत्तेजन दिलं आहे.

त्यांनी स्वत:हून कार्यान्वित केलेल्या या पद्धतींचं, सी.के. प्रल्हाद यांनी प्रायोजित केलेल्या केस स्टडीमध्ये भरपूर कौतुक करण्यात आलं आहे. 'जयपूर रग्ज' ही कंपनी आकस्मितरीत्या प्रकाशझोतात आली आहे. २००९मध्ये नंदकिशोरला युनिव्हर्सिटी ऑफ मिशिगन आणि व्हार्टन बिझिनेस स्कूल इथे भाषण देण्यासाठी आमंत्रण देण्यात आलं.

"मी जरा कचरत होतो, कारण मला इंग्लिश बोलायची सवय नाही."

परंतु भाषणांना उत्तम प्रतिसाद मिळाला.

"पूर्वी मला सुटाबुटातल्या माणसापुढे मी फार क्षुल्लक आहे, असं वाटत असे. पण हळूहळू मी आत्मविश्वासानं वावरू लागलोय."

सी.आय.आय.च्या वार्षिक अधिवेशनात भाषण करून वेगवेगळ्या कंपन्यांच्या संचालकांशी संवाद साधल्यावर नंदकिशोर यांच्या लक्षात आलं की, ते योग्य मार्गानंच चालले आहे.

"माझ लक्षात आलं की, माझ्या ठायीसुद्धा दूरदर्शीपणा आहे."

मार्च, २०१३मध्ये १०४ कोटी रुपयांची विक्री करू शकलेली जयपूर रग्ज ही कंपनी हातानं बनवलेले गालिचे निर्यात करणारी भारतातील सर्वांत मोठी कंपनी आहे. कंपनीसाठी ४०० माणसं प्रत्यक्षपणे काम करत आहेत आणि २८ हजार विणकर धरून एकून ४० हजार माणसं अप्रत्यक्षपणे काम करत आहेत.

"२०२० सालापर्यंत माझ्याबरोबर एक लाख लोकांनी काम करावं, अशी

माझी मनापासून इच्छा आहे.''

सध्या बरेचसे विणकर गुजरात, उत्तर प्रदेश आणि राजस्थान या राज्यातून काम करत आहेत. परंतु जयपूर रग्ज फाउंडेशनमधील स्वयंप्रेरणा देणारे लोक नागालँड, झारखंड, ओरिसा आणि बिहार यांसारख्या नव्या राज्यामधील कुशल विणकर शोधून त्यांना काम देऊ लागले आहेत.

''जिथे प्रचंड गरिबी आहे, जिथे चांगले रस्ते नाहीत, शाळा नाहीत, तिथेच आम्ही काम देऊ लागलोय.''

ओरिसात 'जयपूर रग्ज' मुस्लीम स्त्रियांना काम देतं आहे, कारण त्यांना घराबाहेर पडायला मज्जाव केला जातो.

यापूर्वी याच स्त्रिया विड्या वळायचं काम करत असत आणि त्या कामासाठी त्यांना दिवसाची १०-१५ रुपये मजुरी दिली जात असे. विणकर म्हणून त्या आता दिवसाला १००-१५० रुपये मिळवू शकतात. विशेष म्हणजे, हे काम त्यांना वर्षभर मिळत राहतं; ते हंगामी नसतं!

''आमच्याकडे मालासाठी भरपूर मागणी असते आणि ती पूर्ण करायला आम्हाला आणखी विणकरांची गरज आहे... हातमागावरून एक गालिचा तयार होऊन बाहेर काढण्यात आला की, ताबडतोब दुसरा गालिचा विणायला सुरुवात केली जाते.''

२००५ आणि २००८ सालादरम्यान, दरवर्षाला 'जयपूर रग्ज'ही कंपनी ३८ टक्क्यांनी मोठी होत होती. जेव्हा जगभर मंदीचं सावट पसरलं, तेव्हा कंपनीसुद्धा मंदीच्या तडाख्यातून सुटली नाही. परंतु तिने आपलं स्थान टिकवून धरलं.

''मंदीच्या वेळेस आम्हाला आमचं धोरण संपूर्णतः बदलावं लागलं.''

नंदकिशोर यांच्या लक्षात आलं की, ग्राहकांना तसेच दिसणारे गालिचे हवे होते, परंतु तीच किंमत द्यायची नव्हती. कंपनीनं निर्णय घेतला की, खिशाला परवडतील अशा लोकरी गालिच्यांवर आणि विणायला सोप्या अशा भारतीय-तिबेटी डिझाइन्सवर लक्ष केंद्रित करायला हवं. हे धोरण यशस्वी ठरलं.

''रेशमी गालिच्यांवर जास्त टक्के नफा सुटतो;* परंतु ८ × ८ इंचचे लोकरी गालिचे आम्हाला उदरनिर्वाहाचे साधन मिळवून देतात,'' अशी नंदकिशोर कबुली देतात.

जयपूर रग्जची कार्यप्रणाली उत्तम असली, तरी अजून काही आव्हानं शिल्लक आहेत. कंपनी थेट विणकरांकडून काम करून घेण्याचा प्रामणिक प्रयत्न करत असली, तरीही अजूनही २० टक्के काम मध्यस्थांमार्फतच करून घ्यावं लागतं आहे. बालकामगार न नेमण्याच्या मुद्द्यावर मात्र कंपनी ठाम राहू शकली आहे.

''आम्ही फक्त एका ठरावीक वयाच्या मर्यादेबाहेरचेच विणकर कामावर नेमतो.

---

* रेशमी गालिच्यांवर १८ टक्के नफा सुटतो तर सर्व प्रकारच्या गालिच्यांवर सरासती ६ ते ७ टक्के नफा सुटतो.

आमच्या सर्व हातमागांची 'रग मार्क फाउंडेशन'पाशी नोंदणी करण्यात आलेली असते. आम्ही अधिकृत तपासणीसाठी सदैव तयार असतो.''

''आणखी प्रगती करून घेण्यासाठी कोणती कौशल्यं आवश्यक आहेत, याचा मी सतत शोध घेत असतो.''

भविष्यकाळात विणकरांना ते तयार करत असलेल्या संपत्तीच्या अधिक मोठा वाटा मिळावा, अशी नंदकिशोर यांची इच्छा आहे. त्यासाठी 'फॅब इंडिया'च्या धर्तीवर विणकरांना कंपनीची भागीदारी देण्याची नंदकिशोर यांची इच्छा आहे. भविष्यकाळात गालिचांचे ग्राहक, ते बनवणाऱ्या विणकरांशी थेट संपर्क साधतील, असंसुद्धा त्यांना वाटतं आहे.

''हा गालिचा कुठून आला, तो विणणारे हात कोणते हे जाणून घेऊन भावनिक नातं जोडणं अत्यंत महत्त्वाचं आहे.''

भविष्यात ही गोष्ट शक्य करून देण्यासाठी, प्रत्येक गालिच्यावर एक 'बार कोड' टाकून दिला जाणार आहे.

आणखी एक भविष्यकालीन कल्पना आहे की, अन्य विक्रेत्यांमार्फत हे गालिचे न विकता ते 'जयपूर रग्ज' या ब्रँडखालीच विकायचे. फक्त गालिचेच नव्हेत, तर पडदे, फर्निचर, गृहशोभेच्या सर्व वस्तू विकायच्या.

''कंपनी पुढे नेण्यासाठी कोणती कौशल्यं आत्मसात करणं गरजेचं आहे, याचा मी सतत शोध घेत असतो. दररोज सकाळी ३० ते ४५ मिनिटं मी वाचनासाठी खर्च करतो. मी ऑफिसात येतो, तोपर्यंत पूर्णतः प्रेरित झालेला असतो.''

परंतु व्यवस्थापनावरची कितीही पुस्तकं वाचली, तरी नंदकिशोर दोन गोष्टींबाबत अगदी ठाम आहेत : विणकामातून मिळणारा आनंद आणि कौटुंबिक आनंद. विशेषतः त्यांची पत्नी सुलोचना हिनं १९७७ सालापासून त्यांना जी साथ दिली, त्याबद्दल त्यांच्या मनात अत्यंत कृतज्ञताभाव आहे.

''तिनं मला फक्त नैतिक पाठबळच पुरवलं नाही, तर ती माझ्या विणकरांना स्वतः चहा आणि जेवण आणून देत असे.''

व्यवसायाचा कितीही ताण असला, तरी नंदकिशोर यांनी त्यांचं पित्याचं कर्तव्य कधीही दुर्लक्षिलं नाही. रविवारचा दिवस तो नेहमीच मुलांसमवेत घालवायचे. आता सर्व जण एकत्रितपणे काम करत असले, तरी त्यांच्यात काहीही संघर्ष उद्भवत नाही.

अगदी सामान्य विणकरापासून ते मालकापर्यंत, सर्वांचं एक कुटुंब आहे. कुशल हातांनी आणि सहृदय अंतःकरणाने विणलेले प्रेम आणि आदराचे धागे त्या सर्वांना एकत्र बांधून ठेवत आहेत.

तरुण उद्योजकांसाठी कानमंत्र!

कोणतीही गोष्ट सुरू करण्यापूर्वी स्वत:ला पूर्णपणे ओळखा. मला काय आवडतं, मला कोणत्या गोष्टीतून आनंद मिळतो आणि मला जे आनंददायक वाटतं ते इतरांच्या दृष्टीनं उपयुक्त आहे का, याचा परामर्श घ्या. याचे उत्तर 'होय' असं असेल, तर तो व्यवसाय सुरू करायला हरकत नाही.

इतरांबरोबर स्वत:ची तुलना करू नका, इतरांचा मत्सर करू नका किंवा इतरांवर कुरघोडी करायचा प्रयत्नसुद्धा करू नका. इतर यशस्वी लोकांचं परीक्षण करा आणि अंतर्मुख होऊन स्वत:च्या कुवतीचा अंदाज घ्या.

उच्च शिक्षणामुळे ज्ञान वाढतं, परंतु व्यवहारातलं वास्तवसुद्धा जाणून घेणं तेवढंच महत्त्वाचं आहे. आपल्या पदव्यांमुळे फुशारून जाऊ नका!

अशिक्षित लोकांकडूनही खूप गोष्टी शिकण्याजोग्या असतात. त्यांच्यापाशी जा; त्यांच्याशी प्रेमानं आणि आदरानं वागा. तुम्हाला आयुष्यातले खरे धडे शिकता येतील.

मी अनेक मोठमोठ्या सीईओंना भेटलो आहे. त्यांना जेव्हा कोणत्याही नवीन कौशल्याची गरज भासत असे, तेव्हा ते ताबडतोब ते कौशल्य आत्मसात करून घेत. तुम्ही-आम्हीसुद्धा तसंच करू शकतो.

प्रत्येकाच्याच आयुष्यात चढ-उतार येतात. कठीण परिस्थितीतून पार जाण्यासाठी अंगी सहनशीलता असणं आवश्यक असतं.

एक गोष्ट मात्र तुम्ही कधीही गमावता कामा नये : तुमची नीतिमूल्यं!

पहिलं प्रेम

विवेक देशपांडे आणि किरीट जोशी :
स्पेसवुड, नागपूर, महाराष्ट्र

इंजिनिअरिंग कॉलेजमधले सहाध्यायी आणि जिवलग मित्र असलेल्या विवेक देशपांडे आणि किरीट जोशी या मित्रद्वयीनं, १९९४मध्ये ऑफिस फर्निचर बनवण्यासाठी एक छोटसं वर्कशॉप सुरू केलं. आणि मग 'स्पेसवुड फर्निचर्स'नं 'मॉड्युलर किचन्स'ची संकल्पना सर्वांत आधी प्रत्यक्षात उतरवून हा व्यवसाय आता २०० कोटींपर्यंत वाढवला आहे.
अजरामर झालेल्या 'शोले' या चित्रपटात जय आणि वीरू या मित्रांची जोडी, 'येऽ दोऽस्ती, हम नही तोडेंगे' हे गाणं म्हणते.

विवेक देशपांडे आणि किरीट जोशी यांना भेटल्यावर मला त्या गाण्यातले भाव प्रकर्षाने आठवले. फरक एवढाच की, जय आणि वीरूप्रमाणे हे दोघं मित्र खेड्यातल्या उताराच्या रस्त्यावरून स्कूटर आणि साइडकारमध्ये बसून निघालेले नाहीत. तर ते आयुष्यातच्या महामार्गावर वेगानं मार्गक्रमण करत आहेत.

ते पहिल्यांदा एकमेकांना भेटले इंजिनिअरिंग कॉलेजात. त्यांची ताबडतोब गट्टी जमली – मित्र म्हणूनही आणि व्यवसायातील भागीदार म्हणूनही. ते दोघं अभ्यासाच्या नोट्स विद्यार्थ्यांना विकू लागले आणि लवकरच त्यांनी जोरदार प्रकाशन व्यवसाय थाटला.

''आम्ही बऱ्यापैकी पैसा मिळवला. 'एस्सार स्टील' आणि 'एस्सार शिपिंग' या कंपन्यांच्या शेअर्समध्येसुद्धा पैसे गुंतवले,'' विवेक जुनी आठवण सांगतो. पदवी मिळवल्यानंतर त्या दोघांनी एकाच कंपनीत नोकरी धरली; म्हणजे त्यायोगे नोकरीसोबत त्यांना व्यवसायसुद्धा सुरू ठेवता आला असता. परंतु 'व्ही.आय.पी.' कंपनीत नोकरी करत असतानासुद्धा हे दोघं सतत नव्या संधीचा शोध घेत होते. ही संधी अवतरली 'मॉड्युलर फर्निचर'च्या स्वरूपात.

''आम्ही व्ही.आय.पी.साठी आणि त्यानंतर गोदरेजसारख्या मोठ्या कंपन्यांसाठी माल बनवून देऊ लागलो.''

हे करत असताना त्यांना अत्यंत आकर्षक असं नवं तंत्रज्ञान सापडलं आणि ते त्यांनी भारतात आणलं. जर तुम्ही तुमच्या घरात मॉड्युलर किचन बसवून घेतलं असेल, तर बहुधा ते नागपूरच्या 'स्पेसवुड'नं बनवलेलं असू शकतं. या मध्यवर्ती गावातून देशभरात कुठंही अगदी सहजपणे माल पाठवता येतो. गेल्या दोन वर्षांत विवेक आणि किरीटनं आणखी मोठा पल्ला गाठला आहे. त्यांनी फक्त 'स्पेसवुड' ब्रँडचा माल विकणाऱ्या शो-रूम्स उघडल्या आहेत. आणखी नवी क्षितिजं त्यांना खुणावत आहेत.

विवेक म्हणतो, ''किरीट दूरदृष्टीनं योजना आखत असतो आणि त्यांची कार्यवाही मी करत असतो. तो स्वप्न पाहतो आणि मी ती स्वप्नं साकार करतो.''

जय आणि वीरू यांसारखीच या दोघांची भागीदारी आहे. प्रेम, आदर आणि मैत्रीच्या भक्कम पायावर ती उभी आहे.

''लोक म्हणतात की, एकदा तुमची लग्नं झाली की तुमच्यापुढे समस्या उभ्या राहतील,'' किरीट म्हणतो. ''परंतु आम्हा दोघांसाठी आमची फॅक्टरी हीच आमची पहिली पत्नी आहे!''

'तोडेंगे दम मगर, तेरा साथ ना छोडेंगे!'

पहिलं प्रेम

विवेक देशपांडे आणि किरीट जोशी : स्पेसवुड नागपूर, महाराष्ट्र

विवेक देशपांडे आणि किरीट जोशी नागपूरमध्येच जन्मले आणि वाढले आहेत.

''माझे वडील पाणीपुरवठा खात्यात काम करत होते, तर किरीटचे वडील 'ओआरजी-मार्ग'मध्ये (ORG-MARG) काम करत होते. परंतु आमच्या दोघांचे आजोबा मात्र शेतकरी होते.''

असं असूनही विवेक आणि किरीट या दोघांनाही समान ध्यास होता, स्वत:चा व्यवसाय करण्याचा.

''माझ्या मनावर पक्कं बिंबलेलं होतं की, नोकरीतून फारसं काही मिळणार नाही!'' विवेक म्हणतो.

किरीटनं त्याच्या आजोबांबरोबर धामणगावमध्ये सुट्ट्यांचे दिवस व्यतीत केले होते. त्यामुळे त्यालाही व्यवसायाची ओढ वाटू लागली.

''शेती हा त्या अर्थानं 'व्यवसाय' नसला, तरी मी त्यांना खरेदी-विक्री करताना आणि नफ्याचा अंदाज बांधताना बघत होतो. त्यातून मी खूप शिकलो.''

परंतु विवेक आणि किरीट दोघंही पारंपरिक पठडीतल्या मराठी माध्यामाच्या शाळेमध्येच शिकले. तिथे अभ्यासाव्यतिरिक्त इतर कोणतीही प्रेरणा मिळत नव्हती.

''तिथं कारनं येणारी सिंधी-मारवाडी मुलं नव्हती, ज्यांना पाहून तुम्हाला त्यांच्यासारखं बनायची, पैसा देणारा व्यवसाय करायची स्फूर्ती मिळेल!'' त्यावेळेला दोनच व्यवसाय प्रतिष्ठेचे मानले जात – डॉक्टर किंवा इंजिनिअर. विवेक आणि किरीट या दोघांनीही इंजिनिअर व्हायचं ठरवलं.

अनेक व्यावसायिक भागीदारांप्रमाणेच दोघं एकमेकांना प्रथम कॉलेजात भेटले. नागपूरच्या 'व्हीएनआयटी' (VNIT)मध्ये मेकॅनिकल इंजिनिअरिंगचा

अभ्यासक्रम पूर्ण करत असतानाच या दोघा मित्रांनी त्यांचा पहिला व्यवसाय सुरू केला. ही संधी त्यांना इंजिनिअरिंगच्या दुसऱ्या वर्षात असतानाच मिळाली. या वर्षी त्यांनी त्यांच्या सिनिअर्सच्या नोट्स, त्यांनी शोधलेल्या प्रश्नांची उत्तरं वापरून अभ्यास केला.

"या नोट्स आम्हाला फारच उपयुक्त वाटल्या. आम्हाला वाटलं की, इतर अनेक विद्यार्थ्यांना या नोट्सचा फायदा होऊ शकेल!"

त्या सुमाराला खाजगी इंजिनिअरिंग कॉलेज नागपुरात नव्यानंच सुरू होत होती. अशा कॉलेजांमध्ये मुलं डोनेशन देऊन प्रवेश मिळवत असत; परंतु त्यांना सेमिस्टर-एक्झॅम्समधून उत्तीर्ण होणं जमत नसे. "आम्ही कमिशन तत्त्वावर या नोट्स विकू लागलो. प्रत्येक विक्रीनंतर आम्हाला २५ रुपये कमिशन मिळत असे."

मित्राच्या स्कूटरवरून वेगवेगळ्या कॉलेजांमध्ये आणि वेगवेगळ्या हॉस्टेल्सवर जाऊन या जोडगोळीनं एका झटक्यात १०० प्रती विकल्या. त्याच वेळेस या दोघांनी 'व्ही.के. पब्लिशर्स' स्थापन करायचा निश्चय केला.

"आम्ही इतर शाखांमधल्या आमच्या वर्गमित्रांकडून गेल्या पाच वर्षांच्या परीक्षांमधील सर्व अवघड विषयांच्या पेपर्सची उत्तरं लिहून घेतली."

व्ही.के. पब्लिशर्सनी या नोट्स टाइप करून घेतल्या आणि त्या पुस्तकरूपात छापून घेऊन त्या विकायला सुरुवात केली. हे दोघं कॉलेजच्या शेवटच्या वर्गात पोचले, तोवर विवेक आणि किरीटनं वेगवेगळी २० पुस्तकं प्रकाशित केली होती. इतकचं नाही, तर त्यांचं वितरण आणि विक्री थेट पुणे-बंगळुरूपर्यंत केली जात होती. या व्यवसायातून वर्षाला पाच लाख रुपये मिळत होते.

"कॉलेजच्या दुसऱ्या वर्षानंतर आम्ही आमच्या आई-वडिलांकडून कधीच पैसे मागितले नाहीत. अगदी फीसाठीसुद्धा मागितले नाहीत. परंतु आम्ही हा व्यवसाय फक्त पैशांसाठी करत नव्हतो," विवेक म्हणतो.

त्यावेळेस त्यांच्यापाशी एक स्पोर्ट्स बाइक होती. दर वेळेस ती चालवताना ते रस्त्याकडे बघत असत आणि स्वतःशीच म्हणत असत, "याच रस्त्यावर एक दिवस मी माझी स्वतःची कार चालवेन."

विवेक आणि किरीट या दोघांनाही ही कार स्वतःच्या व्यवसायातून मिळालेल्या पैशांनी विकत घ्यायची होती; नोकरीच्या मिळकतीतून नव्हे!

"माणसाच्या रक्ताची एकदा चव घेतली की, सिंह नरभक्षक बनतो. त्याचप्रमाणे व्यवसायात थोडसं यश मिळताक्षणी तुम्ही भविष्याची स्वप्नं पाहू लागता. व्यवसायाखेरीज दुसरं-तिसरं तुम्हाला काहीही रुचत-पटत नाही."

प्रकाशन व्यवसायानं सुरुवात तर चांगली झाली होती, परंतु या दोघांना त्याहून

काहीतरी वेगळं करून दाखवायचं होतं. त्यामुळे ते नव्या कल्पनेचा शोध घेत होते. त्यांनी वेगवेगळी 'जिल्ह्याची व्यवसाय केंद्रं' (डिस्ट्रिक्ट इन्डस्ट्री सेंटर्स) पालथी घातली, तेथील प्रकल्प अहवाल नजरेखालून घातले. वेगवेगळ्या लोकांच्या भेटी घेतल्या.

''अगदी शेतीपासून ते हॉटेल व्यवसायापर्यंत आम्ही प्रत्येक व्यवसायाबाबत विचार केला. परंतु त्यापैकी कोणताही व्यवसाय आमच्या मनाला रुचला नाही!''

परंतु त्यांच्या कुटुंबीयांनी याला आक्षेप घेतला.

''शिकत असताना आम्ही म्हणत असू, 'आम्हला फर्स्ट क्लास निश्चितच मिळेल! काळजी करू नका.' परंतु कॉलेजच्या शेवटच्या वर्षात असताना, त्यांनी आम्हाला धक्काच दिला! ते म्हणाले, 'नोकरी करा. थोडा अनुभव मिळवा.'''

त्यामुळे विवेक आणि किरीट दोघेही कँपस-इंटरव्ह्यू देऊ लागले. नागपूरमधील नोकरी मिळवून एकीकडे व्यवसाय सुरू ठेवायचा, असा त्यांचा विचार होता. नशिबानं विवेकला 'किर्लोस्कर', 'ग्लॅक्सो' आणि 'व्ही.आय.पी.' या तिन्ही कंपन्यामध्ये नोकऱ्या मिळाल्या; तर किरीट 'व्ही.आय.पी.'च्या प्रतीक्षा यादीत होता. विवेकनं व्ही.आय.पी.ची नोकरी नाकारली, कारण ते त्याला नागपूरबाहेर पाठवणार होते.

''मी मूर्खासारखी हातची संधी घालवली. त्यामुळे मी त्यांना पुन्हा एक पत्र आणि तार पाठवली. त्यात म्हटलं की, मला नोकरीवर रुजू होता आलं नसलं, तरी त्यांनी मला आणखी एक संधी द्यावी.''

कंपनीनं तारेनंच उत्तर पाठवलं, ''२१ तारखेला नोकरीवर रुजू व्हा!''

किरीट अजूनही प्रतीक्षा यादीवरच होता. २० तारखेच्या संध्याकाळपर्यंत किरीटच्या कानावर काहीही बातमी पडली नव्हती. त्यामुळे विवेकनं ही नोकरी पुन्हा एकदा डावलयाचं ठरवलं.

''आम्हाला वाटत होतं की, आम्हा दोघांना एकाच कंपनीत नोकरी करता आली, तर आमच्या व्यवसायाच्या दृष्टीनं ते बरं पडेल.''

२२ तारखेला सकाळी, किरीटला कंपनीकडून नोकरी मिळाल्याचं पत्र आलं, ''ताबडतोब रुजू व्हा!''

''रोजची पोटाला भाकर मिळाली म्हणजे खूप झालं,' ही मध्यमवर्गीय मराठी माणसाची प्रातिनिधिक विचारसरणी मला कधीच पटली-रुचली नाही.''

एकदा व्यवसाय सुरू केलात की, त्याची चटक लागते. मग तुम्हाला काहीही झालं, तरी व्यवसायच करावासा वाटतो.

आता विवेक खरोखरच वैतागला. हे कसं घडलं? परंतु त्याला आश्चर्याचा

धक्का बसायचा होता! बरोब्बर पाच दिवसांनी त्यालासुद्धा व्ही.आय.पी.कडून पत्र आलं, "२७ तारखेला रुजू व्हा."

त्याला चमत्कार म्हणा की गोंधळ! दोघेही मित्र अखेरीस एकाच कंपनीत, एकाच विभागात – व्ही.आय.पी.च्या 'लगेज डिव्हिजन'मध्ये काम करू लागले. विवेक उत्पादनक्षेत्रात आणि किरीट पर्चेस डिपार्टमेंटमध्ये काम करू लागला.

"किरीटला व्यवसायाच्या व्यापारी अंगाची आवड आहे, तर मला तंत्रज्ञान अंगाची! सुरुवातीपासूनच आमच्यात अशी वाटणी होत गेली."

नोकरी करता करता, विवेक आणि किरीटनं त्यांचा प्रकाशन व्यवसायसुद्धा चालू ठेवला. कामासाठी फिरतीवर गेले, तरीसुद्धा हे दोघं सारी संध्याकाळ मुद्रितशोधन करण्यात खर्च करत असत.

"आमच्या गेस्ट हाउसच्या मॅनेजरला वाटत असे की, आम्ही स्पर्धात्मक परीक्षांसाठीच अभ्यास करतोय!"

बुधवारी त्यांना आठवडी रजा मिळे. त्यामुळे मंगळवारी रात्रीच विवेक प्रकाशनाचं सारं बाड घेऊन नागपूरकडे रवाना होत असे. बुधवारी सारी छपाई पूर्ण होत असे आणि गुरुवार सकाळपर्यंत बाइंडिंगसुद्धा होत असे. त्याच संध्याकाळी किरीट ती पुस्तकं आणून त्यांचं वितरण सुरू करत असे.

परंतु लवकरच एक नवीच संधी त्यांचं दार ठोठावत आली.

व्ही.आय.पी. इन्डस्ट्रीजनं एका कॅनडातील कंपनीच्या सहकार्यानं ऑफिस-फर्निचर बनवणारी शाखा सुरू केली. चांगले पुरवठादार शोधणं हे त्यांच्या पुढलं आव्हान होतं. भारतात सोफासेट किंवा डायनिंग टेबल या गोष्टी अगदी तपशिलाबरहुकूम कधीच बनवल्या जात नसत. एखादा इंच इकडे-तिकडे झालं, तरी त्याचं कुणाला काही वाटत नसे. परंतु त्यांना मॉड्युलर पद्धतीनं माल बनवून घ्यायचा होता आणि त्यात एका मिलिमीटरपेक्षा जास्त फेरफार होऊन चालत नाही.

"माल इतक्या काटेकोरपणे बनवणारा कोणीही पुरवठादार आम्हाला सापडत नव्हता. त्यामुळे आम्ही चांगलेच पेचात सापडलो होतो. आम्ही विचार केला – आपणच हे काम का हाती घेऊ नये?"

जेव्हा ते श्रीयुत कुलकर्णी या जनरल मॅनेजरला या संदर्भात भेटले, तेव्हा त्यांनी म्हटलं, "तुम्हाला हे करायचंय? जरूर करा! परंतु त्यापूर्वी तुम्हाला नोकरीचा राजीनामा द्यावा लागेल!"

ते दोघं म्हणाले की, त्यांचा याला काहीही प्रत्यवाय नाही.

"हे पहा! नंतर सांगत येऊ नका की, साहेब चूक झाली, आम्हाला पुन्हा

नोकरीवर घ्या!'' कुलकर्णी म्हणाले.

''सर, तशी वेळ अजिबात येणार नाही!'' या दोघांनी उत्तर दिलं. ते दोघं पगारासाठी नोकरी करत नव्हते; त्यातून मिळणाऱ्या अनुभवासाठी ते नोकरी करत होते. पहिल्यापासूनच त्यांचं अंतिम ध्येय एखाद्या चांगल्या व्यवसायात शिरण्याचं होत. अशा प्रकारे दीड वर्षं नोकरी केल्यावर, १९९४च्या मार्च महिन्यात या दोघा मित्रांनी ६५ हजार रुपये कर्जाऊ घेतले, स्थानिक बनावटीची दोन सुतारकामाची यंत्र घेतली आणि भाड्यावर घेतलेल्या १५०० चौरस फुटांच्या शेडमध्ये कामाला सुरुवात केली.

काही महिन्यांनी, व्ही.आय.पी. कंपनीनं त्यांच्या कॅनडातील सहकाऱ्यांच्या फॅक्टरीतली सुतारकामाची मशीन्स आयात केली. परंतु स्वत: उत्पादन सुरू करण्याऐवजी त्यांनी ती मशीन्स भाड्याने द्यायचं ठरवलं. अर्थातच विवेक आणि किरीट यासाठी तत्परतेनं पुढे आले.

परंतु व्ही.आय.पी.नं एक अट घातली होती – 'एमआयडीसीमध्ये तुमच्या स्वत:च्या मालकीची शेड असली पाहिजे.'

या शेडसाठी १२ लाख रुपये खर्च आला असता. आता प्रश्न होता की, हे पैसे उभे कोठून करायचे?

''आम्ही एका चार्टर्ड अकाउंटंटकडे गेलो. तो म्हणाला, 'करू कर्जाची सोय!''' त्याच्या शब्दावर भरवसा ठेवून हे दोघे मित्र व्ही.आय.पी.कडे गेले आणि म्हणाले, ''आमची शेड तयार आहे. आम्हाला मशीनचे फोटो दाखवा.''

तिथला जनरल मॅनेजर म्हणाला, ''त्या आधी मला तुमच्या शेडचा फोटो दाखवा.'' त्यांची टोलवाटोलवी सुरू होती. अखेरीस त्यांच्यात सौदा झाला. जनरल मॅनेजर कुलकर्णींनी शब्द दिला की, मशीन कमीत कमी तीन वर्षांच्या करारावर भाड्यानं दिलं जाईल आणि व्ही.आय.पी.कडून मालासाठी नियमितपणे मागणी येत राहील.

१ जानेवारी, १९९५ रोजी विवेक आणि किरीट यांनी आपला व्यवसाय नव्या जागेत हलवला. मशीन्स आलेली होती, परंतु ती एकत्र कशी जोडायची याची कुणालाही सुतराम कल्पना नव्हती.

''गेली अठरा वर्षं आम्ही दरवर्षी मशीन्स आयात करतोय. असं एकही वर्ष गेलं नाही की, जेव्हा आम्ही मशीन्स आयात केली नाहीत.''

''आम्हाला कॅटलॉगमधला फोटो पाहून त्यावरून अंदाज बांधावा लागला. त्याचप्रमाणे ते मशीन वापरायचं कसं हेसुद्धा आम्ही प्रयोग करून चुकत-माकत शिकलो.''

अखेरीस उत्पादनाला सुरुवात झाली. परंतु त्यापाठोपाठ आणखी एक गंभीर

समस्या उद्‌भवली.

"तो चार्टर्ड अकाउंटंट आम्हाला कर्ज मिळवून देण्यात अयशस्वी ठरला. आम्ही आधीच आमच्या खिशातून एक लाख रुपये गुंतवले होते... त्यामुळे आम्ही पेचात सापडलो."

शेडचा मालक रागानं फुत्कार टाकू लागला.

"माझे पैसे द्या. नाहीतर जागा खाली करा!"

अखेरीस विवेक व किरीट त्याच्यापाशी गेले आणि हतबल होऊन म्हणाले, "आम्ही अयशस्वी ठरलो आहोत!"

शेडचा मालक हा धूर्त उद्योजक होता. तो म्हणाला, "तुम्ही बँकेला व्याज देणार होता. त्याऐवजी मलाच व्याज द्या!"

अशाप्रकारे कर्जाचा हफ्ता नक्की करण्यात आला आणि या दोघांच्या नव्या साहसासाठी हक्काची जागा उपलब्ध झाली. यानंतर त्यांना क्षणाचीही उसंत मिळेना. दिवसागणीक व्यवसाय वाढतच गेला. इतके की, केवळ नऊ महिन्यांत व्ही.आय.पी.नं स्वतःचीच सुतारकामाची शाखा उघडायचं ठरवलं. आता त्यांना त्यांनी लीजवर दिलेली मशीन्स परत हवी होती.

"त्यांनी कंत्राटवर सही केलेली होती... परंतु हा वरिष्ठ व्यस्थापनाचा निर्णय होता... आमच्यापुढे दुसरा पर्याय नव्हता."

हा मोठाच धक्का होता. परंतु विवेक आणि किरीटनं ठरवलं की, उद्योग चालू ठेवायलाच हवा! आतापर्यंत त्यांनी प्रकाशन व्यवसायसुद्धा बंद केला होता; कारण पायरसी ही भीषण समस्या होती.

"आम्ही हे दोन्ही व्यवसाय वर्षभर समांतरपणे चालू ठेवले; परंतु प्रकाशन व्यवसाय सुरू ठेवणं अशक्य झालं. पायरेटेड प्रतींनी बाजरपेठ ओसंडून वाहत होती."

सुतारकामाच्या व्यवसायाला नक्कीच उज्ज्वल भविष्य होतं. पहिल्याच वर्षी, विक्री १९ लाखांवर पोचली होती. परंतु मशीन्सशिवाय काम कसं सुरू ठेवायचं? काही काळ या तरुण उद्योजकांनी त्यांच्या जुन्या 'देशी' मशीन्सचा वापर केला. त्याचवेळेस, त्यांनी पैशांची जमवाजमव करून जर्मनीतून एक सेकंडहँड मशीन आणण्याची तजवीज केली.

"आम्ही आयात केलेलं पहिलं मशीन ऑक्टोबर, १९९६मध्ये आलं. ते साडेपाच लाखांना मिळालं होतं."

आता त्यांच्या पुढला यक्षप्रश्न होता, व्यवसाय मिळवण्याचा.

"आम्ही एक महत्त्वाचा धडा शिकलो की, तुम्ही कधीही एकाच ग्राहकावर विसंबून राहू शकत नाही! तुम्ही संपूर्ण बाजरपेठेत हात-पाय पसरणं आवश्यक असतं."

किरीटला पूर्वीचे दिवस आठवतात. तो माल खपवण्यासाठी वेगवेगळ्या ऑफिसांचे उंबरे झिजवत होता. अनेक लोक त्याला तासन्‌तास ताटकळत ठेवत असत. काही जण तर त्याला भेटायचंही नाकारत असत.

''मी त्यांना मनवत असे – 'एकदाच आमचा मला वापरून पहा. आमच्या मलाचा दर्जा पहा.' अशा प्रकारे हळहळू आम्ही त्यांचा विश्वास जिंकून घेतला.''

आणखी एक महत्त्वाची गोष्ट म्हणजे, व्ही.आय.पी. इंडस्ट्रीजनं त्यांना अन्याय पद्धतीनं वागवलेलं असलं, तरी या दोघांनी त्याबद्दल मनात कटुभाव ठेवला नाही. ज्या दुसऱ्या व्यापाऱ्यानं व्ही.आय.पी.कडून मशीन्स लीजवर घेतली होती, त्यानं ताबडतोब त्यांच्या मालासारखा दिसणारा माल बनवायला सुरुवात केली. तो त्यांचा स्पर्धक बनला. विवेक आणि किरीट त्या मार्गानं गेले नाहीत.

''व्ही.आय.पी. इंडस्ट्रीजचा व्यवसाय अनेक पटींनी वाढला आणि त्यांना मागणी एवढा पुरवठा करता येईनासा झाला. वर्षाच्या आतच ते आम्हाला काम देऊ लागले!'' अशाप्रकारे 'स्पेसवुड'*ला कायमस्वरूपी ग्राहक मिळाला आणि पैशांचा नियमित प्रवाह सुरू झाला. कंपनीला जो काही फायदा झाला, तो त्यांनी आणखी मशीन्स आयात करण्यासाठी खर्च केला.

''दर सहा ते आठ महिन्यांनी आम्ही एक मशीन विकत घेत होतो. त्यावेळेस त्याची किंमत तीन लाख रुपये होती.''

मशीन्सची संख्या वाढली, त्याबरोबर मशीन्स चालवणाऱ्या कामगारांची गरजही भासू वाढली. विवेक आपल्या बाइकवरून 'महिंद्र ॲन्ड महिंद्र'सारख्या मोठ्या फॅक्टरीजकडे जात असे. तिथे दैनंदिन रोजगारासाठी मजूर तिष्ठत उभे असत.

''व्यवसायासाठी फक्त तुम्ही धीट आणि बिनधास्त असणं आवश्यक असतं.''

तो म्हणत असे, ''तुम्हाला काम हवंय? या माझ्याबरोबर!''

तो कामगार ताबडतोब बाइकवर बसत असे. वर्कशॉपमध्ये गेल्यावर विवेक अशा कामगारांना मशीन्स चालवायचं प्रशिक्षण देत असे. फॅक्टरी सकाळी सात ते रात्री सातपर्यंत चालू असे.

विवेक म्हणतो, ''मी सकाळी येऊन फॅक्टरी उघडत असे. किरीट काही वेळानं जेवणाचा डबा घेऊन येत असे. आम्ही एकत्र जेवत असू. तो उशिरापर्यंत थांबून

---

* कंपनीचं प्रारंभी नाव होतं 'न्यूटेक सिस्टिम्स'. परंतु कंपनी आता 'स्पेसवुड फर्निचर्स' या नावानं ओळखली जाते.

फॅक्टरी बंद करून निघत असे.''

उत्पादनाची प्राथमिक जबाबदारी विवेक सांभाळत होता, तर किरीट व्यापारी अंगाची जबाबदारी पेलत होता. त्यामुळे उच्च प्रतीची उत्पादनं माफक किमतीत करता येत होती.

''आमची जोडी परस्पर पूरक होती.''

तीन वर्षांच्या अल्पावधीत, स्पेसवुडची विक्री पाच कोटींवर पोचली. व्ही.आय.पी.खेरीज, ते ऑफिस फर्निचरचे घटक 'शापुरजी-पालनजी' आणि 'गोदरेज'सारख्या कंपन्यांना पुरवू लागले होते.

१९९७मध्ये हे दोघे भागीदार प्रथमच युरोपला गेले आणि त्यांनी 'इंटर्झम' आणि 'लिग्ना' ही अनुक्रमे कोलोन आणि हॅनोवरला भरवली जाणारी फर्निचरची प्रदर्शनं पाहिली. तिथेच त्यांना 'मेंब्रेन प्रेस टेक्नॉलॉजी'बद्दल समजलं. या तंत्रज्ञानाचा वापर करून लाकूड नसलेलं, परंतु अगदी लाकडासारखं दिसणारं साहित्य तयार करता येतं.

''खरंतर ती पी.व्ही.सी. फॉइल असते आणि ती मीडियम डेन्सिटी फायबर बोर्ड (एम.डी.एफ.)वर चढवलेली असते. त्यामुळे त्याला लाकडासारखं रूप प्राप्त होतं. परंतु हे लाकडाच्या एक पंचमांश किमतीला मिळतं आणि वॉटर-प्रूफ असतं.''

त्यामुळे स्वयंपाकघरातील फर्निचरसाठी याचा वापर करणं अत्यंत सोयीचं ठरलं असतं. युरोपात त्याचा वापर होऊही लागला होता. विवेक त्या तंत्रज्ञानावर भाळला; तर किरीटला ती गोष्ट व्यवसायाच्या दृष्टीनं अत्यंत किफायतशीर वाटली.

''नवा माल तयार करण्यात आघाडी मारणं आणि बाजरपेठेत आपली खासियत तयार करणं हा विचार आम्हाला आवडला.''

त्या काळात 'मॉड्युलर किचन' ही संकल्पना भारतात कुणीही ऐकली नव्हती. ज्या कुणाशी हे दोघे बोलत होते, ते लोक त्यांना त्यापासून परावृत्तच करत होते.

ते म्हणत, ''अशा मालाचा भारतात उठाव होणार नाही.''

परंतु विवेक आणि किरीटचं अंतर्मन त्यांना सांगत होतं की, ही कल्पना नक्कीच यशस्वी होईल. त्यांनी पुढे जायचं ठरवलं आणि ५० लाख किमतीचं मशीन जर्मनीतून आयात केलं. आताची जागा अपुरी पडली असती; म्हणून 'स्पेसवुड'नं शेजारचा प्लॉट विकत घेतला. त्यासाठी त्यांनी 'स्टेट बँक ऑफ इंडिया'कडून कर्ज काढलं.

बँकेनं तारण मागितलं. या दोघांपाशी तारण देण्याजोगं काहीच नव्हतं.

विवेक म्हणतो, ''आमचं घर तारण ठेवण्यासाठी मी माझ्या वडिलांचं

मन वळवलं.''

अशा प्रकारे उपद्व्याप केल्यावर, ते मशीन एमआयडीसीमधील प्लॉट क्रमांक सातमध्ये स्थानापन्न झालं. पहिले काही महिने व्यवसायाच्या दृष्टीनं फारच संथपणे गेले. कारण हे तंत्रज्ञान नवं होतं, त्यामुळे मालाला फारशी मागणी नव्हती. हे मशीन महिन्याकाठी फार तर एक आठवडाभर वापरलं जात होतं. परंतु विवेक आणि किरीट हिंमत हारले नाहीत.

पेरलेलं बी रुजवायला थोडा वेळ लागतो. दरम्यान त्याला पाणी घालावं लागतं; ते उन्हात ठेवावं लागतं.

''आम्ही छोटे छोटे नमुने आर्किटेक्ट्सकडे पाठवत असू आणि त्यांना सांगत असू, 'पहा. हा काहीतरी आगळावेगळा माल आहे.'''

स्पेसवुडनं किचन शटर्सला प्रसिद्धी द्यायला सुरुवात केली. त्याला थोडा वेळ लागला, तरी ही संकल्पना लोकांना आवडली. दुसऱ्या वर्षापासून कंपनीला फायदा होऊ लागला. २००० सालापर्यंत विक्रीनं ३५ कोटी रुपयांचा आकडा गाठला. अर्थात नव्या मालाकडे लक्ष वळवल्यावर, इतर स्पर्धकही त्या तंत्रज्ञानाकडे वळू लागले. नवे स्पर्धक माल पुरवू लागले, तेव्हा किंमत घटवण्याची चढाओढ सुरू झाली.

''स्पर्धा असूनही आघाडीवर कसं राहायचं, याबाबत आमचा विचार सुरू झाला. खरंतर, या परिस्थितीचा आम्हाला फायदाच झाला!''

किरीटच्या लक्षात आलं की, जास्त लोक मेंब्रेन टेक्नॉलॉजी वापरू लागल्यावर त्यांना त्यासाठीच्या प्राथमिक कच्च्या मालाची गरज पडेल. तो कच्चा माल म्हणजे लॅमिनेट केलेला पार्टिकल बोर्ड. त्यामुळे कंपनीनं हा कच्चा माल बनवायला सुरुवात केली. त्यांनी प्री-लॅम आणि एम.डी.एफ. (मीडियम डेन्सिटी फायबर बोर्ड) याचं उत्पादन करणारा कारखाना टाकला.

असा कारखाना उभारायला आणखी जागा आवश्यक होती. त्यामुळे २००३मध्ये स्पेसवुडनं एम.आय.डी.सी.मध्ये सहा एकरांचा प्लॉट विकत घेतला आणि नवा कारखाना सुरू केला.

''जर तुम्हाला वाटलं की, 'ही समस्या माझी आहे आणि त्याचा भार मी अन्य कुणावरही टाकणार नाही,' तरच तुम्हाला ती समस्या सोडवता येते!''

''त्यानंतर आमचा कुणीही स्पर्धक शिल्लक राहिला नाही. प्रत्येक जण आमच्याकडून एक तर कच्चा माल तरी विकत घेत होते किंवा फर्निचरचे घटक तरी विकत घेत होते.''

तरीही आव्हानं संपलेली नव्हती. भारतात तयार फर्निचरला त्या मानानं कमीच मागणी असते. सुतार अल्प वेतनावर उपलब्ध असतात; त्यामुळे प्रत्येकाचा कल फर्निचर बनवून घेण्याकडेच असतो.

''प्रत्येकाच्या ठायी एक कारागीर वास करत असतो. आपण एकदा फेविकॉलचा कॅटलॉग घेऊन त्यातली गोष्ट निवडतो आणि त्यात थोडे बारीकसारीक बदल करायला सांगतो. मग आपण आपल्या कल्पकतेबद्दल बढाया मारायला मोकळे होतो!''

ही मानसिकता बदलणं फार अवघड आहे. त्यातून नागपूरस्थित, प्रामुख्यानं उत्पादन करणाऱ्या कंपनीसाठी तरी ही कर्मकठीण गोष्ट आहे.

''आम्ही लहानसहान ग्राहकावर आमचं लक्ष कधीच केंद्रित केलेलं नव्हतं. आमच्या ऑफिस फर्निचरसाठी आम्ही गोदरेजसदृश मोठ्या ग्राहकांवरच लक्ष केंद्रित करत होतो.''

किचन फर्निचर विभागासाठी स्पेसवुडनं देशभरातील वितरकांशी संधान साधलं होतं. 'स्लीक किचन'सारख्या चेन-स्टोअर्सचाही त्यात समावेश होता. परंतु जेव्हा स्पेसवुडनं 'फ्युचर ग्रुप'बरोबर हातमिळवणी केली, तेव्हा त्यांचं नशीब पालटलं.

२००७मध्ये किशोर बियानी यांनी 'होम टाउन' ही नवी किरकोळ-विक्रीची प्रणाली स्थापन केली. या एकाच दुकानात घर मांडण्यासाठी आवश्यक अशा साऱ्या गोष्टी विकत मिळत होत्या. या दुकानानं मॉड्युलर किचनसाठी स्पेसवुडची निवड केली.

विवेक म्हणतो, ''आमच्या कंपनीची ज्या झपाट्यानं वाढ झाली, त्याचं श्रेय मी या किरकोळ-विक्रीच्या नव्या प्रणालीला देतो!''

दरवर्षी २६ जानेवारीला ग्राहकांना देण्यात येणाऱ्या 'सबसे सस्ता दिन' यांसारख्या बिग बझारच्या योजनांमुळे केवळ पाच दिवसांत स्पेसवुडकडे हजार मागण्या नोंदवल्या गेल्या.

''अर्थात अशा घाऊक मागण्यांवर सुटणारी नफ्याची टक्केवारी कमी असते. परंतु अशा मागण्या आमच्या फॅक्टरीच्या दृष्टीनं खूप उपयुक्त ठरल्या,'' असं किरीटने सांगितलं.

सरतेशेवटी उत्पादन व्यवसायात मागणीचा स्रोत चालू राहून यंत्राचा सतत वापर होत राहणं यशाच्या दृष्टीनं अनिवार्य असतं.

''आम्ही तयार केलेल्या मालाचा साठा करून ठेवत नाही. आमच्या जवळ फक्त कच्च्या मालाचा साठा असतो,'' अशी विवेकची पुस्ती आहे.

एका वेळेस स्पेसवुडकडे पार्टिकल-बोर्डाचे १५० कंटेनर्स साठवणीत असतात.

प्रत्येक किचनमध्ये त्याच्या आकारानुसार, योग्य मापाची कपाटं बनवून द्यावी लागतात. त्यामुळे मागणी आल्यानंतरच हे पार्टिकल-बोर्ड लॅमिनेट केले जातात आणि आवश्यक अशा मापांमध्ये कापले जातात.

२०१० सालापर्यंत मुंबई, बंगळुरू, हैदराबाद यांसारख्या मोठ्या शहरांमधल्या ग्राहकांचा तयार फर्निचर विकत घेण्याचा कल होऊ लागला होता. त्यामुळे स्पेसवुडनं बेडरूमसाठीचं फर्निचर बनवायलासुद्धा सुरुवात केली. स्पेसवुड आता ऑफिस आणि घर या दोहोंसाठी फर्निचर बनवू लागलं होतं. या दोन्ही प्रकारच्या फर्निचरसाठी लागणारा कच्चा माल ते साठवणीत ठेवू लागले होते आणि ग्राहकांच्या गरजेबरहुकूम चर्चा करून फर्निचर बनवून देत होते.

"आम्ही फक्त मागणीनुसार माल बनवत नाही. आम्ही धोरण आणि डिझाइनसंदर्भात नव्या कल्पनाही सुचवतो."

स्पेसवुडच्या यशाची गुरुकिल्ली अगदी सोपी आहे. दिसायला युरोपीय धर्तीचा, परंतु भारतीय गरजांना साजेसा माल तयार करणं. भारतीय ग्राहकांच्या काही विशेष प्रकारच्या गरजा असतात. उदाहरणार्थ, त्यांना पलंगाच्या खाली स्टोरेजसाठी जागा हवी असते आणि कपड्यांच्या कपाटांच्या आत लॉकर्स हवे असतात.

"आम्ही बारीकसारीक तपशिलाकडे लक्ष पुरवतो; जसं की भारतीय ग्राहकांना कपड्याच्या कपाटात जास्तीचे कप्पे हवे असतात. का? कारण असं की, आपण आपले कपडे धोब्याला देतो आणि धोबी घड्या घालून कपडे परत देतो."

भारतीय मानसिकता जाणता आल्यामुळे, स्पेसवुड चिनी विक्रेत्यांपेक्षा आघाडीवर राहू शकलं आहे. हीच गोष्ट किरकोळ-विक्रेत्यांबाबतही महत्त्वाची ठरते आहे.

"तुम्हीला चीनमधून माल आयात करायचा असेल, तर तुम्हाला संपूर्ण कंटेनरभर माल विकत घ्यावा लागतो. आम्ही तर केवळ २० नगसुद्धा विकायला तयार असतो आणि तेसुद्धा अविश्वसनीय किमतीला!"

स्पेसवुडनं चीनमध्येसुद्धा एक लहान फॅक्टरी चालू केली आहे. तेथील कामाची उत्तम पद्धत जाणून घेऊन त्यापासून प्रेरणा मिळवणं, हा त्यामागचा हेतू आहे.

"इतर लोक कशा प्रकारे काम करत आहेत, ते कोणत्या बाबतीत आमच्याहून उजवे आहेत, हे बारकाईनं पाहून मी त्यापासून बोध घेत असतो," असं किरीटने सांगितलं.

'अमित पॉलिसीट्स' नावाच्या कानपूरमधल्या कंपनीतून किरीट यांनी सर्वांत आधी प्रेरणा घेतली. व्ही.आय.पी.साठी काम करत असताना किरीट या कंपनीत गेला होता. या कंपनीची कामाची पद्धत, त्यांची व्यावसायिक कुशलता, त्यांचा कारखाना आणि मालकाचा बंगला या साऱ्या गोष्टींचा या तरुण इंजिनिअरच्या मनावर प्रचंड प्रभाव पडला.

"निवृत्त झालेल्या अनेक लोकांकडे पाहिलं की, माझी खातरी पटते की आम्ही काम करणं कधीच थांबवू शकणार नाही."

"पैसे कमावण्याची आणि कारखाना उभारायची स्फूर्ती मला अमित पॉलिसीट्सकडून मिळाली."

२०१० सालापर्यंत, अवघ्या ६५ हजार रुपयांच्या कर्जावर सुरू झालेल्या स्पेसवुडनं १२५ कोटींची विक्री करण्यापर्यंत मजल मारली. असं असूनही हे दोघं अजूनही बेचैनच होते. १ ते १०च्या गुणवत्ता मापन आराखड्यावर आपण ४ किंवा फार तर ५ एवढी गुणवत्ता मिळवू शकलो आहे, असं त्यांना वाटतं.

"महत्त्वाचा मुद्दा असा की, आम्ही खूप पैसा कमावला आणि तो पुन्हा व्यवसायात घालायला कचरलो नाही. कंपनी वाढवण्यासाठी ही गोष्ट अत्यंत महत्त्वाची ठरते"

परंतु एक विक्रेता असणं किंवा इतर किरकोळ-विक्रेत्यांचा भागीदार असणं हीच गोष्ट आता प्रगतीचा अडसर ठरू लागली होती. परंतु 'स्पेसवुड' हा वेगळा ब्रँड तयार केला असता, तर ग्राहक असलेल्या इतर किरकोळ विक्रेत्यांबरोबर स्पर्धेत उतरल्यासारखं झालं असतं. विवेक आणि किरीट यांनी या पेचाबाबत खूप विचार केला आणि अखेरीस 'स्टाइल-स्पा'च्या धर्तीवर फक्त स्वत:चाच माल विकणाऱ्या शो-रूम्स उघडण्याचा त्यांनी निर्णय घेतला.

हे करण्यासाठी कंपनीला आपली मानसिकता बदलावी लागणार होती.

"आम्ही एक कळीचा निर्णय घेतला आणि मालकांनी चालवलेली कंपनी, व्यावसायिकांनी चालवलेल्या कंपनीत परिवर्तित करायचं ठरवलं."

या दिशेनं उचललेलं पहिलं पाऊल होतं, किरीटचे व्ही.आय.पी.मधले माजी बॉस श्रीयुत सुधामे यांची कार्यकारी संचालकपदी नियुक्ती करण्याचा. त्यामुळे मार्केटिंग आणि डिझाइन यांसारख्या क्षेत्रांसाठी तज्ज्ञ व्यावसायिकांना आकृष्ट करून घेणं सुलभ झालं.

कंपनी वाढवण्यासाठी व्यावसायिक धोरण काळजीपूर्वक आखणं गरजेचं होतं. या क्षेत्रात किरीट अत्यंत कुशल होता. विद्यार्थिदशेपासूनच तो बॅलन्सशीटच्या प्रेमात पडला होता.

"त्यावेळेस आमच्या व्यवसायातून कमावलेला पैसा मी शेअर मार्केटमध्ये गुंतवत असे. त्यामुळे मला अनेक कंपन्यांच्या बॅलन्सशीट्स वाचून पाहावी लागत असत," किरीट म्हणतो.

विवेकला वाटतं की, कोणत्याही चार्टर्ड अकाउंटंटपेक्षा किरीटला खूपच जास्त समजतं.

"कदाचित चार्टर्ड अकाउंटंट माझ्यापेक्षा अधिक ज्ञानी असू शकेल – परंतु माझा दृष्टिकोनच संपूर्णत: वेगळा असतो. प्रत्येक गोष्ट मी व्यावसायिक दृष्टिकोनातूनच पाहत असतो."

चार्टर्ड अकाउंटंटला काळजीपूर्वक धोरण आखून धोका टाळण्याचं प्रशिक्षण दिलेलं असतं; तर उद्योजक नेहमीच व्यवसाय कसा वाढवायचा, याचा विचार करत असतो. दोघांच्या दृष्टिकोनातला हा प्रमुख फरक असतो.

"वस्तुत: आम्ही दोघेही निम्न-मध्यमवर्गीय आहोत. जितके तुम्ही जास्त गरीब असता, तेवढेच तुम्ही जास्त धीट असता," हसत हसत किरीट सांगतो.

तुम्हाला मैदानात उतरून सिक्सर्स ठोकायला सुरुवात करावी लागते.

> *"जेव्हा सेहवाग बॅटिंग करू लागतो, तेव्हा तो किती धावा काढणार याची त्याला काहीही कल्पना नसते. जसा चेंडू येईल, तसा तो फटकारायचा एवढंच तो जाणत असतो. आमची पहिली पंधरा वर्षं तशीच होती!"*

फलंदाजानं पहिल्या शंभर धावांबाबत कोणतंही धोरण आखलेलं नसलं, तरी पुढल्या शंभर धावांसाठी त्याला धोरणाची आणि नियोजनाची गरज भासते. व्यवसायाच्या बाबतीत तसंच असतं. स्पेसवुड ही आता नियोजनबद्ध पद्धतीनं चालवली जाणारी कंपनी आहे. कंपनीपुढे नेमकी उद्दिष्ट आहेत आणि ती उद्दिष्टं गाठायची आच आहे.

मार्च, २०१३मध्ये स्पेसवुड समूहाची विक्री २१० कोटी रुपये होती. भारतातील विविध शहरांमध्ये आता कंपनीच्या फक्त स्वत:चा माल विकणाऱ्या बारा शो-रूम्स आहेत. पुढल्या तीन वर्षांत ५०पेक्षा जास्त शो-रूम्स उघडण्याचं कंपनीचं उदिष्ट आहे.

दोन तरुण इंजिनिअर्सनी चालू केलेल्या साध्याशा फॅक्टरीत काम करायला आलेले कामगार अजूनही कंपनीसाठीच काम करत आहेत, पण आता कर्मचाऱ्यांची एकूण संख्या आहे एक हजार. त्यातले ८० टक्के लोक फॅक्टरीत काम करत आहेत आणि उरलेले व्यवस्थापन क्षेत्रात काम करत आहेत. फॅक्टरीत कायमस्वरूपी कामगारांबरोबर काही कंत्राट-तत्त्वावरचे कामगार काम करत आहेत.

"कायमस्वरूपी नोकरीवर असलेल्यांना किमान वेतनाच्या निदान दुप्पटीनं आणि बरेचदा तिप्पटीनं पगार दिला जातो. मला सांगायला आनंद वाटतो की, गेल्या १८ वर्षांत आम्हाला कधीही कामगार असंतोषाला किंवा संपाला सामोरं जावं लागलेलं नाही!"

यामागचं गुपित हे केवळ पैसा नव्हे, तर परस्परांबद्दल वाटणारी बांधिलकी

आणि आदर हे आहे.

"आम्ही दोघंही दररोज स्वत: अगदी सर्वांत निम्न श्रेणीच्या कामगाराच्या खांद्याला खांदा लावून काम करत असतो. इथे हा संचालक, तो मजूर असा श्रेणीभेद कधीही केला जात नाही. कामगारसुद्धा स्वत:च्या जबाबदारीवर अनेक निर्णय घेत असतात."

त्याच खेळीमेळीनं विवेक आणि किरीट त्यांच्या ग्राहकांशीसुद्धा वागत असतात. जेव्हा गोदरेजनं पुण्यात पार्टिकल बोर्ड बनवणारा कारखाना विकत घेतला, तेव्हा त्यांनी स्पेसवुडला तांत्रिक सल्ल्याबद्दल मदत करायची विनंती केली.

"आम्ही त्या गोष्टीला आनंदानं मान्यता दिली. कारण आम्ही व्यवसायात नवे असताना आम्हाला त्यांनी दिलेला आधार आम्ही कधीच विसरणार नाही!"

खासगी पातळीवर वित्तनिवेश करणाऱ्या अनेक कंपन्यांनी (Private Equity Firms) अनेकदा रस दाखवला असला, तरी विवेक आणि किरीट यांनी मोठ्या प्रमाणावर बाहेरून वित्तनिवेश घेतलेला नाही. झालेला नफा पुन्हा व्यवसायात गुंतवून आणि बँकेचं कर्ज काढूनच त्यांनी कंपनी वाढवली आहे. परंतु एप्रिल, २०१३मध्ये स्पेसवुडनं 'बेनेट कोलमन ॲन्ड कंपनी'(टाइम्स ऑफ इंडियाचे प्रकाशक)बरोबर एक करार केला. बेनेट कोलमननं कंपनीचे चार टक्के शेअर्स घेऊन त्याबदल्यात कंपनीची जाहिरात करण्याची आणि त्यांचा ब्रँड सर्वदूर पोचवण्याची जबाबदारी स्वीकारली आहे.

कंपनी परदेशी निवेशकांशीसुद्धा बोलणी करत असली, तरी पूर्ण कंपनी विकून टाकण्याचा मात्र या दोन भागीदारांचा अजिबात मानस नाही.

"आम्हाला अजूनही या व्यवसायाबद्दल अतीव ओढ वाटतेय. ज्या दिवशी आम्हाला जाणीव होईल की, या संस्थेसाठी आपण कोणतेही योगदान करू शकत नाही, आपण केवळ मालक आहोत... त्या क्षणी आम्ही कंपनीतून बाहेर पडू."

जरी हे दोघंही भागीदार पूर्णपणे कंपनीला समर्पित झालेले असले, तरी आयुष्याचा वेग आता थोडा संतुलित बनू लागला आहे. पहिली बारा वर्षं ते दोघं वर्षाचे ३६५ दिवस, दररोज २४ तास कंपनीला वाहिलेले असत. आता ते आठवड्यातील सहा दिवस काम करून कुटुंबासमवेत जास्त वेळ घालवू लागले आहेत.

"सुरुवातीला आम्ही शारिरीक कष्टाची खूपच कामं करत होतो – उत्पादन, माल पाठवणं, बिलं बनवणं... सारेकाही आम्हीच करत होतो. आता आम्ही बरंचसं व्यवस्थापनाचं काम बघतोय," किरीट सांगतो.

त्यांचं काम एखाद्या न्यायाधीशाच्या धर्तीचं आहे. न्यायाधीश केवळ काही तासच काम करत असला, तरी कायद्याचा अर्थ लावण्यासाठी आणि योग्य निर्णय

घेण्यासाठी त्याला खूप वेळ खर्चावा लागतो.

"त्याचप्रमाणे, मी जेव्हा काम करत असतो, तेव्हा मला एकचित्तानं, एकाग्रतेनं काम करावं लागतं. आम्हाला अजून खूप पल्ला पार करायचा आहे."

तुमची नजर मार्गावर ठेवा आणि हात चाकावर ठेवा. यशाची गाडी पुढे न्या... भारताच्या मध्यभागी असलेल्या नागपूरपासून कुठेही!

तरुण उद्योजकांसाठी कानमंत्र!

किरीट सांगतो :

तुम्ही नोकरी करा किंवा व्यवसाय करा. जे कराल ते आत्मीयतेनं, उत्कटतेनं करा! जर तुम्हाला तुमच्या कामाबद्दल उत्कटता, ओढ वाटत असेल, तर पैशांच्या मागे धावू नका. पैसाच तुमच्यामागे धावत येईल.

खूप काम करा. कामात एकाग्रता आणा. चित्त भरकटू देऊ नका. एकाग्रतेमुळे कामात सखोलता येते. कामावर प्रभुत्व मिळवता येतं. तुम्हाला कदाचित वाटेल की, आणखी कुणीतरी वेगवेगळ्या गोष्टी करून खूपच पैसा मिळवत आहे. परंतु तुम्ही एकाग्रता राखलीत, तर कालांतरानं तुम्ही त्यापेक्षा अनेक पटींनी फायदा मिळवू शकाल.

आजच्या जमान्यात तुम्ही बुद्धीच्या बळावर व्यवसाय सुरू करून खूप पैसा मिळवू शकता. बुद्धीखेरीज त्यासाठी आणखी कशाची आवश्यकता नसते. परंतु त्यासाठी तुम्ही साहस दाखवावं लागतं. तुम्ही लष्करात शिरलात की, तुम्ही मृत्यूची भीती बाळगेनासे होता, त्याप्रमाणेच तुम्ही व्यवसायात शिरलात की, पैशांची चिंता करणं सोडा. पैशांची चिंता करत बसलात, तर पहिल्याच दिवसापासून अपयशी होऊ लागाल.

एक गोष्ट लक्षात ठेवा. अंतिम जबाबदारी तुमच्यावरच असते. स्वतःला सांगा, "मी या कंपनीतला शेवटचा माणूस आहे. मला हे काम जमलं नाही, तर ते कुणालाच जमणार नाही." मग ती समस्या तंत्रज्ञानविषयक असो की व्यापार विभागाची असो; तुम्हीच ती सोडवायला हवीत. एकदा का तुम्हाला अशी सवय लागली की, तुम्ही सारं जग जिंकू शकता.

विवेक सांगतो :

माझा मूलमंत्र मी भगवद्गीतेतून उचलला आहे –

'कर्मण्येवाधिकारस्ते मा फलेषु कदाचन!' (आपलं कर्तव्य करत रहा. फलाची अपेक्षा ठेवू नका!) जे काही हाती घ्याल, त्यात तुमचं सर्वस्व ओता. ताबडतोब यश मिळेल अशी अपेक्षा ठेवू नका... धीर धरा.

जर तुम्ही जीव ओतून प्रयत्न करत असाल, तर अखेरीस यश तुमचंच असेल.

मसालेदार महामार्ग

सी.व्ही. जेकब : सिन्थाइट
कडाइरूप्पु, केरळ

जपानमध्ये भरलेल्या एका औद्योगिक प्रदर्शनात सी.व्ही. जेकब यांची 'ओलिओरेझिन्स' या तंत्रज्ञानाच्या दृष्टीनं अवघड अशा व्यवसायाशी ओळख झाली. हा व्यवसाय त्यांच्या मायभूमीच्या – केरळच्या दृष्टीनं यथायोग्य होता हे त्यांनी जाणलं.
चार दशकांनंतर, एक हजार कोटी रुपयांची उलाढाल करणारी 'सिन्थाइट' ही कंपनी, मसाल्यांवर प्रक्रिया करून त्यांचं मोल वाढवणाऱ्या जगातील सर्व कंपन्यांमध्ये अग्रस्थानी पोचली आहे.
केरळ राज्य नारळाची झाडं, लगून्स (खाऱ्या पाण्याची सरोवरं), मसाल्याच्या

पदार्थांच्या बागा, विश्रांती आणि नवचेतना यांसाठी सुप्रसिद्ध आहे. केरळ म्हटलं की, आपल्या डोक्यात त्याचा कामाशी संबंध जोडलाच जात नाही. ही देवाची लाडकी भूमी आहे; आणि इथून देवाची लाडकी मुलं उद्योग-व्यवसाय शोधत दूरदेशी जाऊन पोचतात. त्यामुळे कडाइरूप्पुसारख्या एका निवांत खेड्यात सिन्थाइटसारखी कंपनी पाहून आश्चर्याचा धक्का बसतो. सुस्तपणे पडलेल्या बॅकवॉटर्सपासून हाकेच्या अंतरावर असलेली ही कंपनी, ओलिओरेझिन्सच्या उत्पादनात व निर्यातीत साऱ्या जगात अग्रस्थानी आहे.

ही स्तिमित करणारी कहाणी सुरू झाली १९५०च्या दशकात. त्याच सुमाराला कार्ल मार्क्स या राज्यात ठामपणे पावलं रोवू लागला होता. तरुण असलेले सी.व्ही. जेकब जेव्हा व्यवसायाच्या खाचाखोचा शिकू लागले होते, तेव्हाच केरळ राज्यात पहिलं साम्यवादी (कम्युनिस्ट) सरकार निवडून आलं.

असं असूनही हे भांडवलशाही विचारांचं स्वप्न जिवंत राहू शकलं. "मी शालेय शिक्षण – त्या काळातलं मॅट्रिक्युलेशन – पूर्ण करून बांधकामाच्या कौटुंबिक व्यवसायात शिरलो."

'त्यात काय विशेष?' असं कदाचित तुम्हाला वाटेल; परंतु १९७०साली, जेकबनी संपूर्णतः अपरिचित क्षेत्रात मोठ्या धाडसानं उडी घेतली. जपानमध्ये भरलेल्या 'एक्सो' या औद्योगिक प्रदर्शनात त्यांना द्रवरूप मसाले – ओलिओरेझिन्स – वापरले जात असल्याचं समजलं. त्यांच्या डोक्यात एक समीकरण लगेचच आकार घेऊ लागलं.

"केरळ वेलदोडे आणि काळी मिरी यांच्या उत्पादनासाठी प्रसिद्ध आहे. त्यामुळे हा कच्चा माल तिथे सहजपणे विपुल प्रमाणात उपलब्ध होता. या व्यवसायात शिरणं श्रेयस्कर दिसत होतं."

अर्थात द्रवरूप मसाल्यांना भारतात मागणी नव्हती आणि त्या दृष्टीनं हे नवं उत्पादन धोक्याचंच ठरलं असतं. परंतु जेकबनी ठरवलं की, या व्यवसायाला उज्ज्वल भविष्य आहे, आणि त्यांचा होरा बरोबर ठरला.

आज एक हजार कोटी रुपयांची उलाढाल करणारी ही कंपनी ओलिओरेझिन्स उत्पादनात फक्त भारतातच नव्हे, तर साऱ्या जगात अग्रस्थानी आहे.

८० वर्षांचे सी.व्ही. जेकब अजूनही कार्यक्षमतेनं या व्यवसायाची धुरा वाहत आहेत. ही मनमिळाऊ वृद्ध व्यक्ती त्यांच्या आयुष्याची कहाणी सांगू लागली की, असं वाटतं, हे सारं काही युगांपूर्वी घडलं आहे. परंतु व्यापकदृष्ट्या पाहिल्यावर लक्षात येतं की, आजच्या काळासाठीसुद्धा ते तेवढंच उद्बोधक आहे.

देवाच्या विशेष लाडक्या केरळभूमीत अनेक सुसंधी उपलब्ध आहेत. मसालेदार कल्पना अर्करूपात उतरण्याची वाट पाहत, तिष्ठत उभ्या आहेत!

मसालेदार महामार्ग

सी. व्ही. जेकब : सिन्थाइट, कडाइरूप्पु, केरळ

सी.व्ही. जेकब यांचा जन्म कोचीन जवळच्या कोलेंचेरी नावाच्या एका लहानशा खेड्यात झाला.

"माझे वडील बांधकाम व्यावसायिक होते. ते कोलेंचेरीमधील सेंट पीटर्स हायस्कूलचे मालकसुद्धा होते. मी त्याच शाळेत शिकलो."

जेकब हा चलाख मुलगा होता; परंतु त्याला अभ्यासापेक्षा मैदानी खेळांमध्येच अधिक रस होतं. त्याला त्याच्या कुटुंबाच्या बांधकाम व्यवसायाबद्दलसुद्धा प्रचंड आकर्षण वाटत असे. सुटीच्या दिवसात, जेकब बांधकाम चालू असलेल्या ठिकाणी रेंगाळत असे. कुंडला आणि मट्टुपेट्टी ही इडुक्की जिल्ह्यातली दोन धरणं बांधली जाताना त्याने प्रत्यक्षात पाहिली होती.

"मी आधी शिक्षण पूर्ण करावं, असा माझ्या वडिलांचा आग्रह होता. मी मट्रिकची परीक्षा उत्तीर्ण झाल्यानंतर त्यांनी मला व्यवसायात शिरायची परवानगी दिली."

या कुटुंबाची, कल्लार इथे ५० एकरांची वेलदोड्यांची लागवड होती, तिथे जेकबला सर्वप्रथम पाठवण्यात आलं. वेलदोड्यांचा व्यवसाय आगळवेगळाच असतो. त्याच्या अनेक जातींची लागवड केली जाते. लीलावासाठी शेतकरी वेलदोड्याचे एक किलो वजनाचे नमुने दाखवतात.

"५० शेतकरी म्हणजे वेलदोड्याचे ५० नमुने. तमिळनाडू राज्यातले व्यापारी दर बुधवारी कल्लार इथे येत असत आणि वेलदोड्याचे नमुने दोन ताटांमध्ये ठेवून फिरवले जात असत."

वेलदोड्याच्या प्रतीनुसार व्यापारी भावाची बोली लावत. साधारणतः सहा ते आठ रुपये किलो दरम्यानचा भाव उभयपक्षी मान्य केला जात असे. हे ताट वेगवेगळे लोक हाताळत असत. त्यामुळे थोडासा वेलदोडा जमिनीवर सांडत असे.

"खाली सांडलेला वेलदोडा हे आमचं कमिशन असे."

जेकबचा मेहुणा ई.जे. पौलोज वेलदोड्याच्या लीलावांचं व्यवस्थापन करत असे. त्यानं जेकबला गुरू म्हणून मार्गदर्शन केलं. जेकबनं एक वर्ष खर्चून वेलदोड्याच्या व्यापाराच्या खाचाखोचा शिकून घेतल्या; परंतु त्याला आतून बांधकाम व्यवसायाचीच ओढ वाटत होती. वडिलांचे आशीर्वाद घेऊन अखेरीस त्यानं कुटुंबाच्या बांधकाम व्यवसायात प्रवेश केला. लहानसहान रस्त्यांची कामं आणि केरळ स्टेट इलेक्ट्रिसिटी बोर्डाच्या कर्मचाऱ्यांसाठी बांधली जाणारी घरं, यांवर तो लक्ष ठेवू लागला.

१९५४मध्ये जेकबनं पहिलं मोठं कंत्राट मिळवलं – कलरकुट्टी हायड्रोइलेक्ट्रिक प्रकल्प आणि पूल. त्यानंतर त्यानं अनाइरगल आणि अपर कल्लार या दोन बोगद्यांच्या बांधकामाची कंत्राटं मिळवली.

हे प्रकल्प आर्थिक आणि तांत्रिकदृष्ट्या आव्हानात्मक होते. संध्याकाळी भरणाऱ्या अभियांत्रिकी वर्गांना हजेरी लावणाऱ्या अनुभवी तरुणासाठी हे एक आणखीनच मोठं आव्हान होतं. परंतु जेकबला पूर्ण आत्मविश्वास वाटत होता.

"मी अभियांत्रिकीची पदवी मिळवली नसली, तरी माझा मोठा भाऊ सी.व्ही. जॉन याला काम करताना मी जवळून पाहिलेलं होतं. चेकुलम धरणाचा पॉवरस्टेशनपर्यंत जाणारा बोगदा तयार होताना मी त्याच्याबरोबर काम केलं होतं."

जेकब यांचे वडील सी.यू. वार्के बांधकाम व्यवसायात नागवंत होते. कंत्राट मिळवण्यासाठी या गोष्टीचा जेकबला खूपच फायदा झाला.

"अनेक इंजिनिअर्सनी जेव्हा पहिल्यांदा व्यवसाय सुरू केला होता, तेव्हा माझ्या वडिलांनी त्यांना भरपूर मदत केली होती. त्यामुळे त्यांनी माझ्या अर्जांची सहानुभूतीपूर्वक दखल घेतली."

असं असलं, तरी जेकबच्या वडिलांनी त्याल आर्थिक पाठबळ मात्र पुरवलं नाही. त्याचे काका आणि मेहुणा यांनी त्याला आर्थिक पाठबळ पुरवलं, असं असूनही जेकबनं जेव्हा कंपनी स्थापन केली, तेव्हा त्यानं कंपनीला 'वार्किसन्स इंजिनिअर्स' हे नाव दिलं.

"मी मॅनेजिंग पार्टनर होतो. इतरही भागीदार होते, परंतु दैनंदिन कामाचं व्यवस्थापन मी स्वत:च करत होतो."

१९५०च्या दशकात बांधकाम व्यवसाय करणं हे आतापेक्षा सर्वस्वी वेगळं होतं. त्या वेळेला लाच देणं आणि लाच घेणं ही संस्कृती बोकाळलेली नव्हती. तुमच्या कामाचा दर्जा हीच महत्त्वाची गोष्ट असे. त्यात जेकबसारखे बांधकाम व्यावसायिक जीव ओतून काम करत असत. अधिकृत गरजेपेक्षा कितीतरी पटींनी ते त्याबद्दल आस्था दाखवत असत. पांबा धरणाच्या अत्यंत गुंतागुंतीच्या प्रकल्पावरून

याची कल्पना येईल.

"पांबा इथं धरण आणि पाण्याचा जलाशय आहे. भारत सरकारचा प्रारंभीचा प्रस्ताव होता दोन पॉवर स्टेशन्स बांधण्याचा."

जेकबच्या आवडत्या चीफ इंजिनिअरनं – व्ही. रंगनाथननं एक अत्यंत कल्पक तोडगा सुचवला. हे दोन्ही जलाशय एकाच उंचीवर होते आणि एका टेकडीमुळे विभागले होते. त्यामुळे त्यानं एकच पॉवर स्टेशन बांधायची कल्पना सुचवली.

"आम्हाला दोन जलाशयांना जोडणारा एक किलोमीटर लांबीचा बोगदा बांधावा लागला. त्यामुळे खूप पैसा वाचला आणि स्टेट इलेक्ट्रिकसिटी बोर्डाला अधिक मोठ्या उत्पादन क्षमतेचं पॉवर स्टेशन मिळालं."

बोगदा खणायचं काम १९६१मध्ये सुरू झालं आणि १९६४मध्ये पूर्ण झालं. त्यानंतर जेकबनं इडुक्की धरणाच्या कामातही लक्ष घातलं. हे धरण १६८.९१ मीटर उंचीचं प्रचंड मोठं धरण होतं. हासुद्धा एक आगळावेगळा प्रकल्प होता. इथे दगडाळ टेकडीच्या आत बांधल्या जाणाऱ्या पॉवर हाउसचा आराखडा कॅनडातील तंत्रज्ञांनी बनवून दिला होता. २४ फूट रुंद आणि २० फूट उंच असा तीन हजार फूट लांबीचा, दोन ट्रक आतून सहजपणे जाऊ शकतील एवढ्या रुंदीचा बोगदा बनवायचं काम जेकबच्या कंपनीवर सोपवण्यात आलं होतं.

हा प्रकल्प १९६५-६६मध्ये पूर्ण झाला. हे जेकबनं केलेलं शेवटचं मोठं काम होतं.

"त्यानंतर मी माझा व्यवसाय बदलला. कारण बांधकाम व्यवसायात मला बांधकामाच्या जागेवर सोमवार सकाळपासून शनिवार रात्रीपर्यंत उपस्थित राहावं लागत असे. मला माझ्या बायका-मुलांना काहीही वेळ देता येत नसल्याने मला काहीही कौटुंबिक आयुष्य मिळत नव्हतं."

बांधकाम व्यावसायिक असल्यामुळे जेकबपाशी दगड फोडायची आणि भोकं पाडायची यंत्रसामग्री, ट्रक्स आणि ट्रॉलीज या गोष्टी होत्या. तुटकेफुटके दगड-विटा वाहून नेण्यासाठी ट्रॉलीज आणि ट्रक्सची गरज पडत होती. या सर्वांचा उपयोग करून घेता येण्याजोगा आणखी एक व्यवसाय होता : दगडांची भुकटी बनवण्याचा. जेकबनं यंत्रावर चालवल्या जाणाऱ्या दगडांच्या खाणी आणि दगडांची भुकटी करणारे कारखाने केरळात प्रथम स्थापन केले.

याच सुमाराला त्यानं 'आर्बोराइट्स प्रायव्हेट लिमिटेड' नावाची युरिया-फॉरमॅल्डिहाइट रेझिन बनवणारी कंपनी सुरू केली. हे स्वस्त किमतीचं इंडस्ट्रियल ॲधीसिव्ह (चिकटवण्यासाठी वापरला जाणारा पदार्थ) आहे. कलकत्त्यामधील असा कारखाना पाहिल्यावर जेकबला वाटलं की, या मालाला केरळमध्ये भरपूर मागणी येईल.

''मी कलकत्त्याच्या राम-मोहन यांच्या भागीदारीत एक कारखाना पूनिधुरा इथे सुरू केला. त्यानंतर मी माझ्या भावाला – सी.व्ही. पॉल याला या व्यवसायात सामील होण्यासाठी आमंत्रण दिलं.''

या उत्पादनाची रीत होती : यूरिया आणि फॉरमॅलिन एकत्र मिसळून ते तापवायचं आणि त्यात एक विशेष घटक मिसळून त्याचं ॲधीसिव्ह बनवायचं. हा माल २०० किलोच्या पिंपात भरला जात असे आणि स्थानिक प्लायवुड उत्पादकांना पुरवला जात असे. १९६९मध्ये भारतात टंचाई उद्‌भवल्यामुळे भारत सरकारनं फॉरमॅलिनच्या आयातीला परवानगी दिली. जेकबनं जपानमधला एक पुरवठादार शोधला. या कंपनीनं जेकबला आणि त्याच्या भागीदाराला १९७०मध्ये ओसाकात भरवल्या जाणाऱ्या 'एक्स्पो' या प्रदर्शनासाठी येण्याचं आमंत्रण दिलं. हे संपूर्ण जगभरातलं त्यावेळेचं सर्वांत मोठं औद्योगिक प्रदर्शन होतं.

''कोणत्याही गोष्टीसाठी शिक्षण आवश्यक असतं; परंतु मी तुम्हाला छातीठोकपणे सांगतो आहे की, फक्त शिक्षण तुम्हाला कधीच यश मिळवून देत नसतं.''

''ही माझी पहिलीच परदेशसफर होती. या एक्स्पोमध्ये मला अनेक प्रकारचे व्यवसाय आणि नवनवीन कल्पना जवळून पाहता आल्या.''

त्यांना रुचलेली, पटलेली एक कल्पना होती – 'ओलिओरेझिन्स'ची. म्हणजेच द्रवरूप अर्कांचे मसाले बनवण्याची. मसाल्याच्या पदार्थांमधल्या अर्कांचे दोन घटक असतात : ओलिओ म्हणजे मसाल्याला त्याचा स्वत:चा असा खास तीव्र वास देणारे तेल, तर रेझिन म्हणजे रंग आणि चव देणारा घटक.

जेकब यांच्या ताबडतोब लक्षात आलं की, ही संकल्पना केरळमध्ये पूर्णपणे यशस्वी होईल. कारण केरळ मसाल्यांच्या पदार्थांसाठी अत्यंत प्रसिद्ध आहे. परंतु या व्यवसायासाठी उच्च प्रतीच्या तंत्रज्ञानाची गरज होती आणि ते तंत्रज्ञान जेकब यांच्याजवळ नव्हतं.

परंतु त्यांना नशिबाची जोड मिळायची होती. 'सेंट्रल फूड टेक्नॉलॉजी रिसर्च इन्स्टिट्यूट' (सीएफटीआरआय : CFTRI), म्हैसूर यांनी हे तंत्रज्ञान भारतात विकसित केलं. १९७२मध्ये सीएफटीआरआयनं ओलिओरेझिन्सच्या व्यवसायात पडू इच्छिणाऱ्या उद्योजकांकडून या तंत्रज्ञानाच्या मागणीचे अर्ज मागवले.

''आम्ही सीएफटीआरआयकडे गेलो आणि कारखान्याचा तपशीलवार आराखडा आणि तंत्रज्ञान त्यांच्याकडून मिळवू शकलो. त्या बदल्यात आम्ही विकलेल्या

मालच्या किमतीपैकी दीड टक्का भाग त्यांना रॉयल्टी म्हणून द्यायचा होता.''

हे तंत्रज्ञान उपयुक्त ठरलं, परंतु ते कार्यान्वित करताना अडचणी आल्या. ओलिओरेझिन्सचं उत्पादन करण्याची प्रक्रिया दोन टप्प्यांमध्ये केली जाते. पहिला टप्प्यात सुगंधी तेलाच्या रूपातला मसाल्याचा अर्क काढला जातो आणि मग रेझिन्स 'सॉल्व्हंट एक्स्ट्रॅक्शन' (पदार्थ विद्रावक द्रावात विरघळून, त्यातला आवश्यक भाग बाहेर काढणं) पद्धतीनं मिळवली जातात. जर ही सॉल्व्हंट एक्स्ट्रॅक्शनची प्रक्रिया करताना मिश्रण योग्य प्रकारे थंड केलं नाही, तर रेझिन्स फार दाट होऊन घट्ट बनतात.

''पहिल्या वर्षी आम्ही काळ्या मिऱ्यांपासून ओलिओरेझिन्स काढली आणि दुसऱ्या वर्षी आल्यापासून. आल्यापासून ओलिओरेझिन्स बनवणं सोपं होतं, परंतु मिऱ्यांचा अर्क काढताना हजारो अडचणी आल्या.''

पहिली दोन वर्षं फार अवघड गेली. वेगवेगळ्या प्रकारे प्रयत्न करून पाहिल्यावर हवी तशी मिऱ्यांची ओलिओरेझिन्स काढता येईनात. परंतु १९७३च्या अखेरीस एक अमेरिकन सद्‌गृहस्थ कोचीनला आल्यानंतर चित्र पालटलं.

वस्तुत: स्वत: जेकब यांनीच त्याच्या अमेरिकेतील चुलतभावाला ओलिओरेझिन्ससाठी ग्राहक शोधायला सांगितलं होतं. त्यानं शोधलेला एक ग्राहक म्हणजे 'जे. मॅनहायमर ॲन्ड कंपनी' नावाची न्यू यॉर्कमधली ज्यू लोकांची कंपनी होती. या कंपनीचे एक भागीदार अरनॉल्ड मॅनहायमर यांनी जेकबना भेटण्याची इच्छा प्रदर्शित केली होती. त्यासाठी ते भारतात येऊन पोचले होते.

''मी त्यांचं स्वागत केलं. त्यांना सर्व काही दाखवलं. ते खूपच खूश झाले.''

भेट संपता संपता श्रीयुत मॅनहायमर म्हणाले, ''अमेरिकी बाजारपेठेसाठी आवश्यक असलेलं सारं तंत्रज्ञान आणि लागेल ती इतर काहीही मदत मी तुम्हाला देईन.''

त्यांची फक्त एक अट होती – जेकब यांनी अमेरिकेत निर्यात केलेली ओलिओरेझिन्स त्यांच्या कंपनीकरवी वितरीत केली जावीत. दोन्ही पक्षांच्या दृष्टीनं हा फायदेशीर सौदा होता. अमेरिकेतील 'फूड ॲन्ड ड्रग ॲडमिनिस्ट्रेशन'चे ठरावीक प्रत राखून ठेवण्याचा नियमितपणा, स्थानिक मालाचं पॅकेजिंग या सर्व बाबतीत अत्यंत कडक निर्बंध असतात. स्थानिक भागीदाराच्या मदतीशिवाय ओलिओरेझिन्सचं वितरण अमेरिकेत करणं शक्य झालं नसतं.

''केरळात एका दुकानातून तुम्ही आज सुक्या मिरच्या आणल्या, पुन्हा उद्या आणल्या, तर या मिरच्या वापरून बनवलेली आमटी वेगळी होईल. ती एकसारखी नसेल. तुम्ही तेवढ्याच प्रमाणात मिरच्या घातल्या तरी एक आमटी सौम्य होईल तर दुसरी तिखट. परंतु ओलिओरेझिन्स वापरलीत तर असं कधीच घडणार नाही. तुम्ही तो पदार्थ शंभरच्या संख्येत करा, हजाराच्या संख्येत करा की, दशलक्षाच्या संख्येत

करा; प्रत्येक वेळेस बनलेल्या पदार्थात येणारा मिरचीचा वास आणि मिरचीची चव तीच असेल!''

प्रत्येक मसाल्याच्या पदार्थात वास देणारा एक विशिष्ट परमाणू असतो. मिरचीच्या परमाणूला 'कॅसिसिन' म्हणतात. काळ्या मिऱ्यातल्या परमाणूला 'पायपरीन' म्हणतात. मिऱ्यांपासून बनलेल्या ओलिओरेझिन्समध्ये ४० टक्के पायपरीन असतं आणि २८ टक्के तैलार्क असतो. हे ओलिओरेझिन अत्यंत तीव्र असतं.

''२५ टक्के कॉन्सन्ट्रेटचा अर्थ : १ किलो ओलिओरेझिन २५ किलो द्रावात (तेलात) मिसळल्यानंतरच ते स्वयंपाकात वापरता येण्याजोगं बनतं. याचा वापर मोठ्या कंपन्या प्रक्रिया केलेले अन्नपदार्थ बनवताना करत असतात.''

ओलिओरेझिन्स भरताना खास अशा हायडेन्सिटी कंटेनर्समध्येच भरावे लागतात. त्यायोगे रासायनिक प्रक्रिया आणि मोडतोड होणं टाळता येतं. त्या काळी मात्र असे हायडेन्सिटी कंटेनर्स भारतात मिळत नसत. त्यांची आयात करावी लागत असे. हे सारे अडथळे ओलांडून जेकब यांनी 'जे. मॅनहायमर अ‍ॅन्ड कंपनी'मार्फत अमेरिकेतून पहिली मागणी मिळवली. ही मागणी ७० लाख किमतीच्या मालासाठी होती.

एवढी मोठी मागणी पूर्ण करण्यासाठी आवश्यक तेवढा पैसा जेकब यांच्याजवळ नव्हता. त्यामुळे ते कर्ज काढण्यासाठी कोचीनमधील 'युनियन बँक ऑफ इंडिया'कडे गेले. तिथल्या मॅनजरनं त्यांना कर्ज द्यायला नकार दिला.

जेकब यांनी विचारलं, ''मी तुमचा फोन वापरू का ?''

या मॅनेजरच्या डेस्कवरूनच जेकब यांनी युनियन बँक ऑफ इंडियाच्या मद्रासमधील मॅनेजरला श्रीयुत के.पी. मेनन यांना फोन लावला. श्रीयुत मेनन यापूर्वी कोचीनच्या ब्रँचचे मॅनेजर होते. सिन्थाइट कंपनी या व्यवसायात उतरली, तेव्हा त्यांनी कंपनीला शक्य ती सारी मदत करायचं कबूल केलं होतं.

''मी सारी परिस्थिती त्यांना समजावून सांगितली. मी त्यांना सांगितलं की, मला ७० लाख रुपयांच्या मालासाठी मागणी आली आहे. परंतु कच्चा माल विकत घेण्यासाठी आणि फिरतं भांडवल उभं करण्यासाठी मला ३० लाख रुपये ताबडतोब उभे करावे लागणार आहेत.''

क्षणभरही कां-कू न करता मेनन म्हणाले, ''आम्ही ते पैसे देऊ. फोन मॅनेजरपाशी द्या...''

त्यांनी फक्त एकच अट घातली होती. कच्चा माल दोन कुलपं असलेल्या वखारीत साठवला जाईल. बँक वखारीचं कुलूप गरज पडेल तेव्हा ताबडतोब उघडून देईल आणि अशा प्रकारे कच्च्या मालाच्या साठ्यावर नजर ठेवेल. अशा

पद्धतीनं काम केल्यास बँक जेकब यांना त्यांनी मागितलेलं सारं कर्ज द्यायला तयार होती.

"हे पहा; ही ४० वर्षांपूर्वीची गोष्ट आहे. त्यावेळेस ३० लाख रुपये ही फारच मोठी रक्कम होती... आताच्या ३० कोटींइतकी!"

मॅनहायमरनं तंत्रज्ञानविषयक मदत केल्यामुळे मालाची पहिली मागणी नीटपणे पुरवता आली आणि त्यानंतर उत्तरोत्तर प्रगतीच होत गेली. माल बनवण्याचं कौशल्य आत्मसात केल्यामुळे सिन्थाइटला आपला माल फक्त अमेरिकेतच नव्हे, तर युरोप आणि जपानमध्येसुद्धा विकता येऊ लागला.

या सर्व ग्राहकांशी संपर्कात राहता यावं, या हेतूनं सिन्थाइटनं कोचीनमध्ये एक ऑफिस उघडलं. तिथे टेलेक्स, टेलिग्रॅम आणि ट्रंककॉल यांसारख्या सुविधा मिळवल्या.

"माझा पुतण्या ऑफिसकडे बघू लागाला. तो उत्तम इंग्लिश बोलू शकतो आणि या गोष्टीचा खूपच फायदा झाला."

'डॉलर्स आगाऊ देणं' या गोष्टीचासुद्धा सिन्थाइटला खूपच फायदा झाला. 'सिटी बँक'नं वर्षाला १.५ टक्के व्याजावर कंपनीला डॉलर्स देऊ केले. अट एवढीच होती की, जर तुम्ही आज १ कोटी डॉलर्स उचललेत, तर ते सहा महिन्यांच्या आत परत दिले पाहिजेत.

"आम्ही सारे पैसे अशा प्रकारेच उचलत होतो आणि नेहमीच्या बँकेच्या व्याजदरापेक्षा ही गोष्ट फारच फायदेशीर ठरत होती."

मागणी वाढू लागल्यावर सिन्थाइटनं प्रक्रिया करणारा दुसरा कारखाना कोलेंचेरी इथं उघडला. तिथे कारखान्याचा आराखडा बनवण्यापासून ते यंत्रसामग्री बनवून घेण्यापर्यंत प्रत्येक गोष्ट कंपनीच्या कर्मचाऱ्यांनी स्वत: पार पाडली होती. यासाठी त्यांना अनेक टनांच्या क्षमतेची स्टेनलेस स्टीलची भांडी बनवून घ्यावी लागली होती. यासाठी खूपच प्रयत्न करावे लागले; परंतु या कर्मचाऱ्यांच्या चमूनं हे कारखाने ठरल्या वेळेत कार्यरत केले.

"काही कल्पना आमच्या हुशार कर्मचाऱ्यांकडून आल्या. छापील माहितीसुद्धा भरपूर प्रमाणात उपलब्ध होती. तुम्हाला कारखान्याच्या मशीन्सचा आराखडा मिळवता आला की, तुम्हाला सारं काही पार पाडता येतं."

असाधारण निर्यात-योगदानासाठी, सिन्थाइटनं १९८४-८५ सालचं राष्ट्रीय पारितोषिक भारतीय राष्ट्रपतींच्या हस्ते स्वीकारलं. आता कंपनीनं कामाचा प्रचंड विस्तार करण्याची योजना आखली होती.

पहिली गोष्ट म्हणजे सिन्थाइटनं 'डिहायड्रेटेड मिरी' (पाण्याचा सर्व अंश काढून टाकलेली मिरी) आणि मिठाच्या द्रावणातील मिरी बनवायचा कारखाना टाकला.

दुसरी गोष्ट म्हणजे त्यांनी आपलं धोरण बदललं.

"कच्चा माल कोलेंचेरीला आणण्याऐवजी जिथं कच्चा माल (मसाल्याचे पदार्थ) भरपूर प्रमाणात पिकत आहेत, तिथंच कारखाने टाकावेत, असं आम्ही ठरवलं."

जुई, गुलाब आणि मिमोसा अशा फुलांचं तेल आणि अत्तर काढण्यासाठी केरळ बाहेरचा पहिला कारखाना त्यांनी तमिळनाडूमधील मदुराई इथे टाकला. जेकब यांचा मुलगा अजूसुद्धा कंपनीत सामील झाला. त्यानं या नव्या कारखान्याची संपूर्ण जबाबदारी उचलली; तर जेकब नव्या क्षितिजांचा शोध घेत होते.

"मी सतत कोणत्यातरी नव्या कल्पनेच्या शोधात असतो. ते माझं तत्त्व आहे!"

१९८७मध्ये न्यू यॉर्कच्या भेटीदरम्यान जेकब यांनी मॅनहायमर बंधूंपैकी एकाला विचारलं, "स्टीव्ह, कोणतीतरी नवी, आकर्षक कल्पना मला सुचवतोस का?"

स्टीव्ह यांनी त्याला अर्धा तास वाट पाहायची विनंती केली. त्यानंतर ते हातात एक फाइल घेऊन आले. त्या फाइलमध्ये मोहोरी संदर्भातली सारी माहिती होती. या पदार्थाचा स्वत:चा असा एक विशेष गुणधर्म आहे. पाण्यासमवेत मोहरी गरम केली की, त्यातून अत्यंत तीव्र असा गंध बाहेर पडतो. रासायनिक भाषेत त्याला 'ॲलिल आयसिओथिओसायनेट – एआयटीसी' (AITC) म्हणतात. पारंपरिक पद्धतीनं अर्क काढल्यावर एआयटीसी कधीच हाती लागत नाही.

"बहुतांश मसाल्यांमधली महत्त्वाची तेलं आम्हाला वाफेच्या उर्ध्वपतनानं हस्तगत करता येतात. परंतु मोहोरीच्या बाबतीत, त्यातील महत्त्वाचा परमाणू आम्हाला फक्त 'हायड्रॉलिसिस' पद्धतीनंच मिळू शकतो."

"भारतात उत्कृष्ट प्रकारची डिझाइन्स (मशीनरीचे आराखडे) उपलब्ध असतात. आम्ही त्यावरची रॉयल्टी देतो आणि ते डिझाइन मिळवतो."

मोहोरीसाठी आवश्यक असलेली यंत्रसामग्री गोळा करण्यासाठी जेकब, त्यांचा मुलगा अजू आणि त्यांचा चीफ इंजिनिअर यांना घेऊन ऑस्ट्रेलियाला गेले. मेलबर्नमधील एका कंपनीनं, त्यांच्या मागणी बरहुकूम तयार केलेली डिस्टिलेशनसाठीची यंत्रं फक्त त्यांनाच बनवून द्यायचं कबूल केलं. त्यांनी एकच अट घातली : त्यांची डिझाइन्स वापरून इतर कुणी तसं यंत्र बनवता कामा नये. जेकब यांनी ही अट मान्य केली आणि अडीच कोटी रुपये देऊन ती यंत्रसामग्री बनवून घेतली.

"आम्हाला विशिष्ट प्रकारची मोहोरी कॅनडातून आयात करावी लागली आणि सांधा नसलेली विशेष प्रकारची पिपं, माल भरण्यासाठी जपानहून मागवावी लागली."

परंतु या यातायातीला गोमटं फळ आलं. मस्टर्ड ओलिओरेझिनचा मेयोनिज आणि सुशी यांसारख्या खाद्यपदार्थांमध्ये भरपूर प्रमाणात वापर केला जातो.

इंग्लंड बीएसआय (BSI)कडून ISO 9002 हे प्रशस्तिपत्रक खाद्यपदार्थ विभागात मिळवणारी सिन्थाइट ही पहिली भारतीय कंपनी होती. कंपनी वेगवेगळ्या प्रकारचा माल नव्या नव्या बाजारपेठांमध्ये विकू लागली होती.

परंतु सिन्थाइटला एका गहन समस्येला तोंड द्यावं लागत होतं – कोचीनमध्ये आंतरराष्ट्रीय विमानतळच नव्हता.

"दररोज आम्ही आमचा एक ट्रकभर माल त्रिवेंद्रमला रवाना करत असू. त्रिवेंद्रमला तो माल पोचायलाच सहा दिवस लागत असत."

जेव्हा सिव्हिल एव्हिएशन मिनिस्ट्रीनं – नागरी विमानवाहतूक खात्यानं – १९९३ सालच्या मार्च महिन्यात, कोचीनला आंतरराष्ट्रीय उड्डाणांसाठीचा विमानतळ बांधण्याचा प्रस्ताव पुढे ठेवला, तेव्हा अनेकांना ते पोकळ स्वप्नरंजनच वाटलं होतं. परंतु एर्नाकुलमचे जिल्हा अधिकारी व्ही.जे. कुरियन यांनी या प्रस्तावाचं जोरदार स्वागत केलं. जेकब यांनीसुद्धा या प्रस्तावाला पाठिंबा दिला. त्यांनी या प्रकल्पाला* कुरियन यांच्या सांगण्यानुसार फक्त २५ लाख रुपये देणगीच दिली नाही, तर विमानतळाच्या बांधकामासाठी मार्गदर्शन करण्याची तयारीही दर्शवली.

"१९९४ सालापासून मी कोचीन इंटरनॅशनल एअरपोर्टचा डायरेक्टर आहे. मला सांगायला अत्यंत अभिमान वाटतो की, या विमानतळानं कोचीन शहराचा कायापालट घडवला आहे. आमचा व्यवसाय वाढायलासुद्धा या विमानतळाची भरपूर मदत झाली आहे."

१९९६मध्ये कोचीनचा आंतरराष्ट्रीय विमानतळ वाहतुकीसाठी खुला झाला. त्याच वर्षी सिन्थाइट आणि मॅनहायमर यांनी आपले व्यावसायिक संबंध बंद केले.

"आम्ही २३ वर्षं त्यांच्यासमवेत व्यवसाय केला... त्यानंतर त्यांनी कंपनी विकली. आम्हाला सांगितलं की, तुम्ही कुणालाही अमेरिकेत पाठवून आपला व्यवसाय चालू ठेवू शकता."

अशा प्रकारे दोन अत्यंत सभ्य अशा सद्गृहस्थांची भागीदारी अत्यंत खेळीमेळीच्या वातवरणात बंद करण्यात आली.

१९९७-९८मध्ये, सिन्थाइटनं १०० कोटींपेक्षा जास्त माल विकला. पुढच्या काही वर्षांमध्ये सिन्थाइट झपाट्यानं वाढली. २००१मध्ये कंपनीनं मिरच्यांवर

---

* कोचीनचा आंतरराष्ट्रीय विमानतळ हा भारतातला पहिलाच 'पब्लिक-प्रायव्हेट पार्टनरशिप'अंतर्गत बांधलेला विमानतळ आहे.

प्रक्रिया करण्यासाठी हरिहर इथे वेगळा कारखाना सुरू केला. आतापर्यंत ही कंपनी आपल्या व्यवसायात आघाडीवर पोचली होती. अमेरिकन लोकांना या कंपनीशी टक्कर देणं शक्य होत नव्हतं. तुम्हाला स्पर्धा करणं शक्य झालं नाही की, तुम्ही दुसऱ्याच्या मार्गात विघ्नं आणू लागता.

'रेझोलेक्स' नावाची अमेरिकन कंपनी न्यू मेक्सिकोमध्ये ओलिओरेझिन्स बनवायच्या व्यवसायातच होती. त्यांनी सिन्थाइटवर आरोप करून, ते स्वस्तातला माल अमेरिकेत प्रमाणाबाहेर आणत आहेत, असा 'आंतरराष्ट्रीय व्यापार संघटने'पुढे (International Trade Commission) खटला उभा केला. त्या खटल्यात त्यांनी म्हटलं, ''मिरच्यांपासून बनवलेली ओलिओरेझिन्स भारतातून आणून अमेरिकेत वाजवीपेक्षा कमी किमतीला विकली जात आहेत किंवा विकली जाणार आहेत. कायद्याच्या (7 D1) कलमाचं त्याद्वारे उल्लंघन होत आहे आणि अशा प्रकारच्या मालाची आयात धोकादायक आहे. अमेरिकेतील उद्योग-व्यवसायाच्या दृष्टीनं हे हानिकारक आहे.''

जेकबचा पुतण्या जॉर्ज पॉल याला त्या समस्येची अजूनही स्पष्ट आठवण आहे.

''आम्ही वकील नेमला, आमची बाजू लढवली आणि भारताच्या बाजूनं निकाल पदरात पाडून घेतला.''

पॅप्रिका हा लाल तिखटाचा प्रकार बहुतांशी 'कॅप्सिकम ॲनम' या कमी तिखट मिरच्यांपासून बनवला जात असला, तरी त्यासाठी सिन्थाइट कंपनी 'कॅप्सिकम फ्रूटेसन' ही भारतात मिळणारी मिरच्यांची जात वापरत असे. कमी तिखट अशा 'कॅप्सिकम ॲनम'पासून फक्त रंगीत अर्क मिळतो, परंतु भारतातील मिरच्यांच्या अर्कांना थोडी तिखट चवसुद्धा असते. त्यामुळे सिन्थाइट कंपनीला दुहेरी गुणधर्मांची उत्पादनं काढता येतात आणि दुप्पट किंमत मिळते.

जॉर्ज पॉल म्हणतो, ''पॅप्रिकामुळे पैशांचा पाऊस पडला. परंतु आमच्या पुढे भरपूर समस्या होत्या; कारण भारतात मिरच्यांची पैदास फार कमी प्रमाणात होते.''

कंपनीनं शेतकऱ्यांना भरपूर पीक देणाऱ्या जातीच्या मिरच्यांची लागवड करण्यासाठी खूप प्रलोभनं दाखवली; परंतु त्यात त्यांना फारसं यश लाभलं नाही. मागणीनुरूप पुरवठा करण्यासाठी त्यांना कच्च्या स्वरूपातला ओलिओरेझिन आयात करावं लागलं. परंतु २०१२मध्ये सिन्थाइटनं नवंच साहस करून चीनमध्ये एक प्रकल्प सुरू केला. हा प्रकल्प अजु जेकबनं हाती घेतला.

हा कारखाना झिंजियांग राज्यातील हेजिंग या शहरात टाकण्यात आला आहे. या भागात मिरच्यांची भरपूर पैदास होते.

''हा अगदी दूरचा भाग आहे. इथं चिनी सैन्याची मदत घेऊन बर्फाचं पाणी

करून पीक काढलं जातं.''

हेजिंगमधील कारखान्यात स्थानिक उत्पादनाच्या तीन लाख टन मिरच्यांवर प्रक्रिया केली जाते. कंपनी या भागात लॅव्हेंडरची आणि टोमॅटोंची पैदास सुरू करून या भागाला निर्यातीचं प्रमुख केंद्र बनवू इच्छिते.

''चीनमध्ये काम करण्यात काही सांस्कृतिक अडचणी आड आल्या. विशेषत: भाषेचा अडसर मोठा ठरला. परंतु आम्ही जुळवून घेण्यात यशस्वी ठरलो,'' पॉलनं कबुली दिली.

मार्च, २०१३मध्ये सिन्थाइटची विक्री एक हजार कोटी रुपयांपेक्षा जास्त झाली. आता त्यांची आठ वेगवेगळी प्रक्रिया-केंद्रं आहेत आणि दोन हजारांपेक्षा जास्त कर्मचारी त्यांच्यासाठी काम करत आहेत. कंपनीत अद्यापही ट्रेड युनियनचा शिरकाव झालेला नाही. जेकब या गोष्टीचं श्रेय माणुसकीनं वागण्याला देतात.

''अगदी सर्वांत खालच्या स्तरावरच्या झाडूवाल्यापासून ते थेट सर्वोच्च व्यवस्थापकापर्यंत सर्व जण जाणून आहेत की, मला त्यांच्याबद्दल आस्था वाटते. ते केव्हाही माझ्याशी मोकळेपणानं बोलू शकतात.''

कंपनी कामगारांना घरासाठी (घराच्या ५० टक्के किमतीपर्यंत) बिनव्याजी कर्ज देते, शिक्षणासाठी भत्ता देते आणि स्वास्थ्य विमा पुरवते.

जगभरात माल निर्यात करत असली, तरी ही कंपनी आपल्या मायमातीतच मुळं घट्ट रुजवून उभी आहे. कंपनीचं मुख्यालय 'सिन्थाइट टेस्ट पार्क' नावानं ओळखलं जातं आणि ते कडाइरिप्पु या कोलेंचेरी शहराजवळच्या छोट्याशा खेड्यातच स्थित आहे.

सिन्थाइट आता वेगवेगळ्या प्रकारची ५०० उत्पादनं करते. त्यांचा ९० टक्के पैसा ओलिओरेझिन्सच्या विक्रीतून उभा राहतो. परंतु भविष्यात ही परिस्थिती बदलू शकेल. कंपनीच्या दोन संयुक्त भागीदारीच्या कंपन्यासुद्धा आहेत. एक भागीदार आहे ऑस्ट्रियातील 'ओमेगा' नावाची रुचकर मसाले बनवणारी कंपनी, दुसरी भागीदार आहे इंग्लंडमधील बेकरीसाठी स्वाद पुरवणारी 'ॲरोम्को' नावाची कंपनी. या भागीदारीतल्या कंपन्या स्थापन करण्यामागचा हेतू आहे – खाद्यपदार्थ, दुग्धपदार्थ आणि बेकरीचे पदार्थ यांचा स्वाद वाढवणारे दुर्मीळ आणि किमती मसाले बनवण्याचा!

''आम्ही कुटलेले आणि वाफेनं निर्जंतुक केलेले मसाल्याचे पदार्थ मोठाल्या हॉटेल्सना आणि केटरर्सनासुद्धा पुरवतो. आता आम्हाला किरकोळीनं माल विकणाऱ्या बाजारपेठतसुद्धा माल विकायचा आहे.''

'किचन ट्रेझर्स' या ब्रँडनेमनं सिन्थाइट आता सांबर मसाला, गरम मसाला,

चिकन मसाला आणि मीट मसालासुद्धा विकू लागली आहे. कंपनीला गूर्मे फूड व्यवसायात (जाणकार आणि शौकीन खवैयांसाठी अन्न पुरवणाऱ्यांच्या व्यवसायात) चंचुप्रवेश करून नैसर्गिक रंग, सूप्स आणि सॉसेस विकायची इच्छा आहे. कालांतरानं ओलिओरेझिन्स हे द्रवरूप मसाले घरच्या स्वयंपाकासाठी 'स्प्रे'च्या (फवाऱ्याच्या) रूपातही उपलब्ध होतील. २०२० सालापर्यंत तीन हजार कोटींची वार्षिक विक्री करण्याचं कंपनीचं उदिष्ट आहे.

जेकब यांची समरसून आयुष्य उपभोगण्याची आणि कंपनीचा विकास करण्याची तीव्र इच्छा त्यांच्या बॅडमिंटनच्या प्रेमातूनही स्पष्टपणे जाणवते. ८०व्या वर्षीसुद्धा ते दररोज सकाळी दीड तास बॅडमिंटन कोर्टावर घालवतात आणि त्यांच्या निम्म्या वयाच्या प्रतिस्पर्ध्यांबरोबर खेळतात. ते जिंकण्यासाठी खेळतात?

ते हसून म्हणतात, ''अर्थातच!''

आता ते 'चेअरमन एमेरिट्स' (सन्मानदर्शक पदवीधारक निवृत्त व्यक्ती) असले, तरी अजूनही ते दररोज सकाळी साडेआठ वाजल्यापासून संध्याकाळी साडेपाच वाजेपर्यंत ऑफिसात असतात. कोलेंचेरीमधील अनेक शैक्षणिक संस्थांचे ते आश्रयदाते आहे – शाळा, आर्ट्स आणि सायन्स कॉलेज आणि मलंकारा ऑर्थोडॉक्स सीरियन चर्च मेडिकल कॉलेज.

''तुमची देवावर श्रद्धा असेल तर तुम्ही गरिबांसाठी आणि शिक्षणासाठी मदत करायला हवीत. कारण ही मदत देवाचीच सेवा असते.''

दररोज सकाळी चहा घेण्यापूर्वी जेकब एका विशिष्ट पद्धतीनं बायबल वाचतात. त्यांच्याजवळ कार्ड्सनी भरलेली एक पेटी आहे. प्रत्येक कार्डावर बायबलची एक ओळ लिहिलेली आहे.

''मी रोज तीन कार्ड्सवरच्या ओळी वाचतो आणि त्यातून मला संदेश मिळतो. देवच तो संदेश देत असतो. त्याचा उपयोग कोणत्याही समस्येच्या निराकरणासाठी होत असतो.''

समस्या येतात आणि जातात. जेकबना फक्त एकच समस्या आठवतेय, जिच्यापुढे ते हतबल झाले होते. ती समस्या त्यांच्या व्यावसायिक आयुष्याच्या प्रारंभीच्या काळातच उद्भवली होती. त्यावेळेस ते बांधकाम व्यवसायात होते. त्यावेळेस त्यांचे मेव्हणे ई.जे. पावलोज हे त्यांचे भागीदार, मार्गदर्शक-गुरू आणि कंपनीचे हिशेबनीस आणि वित्त-व्यवस्थापक होते. एका रविवारी ते अचानक बोगदा बांधकामाच्या जागी गेले. कारण काहीतरी आणीबाणीची परिस्थिती उभी राहिली होती. परंतु ते जिथं गेले होते, तो बोगद्याचा भाग अगदी कमकुवत होता आणि तो एकाएकी कोसळला.

''एक कामगार आणि माझे मेहुणे तत्क्षणी मरण पावले... आयुष्यातली ती

एकच गोष्ट मला आजही व्यथित करते!''

कडू, गोड, आंबट, तुरट... आयुष्यात चाखाव्या लागणाऱ्या या विविध चवी आहेत. आयुष्याच्या अखेरच्या क्षणापर्यंत त्यांचा मन:पूर्वक आस्वाद घेणं, एवढंच तुमच्या हाती असतं.

तरुण उद्योजकांसाठी कानमंत्र!

नवी संकल्पना आणि त्यासाठीचं संयोजन हीच यशाची गुरुकिल्ली आहे.
तुमच्या कल लक्षात घेऊन योग्य तो व्यवसाय निवडा.
कधीही कोणाचं अनुकरण करू नका. काहीतरी नवं सुरू करण्यात पुढाकार घ्या. त्यात धोका असतो, परंतु एकदा समस्यामधून मार्ग काढलात की, तुम्हाला यश लाभतं.
जोरदार प्रयत्न करा, इमानदारीनं कष्ट करा, शक्य तेवढे प्रयत्न जिवापाड करा आणि बाकी सारं देवावर सोपवा!

अँग्री यंग मॅन

पराक्रमसिंह जाडेजा : ज्योती सीएनसी

राजकोट, गुजरात

१९८९मध्ये एका तरुणानं बारीकसारीक कामं करून देणारं वर्कशॉप चालू केलं. शहरातल्या तशाच प्रकारच्या इतर अनेक वर्कशॉपसारखंच ते एक वर्कशॉप होतं. पण गेल्या दहा वर्षांत सात कोटींचा लघुउद्योग करणारी 'ज्योती सीएनसी' ही कंपनी आता एक हजार कोटी रुपयांची उलाढाल करणारी प्रचंड मोठी कंपनी बनली असून मशीन टूल बनवणारी ती भारतातली सध्याची सर्वांत मोठी कंपनी आहे.

राजकोट हे राजेराजवाड्यांचा संपन्न इतिहास असलेलं शहर आहे. ३००

वर्षांपेक्षाही जास्त काळ जाडेजा रजपूत त्या शहरावर स्वामित्व गाजवत होते. जाडेजा रजपूत ही रणांगणावर विजय मिळवण्यासाठी सुप्रसिद्ध अशी जहाल आणि लढवय्यी जमात आहे.

आता राजेराजवाडे उरलेले नाहीत; परंतु आजसुद्धा एक जाडेजा रजपूत राजकोट शहरावर स्वामित्व गाजवतो आहे. जागतिक व्यवसायाच्या तीव्र आणि जीवघेण्या स्पर्धेच्या रणांगणावर हा धाडसी तरुण निकराचा लढा देतो आहे.

पराक्रमसिंह जाडेजानं मशीन टूल व्यवसायात १९८९मध्ये जोरदार मुसंडी मारली. बुद्धिबळाच्या स्पर्धेत उतरण्यासाठी अर्ध्यावर शिक्षण सोडून दिल्यानंतर त्याच्या लक्षात आलं की, खेळाची चैन त्याच्या कुटुंबाला परवडण्याजोगी नाही.

"मी नववी-दहावीत असताना लेथ मशीन वापरायला शिकलो होतो. त्यामुळे मी बारीकसारीक कामं करून देण्यासाठी वर्कशॉप चालू करायचं ठरवलं."

उकळतं रक्त आणि भडक डोकं या तरुणासाठी वरदान ठरलं. एप्रन – Apron (क्लचेस आणि गिअर्सना धरून ठेवणारा लेथ मशीनच्या आतला एक भाग) तयार करणाऱ्या शहरातील एकमेव उत्पादकाबरोबर झालेलं भांडण, स्वतःच एप्रनचं उत्पादन करण्यासाठी प्रेरणादायी ठरलं. जेव्हा 'फानुक' या जपानी कंपनीनं त्याला वाईट वागणूक दिली, तेव्हा त्यांच्याबरोबर भविष्यात कधीही काम न करण्याचा पराक्रमसिंहनं दृढनिर्धार केला. त्याची परिणती, 'सिमेन्स' या कंपनीबरोबर प्रदीर्घ काळासाठी जवळिकीचे संबंध प्रस्थापित होण्यात घडली.

राजकोट शहरात शेकडो लहानसहान उत्पादक आहेत, परंतु धगधगती आकांक्षा, उत्कटता किंवा दृढनिश्चय या बाबतीत ते ज्योती सीएनसीच्या पासंगालाही पुरत नाहीत. २००३मध्ये सात कोटींची वार्षिक उलाढाल करणाऱ्या या कंपनीनं एक धाडसी आणि दूरदर्शी उद्दिष्ट डोळ्यापुढे ठेवलं – आठ वर्षांच्या लहानशा कालखंडात एक हजार कोटी रुपयांची उलाढाल करणारी कंपनी बनण्याचं!

"हे उद्दिष्ट साध्य करायला आम्हाला योजल्यापेक्षा दोन वर्षं जास्त लागली. परंतु आम्ही ते उद्दिष्ट साध्य करू शकलो."

नव्या बाजारपेठा आणि नवी उत्पादनं धाडसानं पादाक्रांत करण्याच्या जिद्दीबद्दलची ही सत्य कहाणी आहे. ही लढाई अमानुष शक्तीच्या जोरावर जिंकलेली नाही, तर ही लढाई जिंकण्यासाठी त्यांनी धोरणात्मक विचार आणि प्रेरित होऊन केलेल्या कार्यवाहीचा आधार घेतला.

एखादा बुद्धिबळपटू अत्यंत कुशलतेनं सोंगट्या हलवेल, त्याचप्रमाणे!

अँग्री यंग मॅन

पराक्रमसिंह जाडेजा : ज्योती सीएनसी
राजकोट, गुजरात

पराक्रमसिंह जाडेजा राजकोटमध्येच जन्मले आणि तिथेच लहानाचे मोठे झाले.

''माझे वडील महानगरपालिकेत नोकरी करत होते. लक्ष्मीवाडी या कुप्रसिद्ध भागात मी लहानाचा मोठा झालो.''

हा भाग जुगार आणि हातभट्टीची दारू यांसाठी कुप्रसिद्धीस पावलेला असला, तरी तिथे नवरात्रीचे राजकोटमधील सर्वोत्कृष्ट गरबे खेळले जात.

''ते गरबा नृत्य बघण्यासाठी दररोज दोन ते तीन हजार दर्शक तिथं येत असत. प्रत्येक तिकिटामागे दोन रुपये घेऊन आम्ही त्यातून बऱ्यापैकी पैसा मिळवत होतो.''

गुजराथी माध्यमाच्या विराणी हायस्कूलमध्ये शिक्षण घेणारा पराक्रमसिंह एक चांगला खेळाडूसुद्धा होता. राष्ट्रीय पातळीवरचे करण धावरी आणि यजुवेंद्र सिंग हे क्रिकेटपटू त्याच्या शाळेचेच विद्यार्थी होते. त्यामुळे त्यांच्या पावलावर पाऊल टाकायची प्रेरणा त्या शाळेतल्या इतर विद्यार्थ्यांनासुद्धा मिळत होती. इतरांप्रमाणेच पराक्रमलासुद्धा क्रिकेट खेळायचं प्रचंड वेड होतं.

''परंतु बुद्धिबळात मात्र मी खूपच तरबेज होतो.''

गुजरात राज्यातील सर्वोच्च पातळीवरच्या तीन बुद्धिबळपटूंमध्ये सामविष्ट असलेल्या पराक्रमची निवड राष्ट्रीय स्पर्धेतील 'ब' तुकडीत खेळण्यासाठी झाली. परंतु सामन्याची तारीख नेमकी त्याच्या बारावीच्या परीक्षेच्या वेळेची होती. असं घडलं, कारण १९८५मध्ये गुजरात राज्यात राखीव जागांवरून राज्यव्यापी आंदोलन करण्यात आलं होतं.

''मंडल प्रस्तावानंतर घडलेल्या आंदोलनाशी हे आंदोलन मिळतंजुळतं होतं. त्यावेळेस आमची बोर्डाची परीक्षा मार्चमध्ये होती आणि ती ऑक्टोबरपर्यंत पुढे ढकलण्यात आली होती. त्यामुळे माझा अभ्यास मागे पडला!''

या तरुणानं बुद्धिबळ खेळायचा निर्णय घेतला. तो निर्णय घेताना भविष्याबद्दल, व्यवसायाबद्दल, उद्या उपजीविका कशावर करायची याबद्दल त्यानं कोणताही विचार केला नव्हता.

"त्यावेळेस 'बाळा तू बारावीत शिकतो आहेस; अभ्यास सोडून दिल्यावर भविष्यात तू काय करणार आहेस?' असं म्हणत माझ्या वडिलांनी मला अजिबात हटकलं नाही."

१९८५ ते १९८८ या काळात पराक्रम एका खेळाडूचं आयुष्य जगला आणि त्याचा त्यानं मनापासून आनंद लुटला. १९८९मध्ये १९ वर्षांखालील वयाच्या खेळाडूच्या इंग्लिश काउंटी संघात त्याची निवड झाली होती. पराक्रम अगदी हरखून गेला होता. त्याला आता त्याच्या विमानाच्या तिकिटासाठी आणि इतर बारीकसारीक खर्चासाठी फक्त २५ हजार रुपयांची आवश्यकता होती.

तो वडिलांना म्हणाला, "पप्पा, मला पैशांची गरज आहे."

त्याची वडील म्हणाले, "ठीक आहे."

आठवड्याभरानंतर त्यांनी त्याच्या हातात १० हजार रुपये ठेवले. पुढल्या आठवड्यात आणखी पाच हजार रुपये ठेवले. आणखी थोड्या दिवसांनी पुन्हा पाच हजार रुपये दिले. हे पाहून या तरुण खेळाडूला राग येऊ लागला.

"पप्पा, मला तुम्ही हप्त्या-हप्त्यानं का पैसे देताय? एकदम सो द्या की! मी तीन दिवसांत निघतोय!"

त्याचे वडील म्हणाले, "थोडं कर्ज प्रॉव्हिडंट फंडातून मिळवता आलं. थोडं क्रेडिट सोसायटीनं दिलं. उरलेले पैसे मित्राकडून कर्जाऊ घेतोय. ते लवकरच हाती येतील."

पराक्रम हे ऐकून सुन्न झाला. त्या दिवसापर्यंत आपल्या कुटुंबाची आर्थिक ओढग्रस्तीची परिस्थिती त्याच्या लक्षातच आलेली नव्हती. त्याला क्रिकेट खेळता यावं, म्हणून त्याचे वडील शर्थीचे प्रयत्न करून पैशांची जमवाजमव करत होते.

"त्या दिवसापासून माझ्या आयुष्याला वेगळीच कलाटणी मिळाली. मी क्रिकेटचा नाद सोडून दिला, आणि एक नवाच खेळ मांडला : आयुष्यात – व्यवसायात काहीतरी करून दाखवण्याचा!"

परंतु व्यवसाय करायचा तरी कोणता? पराक्रमच्या शाळेत, नववी-दहावीत त्यांना 'वर्कशॉप टेक्नॉलॉजी' नावाचा विषय शिकवला जात असे. त्याला लेथ मशीन चालवता येत होतं आणि तो व्यवसाय त्याला जमेल असा वाटलं.

लेथ* हे धातू कापायचं मशीन असतं. ते मशीन त्याच्या आसावर ठेवलेली

---

* लेथ मशीनच्या आसावर ठेवलेली वस्तू गोल फिरवून त्याला योग्य तो आकार देतं. याची आणखी एक पद्धत 'मिलिंग' म्हणून ओळखली जाते. त्यात वस्तू स्थिर असते आणि यंत्र त्याभोवती फिरवलं जात असतं.

वस्तू गोल फिरवत त्याला हवा तसा आकार देतं.

परंतु हे मशीन महाग असतं. पराक्रमला ते विकत घेता येणं केवळ अशक्य होतं. आत काय करायचं?

नशिबानं, त्याच्या मित्राचेच मामा लेथ मशीन्स बनवत असत. प्रफुल्ल मामानं एक मशीन 'बार्टर तत्त्वा'वर (पैसा न वापरता मालाची अदलाबदल करून सौदा जमवण्याच्या तत्त्वावर) देऊ केलं.

"ते मला काम देणार होते आणि असं काम करून देऊन मी हळूहळू त्या मशीनची किंमत चुकती करणार होतो."

पराक्रमनं त्याच्या चुलतभावाला, सहदेवसिंह जाडेजाला मदतीला घेतलं आणि १०×१५च्या शेडमध्ये एक वर्कशॉप सुरू झालं. दिल्या शब्दाला जागून प्रफुल्लमामा त्यांना काम देत गेला आणि हे दोघं ते काम करून देत गेले. मामानं आनंदानं या दोघांना आपल्या पंखाखाली घेऊन व्यवसायाचे धडे दिले.

"आम्ही आमच्या वर्कशॉपला 'ज्योती' हे नाव दिलं. ते माझ्या धाकट्या बहिणीचं नाव आहे."

त्या काळी सरकारनं 'जवाहर रोजगार योजना' कार्यान्वित केली होती. ही योजना स्वत:चा व्यवसाय करणाऱ्या सुशिक्षित तरुणांसाठी होती. या योजनेअंतर्गत, पराक्रमला ३५ हजार रुपयांचं बिनव्याजी कर्ज मिळवता आलं. हे पैसे वापरून पराक्रमनं एक लेथमशीन आणि प्रफुल्लमामाच्या कारखान्याला लागून असलेलं एक छोटंसं दुकान विकत घेतलं.

"आमचा व्यवसाय इतका जोरात चालला की, पुढल्याच वर्षी आम्ही सारं कर्ज फेडून टाकू शकलो. खरंतर मी जेव्हा व्यवसाय सुरू केला, तेव्हा माझ्या डोळ्यांसमोर कोणतंही नेमकं उद्दिष्ट किंवा स्वप्न नव्हतं. जिवंत राहण्यासाठी व्यवसायाची गरज होती."

या वेळेपर्यंत या दोन तरुण उद्योजकांनी प्रफुल्लमामांसाठी वेगवेगळे यंत्राचे भाग बनवून द्यायला प्रारंभ केलेला होता. त्यानं दिलेला कच्चा माल वापरून ते असे भाग बनवून देत होते. एकेदिवशी सकाळी मामानं 'एप्रन'* बनवून देणाऱ्या उत्पादकाबद्दल त्यांच्याजवळ तक्रार केली. त्या माणसानं अनेक आठवड्यांपूर्वी मालाबद्दल आगाऊ पैसे घेतलेले होते, परंतु तो माल बनवून देत नव्हता.

मामा पराक्रमला म्हणाला, "तू त्या बाजूलाच चालला आहेस, तर जाधवानी सुताराकडे काम कुठवर आलं आहे, याची चौकशी कर."

पराक्रमनं आपल्या सायकलवर टांग मारली आणि जाधवानीच्या वर्कशॉपपाशी

---

* क्लचेस आणि गिअर्सना घट्ट धरून ठेवणारा लेथच्या आतला भाग.

तो गेला. जाधवानीनं त्याला शब्द दिला, ''हे पाच 'एप्रन' मी प्रफुल्लभाईसाठीच बनवतोय. परत जाताना हे घेऊन जा.''

संध्याकाळी पराक्रम ते एप्रन्स नेण्यासाठी तिथं आला, तेव्हा त्याला धक्काच बसला. नकद पैसे चुकवणारं एक गिऱ्हाईक आलं होतं. एप्रनमागे जास्तीचे ५० रुपये देण्याचं त्याने कबूल केल्यामुळे, जाधवानीने त्याला ते सारे 'एप्रन्स' विकून टाकले होते. जाधवानी कोडगेपणानं म्हणाला, ''मामाला सांग, त्याचे एप्रन त्याला पुढल्या आठवड्यात मिळतील.'' पराक्रमचं संतापी रजपूत रक्त सळसळू लागलं. त्यानं त्या माणसाला दोन-चार लगावल्या, मामाचे पैसे त्याच्याकडून घेतले आणि मामाच्या फॅक्टरीत पोचला.

''मामा तो माणूस तुम्हाला बुद्दू बनवतोय. तो तुम्हाला काहीएक देणार नाहीये!''

मामा हादरूनच गेला. तो म्हणाला,''मूर्खा! तू हे काय केलंस!'' जाधवानी मिस्त्री या संपूर्ण राजकोटमधला 'एप्रन'चा एकमेव उत्पादक होता. आता यापुढे प्रफुल्लमामाला एप्रन कोण देणार होतं?

पराक्रम म्हणाला, ''मी बनवून देईन!''

मामाचा त्यावर विश्वास बसला नाही. एप्रन बनवणं सोपं नव्हतं. परंतु पराक्रमनं ते आव्हान स्वीकारलं. तो स्वत:च्या वर्कशॉपमध्ये गेला, त्यानं आपलं लेथ मशीन उघडून पाहिलं आणि त्यातील 'एप्रन'ची बारकाईनं पाहणी केली. तसाच एप्रन बनवण्याची नक्कीच कोणतीतरी रीत असणार होती. दिवसरात्र त्यावर काम करून त्यानं आणि त्याच्या मदतनिसानं एप्रनचा नकाशा, डिझाइन आणि उत्पादन पद्धत यांचा छडा लावला.

''आम्ही मामाला आमचा शब्द दिला की, त्याचे पाचही एप्रन्स आम्ही त्याला २० दिवसांच्या आत बनवून देऊ आणि आम्ही दिलेल्या शब्दाला जागलो!''

थोड्याच दिवसांत संपूर्ण राजकोट शहरात पराक्रमनं बनवलेले 'एप्रन' विकले जाऊ लागले आणि जाधवानीचा व्यवसाय बंद पडायची वेळ आली.

त्यांचं काम पाहून प्रभावित झालेल्या बँकेनं या नव्या कंपनीच्या नावाची, आय.डी.बी.आय.च्या योजनेसाठी शिफारस केली. या योजनेअंतर्गत पाच लाख रुपयांचं कर्ज फक्त एक टक्का व्याजदरानं दिलं जाणार होतं.

१९९१मध्ये पराक्रमनं ऑटोकॅडचं नाव ऐकून एक कॉम्प्यूटर विकत घ्यायचं ठरवलं. त्यावेळेस '४८६' हा पर्सनल कॉम्प्यूटर १.६ लाख रुपयांना विकत मिळत असे. त्याकाळी ही रक्कम खूपच मोठी होती. परंतु आपल्याला त्याची खूप गरज आहे, याबद्दल पराक्रमची खातरी पटली होती.

तो हसून म्हणतो, ''मी स्कूटर खूप काळानंतर विकत घेतली...''

अभियांत्रिकी आराखडे (इंजिनिअरिंग ड्रॉइंग्ज) बनवण्यासाठी ऑटोकॅड खरोखरच अतिशय उपयुक्त ठरलं. ते वापरायला फार किचकट होतं. ॲरो-किजचा त्यासाठी वापर करावा लागत असे, परंतु त्याच्या वापरामुळे या नव्या कंपनीला स्पर्धेत आघाडीवर राहता आलं.

१९९२मध्ये पराक्रमनं 'आजी जीआयडीसी'मध्ये एक प्लॉट विकत घेतला. हा भाग कारखान्यांच्या दृष्टीनं नव्यानंच महत्त्वाचा बनू लागला होता. पराक्रमच्या वर्कशॉपचं आता फॅक्टरीत रूपांतर झालेलं होतं आणि तो किर्लोस्करसारख्या कंपन्यांसकट सर्व लेथ उत्पादकांना एप्रन्स अणि 'नॉर्टन' गिअरबॉक्सेस पुरवू लागला होता. त्याखेरीज भावनगरमध्ये एक 'हिंदुस्थान मशीन टूल्स'चा, 'गुजरात स्टेट मशीन टूल्स ॲन्ड कॉर्पोरेशन' या नावाचा कारखाना 'विक्रम लेथ्स' बनवत होता.

या लेथचा सर्वांत महत्त्वाचा भाग होता त्याचं 'हेड'. हा भाग पराक्रम पुरवत असे. दुर्दैवानं हिंदुस्थान मशीन टूल्सचा हा कारखाना १९९३मध्ये बंद पडला आणि विकला न गेलेला माल पराक्रमजवळ साठून राहिला. पराक्रमनं ही गिअरहेड्स राजकोटमधल्या मशीन टूल उत्पादकांना विकण्याचा खूप प्रयत्न केला. परंतु त्यांना तेव्हा त्यात काहीही गम्य नव्हतं.

पराक्रमचा युक्तिवाद अगदी सोपा-सरळ होता : आज राजकोटमध्ये बनलेल्या मशीन्सना फक्त १५ ते २५ हजार रुपये मिळत आहेत; तर किर्लोस्करांची मशीन्स एक ते सव्वा लाख रुपयांना विकली जात आहेत. तुम्ही जर २० हजार रुपये किमतीचं जास्तीचं गिअरहेड बसवून हे मशीन विकलं, तर तुम्हाला किर्लोस्कर मशीन्सशी स्पर्धा करता येईल. तुमचं असं मशीन ६० ते ७० हजार रुपये किमतीला विकता येईल. त्यामुळे माल जास्त किमतीला विकून जास्त नफा मिळवता येईल.

राजकोटमधील एकही उत्पादकाला पराक्रम आपलं म्हणणं पटवून देऊ शकला नाही. त्यामुळे त्यानं एक धाडसी निर्णय घेतला आणि स्वत:च अशा लेथ मशीन्सचं उत्पादन करण्याचं त्यानं ठरवलं

''मी स्वत: इंजिनिअर नाही. मी कोणत्याही अभियांत्रिकी संस्थेत किंवा कॉलेजात शिक्षण घेतलेलं नाही. परंतु हळूहळू शिकून घेत, १९९३मध्ये, आम्ही लेथ मशीनचा पहिला आराखडा बनवला.''

''मी आव्हान स्वीकारत म्हटलं, ''मामा या जगात अशक्य कोटीतली एकही गोष्ट नाही!''''

आता गरज होती हा माल विकण्याची. त्या काळी राजकोटमधले सारे उत्पादक मोठ्या शहरांमधील वितरकांमार्फत आपला माल विकत असत. पराक्रम एका टूरवर निघाला. सर्वांत आधी तो बंगळुरूला गेला, त्यानंतर कोइंबतूरला आणि शेवटी

चेन्नईला. चेन्नईमधील एका वितरकानं भेटीसाठी त्याला दुपारी दोनची वेळ दिली.

बरोब्बर दुपारच्या एक वाजता पराक्रम त्या वितरकाच्या ऑफिसमध्ये पोचला.

"त्याला भेटायला तिथं आणखी कुणीही आलं नव्हतं. तरीसुद्धा त्यानं मला तीन तास ताटकळत ठेवलं."

अखेरीस त्यानं जेव्हा पराक्रमला आत बोलावलं, तेव्हा पराक्रमला स्वत:वर ताबा ठेवता आला नाही.

"तुम्ही मालाबाबत चौकशी केलीत, तुम्ही मला भेटायची वेळ दिलीत आणि आता तुम्ही माझ्याशी या प्रकारे का वागताय?" पराक्रमनं विचारलं.

तो म्हणाला, "ठीकाय! ठीकाय! मी जेव्हा विमानातून राजकोटला उतरतो, तेव्हा तुझ्यासारखे ५० मशीन टूलवाले शेपूट हलवत माझ्या मागे मागे फिरत असतात!"

तो वितरक म्हणाला की, तो फक्त मोठ्या संख्येत आणि कमी किमतीलाच मशीन्स विकत घेतो. मग त्यानं विचारलं, "पूर्ण गिअरवाली लेथ मशीन्स राजकोटमध्ये तुला तयार करता येणार आहेत?"

पराक्रम उठून उभा राहिला. त्यानं हात जोडले आणि म्हणाला, "तुमच्याबरोबर व्यवसाय करायची माझी अजिबात इच्छा नाही. मी आपला अत्यंत आभारी आहे!"

पराक्रम मनातून हादरून गेला होता आणि शक्य तेवढं लवकर घरी कसं पोचता येईल, एवढाच विचार त्याच्या डोक्यात होता.

"त्यादिवशी चेन्नईहून बंगळुरूमार्गे अहमदाबादला जाणारं विमान मी पकडलं... आयुष्यात पहिल्यांदाच!"

राजकोटला पोचेपर्यंत पराक्रमनं एक अत्यंत महत्त्वाचा निर्णय घेतला. त्याची कंपनी लहान होती. फक्त १६ कर्मचारी काम करत होते आणि कंपनी २५ लाख रुपये किमतीचा माल विकत होती. परंतु तो इतर कुणालाही त्यांच्यावर दादागिरी करू देणार नव्हता!

"मी निर्णय घेतला की, आम्ही वितरकांकरवी माल विकणारच नाही. आम्ही थेट ग्राहकालाच माल विकू!"

राजकोटमध्ये भरलेल्या औद्योगिक प्रदर्शनाच्या वेळेस पराक्रमच्या कंपनीला एक मोठा ग्राहक भेटला. सुरेंद्रनगरमधील भिखाभाई परमार. ते कापड उद्योगात वापरल्या जाणाऱ्या सूत गुंडाळण्यासाठीच्या चाक्या (sprindles) बनवत असत. भिखाभाईंनी नऊ मशीन्ससाठी मागणी नोंदवली. परंतु त्यांना एका विशेष प्रकारच्या मशीनची गरज होती.

"तुम्ही मशीनमध्ये एक हायड्रॉलिक सिलिंडर आणि खूप वेगानं फिरणारा स्पिंडल बसवून द्याल का?" त्यांनी पराक्रमला विचारलं.

पराक्रम म्हणाला, "आम्ही यापूर्वी ते केलेलं नाही; परंतु तुम्ही आम्हाला

मार्गदर्शन केलंत, तर आम्ही ते नक्कीच करू शकू.''

१९९३ ते १९९८ हा कालखंड 'ज्योती'च्या दृष्टीनं प्रगतीचा आणि नव्या गोष्टी शिकण्याचा होता. विशेष प्रकारची आणि बरीचशी स्वयंचलित अशी मशीन्स बनवण्यात ही कंपनी कुशल बनली. ग्राहकाच्या गरजेनुसार ते मशीन्स बनवून देऊ लागले.

सर्वसाधारण प्रकारच्या एप्रन्सची आणि गिअर बॉक्सची विक्री सुरूच होती. ग्राहकाच्या गरजेनुसार बनवून दिलेली ही मशीन्स खूप नफा मिळवून देत होती. प्रत्येक मशीन दोन लाख रुपये किमतीला विकलं जात होतं.

''आम्ही कधीही आमच्या मालाची जाहिरात केली नाही. सारा व्यवसाय संतुष्ट ग्राहकांनी दिलेल्या पसंतीच्या शब्दांवर चालला होता.''

संपूर्ण गुजरात राज्यातून आणि मुंबईतूनसुद्धा त्यांच्या मालाला मागणी येऊ लागली होती. या काळात पराक्रम आणि त्याचे सहकारी मशीन उत्पादनाच्या व्यवसायातील प्रथांबद्दल खूप शिकले.

१९९८मध्ये 'सीएनसी' (CNC) नावाचं नवं तंत्रज्ञान उदयाला आलं. राजकोटमधील फक्त एकाच कंपनीपाशी त्या प्रकारचं मशीन होतं. पराक्रमनं ते मशीन बघायची इच्छा व्यक्त केली, तेव्हा त्या मशीनचा मालक उद्दामपणे म्हणाला, ''या मशीनमध्ये टीव्ही आणि कॉम्प्यूटर या दोन्ही गोष्टी बसवलेल्या आहेत. ही तुझ्या आवाक्यातली गोष्ट नाही!''

त्यावर्षी 'इंडियन मशीन टूल मॅन्युफॅक्चरर्स असोसिएशन'नं (IMTMA) नव्या दिल्लीत आयोजित केलेलं 'आयएमटीईएक्स' (IMTEX) प्रदर्शन पराक्रमनं पाहिलं. तिथं त्याला स्पष्टपणे उमगलं की, मेकॅनिकल लेथची घटका भरत आली आहे; परंतु सीएनसीचं नवं तंत्रज्ञान कोठून मिळवायचं!

''आम्ही मशीनचे सुटे भाग तर यापूर्वीही बनवतच होतो. आता आम्ही संपूर्ण मशीनच बनवायचं ठरवलं.''

'फर्स्ट टाइम सीएनसी' या सेमिनारच्या रूपानं मदत त्यांच्यापुढे चालत आली. हा सेमिनार राजकोटमध्ये आयोजित करण्यात आला होता. त्याचं आयोजन 'इंडियन मशीन टूल मॅन्युफॅक्चरर्स असोसिएशन' आणि 'संयुक्त राष्ट्र औद्योगिक विकास परिषद' (UNIDO*) यांच्या संयुक्त विद्यमाने झालेलं होतं.

''अशा प्रकरचा सेमिनार कधीकधी लोकांचं आयुष्यच बदलून टाकतो. माझ्याबाबतीत तसंच झालं.''

सीएनसी हे 'कॉम्प्यूटराइज्ड न्यूमेरिकल कंट्रोल'चं संक्षिप्त रूप आहे. यात

* UNIDO : UNITED NATIONS INDUSTRIAL DEVELOPMENT ORGANIZATION

कापण्याच्या प्रक्रियेचं आयोजन कॉम्प्यूटरद्वारा दिल्या जाणाऱ्या सूचनांनुसार घडत असल्यामुळे, अत्यंत नेमक्या मापाचं उत्पादन करणं शक्य होतं. असे कॉम्प्यूटर कंट्रोलर्स फक्त दोन कंपन्या बनवत होत्या – एक जपानची 'फानुक' आणि दुसरी जर्मनीतली 'सिमेन्स'. या दोन्ही कंपन्यांनी या परिषदेत आपापल्या उत्पादनांची माहिती दिली.

दोन दिवसांची परिषद संपली, तोवर सीएनसी तंत्रज्ञानानं पराक्रमला झपाटून टाकलं होतं. त्यानं फानुक कंपनीच्या प्रतिनिधीला स्वत:ची फॅक्टरी बघण्यासाठी बोलावलं. म्हणजे त्याला सीएनसीसाठी मागणी नोंदवता आली असती.

फानुक कंपनीचा प्रतिनिधी म्हणाला, ''प्रथम हा फॉर्म भरून द्या. तुमच्या पदरी किती इंजिनिअर्स आहेत? तुमच्या कंपनीची किती उलाढाल आहे?''

पराक्रम आश्चर्यानं थक्कच झाला. संभाव्य ग्राहकांशी वागायची ही कोणती पद्धत होती?

''तुम्हाला माझ्या व्यवसायाच्या उलाढालीचा आकडा कशासाठी हवाय?'' पराक्रमनं विचारलं.

फानुक कंपनीचा प्रतिनिधी कोणताही मुलाहिजा न ठेवता बेधडकपणे म्हणाला, ''तुम्हाला आमचं मशीन परवडणार आहे का? त्याची किंमत २० लाख रुपये आहे.''

'ज्योती' ही खरोखरच लहानशी कंपनी होती; परंतु पराक्रमची महत्त्वाकांक्षा लहानशी नव्हती.

''मला संताप आला. मी म्हणालो, ''आभारी आहे आपला! मला तुमच्या बरोबर काम करण्याची इच्छा नाही!''''

तो थेट सिमेन्सच्या प्रतिनिधीकडे गेला आणि त्यानं बोलणी सुरू केली. पहाटे दोन वाजता पराक्रमनं २० लाख रुपये किमतीच्या त्याच्या पहिल्या सीएनसी मशीनसाठी मागणी नोंदवली. त्यावेळेस त्याच्या स्वत:च्या कंपनीची वार्षिक उलाढाल ६० लाख रुपये होती. परंतु मशीन परवडेल की नाही, याची पराक्रमला चिंता वाटत नव्हती. सीएनसी मशीन नीटपणे चालवता येईल की नाही, याचीच त्याला जास्त काळजी वाटत होती.

तो सिमेन्सच्या प्रतिनिधीला म्हणाला, ''मला या तंत्रज्ञानातलं काहीही ठाऊक नाही. तुमच्या इंजिनिअर्सना मला प्रशिक्षण देऊन मदत करावी लागेल.''

अर्थात क्षणिक मनोऊर्जेचा कौल घेऊन घेतलेला फानुकऐवजी सिमेन्सबरोबर काम करण्याचा हा निर्णय अत्यंत फलदायी ठरला. फानुक ही जपानी कंपनी त्यांच्या तंत्रज्ञानाबद्दल अत्यंत गुप्तता पाळत असे. त्या उलट सिमेन्स त्यांच्या तंत्रज्ञानाची माहिती आनंदाने देत असे.

''आम्ही जर्मन लोकांकडून खूपच शिकलो आणि आमच्या व्यवसायातील स्पर्धकांपेक्षा खूपच पुढे गेलो.''

आणखी एक गोष्ट पराक्रमच्या लक्षात आली – सीएनसी व्यवसाय वाढवण्यासाठी त्याला व्यावसायिक तज्ज्ञांची गरज पडणार होती. त्याचा चुलत भाऊ हिरेन इलेक्ट्रॉनिक्स इंजिनिअर आणि एमबीए होता. तो 'आयबीएम' या कंपनीसाठी काम करत होता. सर्वप्रथम पराक्रमनं त्याला आपल्या व्यवसायात सामील होण्याबद्दल विचारलं. त्यानं त्या गोष्टीला नकार दिला. काही आठवड्यांनी हिरेनचा कॉलेजातला सहाध्यायी हितेश पटेल फॅक्स मशीन विकण्यासाठी पराक्रमच्या ऑफिसात आला.

"मी त्याला विचारलं की, तू हिरेनचा वर्गात शिकत होतास आणि आता फॅक्स मशीन्स विकण्यात वेळ का वाया घालवतो आहेस?"

हितेशनं उत्तर दिलं, "राजकोटमध्ये इलेक्ट्रॉनिक्स इंजिनिअरसाठी कोणतीही नोकरी उपलब्ध नाहीये... तुम्ही मला नोकरी देऊ शकाल?"

त्यानंतर लवकरच त्यानं 'ज्योती'साठी काम करायला सुरुवात केली. कंपनीत काम करू लागलेला तो पहिलाच इंजिनिअर होता. अनेकदा चुकत-माकत, सिमेन्सची मदत घेऊन, पराक्रम आणि त्याचे कर्मचारी सीएनसी लेथ मशीन तयार करण्यात यशस्वी झाले. पहिल्याच वर्षी त्यांनी अशी सहा मशीन्स राजकोटमध्ये आणि त्याच्या आसपासच्या गावांमध्ये विकली.

१९९९मध्ये सिमेन्सनं त्यांच्या ग्राहकांना पॅरिसमधलं 'वर्ल्ड मशीन टूल एक्स्पोझिशन' बघण्यासाठी प्रायोजित केलं. हे जगभरातलं मशीन टूल्सचं सर्वांत मोठं औद्योगिक प्रदर्शन होतं. पराक्रमची ही पहिलीच परदेशसफर होती आणि त्या परदेशीवारीनं त्याचे डोळे उघडले. त्याच्या विचारांना चालना दिली. 'लिनिअर मोटर टेक्नॉलॉजी' वापरून चालणारं लेथ मशीन पाहून तो स्तिमित झाला. हे मशीन 'डीएमजी' नावाच्या कंपनीनं बनवलं होतं. ते त्यावेळचं संपूर्ण जगात सर्वांत जलद चालणारं मशीन होतं.

शेवटच्या दिवशी पराक्रमच्या गोटातले सारे जण डिस्नेलँड बघायला निघाले होते, परंतु तो त्यांच्याबरोबर गेला नाही.

"कुणीतरी पैसे खर्च करून आम्हाला इथं पाठवलं आहे आणि आम्ही तो वेळ हिंडण्या-फिरण्यात वाया घालवावा, हे मला अजिबात पटलं नाही."

"तुमच्या अंतिम उद्दिष्टाबद्दल तुमच्या मनात जे चित्र आहे, ते तुमच्या साऱ्या संघाला माहीत असणं गरजेचं आहे."

पराक्रम त्या एक्स्पोच्या जागीच थांबला आणि एक चमत्कार घडला! प्रदर्शनाची वेळ संपत आल्यावर, वेगवेगळ्या स्टॉलचे मालक त्यांच्या मशीनचे सर्व भाग सुटे करून पॅक करू लागले. पराक्रम संपूर्ण शनिवार-रविवार तिथेच ठिय्या देऊन बसला आणि त्याच्या स्वप्नातलं मशीन त्यानं उघडून सुट्या केलेल्या स्वरूपात डोळाभर पाहून घेतलं.

एकदा त्याला त्याची यंत्रणा समजल्यावर त्याच्या लक्षात आलं, "अरे, हे तर

आपणही बनवू शकू!''

भारतात परत आल्यावर त्यानं या मशीनसाठी आवश्यक असलेल्या मोटरची सिमेन्सपाशी मागणी केली. त्यांनी त्याला सावध केलं, ''ही गोष्ट करायला अवघड आहे!''

मी म्हटलं, ''काहीही असो! आम्ही प्रयत्न करणारच आहोत!''

जेव्हा ही मोटर भारतात पोचली, तेव्हा कस्टम खात्यातल्या लोकांनी ती अडवून धरली. 'लिनिअर' स्वरूपाची असल्यामुळे, या मोटरमध्ये बॉलबेरिंग नव्हते आणि ती गोल फिरतही नव्हती. कस्टम्स अधिकारी ठामपणे म्हणत राहिला, ''ही मोटरच नाही!'' त्याला ते पटवून द्यायला तीन महिने लागले.

ही मोटार आयात करण्यामागचा हेतू होता : २००१च्या 'आयएमटीईएक्स' (IMTEX) प्रदर्शनात मांडण्यासाठी जागतिक दर्जाचं मशीन बनवण्याचा. पराक्रम जाणून होता की, अत्यंत जलद गतीच्या, अत्यंत उच्चप्रतीच्या तंत्रज्ञानाच्या, एक कोटी रुपये किमतीच्या मशीनसाठी ग्राहक मिळणं अशक्य असणार आहे. त्याचा हा प्रयत्न त्याच्या मोठ्या अंतिम उद्दिष्टाचा एक भाग होता.

''लोकांना वाटत असे की, राजकोटमधील कंपन्या जागतिक दर्जाची उत्पादनं बनवू शकणार नाहीत. आम्हाला त्यांचा हा ग्रह बदलून टाकायचा होता!''

त्यावेळेस 'ज्योती' ही १.३ कोटी रुपयांची वार्षिक उलाढाल करणारी कंपनी होती. तरीही बँकांच्या मदतीनं पराक्रमनं 'आयएमटीईएक्स' प्रदर्शनासाठी २.८ कोटी रुपयांची गुंतवणूक केली. ते एक शेखमहंमदी स्वप्नरंजन नव्हतं; ती विश्वासाच्या बळावर घेतलेली गरुडभरारी होती!

''आम्ही प्रदर्शनात १ कोटी रुपये किमतीचं मशीन ठेवलं. प्रत्यक्षात आम्हाला १५ लाख रुपये किमतीची सीएनसी मशीन्स विकायची होती!''

'लिनिअर मोटर' पाहून प्रेक्षकांमध्ये आश्चर्याने खळबळ माजली. व्यवसायाच्या दृष्टीनं तो महत्त्वाचा टप्पा ठरला.

''तुम्ही कुठून आलात, असा प्रश्न मला कुणीही विचारला नाही. त्या दिवसापासून आमचा व्यवसाय दर वर्षी १०० टक्क्यांनी वाढतो आहे.''

२००२मध्ये पराक्रमनं मेटोडा या नव्या औद्योगिक विभागात एक प्लॉट विकत घेतला. 'गुजरात इंडस्ट्रियल डेव्हलपमेंट कॉर्पोरेशन' (GIDC)च्या नियमांनुसार या जागेवर मालकीहक्क मिळवणाऱ्या कंपनीला हा प्लॉट दुसऱ्याला हस्तांतरित करण्याची परवानगी नव्हती.

''आम्ही या प्लॉटवर मालकी असलेली ती कंपनीच विकत घेतली – एएमबी बेअरिंग्ज. त्यानंतर आम्ही त्या कंपनीचं नाव ठेवलं 'ज्योती सीएनसी'. ''

पुढल्या वर्षी पराक्रमनं मिलानमधील 'इएमओ' (EMO)मध्ये सहभाग घ्यायचं ठरवलं. अशा ठिकाणी, प्रदर्शनासाठी जागा मिळवणं खूप खर्चाचं असतं. भारतीय

कंपन्यांना मोठ्या संख्येत या प्रदर्शनात सहभाग घेण्यासाठी १०० चौरस मीटर जागा आरक्षित केलेली होती. प्रत्येक लघुउद्योगाला १५ चौरस मीटर जागा फुकट दिली जाणार होती.

पराक्रमनं हे नियम चतुराईनं वापरले. त्यानं दोन नावांनी जागांसाठी अर्ज केले : एक 'ज्योती' (त्याची सुरुवातीची कंपनी) आणि दुसरं नाव 'ज्योती सीएनसी' (पूर्वीची AMB Bearings ही कंपनी). त्याला प्रदर्शनात लिनिअर मोटर मशीन आणि चार प्रकारचे लेथ दाखवायचे होते. त्यासाठी त्याला एकूण १०० चौरस मीटर्स एवढ्या जागेची गरज होती.

''एकदा प्रदर्शनात भाग घ्यायचा ठरवलं की, आम्ही त्यात जोमानं सहभागी होत असू. मग आम्ही पैसे वाचवण्याचा प्रयत्न करत नसू!''

पराक्रमच्या दोन कंपन्यांना ३० चौरस मीटर जागा मिळाली आणि उरलेली ७० चौरस मीटर जागा भाडं भरून घ्यायची त्याची तयारी होती. परंतु त्याला सुखद आश्चर्याचा धक्का बसला. लघुउद्योजकांपैकी आणखी कुणीही जागेसाठी अर्ज केले नव्हते; त्यामुळे आरक्षित केलेली १०० चौरस मीटर्सची ही संपूर्ण जागा 'ज्योती' या कंपनीला मिळाली.

''भारतीय कंपन्यांच्या स्टॉल्समध्ये माझा स्टॉल सर्वांत मोठा होता. विशेष म्हणजे ती जागा मला काहीही पैसे न भरता मिळाली होती. हा तर मोठाच लाभ होता!''

पराक्रमनं त्याच्या १५ कर्मचाऱ्यांबरोबर 'इएमओ'मध्ये हजेरी लावली. जगात काय चाललंय याचं त्यांना दर्शन घडवावं, असा त्याचा त्यामागचा हेतू होता. त्यांची महत्त्वाकांक्षा आणि आत्मविश्वास वाढावा असा पराक्रमचा प्रयत्न होता. 'इएमओ'नंतर काही महिन्यांनी 'आयएमटीएमएफ' (IMTMF)नं 'व्हिजन एक्सरसाइज' नावाचं, तीन दिवसांचं शिबिर आयोजित केलं. त्याचं सूत्रसंचालन शैलेशभाई शेठ या सन्मानीय उद्योजकानं केलं होतं.

हे शिबिर संपलं तेव्हा पराक्रम अंतर्बाह्य हादरून गेले होते.

> *''आम्ही नेहमीच कर्ज काढून व्यवसाय केला. पहिल्यांदा पैसे वाचवले आणि त्यानंतर व्यवसायात घातले, असं कधीच घडलं नाही. व्यवसाय वाढवण्यासाठी आम्ही आमच्या कमाईपेक्षा नेहमीच जास्त खर्च करत राहिलो.''*

हे शिबिर संपल्यावर मी स्वत:लाच प्रश्न विचारला, ''इतके दिवस मी काय करत होतो? आमचं उद्दिष्ट कोणतं? आमचं जीवितकार्य कोणतं?''

भविष्याबद्दलचं उद्दिष्ट ही एक संकल्पना असते. ती ध्येयपूर्तीकडे वाटचाल करण्याच प्रेरणा देत असते. या शिबिरात त्यांनी एक फारच अभिजात उदाहरण दिलं

होतं : १९४२ सालच्या 'चले जाव' चळवळीचं.

शिबिर संपवून राजकोटला परत आल्यानंतर पराक्रमनं त्यांच्या सर्व कर्मचाऱ्यांना बोलवून म्हटलं, "आपली भविष्यकाळाबद्दलची स्वप्नं आपण कागदावर मांडू यात."

दररोज सकाळी सर्व जण जोरदार आत्मपरीक्षण, चर्चा आणि आपापल्या इच्छांचा शोध घेणं यात वेळ खर्च करत असत. असं त्यांनी आठ-नऊ महिने केलं. त्यानंतर ज्योती सीएनसीला आपलं उद्दिष्ट आणि जीवितध्येय गवसलं – २०११पर्यंत भारतातील पहिल्या क्रमांकाची मशीन टूल कंपनी बनण्याचं. पहिला क्रमांक केवळ सर्वाधिक विक्रीच्या आकड्यांआधारे ठरवला जाणार नव्हता.

"आम्ही ठरवलं की आम्ही तंत्रज्ञान, दर्जा आणि उत्पादनाचा आकार या तिन्ही बाबतीत पहिला क्रमांक मिळवायचा. विक्रीनुसार आम्ही सात कोटी रुपयाची विक्री करणारी कंपनी होतो. आता आम्हाला एक हजार कोटी रुपयांची उलाढाल करणारी कंपनी बनायचं होतं."

या उद्दिष्टाबरोबरच धोरणसुद्धा आखण्यात आलं. एक हजार कोटी रुपयांची विक्री करण्यासाठी अभियांत्रिकी संदर्भात काय काय करणं गरजेचं असेल, याचा उलटा हिशोब करण्यात आला. हे स्वप्न प्रत्यक्षात उतरवण्यासाठी किती यंत्रसामग्री, वित्तपुरवठा आणि कर्मचारिसंख्या लागेल, याचा हिशोब करण्यात आला. हा सर्व आराखडा बाहेच्या तज्ज्ञांची कोणतीही मदत न घेता, बनवण्यात आला होता.

"वस्तुत: आम्ही दोन-तीन सल्लागारांचं मत घेतलं होतं, परंतु ते सारे जण म्हणाले की, तुम्ही फाजील महत्त्वाकांक्षा बाळगता आहात आणि तुम्हाला यश मिळवणं शक्य होणार नाही."

बहुधा तसं घडलंही असतं. परंतु धोक्याची पावलं उचलताना पराक्रमचं बुद्धिबळाचं ज्ञान उपयुक्त ठरत असे. निर्णय घेतेवेळी तो पाच-सहा वेगवेगळ्या शक्यता डोळ्यांपुढे आणू शकत असे आणि वेगवेगळ्या पर्यायांचा विचार करू शकत असे.

"मला जे दिसत असे, ते इतरांना दिसू शकत नसे. त्यामुळे कोणताही निर्णय घेताना, मी जुगार खेळतो आहे असं मला वाटत नसे... खरंतर माझ्या निर्णयामागे साधकबाधक विचारांचा पाया असे!"

बुद्धिबळात तो आणखी एक महत्त्वाची गोष्ट शिकला होता : सहनशीलतेनं वाट पाहणं! अगदी सर्वोत्कृष्ट धोरणालासुद्धा फळं यायला पुरेसा वेळ द्यावा लागतो. ज्योती सीएनसीनं निर्यातीच्या क्षेत्रात टाकलेल्या पावलाबाबत ही गोष्ट अगदी खरी ठरली. कंपनीनं 'इएमओ'मध्ये २००३मध्ये स्टॉल ठेवला, तेव्हा त्यांचं खूप कौतुक झालं; परंतु त्यांच्या मालासाठी काही मागणी आली नाही. असं असूनही २००५ सालच्या 'इएमओ'मध्ये भाग घ्यायला पराक्रम घाबरला नाही.

"खरंतर २००५मध्येसुद्धा आम्हाला एकही मागणी मिळवता आली नाही.

२००७ सालाच्या 'इएमओ'नंतर आम्हाला आमचा पहिला परदेशातला ग्राहक मिळाला.''

मशीन टूल व्यवसाय अत्यंत जुना व्यवसाय आहे. यात दर्जाबद्दल प्रचंड जागरूकता बाळगली जाते. नवीन उत्पादकाचा सहजपणे इथं स्वीकार केला जात नाही. जेव्हा 'इएमओ'मध्ये अनेकवेळा त्यांनी ज्योती सीएनसीचा स्टॉल पाहिला, तेव्हाच त्यांची खातरी पटली. तेव्हाच त्यांना वाटलं की, कंपनी भक्कम आहे आणि दीर्घकाळपर्यंत टिकाव धरणारी आहे.

''२००७च्या 'इएमओ'नंतर अनेक वितरक आणि मूळ यंत्रसामग्रीचे उत्पादक आमचा कारखाना बघण्यासाठी राजकोटला आले. कारखाना पाहून ते खूपच प्रभावित झाले आणि आमच्या मालासाठी खूप मागणी आली.''

याच वेळेस पराक्रमनं आपला दूषित पूर्वग्रह बाजूला ठेवला आणि फानुकबरोबर संबंध जोडले.

''गेली पाच-सहा वर्षं आम्ही फानुकबरोबर उत्तमप्रकारे काम करत आहोत.''

त्यांच्या योजनेनुसार ज्योती सीएनसीनं आपली महत्त्वाकांक्षी विकास योजना प्रत्यक्षात उतरवली. २००३मध्ये सात कोटी रुपयाची विक्री करणारी ही कंपनी २००८मध्ये १५० कोटींपेक्षा जास्त किमतीचा माल विकू लागली होती. इतक्या झपाट्यानं इतकी प्रगती करून घेतल्यामुळे कंपनीला बँकांकडून पैसे मिळवण्यात काहीही अडचण आली नाही. कधीकधी व्याजाचे पैसे चुकते करणंसुद्धा अवघड पडत असे. परंतु पराक्रमने एक सोपी युक्ती शोधून काढली होती.

''आम्ही कर्जाचा हप्ता चुकता करायला एक दिवसाचासुद्धा विलंब लावत नव्हतो. गरज पडली तर त्यासाठी आम्ही दुसरं कर्ज काढत होतो.''

अशाप्रकारे ज्योती सीएनसीची बँकेपुढली प्रतिमा अगदी स्वच्छ राहिली. बँकांकडून ज्योती सीएनसीला अधिक पैसे कर्जाऊ मिळत गेले आणि विकासाची गती वाढवता आली. २००३मध्ये त्यांनी आखलेल्या भविष्यकालीन धोरणानुसार, २००८मध्ये त्यांनी आणखी एक कंपनी विकत घ्यायची होती. पराक्रमने निवडलेली कंपनी त्यांचीच मोठी प्रतिस्पर्धी होती. परंतु त्या कंपनीचे व्यवस्थापक, ती कंपनी विकायला अजिबात तयार नव्हते.

एके दिवशी सकाळी पराक्रम आणि त्याचे सहकारी, परक्रमच्या ऑफिसात बसून याबद्दल चर्चा करत होते. त्यावेळेस एक फ्रेंच सद्गृहस्थ तिथे उपस्थित होता. तो 'ह्यूरॉन' नावाच्या कंपनीचा जनरल मॅनेजर होता आणि त्यानं अनेक वर्षं भारतात काम करण्यात खर्च केलेली होती.

'''Method'* म्हणजेच कार्यपद्धती हा शब्द फ्रेंच लोकांनी शोधून काढला आहे. आम्ही त्यांच्याकडून खूप शिकलो.''*

''आम्ही हिंदी-इंग्रजी मिश्र भाषेत कंपनी विकत घेण्याबद्दल आणि आमचे ते प्रयत्न का फसले, याबाबत बोलत होतो.''

एकाएकी तो फ्रेंच गृहस्थ अस्खलित हिंदीत बोलू लागला, ''तुम्हाला हवं तर तुम्ही माझी कंपनी विकत घेऊ शकता!''

ह्यूरॉनच्या मालकानं सत्तरी ओलांडली होती आणि त्याला व्यवसायातून बाहेर पडायचं होतं. परंतु पराक्रमाच्या मनात मात्र साशंकता होती. ह्यूरॉन ही कंपनी ज्योती सीएनसीच्या अडीचपट आकाराची कंपनी होती. ही कंपनी विकत कशी घेता आली असती? त्यासाठी पैसा कोठून उभा राहणार होता ?

त्यावेळेस परदेशी कंपन्या विकत घेण्यासाठी स्टेट बँक ऑफ इंडिया भारतीय कंपन्यांना जोरदार वित्तसाहाय्य देत होती. पराक्रम पूर्वीपासूनच स्टेट बँक ऑफ इंडियाचा खातेदार होता.

''आम्ही स्टेट बँकेच्या पॅरिसमधील शाखेकडे गेलो. फॉरेन एक्स्चेंज खात्याच्या डेप्युटी जनरल मॅनेजरनं आमच्या फॅक्टरीची पाहणी केली आणि मॅनेजिंग डायरेक्टरकडून तत्त्वत: परवानगी मिळाली.''

स्टेट बँकेनं असा शब्द दिल्यामुळे मार्च, २००८मध्ये ज्योती सीएनसीनं ह्यूरॉनवर बोली लावली आणि तीन महिन्यांत विक्रीखतांचा व्यवहार पूर्ण झाला. पराक्रमने पैसे मिळवून व्यवहार पूर्ण करण्यासाठी तीन महिन्यांची मुदत मागून घेतली.

सुरुवातीला ज्योती सीएनसीच्या फॅक्टरीच्या तारणावर स्टेट बँकेनं १०० टक्के कर्ज देण्याची तयारी दर्शवली होती. परंतु काही काळानं डेप्युटी जनरल मॅनेजरनं काही शंका उपस्थित केल्या. दुप्पट आकाराच्या कंपनीचं ज्योती सीएनसीला व्यवस्थापन करणं जमणार नाही, या सबबीवर त्यांनी दिलेला शब्द मागे घेतला.

आता पराक्रम अडचणीत सापडला होता.

''आम्ही करारावर सही करून आमचा शब्द दिला होता.''

अखेरीस ज्योती सीएनसीनं कंपनीतून १५ टक्के रक्कम घालायची तयारी दर्शवली आणि डेप्युटी जनरल मॅनेजरबाई नरमल्या. परंतु शेवटच्या मीटिंगमध्ये त्यांनी या दोन्ही कंपन्यांच्या एकत्रीकरणाच्या मुद्द्याबाबत शंका उपस्थित केली.

त्या म्हणाल्या, ''एकत्रीकरणाच्या योजनेचे कागदपत्र प्रत्यक्ष पाहिल्याशिवाय मी कर्जाचे पैसे देणार नाही.''

अडचण अशी होती की, एकत्रीकरणाचं कोणतंही धोरण ज्योती सीएनसीनं अद्याप आखलेलंच नव्हतं. पैसे देण्याची अखेरची तारीख जवळ येत चालली होती आणि स्टेट बँक अजिबात दाद देत नव्हती.

या संकटसमयी एके दिवशी पराक्रमला श्री. के.आर. कामथ* यांचा फोन

* के.आर. कामथ सध्या पंजाब नॅशनल बँकेचे चेअरमन आहेत.

आला. ते बँक ऑफ इंडियाचे कार्यकारी संचालक होते. त्या बँकेनं राजकोटमध्ये एका भोजनसमारंभाचं आयोजन केलं होतं. त्याचं त्यांनी पराक्रमला निमंत्रण दिलं. वस्तुत: पराक्रमला ३५ हजार रुपयांचं पहिलं कर्ज श्रीयुत कामथांनीच मंजूर केलं होतं. त्यावेळेस ते कॉर्पोरेशन बँकेत मॅनेजर होते.

"आमचे आप्तासारखे जवळचे संबंध होते. मी त्यांना म्हणालो, 'पहा ना साहेब, काय चाललंय ते!'"

जर लवकर पैसे उभे करता आले नाही, तर पराक्रमला ह्यूरॉनकडे जाऊन करार रद्द करावा लागला असता.

"'मी आता मागे फिरलो तर फक्त ज्योती सीएनसीच्याच नव्हे, तर संपूर्ण भारताच्या नावालाच काळीमा लागेल' असं मी त्यांना म्हटलं."

श्रीयुत कामथांनी त्यांच्या फॉरेन एक्स्चेंज खात्याबरोबर एक मीटिंग आयोजित करायची तयारी दर्शवली. बँक ऑफ इंडियाच्या पॅरिस शाखेबरोबरसुद्धा एक मीटिंग आयोजित करायचा त्यांनी प्रस्ताव मांडला. दोनच दिवसांत, त्याच्या चार्टर्ड अॅकौंटंटसमवेत पराक्रम पॅरिसला जायला निघाला. २० दिवसांत ज्योती सीएनसीला ह्यूरॉनच्या खरेदीसाठी ७० टक्के कर्ज मिळालं. उरलेले ३० टक्के त्यांनी स्वत: उभे केले.

१ जानेवारी, २००८ला ज्योती सीएनसीनं ह्यूरॉनची मालकी मिळवली. आता दोन्ही कंपन्यांची संयुक्त उलाढाल ५०० कोटी रुपयांवर पोचली. २०११मध्ये एक हजार कोटींची उलाढाल करण्याचं उद्दिष्ट आता आवाक्यात आल्यासारखं वाटत होतं. परंतु एकाएकी मंदीची लाट आली.

"२००९-२०१०मध्ये भारतातील उलाढालीत काहीही वाढ झाली नाही आणि ह्यूरॉनला खूप मोठा तोटा झाला."

असं असूनही, ह्यूरॉनमधील एकही कर्मचाऱ्याला निलंबित करण्यात आलं नाही. पराक्रमच्या चमूनं आत्मपरीक्षण केलं – ह्यूरॉन विकत घेण्याचा निर्णय योग्य होता? त्यांच्या मनानं म्हटलं, 'होय!' मंदीची लाट ही जागतिक समस्या होती आणि तिचा प्रत्येक व्यवसायाला फटका बसला होता. परंतु ह्यूरॉन ही कंपनी हा अत्यंत मौल्यवान ठेवा होता.

"एक चिनी खरेदीदार आमच्याकडून ही कंपनी विकत घ्यायला तयार होता; परंतु आम्ही भविष्यकाळाचा विचार करून त्याचा प्रस्ताव नाकारला."

"आम्ही ह्यूरॉनची फॅक्टरी विकत घेतली, तेव्हा पूर्वीच्या मालकानं प्रवेशद्वारापाशी भारतीय तिरंगा झेंडा उभारला होता. तो आमच्या आयुष्यातला सर्वोच्च अभिमानाचा क्षण होता."

ज्योती सीएनसीची विक्री ५० टक्के कमी झाल्यामुळे कंपनीला पैशांची चणचण भासू लागली. इतर कोणी त्याच्या जागी असतं, तर त्यानं कंपनीची पुनर्रचना करायचा विचार केला असता; परंतु पराक्रमनं त्यातून मार्ग काढण्यासाठी त्याच्या कुटुंबाची शेतजमीन विकून टाकण्याचा पर्याय स्वीकारला.

"नशिबानं त्यावेळेस जमिनीच्या किमती खूपच वाढलेल्या होत्या. मी सारी जमीन विकून टाकली आणि तो पैसा कंपनीकडे वळवला."

या संकटकाळात पराक्रमच्या लक्षात आलं की, कंपनीच्या धोरणात बदल करणं अत्यंत गरजेचं आहे. केवळ इतर उद्योगव्यवसायांवर अवलंबून न राहता, ज्योती सीएनसीनं सरकारकडून मालासाठी मागणी मिळवायचं ठरवलं. संरक्षण खातं, इस्रो आणि भारतीय रेल्वे खातं मशीन टूल्सचे प्रमुख ग्राहक होते. परंतु ते आयात केलेल्या मालाचाच प्रामुख्यानं वापर करत असत.

ज्योतीनं डोळ्यापुढे एक महत्त्वाकांक्षी उद्दिष्ट ठेवलं – सरकारला ३० टक्के माल विकण्याचं!

"तुमची नीतिमूल्यं आणि आदर्शवाद सांभाळून भारत सरकारला माल विकणं अतिशय अवघड आहे. परंतु आम्हाला व्यवसाय पुढे न्यायचा होता आणि आम्ही त्यातून मार्ग काढला!"

मार्च, २०११ला संपलेल्या वर्षी कंपनीची विक्री ६५० कोटी रुपयांवर पोचली. ह्यूरॉन आता दर वर्षी ३० टक्क्यांनी वाढत होती आणि अनेक वेगवेगळ्या प्रकारे ज्योती सीएनसीच्या यशाला हातभार लावत होती.

"आम्ही त्यांच्याकडून अनेक गोष्टी शिकलो – अधिक चांगल्या प्रकारे डिझाइन्स कशी बनवावीत, अत्यंत जलद गतीनं चालणारी मशीन्स कशी बनवावीत इत्यादी."

ह्यूरॉनचे कर्मचारी अत्यंत अनुभवी होते. त्यांनी विचारांच्या आणि उत्पादनाच्या नव्या नव्या पद्धतींचा परिचय घडवला. फ्रेंच लोक अत्यंत पद्धतशीरपणे काम करतात आणि त्यामुळे ते खूपच जास्त कार्यक्षमतेनं काम करू शकतात.

"ते आठवड्याला फक्त ३५ तास काम करत असले, तरी ते काम भारतातील ५० तासांच्या कामाच्या बरोबरीचं असतं."

ह्यूरॉनचं ज्योती सीएनसी बरोबरचं एकत्रीकरण अत्यंत सुरळीतपणे पार पडलं. जागतिक मंदीमुळे हे काम शीघ्रगतीनं पार पाडलं गेलं. ही कंपनी विकत घेतली गेली आणि त्यामुळे फ्रान्समधील ह्यूरॉनच्या कर्मचाऱ्यांच्या नोकऱ्या सुरक्षित राहिल्या. परंतु कंपनीला वाचवून तिचा विकास घडवण्याच्या दृष्टीनं फ्रेंच कर्मचाऱ्यांनासुद्धा भारतीय कर्मचाऱ्यांकडून खूप शिकावं लागलं.

"फ्रेंच कंपनीला वित्तव्यवस्थापनात अनुभव नव्हता... त्यांना व्यापाराच्या अंगाचं फारसं ज्ञान नव्हतं."

दीडशे वर्षांपेक्षा अधिक काळ ह्यूरॉन 'आल्स्टॉम' आणि 'फियाट' यांसारख्या प्रचंड मोठ्या कंपन्यांना माल पुरवत आली होती. इटॅलियन लोकांनी त्यांच्या कंपनीची वेगवेगळ्या भागांमध्ये विभागणी केली आणि ते भाग वेगवेगळ्या खरेदीदरांना विकून टाकले. त्यापैकी एअरोस्पेस विभाग ह्यूरॉनच्या जनरल मॅनेजरनं विकत घेतला होता. कालांतरानं त्यानं तो ज्योती सीएनसीला विकून टाकला. भारतीय कंपनीनं महत्त्वाचे दोन फरक घडवले.

"आम्ही काही जुनी उत्पादनं नव्यानं सुरू केली – ऑटोमोटिव्ह पॉवर जनरल इंजिनिअरिंग, कारण त्या विभागांची डिझाइन्स अजूनही कंपनीजवळ होती."

दुसरी गोष्ट म्हणजे त्यांनी निर्णय घेतला की, केवळ अत्यंत महाग मशीन्सच्या बाबतीतच उच्च दर्जा राखायचा, हे समीकरण बदलणं गरजेचं आहे. ह्यूरॉननं रोल्सरॉइससारख्या ग्राहकांकडून सर्वसाधारण प्रतीच्या मोठ्या ग्राहकवर्गाकडे मोहोरा वळवला.

"सुरुवातीला आमचा विचार होता की, सारं उत्पादन भारतातच करायचं आणि फक्त ह्यूरॉनच्या ब्रँडनेमखाली तो माल विकायचा. परंतु नंतर आमच्या लक्षात आलं की, युरोपातील कारखान्याचीसुद्धा स्वत:ची अशी काही बलस्थानं होती!"

हे लक्षात आल्यावर ज्योती सीएनसीनं फ्रान्समधली आणखी एक कंपनी विकत घेतली आणि स्ट्रासबर्गमधील त्यांचा कारखाना आणखी वाढवला. फ्रान्समधलं तंत्रज्ञान उपलब्ध झाल्यामुळे भारतातील कारखान्यांनासुद्धा त्यांना अद्ययावत आणि महाग अशी यंत्रं बनवता येऊ लागली. त्यामुळे त्यांना निर्यातीला पर्याय निर्माण करता आला आणि ती बाजारपेठ काबीज करता आली.

"भारतात वापरल्या जाणाऱ्या मशीन टूल्सपैकी ७० टक्के माल युरोप आणि जपानमधून आयात केला जातो. आम्हाला ती बाजारपेठ काबीज करून आमची कंपनी मोठी करायची आहे."

मार्च, २०१३च्या अखेरीस ज्योती सीएनसीनं एक हजार कोटी रुपयांचा माल विकण्याचं उद्दिष्ट साध्य केलं. त्यांचं यापुढलं उद्दिष्ट आहे : २०२० सालापर्यंत, या क्षेत्रातल्या जगभरातील पहिल्या दहा कंपन्यांमध्ये स्थान मिळवणं. कंपनी लवकरच बाजारात भागभांडवल (पब्लिक इश्यू) विक्रीला काढणार आहे.

ज्योती सीएनसीचे भारतात १२०० आणि फ्रान्समध्ये १५० कर्मचारी आहेत. प्रत्येक कर्मचारी कंपनी लोगो छापलेला ग्रे रंगाचा टी शर्ट घालून कंपनीत काम करतो. एकसारखा कंपनी लोगो असलेला टी शर्ट हे अभिमानाचं आणि समानतेचं प्रतीक आहे.

"कारखान्यात वापरण्याच्या दृष्टीनं तो सर्वांत सुखकारक आणि व्यवहार्य पोशाख आहे."

"सरकारकडून येणारी मागणी आर्थिक मंदीवर अवलंबून नसते. त्यामुळे आम्ही त्या बाजारपेठेवर लक्ष केंद्रित केलं."

राजकोटमधील कारखान्यातले बहुसंख्य कर्मचारी सौराष्ट्र भागातले तरुण इंजिनिअर आहेत. कंपनीनं एक नवंच धोरण राबवायला सुरुवात केली आहे : बी.टेक. करत असलेले, पाचव्या सेमिस्टरचे विद्यार्थी कामावर नेमायला त्यांनी प्रारंभ केला आहे. ते आठवडाभर कॉलेजात जातात आणि वीकएन्डला ज्योती सीएनसीमध्ये काम करतात.

"आमच्या लक्षात आलंय की, असा अनुभव मिळाल्यामुळे पदवी मिळेपर्यंत हे इंजिनिअर कारखान्यातील कामासाठी तयार झालेले असतात. त्यांची संपूर्ण देहबोलीच बदललेली असते!"

कंपनीचा सीईओ (चीफ एक्झिक्युटिव्ह ऑफिसर) या नात्यानं पराक्रम सकाळी आठ वाजल्यापासून संध्याकाळी सात वाजेपर्यंत ऑफिसातच असतात. ऑफिसातील स्पोर्ट्स कॉम्प्लेक्समध्ये बॅडमिंग्टन आणि टेबल टेनिस खेळण्यासाठी ते थोडासा वेळ बाजूला काढतात. दर वर्षी ते त्यांची पत्नी राजश्री आणि तेरा वर्षांची मुलगी प्रार्थना यांच्यासमवेत वार्षिक सुटीसाठी हिमालयात किंवा आल्प्स पर्वतात जातात.

२४ वर्षं व्यवसाय केल्यावर अभिमान वाटावा आणि अंतर्मुख व्हावं, असं बरंच काही त्यांनी मिळवलं आहे. प्रत्येक यशाच्या मार्गावर शंकेचे आणि आत्यंतिक निराशेचे काही क्षण हटकून अनुभवाला येत असतात. पराक्रम यांना १९९५ साल पक्कं लक्षात राहिलं आहे. तेव्हा ते संकटाशी झगडताना हतबल झाले होते आणि एके दिवशी त्यांना ते दडपण असह्य झालं होतं. ते त्यांच्या मित्राकडे व जिवलग व्यक्तीकडे – वडिलांकडे – गेले आणि त्यांनी उद्वेगाला वाचा फोडली.

"पप्पा, मी बुद्धिबळाकडे वळलो, तेव्हा तुम्ही मला परवानगी का दिलीत? तुम्ही मला अभ्यास पूर्ण करायला सांगायला हवं होतं. त्याचा अर्थ असा की, तुम्हाला माझी काहीही फिकीर वाटत नाही!"

पप्पांनी त्याला उत्तर दिलं, "मी भगवान ओशो रजनीशांचा शिष्य आहे, हे तुला ठाऊकचं आहे! भगवान नेहमी म्हणत असत की, आपण मुलांना जन्म दिलेला असला, तरी मुलं म्हणजे आपली मालमत्ता नव्हे!

"मूल आपल्या आई-वडिलांची किंवा समाजाची स्वप्नं साकार करण्यासाठी जन्म घेत नसतं. त्याला आपला मार्ग निवडायची पूर्ण मुभा असते. त्यामुळेच मी विचार केला की, तू जे काही करशील, ते योग्यच करशील."

कालांतराने स्वत: पराक्रमच ओशोंचा अनुयायी झाला. त्यांच स्वप्न आहे, अनाथ मुलांसाठी एक आश्रम उभारण्याचं.

''मी त्यांना खेळाचं प्रशिक्षण देऊन संधी मिळवून देईन. एकीकडे कंपनीसुद्धा चालू राहील!''

डोळसपणे जगा, उत्साहानं काम करा; कारण तसं केलंत तर तुमचं आयुष्यच एक आव्हानात्मक खेळ बनतो. त्या मैदानावर जा आणि चुरशीनं खेळा. भारताच्या संघाला आणखी भिडूंची नितांत गरज आहे!

तरुण उद्योजकांसाठी कानमंत्र!

मी तरुणांना नेहमीच सांगत असतो की, तुम्हाला ज्याबद्दल अतीव उत्कटता वाटतेय, तेच करा!
देवानं सर्वांना समान संधी दिली आहे. इतरांचे सल्ले ऐकणं थांबवा आणि अंतर्मुख होऊन आत्मशोध घ्या.
एका कल्पनेचा पाठपुरावा करा. ती प्रत्यक्षात उतरवा. त्यानं काहीही तोटा होणार नाही!
उद्योजक बनणं म्हणजे केवळ एक व्यवसाय सुरू करणं नव्हे! तुम्ही एखाद्या उद्योजकाच्या मानसिकतेनं एखाद्या कंपनीत कामसुद्धा करू शकता!

मधुमक्षिकेसारखं प्रयत्नशील

जगजितसिंग कपूर : काश्मीर एपिअरीज
दोराहा, पंजाब

मधमाश्यांच्या दहा पेट्यांपासून सुरुवात करून जगजितसिंग कपूर यांनी भारतभरात मधुमक्षिका पालन लोकप्रिय केलं. आजच्या घटकेला 'काश्मीर एपिअरीज' ही कंपनी भारतातून मधाची निर्यात करणारी सर्वांत मोठी कंपनी आहे. दरवर्षी ती १०० कोटी रुपयांची विक्री करते आहे.

आयुष्यात आपण अनेकदा एका निर्णायक टप्प्यावर पोचत असतो. आपण मळलेल्या पाउलवाटेनं पुढे जाऊ शकतो किंवा बिनवहिवाटीच्या नव्या मार्गानं जाऊ शकतो. रस्त्याचे दोन फाटे फुटतात त्याला 'दोराहा' म्हणतात.

गंमत म्हणजे हा तरुण खरोखरच 'दोराहा' नावाच्या खेड्यातच अशा दोराह्याशी उभा होता. पंजाबातील लुधियानाजवळचं दोराहा हे छोटसं सर्वसामान्य गाव; ग्रँड ट्रंक रोडजवळ वसलेलं आहे.

एक छोटासा ठेकेदार म्हणून सर्वसामान्य व्यापाऱ्याप्रमाणे तो बेताचं उत्पन्न मिळवत होता. परंतु अचानक त्याला काहीतरी नवीन सापडलं. ते यापूर्वी कुणीही करून पाहिलं नव्हतं. जगजितसिंग कपूरला साक्षात्कार झाला की, मधुमक्षिका पालन करूनसुद्धा पैसे मिळवता येतात.

युरोपातली मधमाशी भारतात आणण्याचं श्रेय पंजाब शेतकी कॉलेजकडे जातं, परंतु ही 'एपिस मेलिफेरा' जातीची युरोपातली मधमाशी भारतभर नेऊन पोचवण्याचं श्रेय मात्र या खटपट्या सरदारकडेच जातं!

"मी हा व्यवसाय सुरू केला, तेव्हा दोराह्याच्या आसपास मधुमक्षिकांच्या फक्त ५०० पेट्या होत्या."

जगजितसिंगनं केवळं मधमाश्यांचं पालनच केलं नाही. त्याने स्वतःकडे विक्रेत्याचं काम घेऊन मधासाठी बाजरपेठ शोधायचीही जबाबदारी उचलली. मग विक्रीसाठीचा मध स्वतःचा असो की इतरांचा!

१९९५ साली त्याची जेव्हा मध्यवर्ती सरकारच्या शेती विभागाच्या सचिवांबरोबर – एम.एस. गिलबरोबर – भेट झाली, तेव्हा जगजितसिंग यांनी त्यांना म्हटलं, "मी देशभरात तयार झालेला मध विकत घ्यायला तयार आहे।"

जगजितसिंगच्या या पोकळ वल्गना नव्हत्या.

जगजितसिंग यांनी १९७८ साली मधुमक्षिकांच्या अवघ्या १० पेट्यांपासून जो व्यवसाय सुरू केला होता त्याची वाढ होत होत आता ते भारतातून मध निर्यात करणारे सर्वांत मोठे निर्यातदार बनले आहेत. त्यांना प्रेमानं 'हनी किंग' असं संबोधलं जातं. या 'हनी किंग'ना मी दोराहा येथील काश्मीर एपिअरीजच्या मुख्यालयात भेटले. हे मुख्यालय आता जागतिक पातळीवरचं अद्ययावत केंद्र बनलं आहे आणि त्यांचा स्वतःचा संशोधन विभागसुद्धा आहे.

मी जेव्हा त्यांच्या ऑफिसात जगजितसिंगचा फोटो काढू लागले, तेव्हा रुंऽऽद हसत ते म्हणाले, "बीऽऽऽऽज!"

क्षुल्लकशा मधुमक्षिकेनं खरोखरच त्यांच्या आयुष्यात हसू फुलवलं आहे. अभिमानास्पद काम त्यांच्या हस्ते घडवलं आहे आणि तो मध इतरांना वाटून त्यातून उभा राहणारा पैसा ते मध उत्पादन करणाऱ्या प्रत्येक शेतकऱ्याबरोबर वाटून घ्यायला उत्सुक आहेत!

मधुमक्षिकेसारखं प्रयत्नशील

जगजितसिंग कपूर : काश्मीर एपिअरीज
दोराहा, पंजाब

सरदार जगजितसिंग कपूर पंजाबातील लुधियानाजवळच्या दोराहा नावाच्या छोट्याशा गावात जन्मले.

"माझे वडील भारत-पाकिस्तान फाळणीनंतर भारतात आले, आणि दोराहा इथे स्थिरावले. ते शाळेत हेडमास्तर होते. ते अत्यंत प्रामाणिक होते. शाळेतला एक खडूसुद्धा ते घरी आणत नसत!"

दोराहा येथील सरकारी शाळेत जगजितसिंग नववीपर्यंत शिकले. त्यानंतर त्यांनी जम्मू आणि चंदिगढ इथे उरलेलं शिक्षण पूर्ण केलं. लुधियानातील आर्य कॉलेजमधून बी.एस्सी. पदवी मिळवली. बेताचा पगार असलेल्या त्यांच्या शाळामास्तर पिताश्रींच्या दृष्टीनं तीन मुलगे आणि दोन मुली यांना शिक्षण देणं ही सोपी गोष्ट नव्हती.

"माझ्या वडिलांना महिना ३०० रुपये पगार मिळत असे. त्या पगारात त्यांनी आम्हा सर्व भावंडांना वाढवलं आणि शिकवलं."

ते स्वतः शाळामास्तर असले, तरी जगजितसिंगच्या पिताजींनी अनेक नातेवाइकांना व्यवसाय थाटण्यासाठी मदत केली. त्यांच्या प्रमाणेच हे नातेवाईकसुद्धा फाळणीनंतर भारतात आले होते.

"त्यांनी माझ्या मामाला पुस्तकांचं दुकान थाटू दिलं. त्यानंतर एक फोटोग्राफीचं दुकान, सायकल शॉप आणि तंबूचं दुकान थाटून दिलं."

हा प्रत्येक व्यवसाय अगदी चिमुकला होता. त्यामुळे शाळामास्तरांना किंवा त्यांच्या कुटुंबीयांना कोणताही फायदा झाला नाही. अखेरीस त्यांनी मुलांच्या शिकवण्या घेऊन जास्तीचा पैसा मिळवायला सुरुवात केली. १९७० साली जेव्हा जगजितसिंग पदवी संपादित करून बाहेर पडले, तेव्हा या कुटुंबानं एक वाइन-शॉप चालवायला

घेतलं होतं.

"आम्ही कधीच मद्यप्राशन केलं नाही... आजवर एकदाही नाही. आम्ही फक्त त्याचा व्यवसाय केला."

पुढल्या १० वर्षांत दुकानांची संख्या एकावरून दहावर पोचली. परंतु वाइनच्या व्यवसायातून ना तर भरपूर पैसा मिळाला ना समाधान! १९७८ साली पंजाब शेतकी कॉलेजनं आयोजित केलेला मधुमक्षिका पालनाचा अभ्यासक्रम जगजितसिंग यांनी पूर्ण केला.

"दोराह्यात मी मधुमक्षिकांवर केल्या जाणाऱ्या काही प्रयोगांबद्दल ऐकलं होतं. त्याबाबत आणखी जाणून घ्यायची मला उत्सुकता वाटत होती."

डॉ. ए.एस. अटवाल यांच्या मार्गदर्शनाखाली पंजाब शेतकी कॉलेजनं इटलीतील मधमाशी भारतात आणली होती. एपिरा मेलिफेराचं १९६२ साली भारतात आगमन झालं. १९६२ साली या जातीच्या वसाहती हिमाचल प्रदेशात वसवण्यात आल्या. त्यानंतर त्या पंजाबातील सपाट प्रदेशात आणल्या गेल्या. पंजाब शेतकी कॉजेलनं शेतकऱ्यांना हाताशी धरून मधुमक्षिका पालनाचे प्रयोग केले. हे प्रयोग पूर्ण झाल्यावर त्यांनी शेकऱ्यांना मधुमक्षिकेची ही पोळी फुकट दिली.

"मी मधुमक्षिका पालनाचा अभ्यासक्रम पूर्ण केल्यावर कॉलेजनं मलासुद्धा मधमशांची दोन पोळी फुकट देऊ केली."

जगजितसिंगनं ती नाकारली.

"कोणतीही गोष्ट फुकटात घेणं माझ्या तत्त्वांविरुद्ध आहे."

त्यामुळे त्याने एका शेतकऱ्याकडून एपिस मेलिफेरा या मधमाशीच्या जातीची पाच पोळी एक हजार रुपये देऊन विकत घेतली. पहिल्याच फटक्यात त्याला ५० किलो मध काढता आला. शेतकऱ्यांना काढता येत होता, त्याहून कितीतरी जास्त! शेतकरी फक्त पोळी सांभाळत होते. पंजाब शेतकी खात्यातले संशोधकच मध काढून शेतकऱ्यांच्या वतीनं विकत होते.

"हे सरकारी काम होतं. मधुमक्षिका पाळणाऱ्याला काहीही न करता पैसे मिळत होते. त्यामुळे त्यांना नवीन शिकण्याची किंवा करण्याची अजिबात गरज नव्हती."

पंजाब शेतकी कॉलेजात शिकलेलं तंत्र वापरून या नव्या, धडपड्या मधुमक्षिका पालकानं आपलं उत्पादन वाढवलं. प्रश्न होता हा मध कुठे विकायचा हा! आजवर शेतकरी अगदी कमी प्रमाणात मधाचं उत्पादन करत होते. तो मध पंजाब शेतकी कॉलेजातच विकला जात होता. त्याची किंमत होती किलोमागे २० रुपये आणि विक्रीचे पैसे लगेच चुकते केले जात असत.

"परंतु व्यवसाय वाढवायचा म्हटलं, तर हा मध कुठे विकता आला असता? हाच सर्वांत मोठा प्रश्न होता!"

नवीन बाजारपेठांचा शोध घेता घेता जगजितसिंग अमृतसरमधील खादी आश्रमात पोचला. त्यांनी या तरुण उद्योजकाकडून मध विकत घ्यायचं कबूल केलं. जगजितसिंग मधावर अगदी सोप्या प्रकारे प्रक्रिया करत असे. तो मध गाळण्यासाठी मलमलचं कापड वापरत असे. गाळून घेतलेला मध 'काश्मीर हनी' असं लेबल लावलेल्या काचेच्या बाटल्यांमध्ये भरण्यात येत असे. हे लेबल लावण्यामागचं एक कारण होतं – जगजितसिंगचे वडील पूर्वी पाकव्याप्त काश्मीरमधील मिरपूरमध्ये राहत होते. परंतु हे लेबल लावण्यामागे एवढं एकच भावनिक कारण नव्हतं.

"जगातला सर्वोत्कृष्ट प्रतीचा मध काश्मीरमधून येतो. त्यामुळे मला हे नाव सर्वतोपरी योग्य वाटलं."

पहिल्याच वर्षी फक्त ५० किलो मध विकून जगजितसिंगनी पाच हजार रुपये मिळवले. 'काश्मीर हनी'साठी मागणी वाढू लागली, तेव्हा जगजितसिंगनी मधुमक्षिकांच्या आणखी पेट्या विकत घ्यायला सुरुवात केली. एपिस मेलिफेरा जातीच्या मधमाश्या भारतीय मधमाश्यांपेक्षा निराळ्या असतात. त्या मधुमक्षिका पालन करणाऱ्याच्या पेट्यांमध्येच मधाची पोळी तयार करतात. प्रत्येक पेटीत हलवता येण्याजोगी एक लाकडी चौकट असते. त्या चौकटीवरच मधमाश्या पोळी तयार करतात. या कारणामुळे एपिस मेलिफेरा शेतकऱ्यांच्या दृष्टीनं आकर्षक ठरतात. त्यांची पैदास झपाट्यानं वाढवता येते.

"या इटालियन मधमाश्या फक्त पेट्यांमध्येच वास्तव्य करतात. जंगली मधमाश्या केवळ जंगलातच राहतात. त्यांना पेटीत वाढवता येत नाही."

आणखी एक फरक म्हणजे, जंगलातील पोळ्यातला मध काढण्याच्या पारंपरिक पद्धतीत पोळं नष्ट होतं. पेटीत वाढलेल्या मधमाश्यांच्या बाबतीत, पोळ्याची लाकडी चौकट बाजूला नेऊन, त्यातून मध काढला जातो. त्यामुळे मधमाश्यांना धक्काही लागत नाही. एपिस मेलिफोरा जातीची मधमाशी माणसांनी हाताळण्याचा दृष्टीनं अधिक सोपी असते.

"त्यांना त्रास दिलात, तरच त्या तुम्हाला चावतात."

हा व्यवसाय अत्यंत आकर्षक होता. जणू लस्सीवरची सायच! कारण कर्ज न काढता हा व्यवसाय वाढवणं शक्य होत होतं. निसर्गनियमानुसार मधमाश्या झपाट्यानं वाढतात. जास्त मधमाश्या पैदा झाल्या की, जास्त मध मिळतो.

"माझ्यापाशी पैसा नव्हता, परंतु कोणतीही गोष्ट फुकट घेणं माझ्या तत्त्वात बसत नव्हतं."

"कोणतही काम आस्थेने आणि कष्टाने करणं गरजेचं असतं. तुम्ही मधुमक्षिका

पालनात एक लाख रुपये गुंतवलेत, तर ते दोन वर्षांमध्ये पूर्णपणे वसूल होतात आणि त्यानंतर दरवर्षी एक लाख रुपयांचं उत्पन्न मिळवून देतात.''

जगजितसिंग मधमाश्यांच्या आणखी पेट्या विकत घेण्यात पैसे गुंतवू लागले. आणखी मध पुरवता यावा, म्हणून ते त्या भागातील इतर मधुमक्षिका व्यावसायिकांकडून मध विकत घेऊ लागले.

''मी मध विकत घेत होतो आणि मध विकत होतो. काम वाढतच चाललं होतं.''

आपले जोडे झिजवल्याशिवाय विक्रेता यशस्वी होऊ शकत नसतो. जगजितसिंग आधी संपूर्ण पंजाबभर फिरत असत. नंतर ते मधाच्या शोधार्थ हरियाणा, राजस्थान आणि उत्तर प्रदेश इथेसुद्धा जाऊ लागले. कालांतरानं ते बिहार, बंगाल आणि तमिळनाडू अशा दूरच्या राज्यांमध्येसुद्धा जाऊ लागले. या अनेक वाऱ्यांच्या वेळेस त्यांच्यासोबत त्यांची पत्नी परविंदर कौरसुद्धा जाऊ लागली. मिळेल तेवढा कच्चा मध गोळा करणं, हे त्यांचं उद्दिष्ट असे; आणि बाटल्यांसाठी आणखी मागण्या मिळवणं हेसुद्धा त्यांचं ध्येय असे.

मधातून चांगला पैसा मिळू शकतो, हे शेतकऱ्यांच्या लक्षात आलं.

''जेव्हा लोकांना जाणवलं की, मधाला मागणी आहे, तेव्हा आणखी लोक मधमाश्या पाळू लागले.''

मधुमक्षिका पालनाला उत्तेजन देण्यासाठी सरकारसुद्धा विविध योजना राबवू लागलं. भारतभरातले लोक मधमाश्या विकत घेण्यासाठी दोराहा इथे येऊ लागले.

मधमाशी जशी अजाणता फुलांमधले केसर वाहून नेते, त्याचप्रमाणे जगजितसिंग मधुमक्षिका पालनाची कल्पना देशभरात पसरवत होते. त्यांनी एक नवाच व्यवसाय रुजवून शेतकऱ्यांचं उत्पन्न वाढवलं. देशभर प्रवास करताना जगजितसिंगना आणखी एक संधी आढळली. जास्त आणि उच्च प्रतीचा मध तयार करण्यासाठी मधमाश्यांना लिची, सूर्यफूल आणि कपाशीच्या फुलांमधला मध चाखता येणं आवश्यक असतं. ही फुलं भारताच्या वेगवेगळ्या भागात, वर्षातल्या वेगवेगळ्या ऋतूंमध्ये फुलत असतात. त्यामुळे मधमाश्यांच्या पेट्यांचं विविध जागी स्थलांतर करणं सुज्ञपणाचं ठरलं असतं! मधमाश्यांना जागोजागी हलवून त्यांना विविध प्रकारच्या फुलांचा मध चाखवण्यात हुशारी होती.

सुरुवातीला मधमशांच्या पेट्या मोहरीच्या शेताजवळ ठेवण्यासाठी राजस्थानातील श्रीगंगानगर इथे पाठवण्यात आल्या. मग सूर्यफुलांचा हंगाम आल्यावर त्या पंजाबात आणल्या गेल्या. उन्हाळ्यात या पेट्या काश्मीरला पाठवण्यात आल्या; कारण त्यावेळेस तिथे किकर आणि ॲकेशिया फुललेले असतात.

"अशा प्रकारे संख्येने थोडक्या पेट्यांमधून आम्हाला खूप मध मिळवता आला!"

प्रत्येक पेटीच्या तळाला एक लहानस छिद्र असतं. त्यातून बाहेर पडून मधमाश्या फुलांमधील मधाच्या शोधार्थ तीन किलोमीटर एवढ्या अंतरावर जाऊ शकतात. त्या पोळ्यापाशी परत येऊन गोळा केलेला मध पोळ्यात जमा करतात. कालांतरानं त्याचंच आपण वापरतो, तशा मधात रूपांतर होतं. मधमाश्यांची पोळी राखणाऱ्याला १५-२० दिवसांमागे पाच ते सहा किलो मध मिळू शकतो. त्यासाठी जवळपास भरपूर फुलं असणं गरजेचं असतं. मधमाश्यांच्या पोळ्याचं आयुष्य सर्वसाधारणपणे तीन वर्षांचं असतं. त्यामुळे ती पेटी किती ठिकाणी हलवली जाते आहे त्यानुसार प्रत्येक पेटीमागे ४० ते ८० किलो मध मिळतो.

"फुलं असलेली शेतं आमच्या मालकीची नसतात. मधमाश्यांच्या पेट्या ठेवण्यासाठी आम्ही त्या त्या शेतमालकाची परवानगी मिळवतो."

अर्थातच पहिल्यांदा अशी परवानगी मागायला गेलं असता शेतमालकांनी सहकार्य केलं नाही. त्यांना भीती वाटत होती की, मधमाश्या त्यांचं पीक नासवतील. खरंतर उत्तम पीक येण्याच्या दृष्टीनं मधमाश्या उपयुक्तच ठरतात; कारण त्या फुलातले केसर इकडून तिकडे नैसर्गिकरीत्या वाहून नेत असतात. जगजितसिंगना शेतकऱ्यांशी मैत्री जोडावी लागली, त्यांचा विश्वास संपादन करून घ्यावा लागला, त्यांना प्रशिक्षण द्यावं लागलं आणि मधमाश्यांच्या पेट्या ठेवू देण्यासाठी त्यांना हे सगळं पटवून द्यावं लागलं.

"काही काळानं त्यांना मधमाश्यांची उपयुक्तता पटली आणि त्यानंतर दरवर्षी त्यांनी आमचं स्वागत केलं."

मधमाश्या ठेवल्यामुळे शेतकऱ्याचं काम वाढत नव्हतं. जगजितसिंग या पेट्यांची देखभाल करण्यासाठी आपल्या खेड्यातली तरुण मुलं पाठवत होते.

> *"खादी आश्रमानं माझा मध विकून दिल्यानंतर माझा हुरूप वाढला. मी आणखी मोठ्या बाजारपेठा शोधू लागलो."*

"संपूर्ण भारतभर मी मधमाश्या पाठवल्या आहेत."

ही मुलं शेतावरचा तंबू ठोकून राहत असत आणि मधमाश्यांची देखभाल करून मध गोळा करत असत.

"मध आमच्यापर्यंत टिनच्या कॅनमधून आणला जात असे. मधमाश्यांच्या २५० पेट्यांमागे आम्ही तीन-चार मुलं नेमत असू."

१९८५ सालापर्यंत जगजितसिंगनं मधमाश्यांच्या एक हजार पेट्या राखायला

सुरुवात केली होती. त्याचवर्षी त्यानं पंजाब सरकारकडून राज्यभरात मधमाश्या आणि त्यांच्या पेट्या पुरवण्याचं मोठं कंत्राट मिळवलं होतं. प्रत्येक जिल्ह्यात अशा ७०० पेट्या आणि एकूण सात हजार पेट्या पुरवण्याचा हा करार होता.

"परंतु या पेट्या देण्याची वेळ आली, तेव्हा सुतारानं त्या पेट्या पुरवण्यास नकार दिला. तो म्हणू लागला की, मी फारच कमी किमतीला त्या पेट्या पुरवायला कबुली दिली आहे."

आता काय करायचं? परिस्थिती मोठी गंभीर होती! परंतु जगजितसिंगच्या वडिलांनी त्याला म्हटलं, "घाबरू नकोस!"

हे वृद्ध गृहस्थ आपल्या मुलाला घेऊन लाकडांच्या वखारीत गेले आणि त्यांनी १० हजार रुपये किमतीचं लाकूड विकत घेतलं. पेट्या बनवून घेण्यासाठी त्यांनी एक सुतार नेमला. पेट्यांमध्ये मधमाश्या सोडण्यात आल्या. लवकरच त्यांची संख्या वाढली आणि या पेट्या पाठवून देण्यात आल्या. मिळालेल्या पैशांनी जगजितसिंगनं आणखी लाकूड विकत घेऊन आणखी पेट्या बनवून घेतल्या आणि मधमाश्यांची मोठ्या प्रमाणावर पैदास केली.

"बाजारात आमचं चांगलं नाव झालं आणि वखारवाले आम्हाला उधारीवर लाकूड देऊ लागले."

कमी किमतीचं टेंडर भरूनही अखेरीस उत्तम नफा मिळाला. या कंत्राटामुळे जगजितसिंगचा बचाव झाला. १९८० साली सरकारनं परवान्याविषयीचं धोरण बदल्यामुळे त्याचा वाइनचा व्यवसाय बंद पडला होता. त्यानंतर हॉटेल व्यवसायाचा केलेला प्रयत्नसुद्धा अयशस्वी झाला होता.

"हॉटेल सुरू करण्यासाठी मी बँकेकडून आठ लाख रुपये कर्जाऊ घेतले होते; परंतु गिऱ्हाईकच येईना!"

त्यावेळेस अतिरेक्यांच्या कारवायांमुळे पंजाब राज्य खिळखिळं झालं होतं. रस्त्याच्या कडेच्या धाब्यांमध्ये फारच थोडे ग्राहक येत असत. कर्जावरचं व्याज फुगत जाऊन तो आकडा १६ लाखांवर पोचला होता. एक मामुली उद्योजक एवढं मोठं कर्ज कसं फेडू शकला असता?

"मधमाशीनं मला तारलं. त्यातून मला इतका पैसा मिळाला की, मी माझी कर्जं फेडून टाकली आणि आयुष्यात पुढे गेलो."

तेव्हा अतिरेकी कारवायांमुळे पंजाबात कोणताही व्यवसाय करणं सोपं राहिलं नव्हतं. मग मधमाश्यांचा व्यवसाय कसा वाढू शकला? टेंडरनुसार जगजितसिंगला अमृतसर, खांडुसा, भोर, भटिंडा या अतिरेक्यांच्या प्रमुख ठाण्याच्या ठिकाणीच मधमाश्या पोचवायच्या होत्या, परंतु जगजितसिंग अजिबात डगमगला नाही. एका मोडकळीला आलेल्या जीपमधून, कधीकधी तर ४०७ नंबरच्या टेंपोमधून प्रवास

करत तो एका खेड्यातून दुसऱ्या खेड्यात जात होता, मधमाश्यांच्या पेट्यांचं वाटप करत होता. बरेचदा तो मध्यरात्रीनंतर घरी परतत होता.

एकदासुद्धा त्याच्यावर हल्ला झाला नाही!

त्याचं साधंस उत्तर आहे, ''जेव्हा तुम्ही योग्य काम करत असता, तेव्हा देवच तुमचं संरक्षण करत असतो!''

हा सारा व्यवसाय तो एखाद्या बालकासारख्या निष्पाप विश्वासाच्या बळावरच करत होता. एकदा मधाच्या बाटल्या विकायला गेला असतानाचा एक प्रसंग त्यांनी सांगितला –

''माझी जीप मोडकळीला आलेली होती आणि डीझेल घ्यायला माझ्यापाशी पैसे नव्हते. तरीही मी जायला निघालो!''

त्याला आशा वाटत होती की, अंबाल्यातील खादी आश्रम पैसे चुकते करेल. त्या पैशांनी तो डीझेल भरेल आणि पुढल्या गावी जाईल. खादी आश्रमानं मध विकत घेतला; परंतु त्यांनी पैसे ताबडतोब चुकते केले नाहीत.

''आमच्या कारखान्यात मधमाश्यांबाबतची प्रत्येक गोष्ट केली जाते.''

''आता माझ्यापदरी तंत्रज्ञ आहेत, व्यवस्थापक आहेत; तरीही मला कामाच्या प्रत्येक अंगाबाबत आस्था असते.''

''मी विचार केला, ठीक आहे यमुनानगरचे लोक पैसे चुकते करतील. मी तिथे गेलो.''

परंतु तिथेसुद्धा पैसे मिळाले नाहीत! आता मी अर्ध्या वाटेत होतो आणि डीझेल संपत आलं होतं.

त्याच्यासोबत एक नातेवाईक आला होता. तो ठामपणे म्हणाला, ''काही हरकत नाही. गाडी चालू राहील. ती देहेरादूनपर्यंत जाईल. परतही येईल.''

जीपमध्ये त्यांनी काही प्रवासी घेतले. यमुनानगरचा पूल जेमतेम ओलांडला आणि डीझेल संपल्यामुळे जीप बंद पडली. त्यानं जीपमध्ये घेतलेल्या प्रवाश्यांकडून प्रत्येकी पाच रुपये घेतले आणि बाजूने जाणाऱ्या ट्रॅक्टरमालकाकडून डीझेलचा एक कॅन विकत घेतला.

अखेरीस, सहरानपूरमधल्या लहान ग्राहकाने त्यांना थोडे पैसे दिले. त्या पैशांच्या जोरावर त्यानं त्याची जीप हरिद्वारला आणि अखेरीस देहेरादूनला नेली. तो परतीच्या वाटेला लागला, तोवर सारा मध विकला गेला होता आणि त्याच्या खिशात थोडेसे पैसेसुद्धा खुळखुळत होते.

"मी भविष्याची विशेष अशी फिकीर कधीच केली नाही. मी पुढे जात राहिलो आणि चाकं फिरत राहिली."

नंतर एकदा, जगजितसिंग तीन महिने अंथरुणाला खिळून राहिले होते. व्यवसाय ठप्प झाला होता, कारण पैशांची वसुली करणारं कुणीच हाताशी नव्हतं. त्यावेळेस जगजित यांचा सर्वांत मोठा मुलगा – शहझादा कॉलेजमध्ये शिकत होता.

"तो म्हणाला, मी जाऊन पैसे वसूल करीन."

आईबरोबर शहजादा भारतभर फिरला आणि त्यानं काम फत्ते केलं.

असं असलं तरी, विकलेल्या मालाचे पैसे वसूल करणं ही एक डोकेदुखीच होती! ते नेहमीच वेळ लावत. मधमाश्यांची पोळी राखणारे आगाऊ पैसे मागत, तर 'काश्मीर हनी'चं धोरण होतं विक्रीनंतर पैसे घेण्याचं. मुख्य गोष्ट म्हणजे मधाच्या विक्रीवरली नफ्याची टक्केवारी अगदी कमी होती.

त्यामुळे जगजितसिंग वैतागू लागले. परंतु तो कधीही निराश झाला नाही.

"तुम्ही आपलं कर्तव्य इमानेइतबारे केलंत, तर देव तुमच्या हाकेला धावून येतो आणि तुम्हाला नवा मार्ग दाखवतो."

१९८०च्या दशकाच्या अखेरीला, दक्षिण भारतात एका रोगाच्या साथीमुळे साऱ्या मधमाश्या मरून गेल्या. त्यामुळे मधाची प्रचंड टंचाई उद्‍भवली. तिथे पुरवठा करण्यासाठी जगजितसिंग यांनी ट्रक भरून मधाच्या बाटल्या कन्याकुमारीला पाठवल्या. त्यांनी पाठवलेल्या पहिल्या मालाचे पैसे त्याला ताबडतोब मिळाले; परंतु दुसऱ्यांदा पाठवलेल्या ट्रकभर मालाचे पैसे तो ग्राहक देईना!

"खूप मनधरण्या केल्यावर आम्हाला थोडे पैसे मिळाले."

हा फार कडू अनुभव होता. परंतु तरीसुद्धा जगजितसिंग मधासाठी भारतातल्याच ग्राहकांचा शोध घेत राहिला.

त्यानंतर मात्र त्यांचं नशीब पालटलं. १९९० साली, एक निर्यातदार इंग्लंडची मागणी पुरवण्यासाठी 'काश्मीर एपिअरीज'कडे आला. तीन-चार कंटेनर्स भरून माल पाठवल्यानंतर त्यांना पूर्वीचाच अनुभव आला. त्यांचे पैसे चुकते होईनात. आपले पैसे वसूल करण्यासाठी जगजितसिंग आणि त्यांची पत्नी परविंदर यांना इंग्लंडला जावं लागलं. ती त्यांची पहिलीच परदेशवारी होती आणि तिथं त्यांना एक सर्वस्वी वेगळंच जग दिसलं.

"आमच्या लक्षात आलं की, परदेशात मधाला प्रचंड मागणी असून आपण त्यांना माल पुरवायलाच हवा!"

परंतु ही गोष्ट वाटली तेवढी सोपी नव्हती. निर्यातीसाठी काही विशेष निर्बंध असतात. त्यातला एक निर्बंध आहे : मधात बाष्पाचं प्रमाण कमी हवं. यासाठीची यंत्रं उपलब्ध होती, परंतु जगजितसिंगना ती परवडण्याजोगी नव्हती.

"मी सर्वत्र खूप शोध घेतला. अखेरीस मी स्वत:च एक मशीन बनवलं आणि ते चाललं!"

दुसरा निर्बंध होता कीटकनाशकांबाबतचा. मधमाशी राखणारे शेतकरी बहुतांशी निरक्षर होते. ते कुक्कुटपालनात वापरली जाणारी प्रतिजैविकं 'मधमाश्यांचं औषध' म्हणून वारत असत. त्यामुळे मधात त्याचा काही अंश उतरत असे. युरोप आणि अमेरिकेत ही गोष्ट स्वीकारली जात नव्हती.* परंतु रोगजंतूंपासून मधमाश्यांना सुरक्षित ठेवण्यासाठी शेतकरी आणखी काय करू शकत होते? जगजितसिंगनं एक सेंद्रीय पद्धतीचा तोडगा शोधून काढला. त्यानं फॉर्मिक अॅसिड आणि ऑक्झॅलिक अॅसिड वापरून ही समस्या सोडवली.

"आम्हाला मधमाश्या राखणाऱ्या शेतकऱ्यांना प्रशिक्षण देऊन तयार करावं लागलं. आम्ही चांगल्या प्रतीचा मध निर्यात करू शकलो असतो, तर आम्हाला चांगला पैसा मिळाला असता."

सुरुवातीलाच जगजितसिंग यांच्या लक्षात आलं की, भारतातला मध जगात सर्वत्र कमी किमतीला विकला जातोय.

"ते म्हणत असत की, तुमचा मध निकृष्ट प्रतीचा आहे आणि आम्ही त्यांच्या म्हणण्याला आक्षेप घेऊ शकत नव्हतो!"

त्यानंतरच जगजितसिंग यांना मधाचं परीक्षण करून त्याची प्रतवारी लावण्याचं महत्त्व समजलं. सुरुवातीला काश्मीर हनीची प्रत दिल्लीत ठरवली जात असे. काही काळानं, कंपनी आपल्या मधाचे नमुने जर्मनीतील प्रयोगशाळेत तपासणीसाठी पाठवू लागली. एका वेळेस तपासणीसाठी पाठवलेल्या मधासाठी त्यांना ४० हजार रुपये खर्चावे लागत होते. 'Apimondia' (मधुमक्षिका पालन करणाऱ्यांच्या आंतराष्ट्रीय संस्थेची परिषद) इथे उपस्थित राहिल्यानंतर त्यांचं याबाबतचं आणि इतर अनेक गोष्टींबाबतचं ज्ञान वाढलं. जगजितसिंग यांच्या कुटुंबानं १९९७ साली अँटवर्प, बेल्जिअम इथे भरलेल्या Apimondiaच्या परिषदेला पहिल्यांदा हजेरी लावली.

त्या परिषदेनं त्यांचे डोळेच उघडले!

"त्यावेळेस ब्रोशर (माहिती पत्रक) म्हणजे काय हे मला ठाऊकही नव्हतं. मी एकाच पानावर माझा, माझ्या पत्नीचा आणि माझ्या मुलीचा फोटो छापून कंपनीचं नाव आणि पत्ता छापला होता."

काश्मीर एपिअरीजवळ स्वत:चा स्टॉल ठेवण्याएवढे पैसे नव्हते. जगजितसिंग

---

* 'सेंटर फॉर सायन्स अँड एन्व्हायरनमेंट' यांनी घेतलेल्या चाचण्यांनुसार भारतातील सर्व ब्रँडच्या मधात प्रतिजैविकांचा अंश सापडतो.

परविंदर कौर आणि त्यांची ११ वर्षांची मुलगी, रितू एका स्टॉलवरून दुसऱ्या स्टॉलवर जात होते. त्या स्टॉलधारकांशी दोस्ती करून त्यांच्या स्टॉलजवळ बसायची परवानगी मिळवत होते. या प्रदर्शनानंतर ते आजूबाजूच्या खेड्यांमध्ये गेले आणि युरोपातले मधमाश्या पाळणारे लोक काय करत होते, हे पाहू लागले.

"आम्हाला त्यांच्या भेटीची परवानगी मिळवण्यासाठी खूप तास तिष्ठत राहावं लागलं. कारण आमची कंपनी फारच लहान होती; अगदी नगण्य स्वरूपाची होती!"

परंतु या साऱ्या प्रयत्नांना फळ आलं. सिंग कुटुंबानं वेगवेगळ्या लोकांशी ओळखी करून घेतल्या आणि आपल्या मालासाठी थोड्या मागण्या मिळवल्या. परंतु यातली महत्त्वाचं गोष्ट म्हणजे यामुळे त्यांचं वैचारिक क्षितिज विस्तारलं.

"आम्ही युरोपातील मधाचे अद्ययावत कारखाने पाहण्यासाठी १५ दिवस भ्रमंती केली, आणि आमच्या मनात विचार आला, 'आपण त्यांच्यासारखं का बनू नये?'"

त्यावेळेस काश्मीर एपिअरीज हा २५ लाखांची उलाढाल करणारा एक लघुउद्योग होता. त्यांचा कारखाना म्हणजे एक लहानशी खोली होती. त्यात, मध गरम करून मलमलच्या फडक्यातून गाळण्याचं आणि गाळलेला मध काचेच्या बाटल्यामध्ये भरण्याचं काम केलं जात असे. हे सारं काम हातानं केलं जात असे. त्यात बदल घडवण्याची आवश्यकता होती.

"जेव्हा तुम्ही मालाची निर्यात करू लागता, तेव्हा तुमच्या ग्राहकांना तुमचा कारखाना, तुमचं ऑफिस यांबद्दल जाणून घ्यायचं असतं... हळूहळू आमची कार्यपद्धती बदलत गेली; ती अधिक व्यावसायिक स्वरूपाची बनली."

बँकांकडून सहकार्य मिळवून, काश्मीर एपिअरीजनं आपला कारखाना मोठा आणि अद्ययावत बनवला. १२ एकर जागेवर पसरलेला या कारखान्यात मध तापवून गाळण्याचा विभाग आहे; मधमाश्यांचं मेण काढण्याचा आणि मेणाचे ताब बनवण्याचा कारखाना आहे; अनेक वखारी आहेत आणि मालाच्या साठवणीसाठी शीतगृह आहे. २००९ साली कंपनीनं स्वत:चीच अत्यंत अत्याधुनिक अशी परीक्षण प्रयोगशाळा उभारली. त्यात अशुद्धतेचा एक कणसुद्धा तपासता येतो.

त्यानंतर मधुमक्षिका पालनासाठी 'ली-बी इन्स्टिटयूट' आणि सुप्रसिद्ध कीटकशास्त्रज्ञ, डॉ. एल.आर. वर्मा यांच्या नेतृत्वाखाली असलेला शेतकी उद्योगसुद्धा सुरू करण्यात आला. ली-बी इन्स्टिटयूट देशभरातील इच्छुकांना मधुमक्षिका पालनाचं प्रशिक्षण विनामूल्य देते.

"हा सारा उद्योग पंजाब शेतकी कॉलेजच्या ५०० मधुमक्षिका पेट्यांपासून सुरू

झाला. आणि पाहता पाहता त्या मधमाश्या वाढत गेल्या... वाढतच गेल्या.''

आता भारतात एक लाखांहून जास्त लोक मधुमक्षिका पालन करतात. ते मधमाश्यांच्या ३० लाखांहून जास्त पेट्या सांभाळतात.* त्यातील ५० हजारांपेक्षा जास्त पेट्या काश्मीर एपिअरीजकडे आहेत. परंतु कंपनी देशभरातील विविध भागात बनलेला मध खरेदीदारांच्या जाळ्यामार्फत विकत घेते.

''आमच्या कारखान्यात, दिवसाकाठी तीन लाख किलो वजनाच्या मधावर प्रक्रिया करता येते. भारतात आम्ही पहिल्या क्रमांकावर आहोत आणि जगभरात चवथ्या!'' जगभरात पहिला क्रमांक मिळवण्याचं स्वप्न जगजितसिंग पाहत आहेत.

जगभरात प्रमुख स्थान मिळवण्याची वाट व्यापार निर्बंधांच्या अडथळ्यांनी भरलेली आहे. २०१० साली युरोपिअन युनियननं भारतातून मध आयात करण्यावर बंदी घातली. त्यांनी आरोप केला की, भारतातून येणाऱ्या मधात शिशाचे अवशेष सापडले आहेत. हा कालखंड या कंपनीसाठी आणि संपूर्ण भारतातील मधाच्या व्यवसायासाठी अत्यंत संकटाचा होता. भारतातील 'निर्यात परीक्षण आयोग' (Export Inspection Council) आणि 'काश्मीर एपिअरीज' यांनी खांद्याला खांदा लावून काम करून हा निर्बंध वर्षभरात दूर केला.

''युरोपिअन युनियनचे प्रतिनिधी अचानक येऊन दोराहाचा कारखाना बघून गेले आणि त्यांचं पूर्ण समाधान झालं.''

आजमितीला, निर्यात होणाऱ्या मधापैकी ६५ टक्के मध काश्मीर एपिअरीज पुरवते आणि ४२ पेक्षा अधिक देशांमध्ये मध निर्यात करते. कंपनीनं आता स्थानिक बाजारपेठेकडे लक्ष वळवलं आहे. तिथे सध्या 'डाबर' कंपनीचं वर्चस्व आहे. काश्मीर एपिअरी आपला मध 'रिलायन्स', 'स्पेन्सर', 'भारती वॉलमार्ट' आणि लोकप्रिय इतर मॉलमध्ये 'लिटल् बी' नावाखाली विकते. 'लिटल् बी' प्रतिजैविकांचा काहीही अवशेष नसलेला विविध प्रकारचा मध आणि मधापासून बनवलेले जॅम्स, सिरप, सॉसेस आणि चहा यांसारखे पदार्थ विकते.

''भारतातले लोक अजूनही मधाला औषधच समजतात. आपण जास्त प्रमाणात मध खाण्याची सवय लावून घेणं गरजेचं आहे.''**

काळाच्या ओघत जगजितसिंगचे मुलगे आणि मुलगी त्यांना व्यवसायात हातभार लावू लागले आहेत. सर्वांत थोरला मुलगा, शहजादासिंग कपूर

---

* भारतातलं दर वर्षीचं मधाचं उत्पादन ४० ते ५० हजार टन आहे.

** भारतातले लोक वर्षाला माणशी १५ ग्रॅमपेक्षा कमी मध खातात; तर युरोपातले लोक वर्षाला माणशी २ किलोंपेक्षा जास्त मध खातात.

'लिटल् बी'मार्फत केल्या जाणाऱ्या किरकोळ विक्रीकडे लक्ष पुरवतो. राजासिंग कपूर संपूर्ण उत्पादन आणि वित्तविभाग सांभाळतो. मुलगी रितू हिनं दोन वेळा Apimondiaचा 'वर्ल्ड हनी क्वीन' हा किताब मिळवला आहे. ती कंपनीची पुनर्रचना करण्याचा प्रयत्न करत आहे. त्यासाठी, तिनं आयआयएम, बंगळुरू येथील MPWE* उपक्रमातून घेतलेलं प्रशिक्षण उपयुक्त ठरत आहे. परंतु जगजितसिंग मोठ्या आदरानं एका व्यक्तीच्या सहभागाबद्दल कृतज्ञता व्यक्त करतात.

"माझी पत्नी परविंदर कौर, मला आणि माझ्या या व्यवसायात गेली ४० वर्षं मदत करतेय. मुलं व्यवसायात खूप उशिरा आली."

त्यांची मुलगी रितू म्हणते की, तिच्या आठवणीत तिचे आईवडील कायमच घराबाहेर, कामासाठी फिरत असलेले असेच आहेत. त्यामुळे ती अत्यंत स्वतंत्र आणि स्वयंपूर्ण मुलगी बनली.

"मला त्यांच्या कामाचा आणि त्यांनी मिळवलेल्या यशाचा नेहमीच खूप अभिमान असे."

काश्मीर एपिअरीजच्या उद्योग समूहानं अर्थिक वर्ष २०१२-१३ दरम्यान १३१ कोटी रुपयांची उलाढाल केली. जगजितसिंगना त्याचा अभिमान वाटतो. कंपनीसाठी एक हजार कर्मचारी काम करत आहेत. ते जवळपासच्या खेड्यांमधून आणि लुधियाना शहरातून कंपनीनं चालवलेल्या बरोसमधून कामाच्या जागी येतात. काश्मीर एपिअरीजनं अप्रत्यक्षपणे हजारो लोकांना मधुमक्षिका पालनाकडे वळवलं आहे आणि मध उत्पादनाच्या संपूर्ण व्यवसायाला चालना दिली आहे.

२००२ साली जगजितसिंग यांनी इतर काही निर्यातदारांबरोबर 'नॅशनल बी बोर्ड' संस्थापित केला. मध उत्पादनासाठी सरकारची मदत मिळवणं हा त्यामागचा हेतू होता. आता या नॅशनल बोर्डाचं व्यवस्थापन सरकारनं आपल्या हाती घेतलं असून सरकार देशभरात मध उत्पादनाच्या व्यवसायाचा प्रसार करत आहे.

मधुमक्षिका पालनामुळे मिळणारं उत्पादन नियमित आणि वाढतं असतं. मधुमक्षिका पालन करणारे लोक आर्थिकदृष्ट्या समृद्ध झाले आहेत. त्यांनी जास्तीच्या जमिनी विकत घेतल्या आहेत; ते ट्रॅक्टर्स आणि कार्स बाळगून आहेत.

"ही सारी दीर्घोद्योगी मधमाशीची कृपा आहे!"

मधुमक्षिका पालन आणि शेती हे परस्पर पूरक व्यवसाय आहेत. शेतातील फुलांचा मध शोषणाऱ्या मधमाश्या मध तर देतातच, परंतु त्या नैसर्गिकरीत्या केसरवहन करून फलधारणा घडवतात. त्यामुळे पिकात ४० ते ५५ टक्के

---

* MPWE – Management Programme for Women Entrepreneurs

वृद्धी होते.

"त्यामुळे मधुमक्षिका पाळणारे आमच्यासारखे लोक देशसेवासुद्धा करत आहेत."

फूल मधमाशीला आपला मध चाखायला परवानगी देतं; त्याचंच अनुकरण करून मधाच्या व्यावसायिकांनी आपलं शहाणपण इतरांना शिकवलं पाहिजे.

"आणखी अनेकांनी या व्यवसायात पडावं, पैसा मिळवावा आणि माझ्याप्रमाणेच यशस्वी व्हावं अशी माझी मन:पूर्वक इच्छा आहे."

कारण यश म्हणजे कामाद्वारे व्यक्त होणारा आत्म्याचा गोडवाच असतो!

तरुण उद्योजकांसाठी कानमंत्र!

जोवर माणूस धडपड करत नाही, तोवर तो आपलं नशीब घडवू शकत नाही. जर तुम्हाला मोठं बनायचं असेल, तर दोन गोष्टी लक्षात ठेवल्या पाहिजेत : मेहनत आणि इमानदारी.

जर तुम्ही इनामदार नसाल, तर तुमच्या मनात सतत इतरांना लुबाडून श्रीमंत व्हायचे, लाच घ्यायचे विचार येत राहतील. तुम्ही त्याच चिखलात रुतून पडाल आणि स्वत:चा विकास घडवू शकणार नाही.

फुकटात मिळलेल्या गोष्टी कधीही स्वीकारू नका. तुमच्या व्यवसायात तुम्ही कष्टानं कमावलेला पैसाच गुंतवा. फुकटात मिळालेल्या गोष्टींची काहीही किंमत नसते. ज्या लोकांनी माझ्याबरोबरच व्यवसाय सुरू केला, परंतु सरकारकडून फुकटात मधमाश्यांच्या पेट्या घेतल्या, ते आता व्यवसायात टिकलेलेच नाहीत. तुम्ही मनापासून केलेल्या कामाला नक्कीच यश मिळेल. आपोआपच पुढला मार्ग स्वच्छपणे दिसू लागेल.

तुम्ही जर सुरुवातीपासूनच पैशांची चिंता करत राहिलात, तर तुमचा व्यवसाय सुरूच होणार नाही. आधी कामाला सुरुवात करा, हळूहळू व्यवसायात जम बसेल.

आजसुद्धा मी मनापासून व्यवसायात सहभाग घेतो आहे... शेतात, कारखान्यात, ऑफिसात... वर्षाचे ३६५ दिवस!

तुम्ही तुमचं काम करत रहा. कर्तव्य करत रहा. देवच तुम्हाला त्याचं फळ देईल, यश देईल!

सोन्याच्या मोहोरांचा हंडा

मुख्तारूल अमीन : सुपरहाउस ग्रुप

उन्नाओ, उत्तर प्रदेश

मुख्तारूल अमीन यांनी कुटुंबाच्या व्यवसायाला हातभार लावण्यासाठी कॉलेजशिक्षण सोडून दिलं. त्यानंतर स्वत:चा व्यवसाय सुरू करण्यासाठी ते कुटुंबाच्या व्यवसायातून बाहेर पडले. आज त्यांचा 'सुपरहाउस ग्रुप' ९०० कोटी रुपयांची उलाढाल करत असून भारतातील चामड्याचा सर्वांत मोठा निर्यातदार आहे.

उन्नाओ हे उत्तर प्रदेशातलं चिमुकलं, संथ गाव आहे. अचानक ते बातम्यांमध्ये झळकलं ते एक हजार टन सोनं सापडेल, या आशेनं. 'आर्किऑलॉजिकल

सर्व्हे ऑफ इंडिया'नं तिथे उत्खनन सुरू केलं. का? कारण आहे : शोभन सरकार नामक साधूला स्वप्नात इथे खजिना दिसला!

जवळजवळ ३० वर्षांपूर्वी, एका सर्वसामान्य माणसानंसुद्धा एक स्वप्न पाहिलं होतं. परंतु ते स्वप्न त्यानं टक्क उघड्या डोळ्यांनी पाहिलं होतं!

१९८५ मध्ये मुख्तारूल अमीन त्याच्या कुटुंबाच्या व्यवसायातून बाहेर पडला; कारण त्याला स्वतःचा व्यवसाय सुरू करायचा होता. या तरुणाला, कानपूरमध्ये कातडी कमावण्याचा कारखाना टाकणं शक्य नव्हतं. चामड्याचं ते पारंपरिक उत्पादन केंद्र आहे. म्हणून कुणीही न ऐकलेल्या, अविकसित अशा उन्नाओमध्ये त्यानं १० रुपये प्रति चौरस मीटर दरानं जमीन विकत घेतली.

"त्यावेळेस तिथे कोणत्याही सुविधा उपलब्ध नव्हत्या; टेलिफोन नव्हता; रस्ते नव्हते."

जिद्द आणि चिकाटी यांच्या जोरावर त्यानं युरोप जिंकून घ्यायचं काम हाती घेतलं – उत्तम दर्जा कमी उत्पादन खर्चात मिळवून! आणि लहान गावात अभावानंच आढळणारं व्यवस्थापन-तत्त्वज्ञान आचरून!

हे तत्त्वज्ञान होतं : कर्मचाऱ्यांचं सबलीकरण करून त्यांना व्यावसायिक स्तरावर काम देण्याचं.

"आज कंपनी ज्या स्वरूपात दिसतेय, ज्या प्रकारे वाढतेय, ते सारं आमच्या कर्मचाऱ्यांमुळे घडलंय."

आज मुख्तारूल अमीनचा 'सुपरहाउस ग्रुप' हा भारतातील चामड्याच्या वस्तूंचा सर्वांत मोठा निर्यातदार गट आहे. वर्षाला ते ९०० कोटी रुपयांची निर्यात करत आहेत. हा खजिना जमिनीवर उभारला गेला आहे – डोकं, हात आणि हृदयाच्या बळावर.

त्यासाठी त्यांनी भविष्याची स्वप्नं पाहिली. पण भूतकाळाचं उत्खनन केलं नाही. तुमच्या स्वतःच्या स्वप्नाच्या इंद्रधनूच्या टोकाशी, मोहोरांचा हंडा तुमची वाट पाहत, तिष्ठत उभा असतो!

सोन्याच्या मोहोरांचा हंडा

मुख्तारूल अमीन : सुपरहाउस ग्रुप
उन्नाओ, उत्तर प्रदेश

मुख्तारूल अमीनचा जन्म कानपूर या उद्योगव्यवसायांनी गजबजलेल्या शहरात झाला. ''माझं प्रारंभीचं शिक्षण 'श्री बहुभूषण अवस्थी राजकीय उद्देशी उच्च माध्यमिक विद्याशाला' या सरकारी शाळेत झालं. ही शाळा बारावीपर्यंत होती.''

त्यानंतर मुख्तारूलनं कानपूरमधील ख्राइस्ट चर्च कॉलेजात बी.एसस्सी पदवीसाठी नाव नोंदवलं. परंतु त्यानं प्रत्यक्षात पदवीपर्यंतचा अभ्यासक्रम पूर्ण केलाच नाही.

''कॉलेजात मी अभ्यासापेक्षा खोडसाळपणाच जास्त करत होतो. त्यामुळे वडिलांनी ठरवलं की, त्यापेक्षा मी कुटुंबाच्या चर्मवस्तूंच्या व्यवसायाला हातभार लावलेलाच अधिक चांगला.''

हा व्यवसाय खरंतर मुख्तारूलचे आजोबा – चौधरी मुहम्मद अमीन यांनी सुरू केला होता. ग्वाल्हेरचे राज्यकर्ते शिंदे यांच्या पागेतील घोड्यांसाठी ते चामड्याची खोगिरं बनवून देत असतं. स्वातंत्र्यप्राप्तीनंतर मुख्तारूलच्या वडिलांनी – चौधरी एहेसान करिम यांनी – बूट आणि चपलांसाठी लागणारं चामडं पुरवण्याचा जोडधंदा सुरू केला. १९७५मध्ये वयाच्या १९व्या वर्षी मुख्तारूलनं 'सुपर टॅनरी'त (कातडी बनवायचा 'सुपर' नामक कारखाना) काम करायला जायला सुरुवात केली. तेव्हा या व्यवसायातली उलाढाल ४० लाखांच्या घरात होती. हा गंगेकाठच्या कारखान्यांपैकी एक कारखाना होता.

''त्यावेळेस आम्ही बूट-चपलांचे सोल दिल्ली आणि आग्र्यातील उत्पादकांना विकत होतो.''

मुख्तारूलनं व्यवसायाला हातभार लावायला सुरुवात केल्यानंतर, अल्पावधीतच

त्यांच्या मालाला इराणमधून मागणी आली आणि त्यांच्यासाठी निर्यातीचं दार खुलं झालं. त्यावेळेस इराणवर शाहचं अधिपत्य होतं. त्यावेळचं इराण हे प्रगतिशील आणि फॅशन्सबद्दल जागरूक असं राष्ट्र होतं. त्यानंतर १९७९ सालची, आयतोल्ला खोमेनीच्या नेतृत्वाखालची राज्यक्रांती घडली.

''आम्ही मुंबईतील बंदर अब्बास पोर्टवरून निर्यातीचा माल पाठवत होतो. परंतु इराणमधील चलनविषयक समस्यांमुळे आम्हाला माल निर्यात करणं थांबवावं लागलं.''

खरंतर, १९८०मध्ये इराण-इराक युद्धाला तोंड फुटलं. त्या सुमारास सुपर टॅनरीनं जहाजानं पाठवलेला माल तेहेरान बंदरात अडकून पडला. काही माल जरी खराब झाला होता, तरी तो माल मागवणाऱ्यानं त्यांचे संपूर्ण पैसे चुकते केले.

''नशिबानं पैशांच्या वसुलीबाबत इराणी लोकांकडून आम्हाला कधीही उपद्रव झाला नाही. ते अत्यंत चांगले व्यावसायिक होते.''

या अनुभवातून हुरूप मिळाल्यामुळे सुपर टॅनरीनं इंग्लंड आणि जर्मनीतसुद्धा मालाची निर्यात करायला सुरुवात केली, परंतु ती गोष्ट सोपी नव्हती.

''एकदा माल तर पाठवला. परंतु त्यावेळेस आमच्या बँकेलाच काही पत्ता नव्हता की, कशा प्रकारचे कागदपत्र पाहिजेत; कोणत्या मुद्द्यांबाबत घासाघीस करायला हवी...''

जरी वाटेत अनंत अडचणी आल्या, तरी त्या अनुभवातून खूप शिकता आलं.

त्या सुमारास पी.यू. (पॉलियुरेथीन फोम) खूपच लोकप्रिय झाल्यामुळे चामड्यासाठीची मागणी कमी होऊ लागली. त्यामुळे या बापलेकांनी ठरवलं की, बुटांच्या सोलऐवजी वरच्या भागासाठी लागणारं चामडं पुरवावं.

''बुटांच्या वरच्या भागासाठी आवश्यक अशा चामड्याला 'अपर्स' म्हणतात आणि ते कमावण्याची पद्धत वेगळी असते.''

१९७०च्या दशकाच्या अखेरीच्या वर्षांपर्यंत 'अपर्स'साठी लागणारं चामडं, फक्त कलकत्त्यामध्ये (आताचं कोलकता) तयार केलं जात असे. पण नशीब या बापलेकांच्या बाजूनं होतं; कारण एक चिनी टॅनर त्यावेळेस केवळ पर्यटनासाठी कानपूरला आला होता आणि अमीन पिता-पुत्रांची त्याच्याशी गाठभेट झाली.

''तेव्हा 'अपर्स'साठीचं चामडं बनवण्यात चिनी लोक कुशल होते. त्यामुळे आम्ही त्याला आमच्या बरोबर इथंच राहण्याची विनंती केली.''

त्या चिनी टॅनरनं या विनंतीला होकार दिला. अशा प्रकारे सुपर टॅनरीनं 'अपर्स' बनवायला सुरुवात केली. लोकांना त्यांच्या मालाबद्दल साशंकता वाटत होती; कारण त्यापूर्वी कानपूरमध्ये इतर कुणीही 'अपर्स'चं उत्पादन केलं नव्हतं.

''नशिबानं आम्हाला तो माल नीटपणे बनवता आला. आता आम्ही अभिमानानं

म्हणू शकतो, 'कानपूरमधलं 'अपर्स'चं चामडं अतिशय लोकप्रिय झालंय आणि त्यानं कोलकात्यातील स्पर्धकांनासुद्धा मागे टाकलंय'."

या धाडसी निर्णयामुळे सुपर टॅनरीचा झपाट्यानं विकास झाला. १९७५मध्ये ४० लाख रुपयांची उलाढाल करणारी ही कंपनी ६ कोटी, आणि त्यानंतर अल्पावधीतच १४ कोटी रुपयांची विक्री करू लागली. परंतु १९८५मध्ये कुटुंबात मतभेद उद्‌भवला.

"माझ्या धाकट्या भावांनीसुद्धा या व्यवसायात प्रवेश केला. परंतु सर्वांना सामावून घेण्याइतका हा व्यवसाय मोठा नव्हता."

मुख्तारूलचे वडील त्याला म्हणाले, "तू स्वत:चा वेगळा व्यवसाय सुरू केलास, तर बरं होईल."

आज्ञाधारक मुलाप्रमाणं त्यानं वडिलांचा हा सल्ला स्वीकारला आणि सुपर टॅनरीतून राजीनामा देऊन तो बाहेर पडला. आता त्याला नव्यानं अथपासून व्यवसाय सुरू करावा लागणार होता.

"विभाजनाच्या वेळेस मला फक्त एक 'अपर्स' बनवायचं मशीन आणि एक खाटीकखाना मिळाला होता. त्याची एकत्रित किंमत होती १५ लाख रुपये!"

पुढे काय करावं, याबाबत मुख्तारूलनं खूप विचार केला. सुरुवात कुठं करावी? सुपर टॅनरीत त्याचं मुख्य काम होतं मालाची विक्री आणि निर्यात या गोष्टींकडे बघण्याचं, परंतु आपल्या भावांबरोबरच स्पर्धा करण्याची त्याची इच्छा नव्हती. त्यामुळे त्यानं एक संपूर्णत: वेगळाच व्यवसाय सुरू करायचं ठरवलं. तो कारखान्यांसाठीची सेफ्टी पादत्राणं बनवणार होता.

कारखान्यात काम करणाऱ्या कामगारांना सुरक्षिततेच्या दृष्टीनं खास असे बूट घालावे लागतात. हे बूट भारताबाहेरच बनवले जात असत.

"परदेशातील उत्पादक खर्च वाचवण्यासाठी 'अपर्स'ची आयात करणं पसंत करत असत. मला हा नवाच व्यवसाय सापडला."

मुख्तारूलनं 'सुपरहाउस' हे नाव त्याच्या कंपनीसाठी निवडलं. त्यानं भाड्यानं जागा घेतली आणि कर्मचारीही नियुक्त केले. प्रश्न होता : चामडं कुठून मिळवायचं? कारण तो आता सुपर टॅनरीत नव्हता. इतर लोकांना त्याच्या पैसे चुकते करायच्या क्षमतेबाबत खातरी वाटत नव्हती.

"मला नकद पैसे चुकते करता येत नव्हते आणि विक्रेते मला उधारीवर माल द्यायला घाबरत होते. मोठ्या कष्टानं मी त्यांची समजूत पटवली."

"आज लोक म्हणतात की, माणसाचं व्यक्तिमत्त्व तो घालत असलेल्या बुटांवरून ओळखता येतं."

मुख्तारूलला समजत होतं की, त्यानं स्वत:ची टॅनरी सुरू करायला हवी. परंतु त्यासाठीची पारंपरिक, सर्वमान्य जागा त्याच्या खिशाला परवडली नसती. जाजमाउमधल्या जमिनीच्या किमती आभाळाला भिडलेल्या होत्या. त्यामुळे त्यानं त्याच्या अंतर्मनाचा कौल घेतला.

''मी यू.पी. स्टेट इंडस्ट्रियल डेव्हलपमेंट कॉर्पोरेशनकडून उन्नाओमधली जमीन विकत घेतली.''

तिथं एकही टॅनरी नव्हती, पूल नव्हता, चांगले रस्ते किंवा टेलिफोन लाइन्स नव्हत्या. खरंतर ती फारशी सुरक्षित अशी जागाच नव्हती. परंतु साहसी माणसावर दैव प्रसन्न होत असतं. तिथे जमीन अवघ्या १० रुपये प्रति चौरस मीटर एवढ्या अल्प भावावर उपलब्ध होती.

आता मुख्तारूल अमीनपाशी जमीन होती; परंतु टॅनरी चालू करण्याएवढे पैसे नव्हते. त्यामुळे त्यानं मुंबईत जाऊन वित्तनिवेशक शोधायचा निर्णय घेतला.

''माझी श्रीयुत व्होरा नावाच्या सद्‌गृहस्थांशी ओळख झाली. त्यांनी केलेली सूचना ऐकून मी चाटच पडलो! ते म्हणाले, 'पब्लिक इश्यू (बाजारात शेअर्स विकणं) का काढत नाहीस?'''

मुख्तारूल आश्चर्यचकित झाला. ही गोष्ट शक्य होती? कशी?

''माझी कंपनी अतिशय लहान होती आणि तोवर कोणत्याही चामडं बनवणाऱ्या कंपनीनं पब्लिक इश्यू आणला नव्हता.'' श्रीयुत व्होरा म्हणाले, ''काळजी करू नकोस! मी ते जमवीन!''

त्या माणसानं दिला शब्द पाळला. त्यानं भविष्यविषयक अंदाज बांधले, कंपनीचं प्रॉस्पेक्ट्स बनवलं आणि इतर सर्व तांत्रिक बाबी सांभाळल्या. १९९०साली एक कोटी रुपयांचा चिमुकला पब्लिक इश्यू बाजारात आला आणि त्याला खूप मागणी येऊन सारे शेअर्स विकले गेले.

''अर्थात एक कोटी रुपये उभे करण्यासाठी आम्हाला १०-१५ लाख रुपये खर्चावे लागले होते! परंतु मर्चंट बँकर्सनी इश्यूचे पैसे आल्यावर ते पैसे घेण्याला कबुली दिली.''

मुख्तारूल अमीनच्या 'सुपरहाउस ग्रुप'च्या दृष्टीनं हा नशीब बदलून टाकणारा निर्णायक क्षण होता. एक अत्यंत अद्ययावत टॅनरी चालू करण्यासाठी त्यावेळेस एवढा पैसा पुरला नसता! परंतु थोडी नवी मशीन्स, थोडी वापरलेली – 'सेकंड हॅंड' – मशीन्स अशी जुळवाजुळव करून मुख्तारूल यांनी बराचसा कारखाना उभा केला. नवा व्यवसाय सुरू करून तो वाढवण्यासाठी त्याला आता संधी मिळाली होती.

''त्यानंतर काही दिवसांतच युरोपातले कामगारांचे पगार खूपच वाढले आणि

तिथे 'सेफ्टी शूज' बनवणं आर्थिकदृष्ट्या अशक्य बनू लागलं."

'यू.के. सेफ्टी' नावाच्या कंपनीला सुपरहाउस 'अपर्स' पुरवत असे. त्यांनी एक आगळावेगळा प्रस्ताव मांडला.

"आम्ही तुला आमची यंत्र आणि तंत्रज्ञान पुरवू. तुम्ही आम्हाला शूज बनवून द्या."

अशा प्रकारे, सुपरहाउसला फुकटात मशीन्स मिळाली आणि बनवलेला सारा माल विकत घेणारा ग्राहक मिळाला. इतर कंपन्यांनी या कराराबद्दल ऐकलं; आणि तेसुद्धा सुपरहाउसपुढे तसाच प्रस्ताव ठेवू लागले. मशीन्स पुरवून बनवलेला सारा माल विकत घ्यायला ते तयार होतो.

"अशा प्रकारे आमचा व्यवसाय आणि नफा प्रचंड वाढला."

१० वर्षं व्यवसाय केल्यानंतर सुपरहाउसची विक्री ४१ कोटीपेक्षा जास्त झाली आणि त्यावर त्यांना १.८ कोटी रुपये नफा सुटू लागला. आता कंपनीनं आणखी मोठी भरारी मारयचं ठरवलं.

१९९०च्या दशकाच्या मध्यापर्यंत, सुपरहाउस 'रबर व्हल्कनाइझ्ड सोल' असलेले बूट बनवत असे. त्यांचा मुख्य ग्राहक होता इंग्लंड. परंतु युरोपातील इतर देश 'डायरेक्ट इंजेक्शन' पद्धतीनं बनवलेले सेफ्टी शूज वापरत असत आणि त्यासाठी असलेलं तंत्रज्ञान गुंतागुंतीचं होतं

"या प्रकारचे बूट आम्हीही बनवू शकू, असा आम्हाला आत्मविश्वास वाटत होता. त्यामुळे आम्ही त्यासाठी आवश्यक असलेलं DESMA मशीन कानपूरमध्ये आयात केलं."

DESMA हे शू मेकिंगमधलं 'मर्सिडीझ बेंझ' आहे असं म्हणायला हरकत नाही. ही अद्ययावत जर्मन यंत्रं वापरून रबर किंवा पॉलियुरेथिनच्या बुटांचा 'अपर्स'ना सोल थेटपणे डायरेक्ट इंजेक्शन प्रक्रियेनं जोडता येतो.

त्यावेळेस युरोपमधले लोक आम्हाला म्हणाले, "पी.यू. तंत्रज्ञान सोपं नाही. आम्हालासुद्धा ते अवघड वाटतं. तुमची तर ते झोपच उडवेल."

मुख्तारूल अमीननं म्हटलं, "ठीक आहे, परंतु तरीसुद्धा आम्ही प्रयत्न करून बघणार आहोत."

हे धाडसी पाऊलच होतं; कारण त्या मशीनची किंमतच खूप होती! चार कोटी रुपये! परंतु तोपर्यंत कंपनीनं स्वत:चे पैसे शिलकीत ठेवले होते आणि भरीला त्यांना 'पंजाब नॅशनल बँके'चा संपूर्ण पाठिंबा होता.

"तुमच्या मालाचा दर्जा आणि सांगितलेल्या वेळेस माल पुरवण्याबाबतची तुमची ख्याती या गोष्टी अत्यंत महत्त्वाच्या असतात."

“आम्ही नशीबवान होतो. पंजाब नॅशनल बँकेच्या लोकांनी आमची कार्यपद्धती पाहून आम्हाला पूर्ण सहकार्य दिलं.”

खरंतर, सुपरहाउसनं मिळावलेल्या यशात पंजाब नॅशनल बँकेनं महत्त्वाची भूमिका बजावली आहे. सुरुवातीला, सुपरहाउस ‘स्टेट बँक ऑफ इंडिया’बरोबर व्यवहार करत असे. त्यानंतर पंजाब नॅशनल बँकेच्या श्रीयुत गुप्ता नावाच्या जनरल मॅनेजरनी मुख्तारूल अमीनला त्यांच्या ऑफिसात बोलावून घेतलं.

त्यांनी म्हटलं, “मला सांग, तुझ्या काय योजना आहेत?” तेव्हा हा तरुण उद्योजक त्यांना म्हणाला, “सर, माझा व्यवसाय मला वाढवायचा आहे. परंतु माझ्यापाशी तारण ठेवण्याजोगं काहीही नाही.”

श्रीयुत गुप्तांनी त्याला विचारलं, “तुला किती पैशांची गरज आहे?”

“मला फिरतं भांडवल म्हणून ४० लाख रुपये मिळाले, तर मला आलेल्या काही मागण्यांना मी होकार देऊ शकेन आणि माझा व्यवसाय वाढवू शकेन.”

जनरल मॅनेजरनं त्याच्या हाताखालच्या मॅनेजरला बोलावलं आणि म्हटलं, “यांना ४० लाख रुपये द्या!”

मुख्तारूल अमीनची वाचाच बंद झाली.

“त्यानं माझ्यावर एवढा विश्वास का टाकला, हे मला ठाऊक नाही. परंतु त्यानं माझ्यावर विश्वास ठेवला आणि देवकृपेनं आम्ही तो विश्वास अबाधित राखू शकलो आहे.”

समोरच्या उद्दिष्टाचा झपाटलेपणानं पाठपुरावा करणारा माणूस सतत नव्या क्षितिजांचा शोध घेत असतो. १९९०च्या दशकाच्या अखेरीस, मुख्तारूल अमीन यांनी त्यांचं लक्ष ‘फॅशन फुटवेअर’कडे वळवलं. सुपरहाउसनं सर्वप्रथम इंग्लंडमधील बाजरपेठेवर लक्ष केंद्रित केलं. ती बाजरपेठ त्यांना नीटपणे माहीत होती. परंतु प्रारंभीचा काळ खूप अडचणींचा होता.

“इंग्लंड उच्च प्रतीचे शूज इटली, स्पेन आणि पोर्तुगाल या देशांमधून आयात करत असे. भारताकडून ते कोणताच माल घेत नसत.”

कारखान्यांमधील सेफ्टी शूजच्या बाजारपेठेपेक्षा इतर सर्वसाधारण ग्राहकांची शूजची आवडनिवड सर्वांत वेगळी असते. त्यामुळे मुख्तारूल अमीननं ठरवलं की, सुरुवातीला अगदी सर्वसामान्य प्रकारचे शूज बनवायला सुरुवात करायची. आगळंवेगळं काहीही करून पाहायचं नाही. अशा प्रकारे, हळूहळू त्याला बाजारपेठेचा अंदाज बांधता येऊ लागला.

“सुरुवातीला लोकांना खूप काळ टिकणारे बूट हवे असत... परंतु आता लोकांना ऋतूनुसार आणि फॅशननुसार वेगवेगळ्या प्रकारचे बूट हवे असतात.”

सर्वसाधारण उपयुक्ततेचे टिकाऊ बूट बनवण्यापासून सुखकारक आणि आकर्षक

दिसणारे बूट बनवण्याकडे वळणं ही सुपरहाउसच्या दृष्टीनं उंच झेपच होती. कंपनीनं लँकेस्टरमध्ये मार्केटिंग ऑफिस सुरू केलं. काही काळानं फ्रान्स आणि इटलीतील डिझायनर्सची नियुक्ती केली.

या व्यवसायानं १२० कोटी रुपयांच्या विक्रीचा टप्पा ओलांडल्यावर मुख्तारूल अमीननं चामड्याच्या इतर गोष्टीसुद्धा बाजारात आणायचं ठरवलं. कंपनी यापूर्वीच रायडिंग शूज (घोड्यावरून रपेट करण्यासाठीचे शूज) आणि तत्सम माल बनवू लागली होती. आता त्यांनी लेडीज बॅग्ज, प्रवासासाठीच्या बॅग्ज, ऑफिस बॅग्ज आणि बेल्ट्स बनवायला सुरुवात केली.

"मला माझ्या टॅनरीत कामावून तयार झालेलं चामडं इतरांना विकण्याऐवजी स्वत:च वापरात आणायचं होतं."

मुख्तारूल अमीननं ठरवलं की, हा माल त्याच्या सध्याच्याच ग्राहकांना – इंग्लंड आणि फ्रान्समधील डिपार्टमेंट स्टोअर्स चेन्सना द्यावा. ते यापूर्वीपासूनच सुपरहाउसनं बनवलेले फॅशनेबल शूज विकत होते, त्यामुळे त्याच कंपनीनं बनवलेल्या चामड्याच्या इतर वस्तू विक्रीसाठी ठेवायची त्यांची तयारी होती.

"वेळेत आणि दर्जेदार माल पुरवण्याबाबत आम्ही नाव कमावलेलं असल्यामुळे आम्हाला त्याच कंपन्यांना नवा माल विकणं सोपं पडलं."

त्याच ग्राहकाबरोबर व्यवसाय वाढवणं सोपं जातं; कारण तुम्हाला त्यांच्या गरजा, त्यांची विचारांची आणि कामाची पद्धत या गोष्टी ठाऊक असतात. या कल्पनेच्या जोरावर सुपरहाउसनं २००७मध्ये एक जर्मन कंपनीसुद्धा विकत घेतली.

"ती कंपनी दिवाळखोर झाली होती. त्यामुळे आम्ही त्यांचा कारखाना, त्यांचे विक्रेते आणि त्यांचा अकौंटिंग विभाग ताब्यात घेतला. फक्त उत्पादन मात्र आम्ही भारतातून करवून घेऊ लागलो.

"मी नेहमीच ताज्या दमाचे अननुभवी लोक कामावर ठेवणं आणि त्यांना प्रशिक्षण देऊन तयार करणं पसंत करतो. ते जास्त मनापासून आणि जिद्दीनं काम करतात."

उत्पादन खर्च खाली आल्यामुळे ही कंपनी नफा कमावू लागली. हेच धोरण वापरून सुपरहाउसनं २०११मध्ये इंग्लंडमधील एक डबघाईला आलेली कंपनी विकत घेतली आणि ती नावारूपाला आणली. अलीकडेच मुख्तारूल अमीननं स्पेनमधला एक उत्पादन करणारा कारखाना विकत घेतला आहे. या दोन्ही कंपन्यांकडून त्याच्या भारतातील कारखान्यातला भरपूर काम मिळतं आहे.

"या कंपन्या विकत घेतल्यामुळे आमचा आणि त्यांचा असा दोघांचाही फायदा झाला. आम्ही एकही कर्मचारी निलंबित केला नाही."

सुपरहाउसची एकूण कर्मचारी संख्या आता सात हजारपेक्षा जास्त आहे.

त्यापैकी पाच हजार कामगार आहेत आणि उरलेले कर्मचारी व्यवस्थापन, पर्यवेक्षण आणि संशोधन या विभागांमध्ये काम करत आहेत. कंपनीचे उत्पादन करणारे कारखाने कानपूर, आग्रा आणि नॉयडा इथे आहेत आणि कंपनीचं धोरण अगदी स्वच्छ आहे – जास्तीत जास्त स्थानिक लोकांनाच कामावर नेमायचं.

"जे अननुभवी, ताज्या दमाचे लोक नेमले, तेच सुपरहाउसचा कणा आहेत!"

मुख्तारूलनं सुपर टॅनरी सोडून स्वत:चा व्यवसाय थाटला, तेव्हा त्याच्यावर ज्यांनी विश्वास टाकला, त्यांचा या वरील लोकांमध्ये समावेश आहे. पैसा ही त्यामागची एक प्रेरणा असली, तरी लहान गावात अभावानंच दिसणारी व्यावसायिक स्वरूपाची कार्यप्रणाली ही त्याहूनही मोठी प्रेरणा आहे.

सुपरहाउसच्या २० कारखान्यांपैकी प्रत्येक कारखाना हे एक वेगळं 'प्रॉफिट सेंटर' आहे आणि प्रत्येकाची व्यवस्थापन टीम वेगळी आहे.

"प्रत्येक कारखान्याचं वार्षिक उद्दिष्ट मी ठरवून देतो की, इतकी विक्री होईल, इतका नफा होईल. मग ते उद्दिष्ट कसं गाठायचं याचा निर्णय मी त्या-त्या गटावर सोपवतो."

दर महिन्याला मीटिंग्ज घेऊन एकूण आढावा घेतला जातो; परंतु दैनंदिन कारभारात ढवळाढवळ केली जात नाही.

"त्यामुळे त्यांना वाटतं की, ही स्वत:चीच कंपनी आहे. त्याच समर्पिततेपोटी आणि निष्ठेपोटी ते माझी स्वप्नं प्रत्यक्षात उतरवायला धडपडतात."

कधीकधी एखाद्या कर्मचाऱ्याला बाहेरून एखादी उत्तम नोकरी चालत येते आणि त्या कर्मचाऱ्याचा हितचिंतक या नात्यानं मुख्तारूल त्याला ही संधी साधण्यासाठी साशीर्वाद उत्तेजन देतो.

"जेव्हा कुणी कर्मचारी सोडून जातो, तेव्हा एखादा आप्तच दूर गेलाय अशी भावना होते. परंतु बरेचदा असंही होतं की, सोडून गेलेले ते लोक पुन्हा सुपरहाउसमध्येच परत येतात!"

व्यवसाय केवळ कुटुंबीयांपुरताच मर्यादित ठेवला नाही की, त्याच्या विकासाला कोणताही अडथळा शिल्लक राहत नाही. सुपरहाउसची प्रगती हे त्याचं जिवंत उदाहरण आहे. मार्च, २०१३मध्ये कंपनीची वार्षिक उलाढाल ९०० कोटी रुपयांपेक्षा जास्त होती आणि चर्मवस्तूंची निर्यात करणारी भारतातील ती सर्वांत मोठी कंपनी होती.

"आम्ही आता हळूहळू स्वत:चे ब्रँडसुद्धा इंग्लंड आणि फ्रान्समध्ये विकू लागलोय. आम्ही भारतातसुद्धा पादत्राणं विकायला सुरुवात केली आहे."

सुपरहाउसनं घोड्यावरच्या रपेटीसाठीचे पोशाख आणि कारखान्यात घालायचे

युनिफॉर्म यांचं उत्पादन करायलासुद्धा प्रारंभ केला आहे. या दोहोंमागची मूळ कल्पना एकच होती : ज्या ग्राहकांना घोडेस्वारीसाठीचा माल आणि सेफ्टी शूज विकले जात आहेत, त्यांनाच या वाढीव गोष्टी विकायच्या.

आणि चीनबाबत काय? मुख्तारूल अमीन यांच म्हणणं असं आहे की, चीनकडून स्पर्धा होण्याचा धोका कमी होतो आहे. चीनमधले कामगारांचे पगार वाढत चालल्यामुळे पादत्राणांसारख्या वस्तू बनवण्यातला फायदा कमी होऊ लागला आहे.

''आणखी एक गोष्ट! चीनमधल्या कामगारांना उच्च तंत्रज्ञान वापरणाऱ्या कारखान्यांमध्येच काम करायचं असतं. तिथे त्यांना जास्त पगार मिळतो. त्यामुळे चर्मोद्योगासाठी कामगार मिळणं त्यांना अवघड पडतं.''

अर्थात, तुम्ही कुठेही असलात तरी संकटं येतच असतात. मुख्तारूल अमीन यांनी व्यवसायातले चढ-उतार भरपूर अनुभवले आहेत.

''प्रत्येक समस्येवर तोडगा शोधता येतो. परंतु शांतपणे विचार केलात, तरच तो तोडगा सुचतो. तणावग्रस्त मनःस्थितीत तोडगा शोधता येत नाही!''

''मी जेव्हा आमच्या शाळांमध्ये जातो आणि मुलं 'गुड मॉर्निंग सर!' असं म्हणतात, तेव्हा मला विलक्षण समाधान वाटतं.''

''दरम्यानच्या काळात मंदीची लाट आली. मी माझा सारा पैसा मशीन्समध्ये आणि काखान्यांमध्ये गुंतवला होता. फिरत्या भांडवलासाठी पैसा कमी पडत होता. त्यावेळेस मला खूपच कठीण परिस्थितीला तोंड द्यावं लागलं.''

कंपनीचे हितशत्रू ही संधी साधून कंपनी दिवाळखोरीत जाणार अशा कंड्या पिकवू लागले होते. 'कंपनी पुरेसा माल विकू शकेल? पुरेसा नफा मिळवेल?' अशा शंका ते उपस्थित करत होते.

''आमचे हितशत्रू म्हणू लागले होते, 'ते रसातळाला गेलेत. बँका त्यांचे कारखाने ताब्यात घेणार आहेत.'''

अशा कंड्यांमुळे कच्चा माल पुरवणारे लोक घाबरले, परंतु केवळ तात्पुरतेच! बँकांच्या पाठिंब्याच्या बळावर आणि आगाऊ पैसे द्यायला तयार झालेल्या काही ग्राहकांच्या मदतीच्या जोरावर मुख्तारूल त्या अडचणीतून बाहेर पडले.

''नकारात्मक संदेश ऐकून मी कधीही नाउमेद होत नाही. मी नेहमी सकारात्मक विचार करतो, 'ठीक आहे! अडचण उभी राहिलीय. आता यातून बाहेर कसं पडायचं?' आणि असा विचार केला की, हटकून उपाय सुचतो!''

कठोर परिश्रमांना दुसरा पर्याय नाही! त्यांनी कामाला सुरुवात केल्याला ४०हून जास्त वर्षं उलटली आहेत. ते अजूनही रोज अनेक तास काम करतात; ग्राहकांना भेटायला प्रवास करतात; वेगवेगळ्या कारखान्यांमध्ये काम करतात.

''मला एकच छंद आहे. तो म्हणजे सिनेमे बघण्याचा. वेळ मिळेल तेव्हा मी पुस्तकं वाचतो. जास्त करून प्रवास करताना.''

मुख्तारूल अमीन यांचा विवाह अगदी लहान वयातच झाला. अवघ्या विसाव्या वर्षी. त्याला चार मुलं आहेत. सर्वांत मोठ्या मुलानं – झफारूल अमीननं इंग्लंडमध्ये तीन वर्षांचा लेदर टॅनिंगचा अभ्यासक्रम पूर्ण केल्यावर सुपरहाउसमध्ये हातभार लावायला सुरुवात केली. त्या अभ्यासक्रमाचा खूपच फायदा होतो आहे. तो वेगवेगळ्या प्रकारच्या चामड्यांवर वेगवेगळ्या प्रकारची झिलई आणण्याचे प्रयोग करतो आहे.

''ग्राहकांना नेहमीच काहीतरी नवं हवं असतं. नवं डिझाइन, नवा रंग, नवा स्पर्श. या गोष्टींमुळे आमचा व्यवसाय वाढायला मदत होते.''

त्याचा धाकटा मुलगा बारावीत आहे. नौशीन आणि शदाह या मुलींचे विवाह झाले आहेत. श्रीमती शाहिना मुख्तार आणि मोठी सून फिरदौस अमीन यांच्याबरोबर या दोघी मुली सुपरहाउसतर्फे उत्तर प्रदेशात चालवल्या जाणाऱ्या १० शाळांकडे बघत आहेत.

हे सारं २०००मध्ये सुरू झालं. त्यावेळेरा शाळा सुरू करण्याचा प्रस्ताव मांडत कुणीतरी मुख्तारूल अमीन यांच्याकडे त्या प्रकल्पासाठी पैशांची मागणी करण्यासाठी आलं. मुख्तारूल यांनी ठरवलं की, ही नवी गोष्ट करून पाहण्याजोगी आहे!

''ती शहराची गरज होती. त्यावेळेस गावात चांगल्या शाळा नव्हत्या. माझ्या स्वतःच्या मुलांना चांगल्या शाळांमध्ये प्रवेश मिळवून देता देता माझी दमछाक झाली होती!''

या प्रयत्नांमुळे दिल्ली पब्लिक स्कूलनं खाजगी क्षेत्रात शाळा उघडायला पहिलंवहिलं 'फ्रँचाइस' दिलं. आज मुख्तातारूल अमीन दिल्ली पब्लिक स्कूलच्या तीन शाखा कानपूर शहरात चालवत आहेत. त्याखेरीज तो स्वतःच्या ब्रँड-नेमखाली – 'अॅलन हाउस पब्लिक स्कूल' नावानं – आणखी शाळा चालवत आहेत. या शाळा फक्त कानपूर शहरातच नव्हे, तर लखनऊ, शहरानपूर, बरेली आणि घाझियाबाद या शहरातही सुरू आहेत. या सर्व शाळा (२०१३ सालच्या एज्युकेशन वर्ल्ड मॅगेझिनच्या सर्वेक्षणानुसार) भारतातल्या सर्वोत्कृष्ट २०० शाळांमध्ये समाविष्ट आहेत.

''आम्ही चार वर्षांपूर्वी, अॅलन हाउस इंजिनिअरिंग कॉलेज सुरू केलं. तेसुद्धा उत्तम प्रकारे चाललंय.''

शिक्षणक्षेत्रातील प्रवेशाकडे मुख्तारूल अमीन एक व्यवसाय म्हणून पाहत नाहीत. मनांना आकार देऊन भविष्य घडवण्याचा तो एक मार्ग आहे, असं त्यांना वाटतं.

''योग्य शिक्षण मिळालं तर मुलं आयुष्यात खूप काही करू शकतात.''

काय करायचं हे तुमचं मन ठरवतं. तुमच्या पसंतीच्या कोणत्याही दिशेला ते तुम्हाला खूप उंच भरारी मारू देतं!

तरुण उद्योजकांसाठी कानमंत्र!

आपण खरोखरच नशीबवान आहोत. जिथं खूप संधी उपलब्ध आहेत, अशा देशात आपण जन्म घेतला आहे. अगदी थोडक्या भांडवलावर तुम्हाला स्वत:चा व्यवसाय सुरू करावासा वाटला, तर ते इथं शक्य होतं.

प्रत्येक क्षेत्रात इथं संधी मिळू शकते आहे. काय करायचं ते मनाशी एकदा ठरवा, मोठं स्वप्न पहा आणि त्याला आकार द्यायला कष्ट करा. जर तुमचा स्वत:वर विश्वास असेल की, हे मला करायचं आहे आणि मी ते करीनच, तर ते तुम्ही करू शकाल.

फक्त मुंबई-दिल्लीसारख्या मोठ्या शहरांमध्येच संधी मिळू शकते, असं अजिबात नाही! संधी अगदी लहानसहान गावातही मिळू शकते! प्रत्येक गावाचं स्वत:चं असं एक वैशिष्ट्य असतं. त्याला साजेसा व्यवसाय तिथं तुम्हाला सुरू करता येतो.

लहान गावात व्यवसायाचा एकदा जम बसवला की, तो व्यवसाय तुम्हाला मोठ्या शहरातही वाढवता येतो. परंतु मोठ्या शहरात व्यवसायाला सुरुवात करणं अवघड असतं. तिथे खर्च जास्त येतो.

कोणतीही कंपनी यशस्वी करण्याच्या दृष्टीनं सर्वांत महत्त्वाची गोष्ट असते हाताशी योग्य आणि जिद्द बाळगणारे लोक असणं! आज तुम्ही बँकांकडून पैसे घेऊ शकता. अनेक योजनांचे फायदे मिळवू शकता. मोठा कारखाना आणि उत्तम ऑफिस उभारू शकता. परंतु हे चालवायला हाताशी चांगली माणसं नसली, तर काहीही करता येत नाही!

निगुतीनं जोपासलेले

बहादूर अली : इंडियन ब्रॉयलर ग्रुप

राजनंदगाव, छत्तीसगड

१९८४मध्ये बहादूर अलीनं आपला भाऊ सुलतान अली याच्याबरोबर १०० कोंबड्यांचं एक लहानसं 'पोल्ट्री फार्म' सुरू केलं. आज २२०० कोटी रुपयांची उलाढाल करणारा 'इंडियन ब्रॉयलर ग्रुप' कोंबड्या आणि सोया यांच्या व्यवसायात आहे. सर्व भारतीयांना परवडेल अशा दरात प्रथिनं उपलब्ध करून देण्याचं स्वप्न पाहत आहे.

रायपूर हे नव्यानं विख्यात झालेलं शहर आहे. प्रचंड मोठ्या अशा मध्यप्रदेश या राज्यातलं एकेकाळचं संथ वाटणारं हे गाव आता छत्तीसगड राज्याची

राजधानी बनलं असून तिथं 'इंडियन इन्स्टिटयूट ऑफ मॅनेजमेंट'सुद्धा सुरू झाली आहे.

इथल्या विमानतळावर थेट मुंबईहून आणि दिल्लीहून अनेक विमानं येतात आणि त्यांच्या तिकिटांचे दरसुद्धा प्रचंड महागडे आहेत. इथे जाडजूड उद्योजक भल्या दांडग्या सोनसाखळ्या गळ्यात मिरवत सतत त्यांच्या सेलफोन्सवर बडबड करत असतात. कदाचित आणखी एखाद्या कोळसा घोटाळ्याचा पाया ते रचत असावेत! परंतु अशा राज्यातसुद्धा यशोप्राप्ती ही नेहमीच गैरकानूनी टेंडर्स आणि राजकीय लागेबंधे यांवर अवलंबून असत नाही. इंडियन ब्रॉयलर ग्रुप हे त्याचं जिवंत उदाहरण आहे!

छोट्याशा कुक्कुटपालन व्यवसायापासून या उद्योगाची सुरुवात झाली. सुलतान अली आणि बहादूर अली या दोन भावांनी १९८४मध्ये सुरू केलेलं लहानसं पोल्ट्रीफार्म आज २२०० कोटी रुपयांची विक्री करणारी प्रचंड मोठी कंपनी बनली आहे. याशिवाय कंपनीचे शेतीशी निगडित असे अनेक व्यवसायही आहेत.

"आमचं उद्दिष्ट साध्य होईपर्यंत आम्ही पुढे जात राहिलो," या शब्दांत मृदुभाषी बहादूर अली त्यांच्या यशाचं मर्म विशद करतात.

परंतु इतर हजारो पोल्ट्रीफार्मपेक्षा या पोल्ट्रीफार्मची वैशिष्ट्यं कोणती होती? वेगळी होती एकच गोष्ट! या पोल्ट्रीफार्मच्या संस्थापकांची विचारपद्धती!

उत्पादनखर्चावर नियंत्रण ठेवा आणि उच्च दर्जा राखा; त्यासाठी काय वाटेल ते करा! एका अमेरिकन तज्ज्ञाच्या सल्ल्यावर पूर्ण विश्वास ठेवून, बहादूर अलीनं तंत्रज्ञानात खूपच पैसा गुंतवला. आणि एमबीए झालेले लोक ज्याला 'बॅकवर्ड अॅन्ड फॉरवर्ड इंटिग्रेशन' म्हणतात (आपला व्यवसाय जो कच्चा माल वापरतो आणि आपलं उत्पादन ज्या व्यवसायात कच्चा माल म्हणून वापरलं जातं असे दोन्ही धंदे आपल्या मूळ व्यवसायाला जोडून सुरू करणं), तेसुद्धा बहादूर अलींनी साध्य करून घेतलं.

अली बंधूंच्या दृष्टीनं तो केवळ व्यवहार्य विचार होता आणि दूरदृष्टीनं पाहिलेल्या उद्दिष्टाकडे नेणारा तो मार्ग होता.

"मी जेव्हा केव्हा कुणालाही चांगला असा प्रथिनयुक्त आहार आनंदानं चाखताना पाहतो, तेव्हा माझं मन समाधानानं काठोकाठ भरून जातं!"

छत्तीसगडच्या भूमीचं वैभव फक्त कोळशाच्या खाणींमध्येच नाही आहे. इथल्या मातीचा कणन्कण समृद्धीनं ओथंबला आहे... फक्त तुम्ही त्याचा शोध घ्यायचीच काय ती गरज आहे!

निगुतीनं जोपासलेले

बहादूर अली : इंडियन ब्रॉयलर ग्रुप
राजनंदगाव, छत्तीसगड

बहादूर अलीचा जन्म त्यावेळच्या मध्यप्रदेशातील राजनंदगाव जिल्ह्यात झाला. ''माझ्या वडिलांची नोकरी यथातथाच होती. काही काळानं त्यांनी एक सायकलचं दुकान सुरू केलं.''

कालांतरानं त्यांनी जनावरांची हाडं आणि कातडी यांचा व्यवसाय सुरू केला. मेलेल्या जनावरांच्या हाडांची आणि कातड्यांची ते खरेदी-विक्री करू लागले. एवढा खटाटोप करूनही झोपडीत राहणाऱ्या त्यांच्या कुटुंबाचं जेमतेम पोट भरत होतं.

अवचितपणे १९७८मध्ये बहादूर अलीचे पिताजी निवर्तले.

''तेव्हा आम्ही सारे भाऊ लहान होतो – अनुक्रमे १८, २० आणि २२ वर्षांचे! एकाएकी कुटुंबाच्या पालनपोषणाचा भार आमच्या कोवळ्या खांद्यावर येऊन पडला.''

सर्वांत मोठ्या भावानं – सुलतान अलीनं – सायकलचं दुकान सांभाळायला सुरुवात केली, तर इतरांनी मिळतील त्या लहानसहान नोकऱ्या घेतल्या. एकदा सुलतानची एका पशुवैद्याशी भेट झाली. त्यानं सुलतान अलीला सुचवलं –

''तू कोंबड्या पाळायचा व्यवसाय का सुरू करत नाहीस? त्यातून तुला बरा पैसा मिळेल.'' सुलतान अलीनं तसा प्रयत्न करून पाहायचं ठरवलं.

थोड्याशा पैशांची जुळवाजुळव करून त्यानं १०० कोंबड्यांचं लहानसं पोल्ट्रीफार्म सुरू केलं.

''ही झाली १९८४ सालची गोष्ट. तिथूनच आमचा या व्यवसायात प्रवेश झाला!''

कोंबड्या वाढवणं ही एक गोष्ट झाली, परंतु त्या विकणं ही वेगळीच गोष्ट असते. ती जबाबदारी बहादूर अलीवर येऊन पडली. नेहमीच्या प्रथेनुसार तो एका घाऊक विक्रेत्याकडे गेला. त्यानं देऊ केलेल्या किमतीत तर कोंबड्या राखायचा खर्चसुद्धा भरून निघाला नसता, मग नफा तर दूरचीच बात! हा कोणत्या प्रकारचा व्यवहार होता?

परंतु बहादूर अली एवढ्यात हार मानणारा नव्हता.

''त्या पहिल्या १०० कोंबड्या विकण्यासाठी मला जी यातायात करावी लागली, त्याकडे मी स्वत:च विक्रीची जबाबदारी उचलण्याचं एक आव्हान म्हणून पाहिलं.''

त्याकाळी लोक कोंबड्यांची खरेदी मार्केटमधून करत किंवा थेट शेतकऱ्यांकडूनच ते कोंबड्या विकत घेत. बहादूरनं राजनंदनगावात स्वत:चं रिटेल दुकान उघडायचा निर्णय घेतला. त्या दुकानात जिवंत कोंबड्याच विक्रीसाठी ठेवल्या जात असत आणि त्या विकल्यावर मारून, साफ करून दिल्या जात असत. हे काम मोठं नाजूक असतं. त्यात कोंबडीचं डोकं, पिसं आणि आतले अवयव काढून टाकावे लागतात. बहादूर अली या कामात मोठा वाकबगार होता.

खाटीक मंडळी ग्राहकांना सर्रास फसवत असतात. गरजेपेक्षा थोडा जास्त भागच ते कापून टाकत असतात. परंतु बहादूर अलीच्या दुकानात असं कधीही केलं जात नसे.

''ग्राहकाला पूर्ण कोंबडं मिळालं पाहिजे; त्यात कोणतीही फसवाफसवी केली जाता कामा नये, असं आमचं तत्त्व होतं.''

मालकानेच धडा घालून दिला की, नोकरांना तो पाळावाच लागतो. बहादूर अलीचं कोंबडीचं दुकान सुप्रसिद्ध झालं आणि लगेचच त्यानं जवळच्याच भिलाई गावात आणखी एक दुकान टाकलं, परंतु तिथे होणारी विक्री बेताचीच होती.

बहादूर अलीनं बाजारपेठेचा आढावा घेतला. लोक कुठून कोंबड्या विकत घेतात? त्या दुकानांची कार्यपद्धती काय असते? याचं सर्वेक्षण केल्यावर एक गोष्ट त्याच्या लक्षात आली.

स्थानिक बाजारपेठेत लोकांची पसंती देशी कोंबडीला असते, तर अलीबंधू ब्रॉयलर चिकनची पैदास करत होते.

ब्रॉयलर चिकन देशी कोंबडीपेक्षा वेगळं दिसतं आणि त्याची चवसुद्धा निराळी असते. ब्रॉयलर चिकनला मोठ्या शहरांमधून मागणी येत होती आणि सर्वांत जवळचं शहर होतं नागपूर!

''तिथल्या लोकांना 'ब्रॉयलर चिकन' म्हणजे काय हे ठाऊक होतं आणि त्यांना ती विशेष रुचकर गोष्ट वाटत असे.''

त्यामुळे १९८५मध्ये, बहादूर अलीनं नागपूरमध्ये एक लहानसं दुकान उघडायचं ठरवलं. त्याचं उद्दिष्ट माफक होतं एक महिन्याला ५०० कोंबड्या विकायच्या! पहिल्या दिवशी बहादूर अलीनं वर्तमानपत्रात एक लहानशी जाहिरात दिली. या जाहिरातीत चिकनचा दरसुद्धा नमूद केला होता.

''मी उत्पादन खर्चाला दोनानं गुणून दर ठरवला होता... गला धास्ती वाटत होती की, तो अवाजवी तर नाही ना?''

दुकान उघडलं तेव्हा त्या दुकानात ३०० कोंबड्या होत्या. पहिल्याच दिवशी

दुपारच्या बारा वाजेपर्यंत त्या साऱ्या विकल्या गेल्या.

"माझा हुरूप वाढला. या मार्केटची व्याप्ती माझ्या लक्षात आली. माझी विचार करण्याची पद्धतच रातोरात बदलून गेली!"

प्रत्यक्षात ब्रॉयलर चिकनच्या पुरवठ्यापेक्षा त्याला येणारी मागणी जास्त होती. ही फारच मोठी संधी होती. परंतु त्याचा लाभ कसा घ्यायचा? बहादूर अली राजनंदगावला परत गेला आणि त्यानं याबाबत सुलतान अलीशी चर्चा केली.

"आम्ही ताबडतोब आमचं पोल्ट्रीफार्म वाढवण्याचा निर्णय घेतला!"

वस्तुत: नागपूरमधल्या एका हॉटेलने बहादूर अलीला आधीच महिन्याला दोन हजार कोंबड्या पुरवायला सांगितलं होतं. त्यांच्या पोल्ट्रीफार्मची तेवढा पुरवठा करण्याची कुवतच नव्हती. त्यामुळे त्यांनी हैदराबादमधील एका व्यापाऱ्यामार्फत तेवढ्या कोंबड्या मागवून त्या हॉटेलला पुरवल्या.

"मागणीनुसार पुरवठा करण्यासाठी आम्ही बाहेरून कोंबड्या विकत घेत होतो आणि त्याबरोबरच आमचं स्वत:चं उत्पादन वाढवत होतो."

त्यासाठी त्यांना पैशांची गरज होती. त्यामुळे तो बँक ऑफ इंडियाकडे गेला. पहिल्याच दिवशी बँकेने त्याला आधार दिला. प्रारंभीचा कर्जाचा आकडा लहान होता – १० ते १५ हजार रुपयांचा. त्यांचा एक मित्रच 'जिम्मेदार' म्हणून उभा राहिला. हळूहळू कर्जाचा आकडा वाढत गेला. १९८७मध्ये बहादूर अलीनं १० लाख रुपयांचं कर्ज काढलं. त्या काळी ही रक्कम खूपच मोठी होती.

"आम्हा सर्व भावांमध्ये काहीतरी करून दाखवण्याची जिद्द तेवत होती.

"आमच्या कार्यक्षमतेमुळे आणि विक्रीच्या आकड्यांमुळे बँकेचे अधिकारी प्रभावित झाले. मी जेव्हा जेव्हा त्यांच्याकडे प्रकल्पासाठी पैसे मागायला जात असे, तेव्हा तेव्हा ते माझ्या पाठीशी उभे राहत असत."

पुढील व्यवसाय विस्तारासाठी बँकेने त्यांना १९९०मध्ये ४० लाख रुपये कर्जाऊ दिले.

ब्रॉयलर फार्मला तीन गोष्टींची गरज असते – जमीन, कोंबड्या आणि कोंबड्यांसाठीचं खाद्य. १९८०च्या दशकाच्या अखेरीस जमीन स्वस्तात उपलब्ध होती. ५०० ते १००० रुपये एकर! त्यामुळे उभा केलेला पैसा जमीन विकत घेण्यात, कोंबड्या आणि त्यांचं खाद्य विकत घेऊन कोंबड्या वाढवण्यात खर्च होत होता. आणखी मोठा खर्च होता वाहतुकीचा. परंतु ही गोष्ट बहादूर अलीनं भाडोत्री वाहनं वापरून पार पाडली.

"आम्ही स्वत:ची वाहनं विकत घेण्यात पैसा गुंतवला नाही. रायपूर-नागपूर मार्गानं दररोज खेपा करणारे ट्रक्स आम्ही वापरले."

बँकेकडून कर्जाऊ घेतलेले पैसे आणि व्यवसायातून शिल्लक राहिलेले पैसे त्यांनी पोल्ट्रीफार्म आणि रिटेल-शॉप्स या महत्त्वाच्या गोष्टींसाठीच खर्च केले.

१९९६ सालापर्यंत 'इंडियन ब्रॉयलर ग्रुप' महिन्याकाठी ४० हजार कोंबड्यांची पैदास करत होता. परंतु बहादूर अलींच्या मनाला स्वस्थता लाभत नव्हती.

"१९८४ ते १९९६ या कालखंडात कंपनी मोठी तर होत होती; परंतु माझ्या मनाला समाधान नव्हतं. मला सारखं वाटत होतं की, या व्यवसायात माझ्या हातून काहीतरी चूक होतेय. पोल्ट्री व्यवसाय करण्याची आमची पद्धत चुकीची तर नाही ना, अशी मला शंका येत होती!"

बहादूर अलीच्या मनात अनेक प्रश्न होते आणि त्यांची उत्तरं देऊ शकेल, असं कोणीही त्याला दिसत नव्हतं. मग १९९६मध्ये नव्या दिल्लीच्या प्रगती मैदानावर 'द वर्ल्ड पोल्ट्री काँग्रेस'चं आयोजन करण्यात आलं. बहादूर अलींच्या दृष्टीनं तो साक्षात्कारी अनुभवच होता! त्यांना डाचत असलेल्या साऱ्या प्रश्नांची उत्तरं त्यांना तिथे मिळाली.

त्यांचे दोन मुलगे आणि त्यांचा मेहुणा यांच्याबरोबर बहादूर अलींनी तेथील प्रत्येक स्टॉलला भेट दिली आणि तिथल्या तज्ज्ञांशी बोलणी केली.

"मला इंग्रजी बोलता येत नसल्याने माझी मुलं आणि मेहुणे यांनी गला गदत केली."

बहादूर अलींना पडलेला सर्वांत मोठा प्रश्न होता – 'मी माझं चिकन फार्म वाढवण्याबाबत कसं धोरण आखावं? पोल्ट्री व्यवसाय चालवण्याची सर्वांत चांगली आणि शास्त्रशुद्ध पद्धत कोणती?'

ब्रेकफास्ट टेबलावर बसलेला असताना; त्यांनी त्याच्यापुढल्या या पेचाबद्दल एका अमेरिकन तज्ज्ञाबरोबर चर्चा केली. तो तज्ज्ञ त्याला म्हणाला, "तू मला तीन वाजता भेट. मी तुला सारं काही समजावून सांगेन."

त्या तज्ज्ञानं बहादूर अलीबरोबर दोन तास चर्चा केली आणि त्याला सारा विकास-आराखडा समजावून सांगितला. कोणत्याही कंपनीचा विकास टप्प्या-टप्प्यानंच होत असतो आणि प्रत्येक टप्प्यावर काही विशिष्ट समस्या उभ्या राहत असतात.

"त्या तज्ज्ञानं आम्हाला तंत्रज्ञानविषयक सल्ला दिला आणि हेसुद्धा समजावून सांगितलं की, खर्च मोठा असला, तरी ते तंत्रज्ञान परवडू शकतं." मुख्य सल्ला अगदी सोपा होता : व्यवसाय वाढवत असतानासुद्धा, उत्पादन खर्च नियंत्रणात ठेवण्याची काळजी घ्यायची. तंत्रज्ञानात पैसा गुंतवायचा. उत्कृष्ट कार्यपद्धतींचा अवलंब करायचा आणि व्यवसायातील आघाडीचे लोक जशी विचारसरणी ठेवतात, तशीच विचारसरणी ठेवायची.

"त्यानं आम्हाला 'टास्मन' नावाच्या एका ऑस्ट्रेलियन कंपनीचं उदाहरण दिलं आणि आम्हाला त्यांच्याएवढा व्यवसाय कसा वाढवता येईल याबद्दल मार्गदर्शन केलं."

तो तज्ज्ञ एक अमेरिकन होता आणि केवळ मैत्रीच्या भावनेनं तो हा सल्ला देत होता. बहादूर अलींमध्ये त्याला तीव्र कुतूहल आणि शिकण्याची इच्छा आढळली.

"त्यानं मला माझं नावसुद्धा विचारलं नाही! मी प्रश्नांमागून प्रश्न विचारत गेलो आणि त्यानं त्याचं ज्ञानभांडार माझ्यापुढे खुलं केलं."

बहादूर अलींना त्या तज्ज्ञ सल्लागाराचं नावसुद्धा आठवत नाहीये. त्या तज्ज्ञानं सांगितलेला आराखडा त्यांनी पक्का लक्षात ठेवला.

"माझी १०० टक्के खातरी पटली होती. त्या आराखड्यानुसारच आम्ही व्यवसाय वाढवला आणि त्याव्यतिरिक्त इतर कशाचाही विचार केला नाही."

अशा प्रकारे, बहादूर अलींनी पुढील दहा वर्षांच्या प्रकल्पासाठी सुरुवात केली. त्यांना जागतिक दर्जाचा पोल्ट्री व्यवसाय स्थापित करायचा होता. बँकेने एक कोटी रुपये कर्जाऊ दिले आणि कंपनीनं उपलब्ध असलेल्या सर्वोत्कृष्ट तंत्रज्ञानात ते पैसे गुंतवले. त्याप्रमाणे त्यांनी उत्कृष्ट कर्मचारी नियुक्त केले.

"आम्ही नेहमीच इतरांच्या अनुभवांपासून बोध घेत गेलो."

बहादूर अलींच्या कंपनीत सामील होणारे पहिले पशुतज्ज्ञ होते, डॉ. आर.के. जैस्वाल. ते त्यापूर्वी जबलपूरमधील 'फिनिक्स फार्म्स' नावाच्या कंपनीत काम करत होते. ही कंपनी इंडियन ब्रॉयलर कंपनीला कोंबडीची पिलं पुरवत असे.

"१९९२ सालापासून 'विक्रीनंतरची सेवा' पुरवण्यासाठी मी नियमितपणे राजनंदगावला जात होतो. त्यावेळेस माझ्या लक्षात आलं की, मी जिथं जिथं जात होतो, त्या सर्व पोल्ट्री फार्म्सपैकी इंडियन ब्रॉयलर कंपनीची उत्पादकता जास्त होती," डॉ. जैस्वाल सांगतात.

खरंतर १९९७ सालापासून इंडियन ब्रॉयलर कंपनीला, दरमहा ८० हजार कोंबडीची पिलं लागत होती आणि हा आकडा फिनिक्स फार्म्सच्या उत्पादनापेक्षा खूपच जास्त होता. या वेळेपर्यंत इंडियन ब्रॉयलरची कोंबड्या विकण्याची २४ दुकानं होती. फलित अंडी उबवण्यासाठी 'हॅचरी' सुरू करणं, हा त्यांच्यापुढला तर्कशुद्ध पर्याय ठरला असता.

परंतु मोठ्या संख्येत फलित अंडीसुद्धा उपलब्ध नव्हती. त्यामुळे इंडियन ब्रॉयलरनं फलित अंड्यांच्या उत्पादनासाठी 'ब्रीडर फार्म' सुरू केलं. या ब्रीडर फार्मवर ठेवलेल्या कोंबडे-कोंबड्यांचा संबंध येऊन ते फलित अंडी देतात.

डॉ. जैस्वाल म्हणतात, "बहादूरभाईंचे प्रगत विचार आणि दूरदृष्टी पाहून मी १९९७मध्ये त्यांच्या कंपनीत सामील झालो."

इंडियन ब्रॉयलर कंपनीत काम करणं हा सर्वथा वेगळा अनुभव होता. नव्या नोकरीतला पहिलाच दिवस डॉ. जैस्वाल यांना आठवतो. इंडियन ब्रॉयलर कंपनीच्या एका पोल्ट्री फार्मवर रोग फैलावला होता. कोंबड्यांवर इलाज केल्यावर डॉ. जैस्वाल बहादूरभाईंकडे गेले आणि अभिमानाने म्हणाले. "आता सारं काही ठीक होईल!"

बहादूरभाई गप्पच राहिले. त्या दिवशी संध्याकाळी त्यांनी आपल्या नव्यानं रुजू झालेल्या कर्मचाऱ्याला बोलावलं आणि ते म्हणाले, "औषधांची नावं तुम्ही जितक्या त्वरेनं विसराल, तेवढं बरं होईल!"

डॉक्टर चाटच पडले. औषधं वापरली नाहीत, तर त्यांना त्यांची जबाबदारी

कशी पार पाडता आली असती? बहादूरभाईंनी पुस्ती जोडली, "त्याऐवजी रोगाचा उद्भव कशामुळे झाला, हे शोधून काढा!"

या दृष्टिकोनातून पाहणी केल्यावर डॉक्टरांच्या लक्षात आलं की, खुराड्यांमधील शिळ्या हवेमुळे श्वसनविकार फैलावला होता. ही समस्या दूर करण्यासाठी इंडियन ब्रॉयलरनं पर्यावरणावर नियंत्रण ठेवण्यासाठी उष्णतामापन करणारी यंत्रं आणि थंडावा आणणारी यंत्रणा वापरात आणली; त्यात गुंतवणूक केली.

"लोकांना वाटलं की, आमचं डोकं फिरल्यामुळे आम्ही एवढा पैसा उधळतोय. परंतु बहादूरभाई आपल्या मतावर ठाम राहिले."

'उपचारांपेक्षा प्रतिबंध अधिक चांगला' हे इंडियन ब्रॉयलर कंपनीचं ब्रीदवाक्य बनलं. चांगली हवा, स्वच्छ पाणी आणि सकस अन्न यांवर त्यांनी लक्ष केंद्रित केलं. तंत्रज्ञानाचा वापर करून स्वच्छ हवा आणि स्वच्छ पाणी मिळवता आलं असतं; परंतु सकस अन्न मिळवणं सोपं नव्हतं. सोयाबीन तेल आणि सोयाबीन पेंड तयार करणाऱ्या बऱ्याच कंपन्या सोयाबीनचा कोंडा पशुखाद्य म्हणून विकत असत. परंतु या खाद्याचा दर्जा फारसा चांगला नव्हता.

"२००३ सालापर्यंत आम्हाला ही समस्या सोडवता आली नाही. आम्हाला दर्जेदार सोया मिळत नव्हतं. जे मिळायचं ते भेसळयुक्त होतं. मग आम्ही ठरवलं की, आपणच पशुखाद्य बनवलं पाहिजे."

सोयाबीनच्या वाढत्या किमती ही आणखी एक डोकेदुखी होती. बहादूर अलींना स्पष्टपणे दिसत होतं की, उत्पादनासाठीचा वाढता खर्च नफ्यावर प्रतिकूल परिणाम घडवत आहे. त्यामुळे पूर्णपणे 'बॅकवर्ड इंटिग्रेशन' करणं (उत्पादनासाठी आवश्यक गोष्टी स्वतःच बनवू लागणं) हा आर्थिकदृष्ट्या योग्य पर्याय ठरला असता.

यासाठी कंपनीनं दोन गोष्टी केल्या. पहिली म्हणजे, त्यांनी ५०० टन सोयावर प्रक्रिया करणारा कारखाना चालू केला आणि उच्च प्रतीचा 'डीओसी' (डिऑइल केक – तेल काढून टाकलेली पेंड) बनवण्यावर लक्ष केंद्रित केलं. या प्रकारचा भारतातला हा पहिलाच कारखाना होता. त्यांनी दुसरी एक महत्त्वाची गोष्ट केली. त्यांनी स्थानिक शेतकऱ्यांना सोयाबीनचं उत्पादन वाढवण्यासाठी उत्तेजन दिलं.

"आम्ही शेतकऱ्यांना बिनव्याजी कर्ज आणि सोयाबीनचं बियाणं पुरवून थेट त्यांच्याकडूनच योग्य किमतीला सोयाबीन विकत घेऊ असं त्यांना आश्वासन दिलं."

दलालांना रजा देणं ही गोष्ट शेतकऱ्यांना अत्यंत फायद्याची वाटली. अवघ्या पाच वर्षांत सोयाबीनचा पुरवठा मुबलक प्रमाणात होऊ लागला. हीच गोष्ट मक्याच्या उत्पादनाच्या बाबतीतही घडली.

"त्या तज्ज्ञाबरोबर दोन तास केलेली चर्चा हे आमचं बलस्थान ठरलं."

इंडियन ब्रॉयलर कंपनीनं पशुखाद्य व्यवसायात केलेला प्रवेश त्यांच्या दृष्टीनं

यशाचा एक निर्णायक टप्पा ठरला. या उत्पादनाद्वारे सोयाबीन तेलाचीसुद्धा निर्मिती होऊ लागली होती. हा नवाच जोडधंदा बनला. कंपनीनं २५० टन क्षमतेची रिफायनरी (तेल शुद्धीकरणाचा कारखाना) चालू केली आणि हे तेल 'एबीआयएस' (ABIS*) या ब्रँडनं ते विकू लागले.

कंपनीसाठी बहादूरनं आखलेली उद्दिष्टं अपेक्षेपेक्षा दोन वर्षं आधीच – २००४मध्येच पूर्ण झाली. या काळात कुक्कुटपालन व्यवसाय देशभरात सरासरी ५ ते ७ टक्क्यांनी वाढत होता; तर इंडियन ब्रॉयलर कंपनी दरवर्षी २४ ते ३० टक्क्यांनी वाढत होती आणि त्यांची विक्री २०० कोटींच्या घरात पोचली होती. परंतु २००६मध्ये बहादूर अलींच्या व्यावसायिक आयुष्यात सर्वांत मोठी समस्या उद्भवली. बर्ड फ्लूनं दाणादाण उडवून दिली.

हा H5N1 व्हायरस महाराष्ट्रातील नवापूर आणि गुजरातमधील उच्चल इथे आढळला आणि या विभागातील चार लाख कोंबड्यांची धोका टाळण्यासाठी कत्तल करावी लागली. परंतु प्रसारमाध्यमांनी रंगवलेल्या भडक चित्रामुळे लोक घाबरून गेले. कोंबड्यांची विक्री ८० ते ९० टक्क्यांनी कमी झाली आणि त्याचा पोल्ट्री व्यवसायातील सर्व कंपन्यांना जबरदस्त फटका बसला.

"तीन महिने मी अत्यंत अस्वस्थ मनःस्थितीत घालवले. आयुष्यातलं माझ्या पुढलं ते सर्वांत मोठं आव्हान होतं!"

बहादूर अली आणि त्यांच्या सहकाऱ्यांनी हे महिने वैद्यकीय आणि वैज्ञानिक पुरावे अभ्यासण्यात खर्च केले आणि त्यांची खातरी पटली की, मानवी जीविताला त्यामुळे कोणताही कायमस्वरूपी धोका उद्भवणार नाही.

"आमच्या लक्षात आलं की, प्रसारमाध्यमं जेवढं भडक चित्र रंगवत आहेत, तेवढा काही हा रोग घातक नाही!"

इतर कोणत्याही फ्लूप्रमाणे बर्ड फ्लू आटोक्यात आणून नाहीसा करता येतो. प्रारंभी रोग उद्भवल्यापासून पुढल्या तीन महिन्यांत एकही नवी लागण झाली नाही, तर आंतरराष्ट्रीय नियमानुसार तो देश बर्ड फ्लूपासून मुक्त झाला आहे, असं समजलं जातं. भारतात नेमकं तसंच घडलं आणि लोकांना आश्वस्त वाटू लागलं. साऱ्या पोल्ट्री व्यवसायानंच सुटकेचा निःश्वास टाकला.

इंडियन ब्रॉयलर कंपनी पुढं मुसंडी मारत राहिली. ते सतत नव्या संधींचा आणि नव्या बाजारपेठेचा शोध घेत होते. कंपनीनं दुग्धव्यवसाय आणि अंड्यांची विक्रीसुद्धा सुरू केली. ही गोष्ट तर्कशुद्धच होती. परंतु त्यांनी आणखी एका नव्या क्षेत्रातसुद्धा प्रवेश केला. त्याची सुरुवात अशी झाली :

---

* ABIS हा चार अली भावांच्या नावांच्या इंग्रजी आद्याक्षरांनी बनलेला शब्द आहे – अमीर, बहादूर, इक्बाल आणि सुलतान.

'चारेइयन पोकफंड' नावाची कंपनी 'एबीआयएस'कडून खूप मोठ्या प्रमाणावर सोया विकत घेत असे. एके दिवशी बहादूरभाईंना प्रश्न पडला की, ते सोया कशासाठी विकत घेत असतील? मग त्यांना समजलं की, ही कंपनी झिंग्यांसाठी खाद्य पुरवते.

"आपणसुद्धा हा व्यवसाय का सुरू करू नये?"

त्यावेळेस भारतातले कोळी बांबूच्या दांड्यांच्या गळाला तांदुळाचा कोंडा लावून मासेमारी करत असत. ही पारंपरिक पद्धत आहे. एक किलो मासे पकडण्यासाठी चार किलो खाद्य आवश्यक असतं. वस्तुत: त्यातलं ७५ टक्के खाद्य मासे खातच नाहीत, ते नदीतळाला गाळ स्वरूपात जमा होत राहतं.

'अमेरिका सोयाबीन असोसिएशन'चा सल्ला घेतल्यावर आणि जगभरातील या व्यवसायाचं सर्वेक्षण केल्यावर, बहादूरभाईंनी माशाचं खाद्य बनवण्याचा कारखाना सुरू केला. त्यांनी एक नवीनच संकल्पना वापरली; माशांचं खाद्य पाण्यावर तरंगत सोडण्याची.

"आमचं खाद्य पाण्यावर ४० मिनिटं तरंगत राहतं. मासे ते खाण्यासाठी पाण्याच्या पृष्ठभागावर येतात. त्यामुळे एक किलो मासे पकडण्यासाठी, फक्त १.२ किलो खाद्य गरजेचं असतं."

२००८मध्ये माशांचं खाद्य बनवण्याचा हा व्यवसाय सुरू झाला. अल्पावधीतच 'एबीआयएस'ही माशांचं खाद्य बनवणारी प्रथम क्रमांकाची कंपनी ठरली आणि त्यातून २०० कोटी रुपयांची विक्री होते आहे. मार्च, २०१३मध्ये इंडियन ब्रॉयलरच्या सर्व ग्रुप कंपन्यांची एकत्रित विक्री २२०० कोटी रुपये झाली. ३० चौरस किलोमीटर जमिनीवरच्या पोल्ट्री फार्म्सवर ५० लाख कोंबड्यांची पैदास झाली.

"आमचं सारं कुक्कुटउत्पादन चार राज्यांत चिकन विकणाऱ्या १५० दुकानांमार्फत विकलं जातं. प्रत्येक बाजापेठेतला विक्रीदर आमचे कर्मचारीच ठरवतात."

इंडियन ब्रॉयलर ग्रुपचं वर्चस्व छत्तीसगड, ओरिसा, मध्यप्रदेश आणि महाराष्ट्राचे काही भाग इथे आहे. ही काही भारतातली सर्वांत संपन्न राज्यं नव्हेत; परंतु कोंबड्यांची वाढती विक्री हे तेथील वाढत्या उत्पन्नाचं निदर्शक आहे. खरंतर कंपनीच्या विक्रीतली वाढ आपल्या राष्ट्रीय उत्पन्नाच्या वाढीच्या प्रमाणात घडत असतं. यामागचं कारण अगदी सरळसोपं आहे –

'जेव्हा उत्पन्न वाढते, तेव्हा सर्वप्रथम कुटुंबाचा अन्नपदार्थ आणि दारू यांवरचा खर्च वाढतो.'

"आम्ही ज्या गोष्टींवर इतका प्रचंड पैसा गुंतवतो आहोत, तो चुकीचा निर्णय आहे; ती धोक्याची गोष्ट आहे, अशी आमच्यावर टीका केली जात होती. परंतु आम्ही त्या टीकेला भीक घातली नाही. आम्ही नेहमीच अंतर्मनाचा कौल घेऊन वाटचाल केली."

ही गोष्ट गृहीत धरून बहादूर अलींना वाटतंय की, येत्या दहा वर्षांत त्यांची कंपनी दर वर्षी ५० टक्क्यांनी वाढू शकेल. ही गोष्ट नक्कीच शक्यतेच्या परिघातली

आहे; कारण सध्याचा दर माणशी कोंबडीचा आहार पाहता, आणखीही वेगवेगळ्या बाजारपेठा त्यांना खुणावत आहेत.

रायपूर हे भारताच्या मध्यभागी वसलेलं शहर असल्यामुळे जिवंत कोंबड्या ६०० मीटर अंतरापर्यंत सहजपणे पोचवता येतात. पुढल्या दोन वर्षांत इंडियन ब्रॉयलर ग्रुपच्या कोंबड्या ८ ते ९ राज्यांत उपलब्ध होतील. परंतु कंपनीपुढलं उद्दिष्ट त्याहूनही मोठं आहे. २०१५मध्ये कंपनी प्रक्रिया सुरू करून देशभरात फ्रोझन (गोठवलेलं) चिकन उपलब्ध करून देईल. भारतातील प्रत्येक राज्यात कंपनी फ्रोझन चिकन साठवण्याचं कोल्डप्लांट टाकेल; तर २०२० सालापर्यंत इंडियन ब्रॉयलर ग्रुप थेट खाता येण्याजोगे चिकनचे पदार्थ बनवू लागेल. परंतु कंपनीचं नाव 'इंडियन ब्रॉयलर' असलं, तरी ही कंपनी फक्त चिकनवरच अवलंबून नाही.

''आम्ही प्रथिनांच्या व्यवसायातही आहोत. मग ती प्रथिनं कोंबडीपासून मिळोत, अंड्यापासून मिळोत, दुधातून मिळोत की सोयामधून मिळोत!''

इंडियन ब्रॉयलरचा ५० टक्के व्यवसाय कोंबड्यांवर आधारित असला तरी उरलेला ५० टक्के व्यवसायसुद्धा तेवढाच महत्त्वाचा आहे. कारण तोसुद्धा झपाट्यानं वाढतो आहे. सोयामधून मिळणारी प्रथिनं हा डाळींपासून मिळणाऱ्या प्रथिनांना एक अत्यंत चांगला पर्याय आहे.

''येत्या पाच वर्षांत सर्वसामान्य माणसाला डाळ परवडेनाशी होईल. आम्ही त्यासाठी तयारी करू लागलोय.''

इंडियन ब्रॉयलर ग्रुप लवकरच सोयाची महत्त्वपूर्ण उत्पादनं बाजारात आणणार आहे – डाळ, पेंड, दूध आणि बिस्किटं.

विचारपूर्वक भविष्याची तयारी करणं योगायोगानं घडत नसतं; ते हेतुपूर्वक करावं लागतं. कोंबड्यांच्या खाद्याची वाहतूक कशी करायची, हा एकच मुद्दा बघा. सर्वसाधारण पद्धत असते माल पॉलिप्रोपेलिनच्या पिशव्यांमध्ये भरण्याची. 'इंडियन ब्रॉयलर ग्रुप' तो माल टँकरमार्फत घाऊक प्रमाणात नेते.

''आम्ही हा निर्णय घेतला, तेव्हा पॉलिप्रोपेलिनच्या पिशव्या खूपच स्वस्त होत्या. मात्र आता टँकरनं केली जाणारी वाहतूक किफायतीशीर ठरते आहे!''

पोल्ट्री व्यवसायातली नफ्याची टक्केवारी सतत बदलत असते. जेव्हा मागणीपेक्षा उत्पादन जास्त असतं, तेव्हा चिकनच्या किमती खाली जातात. त्यामुळे वाचवलेला प्रत्येक पैसा म्हणजेच मिळवलेला एक पैसा ठरतो. परंतु उत्पादन खर्चाबाबत काळजीपूर्वक वागणं याचा अर्थ अकारण कृपणपणा करणं असा होत नाही. महत्त्वाच्या गोष्टींवर खर्च करताना बहादूरभाई कधीही हात आखडता घेत नाहीत.

डॉ. जैस्वालना आठवतं आहे, ''१५ वर्षांपूर्वी राजनंदगावातलं आमचं ऑफिस खूपच छान होतं. परंतु बहादूरभाईंचं ठाम मत होतं की, बसण्याची खुर्ची आरामदायी

नसेल आणि काम करताना उकडत असेल, तर कर्मचारी पूर्ण कार्यक्षमतेनं काम करू शकणार नाहीत.''

२०१२मध्ये इंडियन ब्रॉयलर ग्रुपनं नवं आणि अत्याधुनिक धाटणीचं कॉर्पोरेट हेडक्वार्टर तयार केलं. पुढली पिढी – फाहिम सुलताना आणि झीशान बहादूर यांनी बंगळुरूच्या ख्राइस्ट कॉलेजमधून शिक्षण पूर्ण केल्यावर कंपनीत सहभाग घ्यायला प्रारंभ केला आहे. फाहिमचं लक्ष मुख्यत्वेकरून कोंबड्यांच्या उत्पादन विभागाकडे असतं, तर झीशान सोयाचा आणि माशांचा खाद्याचा विभाग संभाळतो आहे.

महत्त्वाची गोष्ट म्हणजे, पुढल्या पिढीतले ताज्या दमाचे भिडू व्यवसाय करण्याच्या नव्या पद्धती आणि कल्पना सुचवत आहेत.

''नव्या ऑफिसचं स्वप्न आम्ही मोठ्यांनी आणि लहानांनी एकत्रितपणे पाहिलं होतं. काळाप्रमाणे बदलणं आणि सुधारणा घडवणं गरजेचं असतं.''

आज हा बदल 'ईआरपी' यंत्रणा* कार्यान्वित करून घडवला जात आहे. त्यायोगे प्रत्येक पोल्ट्री फार्म त्यांनी मुख्यालयाशी जोडून दिलं आहे. कोंबड्यांचं लसीकरण, उत्पादन, विक्री, मालाची पाठवणी याबद्दलची संपूर्ण माहिती मुख्यालयात दररोज पोचवली जाते. इंडियन ब्रॉयलर कंपनीनं ट्रकमध्ये कोंबड्या भरताक्षणी त्या ट्रकचं वजन मुख्यालयात कळू शकतं.

ग्राहकवर्ग बदलला की, त्यानुसार कंपनीतही बदल घडवले जायला हवेत. आजवर इंडियन ब्रॉयलर ग्रुप जिवंत कोंबड्याच विकत असे. परंतु साफ केलेल्या कोंबड्या ही लवकरच नव्या काळाची गरज बनणार आहे.

''रोगावर इलाज करण्यापेक्षा त्याचं मूळ कारण शोधून त्यावर उपाय योजणं हे केव्हाही अधिक श्रेयस्कर असतं.''

''मला कामातून जे सुख लाभतं ते सुखोपभोगातून लाभत नाही.''

परंतु काळाच्या ओघात काही गोष्टी कधीही बदलणार नाहीत. बदलणार नाही प्रामाणिकपणा, सचोटी आणि ग्राहक समाधानाला प्राधान्य देण्याचं महत्त्व.

इंडियन ब्रॉयलर कंपनीच्या किरकोळ विक्रीच्या प्रत्येक दुकानावर एकच पाटी दिसते. त्यावर लिहिलेलं असतं, ''कोणत्याही ग्राहकाची कोणतीही तक्रार असली, तर कृपया आमच्या मॅनेजिंग डायरेक्टरला फोन लावा.'' आणि त्याच पाटीवर बहादूर अलींच्या डायरेक्ट लाइनचा फोन नंबर दिलेला असतो.

बँकांचे हप्ते वेळेत चुकते झालेच पाहिजेत; पुरवठादारांना वेळेवर पैसे दिलेच पाहिजेत; कर्मचाऱ्यांचे पगार वेळेवर दिलेच पाहिजेत याबाबत काळजी घेतली जाते.

---

* ERP : Enterprise Resource Planning : कंपनीअंतर्गत आणि बाहेरून मिळत असलेल्या माहितीचा संपूर्ण कंपनीतील वेगवेगळ्या खात्यांमध्ये सुयोग्य फैलाव व वापर करून घेणं.

इंडियन ब्रॉयलर कंपनीत आठ हजार लोक काम करत आहेत आणि ५० हजार शेतकरी आणि व्यापारी या कंपनीशी अप्रत्यक्षपणे संलग्न आहेत. कामगारांपासून ते पर्यवेक्षकापर्यंत सारे कर्मचारी जवळपासच्या खेड्यांमधलेच आहेत आणि कंपनीला याबद्दल प्रचंड अभिमान वाटतो.

"जर तुमची विचारसरणी सकारात्मक असेल आणि तुम्ही चांगले काम करत असाल, तर तुमच्या कामामुळे इतर अनेकांचा फायदा होत असतो." जरी अनेक वित्तनिवेशकांनी कंपनीचं भागभांडवल विकत घेण्याची इच्छा दर्शवली असली, तरी अलीबंधूंना सध्या तरी तसं करायची इच्छा नाही किंवा व्यवसाय पूर्णपणे विकून टाकायचीही त्यांची इच्छा नाही.

"सुरुवातीपासून आयुष्य जगायचं साधन या दृष्टीनं मी कधीही पैशांकडे पाहिलेलं नाही. मी कामात व्यग्र असतो तेव्हाच मी आनंदी असतो."

बहादूर अली हे इंडियन ब्रॉयलर ग्रुपचे समाजापुढले अधिकृत प्रतिनिधी आहेत; तर त्यांचे ज्येष्ठ बंधू सुलतान अली हे मूकपणे कंपनीला आधार देणारा आधारखंड आहेत. त्यांनी बारीकसारीक दैनंदिन समस्यांकडे बघून कंपनीतील कर्मचाऱ्यांमधली एकवाक्यता राखून ठेवली आहे. दैनंदिन कामांचा भार पेलून त्यांनी बहादूर अलींना दूरदृष्टीनं आगेकूच करायला उत्तेजन दिलं आहे.

"ते नेहमीच म्हणतात – काम करत रहा. तुला त्रासदायक ठरणाऱ्या साऱ्या बारीकसारीक कटकटी मी सांभाळेन. मी सदैव तुझ्या पाठीशी राहीन."

त्या दोघांच्या पत्नींनीदेखील त्यांना निरपेक्ष वृत्तीनं साथ दिली आहे.

"आम्ही थकून-वैतागून घरी यायचो, तेव्हा आम्हाला गरमागरम चहाचा कप मिळत असे. चुकूनही तक्रारी ऐकाव्या लागत नसत. आमची प्रगती पाहूनच त्या आनंद मानत होत्या."

या प्रगतीची फळं आजूबाजूच्या समाजालासुद्धा चाखवली पाहिजेत, अशी अलीबंधूंची धारणा आहे. ते शिक्षण अतिशय पूज्य मानतात. अनेक वर्षांमागे, मुस्लीम मुलींना शिकायची संधी क्वचितच दिली जात असे. त्या काळात त्यांची धाकटी बहीण नूर बानो एमबीबीएस झाली. आता बहादूर अली आणि सुलतान अलींची इच्छा आहे की, अशीच संधी इतरही अनेकांना मिळावी.

"इंडियन ब्रॉयलर ग्रुपसाठी काम करणाऱ्या मजुरांच्या आणि शेतकऱ्यांच्या मुलांना इंग्रजी माधमातून फुकट शिक्षण देणारी शाळा आम्ही आमच्या पूज्य पिताजींच्या स्मरणार्थ सुरू केली आहे."

भारताला अधिक बळ आणि प्रत्येक भारतीयाला अधिक पोषण देणारं अन्न.

जग आता एकसंध असं जागतिक खेडंच बनलं आहे आणि भारतातील प्रत्येक खेड्याला त्या जगापर्यंत पोचता आलं पाहिजे!

तरुण उद्योजकांसाठी कानमंत्र!

व्यवसाय चालू करणाऱ्या कोणत्याही तरुणाचा भविष्यकाळ आजच्या काळात उज्ज्वलच असणार आहे.
आम्ही व्यवसाय सुरू केला तेव्हा फोन नव्हते, चांगले रस्ते नव्हते, मोटारी नव्हत्या. आज तुमच्यापाशी फोन आहेत, आयफोन आहेत, विमानांची सुविधा आहे – सारंकाही आहे!
भारतात पैशांची कमी नाही किंवा मालाला मागणी येण्याचा तुटवडा नाही. गरज आहे फक्त कष्टाळू वृत्तीच्या माणसांची. तुम्ही तुमच्या आवडीचा व्यवसाय शोधून त्यात तुमची संपूर्ण ऊर्जा ओतायला हवीत.
प्रामाणिकपणाला तुमच्या व्यवसायाचा मूलाधार बनवा आणि सकारात्मक विचारसरणी ठेवा. लोकांचे वाईट चिंतून तुम्ही कधीही यशस्वी होत नसता.
माझे विचार अगदी सरळसाधे आहेत – इतरांनी तुम्हाला जसं वागवावं असं तुम्हाला वाटतं, तसंच तुम्ही इतरांना वागवा. मला चांगलं चिकन खायला, सकस दूध प्यायला आवडतं, म्हणून मी इतरांनासुद्धा तेच उपलब्ध करून देतो!
मला खोटारडेपणाची घृणा आहे. त्यामुळे मी स्वत: नेहमी खरंच बोलतो. अशी वृत्ती ठेवलीत, तर तुम्ही कोणतंही ध्येय साकार करू शकाल!

देशवासीयांचं मायदेशी पुनरागमन

पंख पसरून भरारी घेतलेल्या त्यांनी परदेशातील उत्तम शिक्षणसंस्थांमध्ये शिक्षण घेतलं. परंतु मायदेशात बदल घडवण्याचं स्वप्न उरी धरून एके दिवशी ते मायदेशी परत आले.

दुरासाध्य जीवितध्येय

दीपक दाधोटी : सर्व्होकंट्रोल्स इंडिया

बेळगाव, कर्नाटक

एका तरुण इंजिनिअरनं त्याचं 'ग्रीन कार्ड' सोडून देऊन बेळगावात पुनरागमन केलं. त्याला उच्च तंत्रज्ञानानं बिनचूक उत्पादन करणारी कंपनी सुरू करायची होती. १० वर्षांनंतर त्याची 'सर्व्होकंट्रोल्स' ही कंपनी भारतातील अंतरिक्ष उपक्रमासाठी आणि संरक्षणखात्यासाठी अत्यंत महत्त्वाच्या गोष्टी पुरवत आहे. त्याची वार्षिक उलाढाल १०० कोटी रुपयांवर पोचली असून ती उलाढाल आणखी खूप प्रमाणात वाढवण्याचं स्वप्न तो पाहत आहे.

लहानपणी दीपक दाधोटी गल्लीत क्रिकेट खेळत असे. थकवण्याऱ्या सामन्याच्या

वेळेस तहान लागली की, तो कोपऱ्यावरच्या प्रतिष्ठित रावसाहेबांच्या घरी धाव घेत असे.

"माई, मला पाणी हवंय!" तो म्हणत असे आणि हाफ पँटमधल्या या लहान मुलाला ती प्रेमळ स्त्री मडक्यातलं भांडभर पाणी आणून देत असे.

अनेक वर्षांनी, हाफ पँटची जागा बिझनेस सूटनं घेतली. दीपक आता एका सुप्रसिद्ध आंतरराष्ट्रीय कंपनीसाठी काम करत होता आणि ग्राहकांना भेटण्यासाठी कारखान्यांच्या ठिकाणी खाजगी विमानाने जात होता. बेळगावच्या बेताचा, रहादारीच्या चिमुकल्या विमानतळावर त्याची त्याच रावसाहेबांशी भेट झाली. त्या रागीट वृद्धानं त्याला विचारलं, "तू बेळगावचाच आहेस ना?"

दीपक म्हणाला, "हो रावसाहेब!"

"मला कोकण हे प्रति-कॅलिफोर्निया बनवायचंय!" तो वृद्ध गरजला.

परंतु हे कोण घडवू शकेल? महाराष्ट्र आणि कर्नाटक या राज्यांचे बेळगाव गावासाठी झगडे चालू आहेत आणि त्यामुळे प्रगती ठप्प झाली आहे.

असं असलं तरीही, उत्तर कर्नाटकातलं सुखद हवेचं वरदान लाभलेलं आणि धडपड्या लोकांनी भरलेलं हे गाव मात्र स्वत:च्या पद्धतीनं प्रगती करून घेत आहे.

२००३मध्ये दीपक दाधोटीनं त्याची अमेरिकेतली लठ्ठ पगाराची नोकरी सोडून दिली आणि तो भारतात बेळगावला परत आला. त्यानं आपला भाऊ दिनेश याच्यासोबत एका गॅरेजमध्ये सर्व्होकंट्रोल्स ही कंपनी सुरू केली. दहा वर्षांनी, भारतीय अंतराळ प्रतिष्ठान आणि संरक्षणखातं यांच्या प्रचंड मोठ्या चाकांमधला, 'सर्व्होकंट्रोल्स' हा महत्त्वाचा भाग बनला आहे. लढाऊ विमानांसाठीचे पायलॉन (Pylon – हाय व्होल्टेज केबल्सचे टॉवर्स) असोत की पाकिस्तानने भारतावर हल्ला केला, तर त्यांची क्षेपणास्त्रं थोपवणारी आपली अस्त्रं असोत, सर्व्होकंट्रोल्सची साथ अनिवार्य आहे.

"खुद्द बेळगावमध्ये तयार केलेल्या सर्व्होकंट्रोल्सच्या मदतीने आम्ही 'रॉकेट लाँचर्स'ना अचूक अशी फेक आणि गती मिळवून देतो."

दीपकनं आयआयटीमध्ये प्रवेश मिळवला नसला, तरी त्यांनी जे साध्य केलं आहे, ते थोडेच आयआयटी प्रशिक्षित साध्य करू शकले आहेत. लहान गावात अभियांत्रिकीचं प्रशिक्षण घेतलेल्या प्रत्येक पदवीधरापुढे त्यांने एक आदर्श उभा केला आहे.

अभियांत्रिकीच्या प्रेमात पडा! तुमच्या विषयावर प्रभुत्व मिळवा! आपल्या महान देशाचा कणा बना!

दुरासाध्य जीवितध्येय

दीपक दाधोटी : सर्व्होकंट्रोल्स इंडिया
बेळगाव, कर्नाटक

दीपक दाधोटी हा बेळगाववासी आहे.

''आमचं कुटुंब अगदी सर्वसाधारण मध्यमवर्गीय होतं. मी कानडी माध्यमाच्या सरकारी शाळेत शिकलो. तिथं आम्ही जमिनीवर बसून अभ्यास करत होतो.''

दीपकचे वडील नोकरदार होते. ते सांगली बँकेत कॅशिअर म्हणून काम करत होते; परंतु त्याचे काका किराणा मालाचं दुकान चालवत असत आणि बाजारात नारळ विकत असत.

''आमचं एकत्र कुटुंब होतं आणि जवळजवळ २५-३० गाई-म्हशी आम्ही राखल्या होत्या.''

दीपक रोज सकाळी गायींच्या धारा काढायला आणि घरोघरी दुधाचा रतीब घालायला मदत करत असे. शाळा सुटल्यावर त्याला काकांच्या दुकानात जाऊन बसायला आवडत असे. तो बारीकसारीक गोष्टीत मदत करत असे आणि तिथली गंमत बघत बसत असे.

''काका माझ्यावर खूश असत. कारण मी पैसे जबाबदारीनं हाताळत असे. ते माझ्यावर नेहमीच छोटी छोटी कामं सोपवत असत.''

या छंदापायी दीपकचं अभ्यासाकडे दुर्लक्ष होऊ नये, याची खबरदारी त्याची आई जागरूकतेनं घेत असे.

''बेडरूममध्ये डांबून ठेवून ती मला गणित आणि विज्ञान हे विषय शिकवत असे. तिनं असं केलं नसतं, तर कदाचित मी उच्च अभ्यासक्रमाकडे वळण्याऐवजी किराणाव्यवसाय आणि दुग्धव्यवसायच करत राहिलो असतो!''

दीपक अभ्यासात खूपच चमकला; परंतु तो खूप खोडसाळही होता. तो 'गल्लीतला गुंड' अशा धर्तीचा 'दांडगोबा' मुलगा होता.

''शिक्षक सतत माझ्याबद्दल तक्रार करत असत; परंतु मी परीक्षेत उत्तम गुण मिळवत असे. त्यामुळे त्यांची तोंडं बंद होत असत!''

दीपकनं दहावीचा अभ्यासक्रम पूर्ण केला, तोपर्यंत त्याचा एका बाबतीतला विचार अगदी पक्का झाला होता. त्याला इंजिनिअर बनायचं होतं. त्याचे श्रीयुत वासू पी. हान्जी नावाचे एक काका त्यावेळेस बेळगावमधील मोठे कारखानदार होते. ते त्याच्या डोळ्यांपुढला आदर्श होते.

''मी त्यांच्या फाउंड्रीत (धातू ओतायच्या कारखान्यात) आणि मशीन शॉपमध्ये जात असे. मला ते सारं अत्यंत दिलखेचक वाटत असे.''

दहावीत असताना दीपक बी.के. मॉडेल हायस्कूलमध्ये जाऊ लागला. दर वर्षी त्या शाळेतला विद्यार्थी संपूर्ण बेळगाव विभागात पहिला क्रमांक मिळवत असे. त्या शाळेच्या अभ्यासक्रमात संस्कृत हा विषय शिकवला जात असे आणि त्या विषयात खूप गुण मिळवता येतात, हे सर्वांना ठाऊक होतं.

दरम्यान, आप्तमित्र दीपकला सल्ला देऊ लागले होते, ''तू आयआयटीसाठी प्रयत्न करायला हवास!''

आयआयटी प्रवेश परीक्षेच्या प्रशिक्षणाबद्दल माहिती मिळवण्यासाठी दीपक कोल्हापूर, बंगळुरू, मुंबई अशा सर्व ठिकाणी गेला. परंतु कोठे जाऊन कोणतं शिक्षण घ्यावं, हे त्याला ठरवता आलं नाही.

१९८७मध्ये कर्नाटक राज्याने राज्यातील इंजिनिअरिंग कॉलेज प्रवेशांसाठी ऑब्जेक्टिव्ह (वस्तुनिष्ठ) धर्तीची प्रवेश परीक्षा सुरू केली. दीपकनं 'आयआयटी जॉइंट एन्ट्रन्स एक्झॅम'ऐवजी या परीक्षेवर लक्ष केंद्रित करायचं ठरवलं. त्यानं बंगळुरूमधील बसवनगुडी विभागातील नॅशनल कॉलेजमधल्या प्रशिक्षण वर्गात नाव नोंदवलं. निकाल अतिशय उत्तम लागला.

''मला दावणगेरे, बंगळुरू आणि बेळगाव अशा तीन कॉलेजांमध्ये प्रवेश मिळाला. मी घरी राहूनच शिकावं, असा माझ्या वडिलांचा आग्रह होता. त्यामुळे मी के.एल.ई. इन्स्टिट्यूट ऑफ टेक्नॉलॉजीमधला मेकॅनिकल इंजिनिअरिंगचा अभ्यासक्रम निवडला.''

त्याला पहिलं वर्ष जरा अवघड वाटलं. इंग्रजी माध्यमातल्या वर्गांमध्ये रुळायला सहा महिने लागले. परंतु ते करणं भागच होतं, त्यामुळे त्यानं ते साध्य केलं.

इंजिनिअरिंग हा विषय त्याला पाण्यातल्या मासोळीसारखा, अगदी नैसर्गिकरीत्या सुलभ वाटला. फक्त त्याला डबक्यांमध्ये डुंबण्याऐवजी मोठ्या सागरांमध्ये सूर मारावसं वाटत होतं.

''मी अभ्यासक्रमाव्यतिरिक्त इतरसुद्धा खूप काही वाचत असे. त्यानंतर मी माझ्या काकांच्या कारखान्यात जाऊन रात्रभर तिथ बसत असे आणि वेगवेगळ्या

यंत्राबाबत जाणून घ्यायचा प्रयत्न करत असे.''

दीपक इंजिनिअरिंगच्या तिसऱ्या वर्षात असताना भारतानं स्वत:च्या तंत्रज्ञानाच्या बळावर पहिला सुपरकॉम्प्यूटर – 'परम' बनवला. यापासून प्रेरणा मिळाल्यामुळे दीपकनं स्वत:च पास्काल आणि ऑटोकॅड शिकून घेतलं

''त्यामुळे इंजिनिअरिंगच्या शेवटच्या वर्षी मी अत्यंत आव्हानात्मक प्रकल्प स्वीकारला... आणि तो प्रकल्प माझ्या आयुष्याला वेगळं वळण देण्यासाठी कारणीभूत झाला.''

या प्रकल्पाचं नाव होतं – 'कॉम्प्यूटर डिझाइन अॅन्ड ड्राफ्टिंग ऑफ हायड्रॉलिक सिलिंडर्स.' त्यामागची संकल्पना अगदी सोपी; परंतु मनमोहक होती. बेळगाव हे भारताचं 'हायड्रॉलिक शहर' होतं आणि कोणत्याही गतिनियंत्रक यंत्रणेत सिलिंडर हा महत्त्वाचा घटक असतो. या सिलिंडर्सचं डिझाइन कॉम्प्यूटर सॉफ्टवेअरच्या मदतीनं बनवता आलं असतं?

ही कल्पना तपासून पाहण्यासाठी दीपकनं 'कृत्रिम मेंदूची भाषा' (Auto LISP – ही भाषा डिझाइन सॉफ्टवेअरचा पाया समजली जाते.) शिकून घेतली. त्याचा हा प्रकल्प अत्यंत महत्त्वाकांक्षी होता. आणखी महत्त्वाची गोष्ट म्हणजे इतर विद्यार्थी आपल्या प्रकल्पांवर गटागटानं काम करत होते; परंतु दीपक स्वेच्छेनं एकट्यानंच या प्रकल्पावर काम करत होता.

''त्यावेळेस मॅथ-को प्रोसेसर असलेला फक्त एकच कॉम्प्यूटर आमच्या संपूर्ण इंजिनिअरिंग कॉलेजात होता. तो मुख्यत्वेकरून पदव्युत्तर अभ्यासक्रमातले विद्यार्थीच वापरत असत.''

हा कॉम्प्यूटरवर काम करण्याची विशेष परवानगी दीपकनं कॉलेजच्या प्रिन्सिपलसाहेबांकडून आणि त्याच्या गाइडकडून मिळवली. उपलब्ध वेळ फक्त पहाटे तीन ते सकाळी सहापर्यंतच होता. त्यानं तो आनंदानं स्वीकारला.

''मला त्या प्रकल्पाबद्दल दुर्दम्य ओढ वाटत होती. त्यावेळेस इतर कशातही माझं चित्त लागत नव्हतं.''

हा प्रकल्प धारवाडमधील 'कर्नाटक स्टेट कौन्सिल फॉर सायन्स अॅन्ड टेक्नॉलॉजी' इथे सादर करण्यात आला आणि त्यानं संपूर्ण राज्यात प्रथम क्रमांक मिळवला. त्या प्रकल्पामुळे दीपकला 'ऑइलगिअर टॉवलर पॉलीहायड्रॉन लिमिटेड' (Oilgear Towler Polyhydron Ltd.) या स्थानिक जलशक्ती शास्त्रविषयक कंपनीत नोकरी मिळाली. त्यांनीच दीपकला या प्रकल्पाला अर्थसाहाय्य पुरवलं होतं. या तरुण इंजिनिअरचा प्रारंभीचा मासिक पगार होता ११०० रुपये. हे साल होतं, १९९१.

दीपकनं ही नोकरी स्वीकारली; परंतु त्याबरोबरच जीमॅट (Graduate Management Admission Test – GMAT) आणि जीआरई (Graduate Record

Examinations – GRE)चा अभ्यासही सुरू केला

"इंजिनिअरिंगच्या अंतिम वर्षी मी केलेल्या प्रकल्पानं माझ्या (व्यावसायिक) आयुष्याचा पायाच रचला."

"मला जीमॅटमध्ये ६८० तर जीआरईमध्ये १३५० गुण मिळाले. त्यामुळे अमेरिकेतील अनेक उत्तम युनिव्हर्सिटीजमध्ये मला प्रवेश मिळाला, परंतु मला आर्थिक मदत मिळाली नाही."

त्यामुळे त्यानं पुढील अभ्यासक्रमाचा विचार सोडून दिला आणि नोकरीवरच चित्त केंद्रित केलं. दोन-तीन वर्षं कामाचा अनुभव घेऊन पुन्हा अर्ज करायचा, असा त्यानं विचार केला. परंतु अचानक एक नवी आणि आकर्षक संधी त्याच्यापुढे चालून आली.

'मूग इनकार्पोरेशन' (Moog Inc.) नावाच्या अमेरिकास्थित आणि 'प्रिसीजन कंट्रोल'मधील जागतिक स्तरावरील महत्त्वाच्या कंपनीत काम करायची संधी त्याच्यापुढे चालून आली.

"त्यांच्या इंग्लंडमधल्या शाखेनं बंगळुरूमधल्या 'ॲप्लिकेशन इंजिनिअर' या पदासाठी माझा इंटरव्ह्यू घेतला."

दीपकला हे तंत्रज्ञान माहीत होतं. ऑइलगिअर टॉवलर इक्विपमेंट या कंपनीत, 'सर्व्होकंट्रोल्स' नावानं ओळखली जाणारी, प्रिसीजन कंट्रोल उत्पादनं वापरली जात असत. खरंतर कारखान्यातलं प्रत्येक यंत्र, वैद्यकीय सामग्री आणि औद्योगिक विमानं या सर्व्होकंट्रोल्सवरच भिस्त ठेवून असतात. शरीरानं नेमकं काय करायचं याचं नियंत्रण ठेवणारा मेंदू म्हणजेच 'सर्व्होकंट्रोल्स.'

तुम्ही कार चालवताय असं समजा. चढावर जाताना तुमची कार कमी वेगानं जाते आणि उतारावर वेग पकडते. याला 'ओपन लूप' (उघडा फासा) म्हणतात.

सर्व्होकंट्रोल्स 'क्लोज्ड लूप' (बंद फासा) तयार करतात. त्या यंत्रणेद्वारा, 'रोटेशन पर मिनिट' (चाकाचे मिनिटागणिक होणारे फेरे) मोजले जातात आणि आपोआपच गाडीचा ॲक्सलरेटर गरजेनुसार जास्त किंवा कमी क्षमतेने काम करू लागते. चढावर असो की उतारावर; तुमची कार समान गतीनं जात राहते.

तंत्रज्ञानाची माहिती नसलेल्यांना किंवा इंजिनिअरिंग विषयात कच्चे असलेल्यांना समजायला हे फार अवघड वाटलं, तर त्यांनी एकच गोष्ट लक्षात ठेवावी : सर्व्होकंट्रोल्स आपल्या आसपासच्या प्रत्येक यंत्रात वापरले जातात. विमानात, मोटारगाड्यांमध्ये, पोलादाच्या कारखान्यांमध्ये, वीजनिर्मिती केंद्रांमध्ये, उपग्रहांमध्ये.

मनुष्यप्राण्याच्या शरीराद्वारेसुद्धा दैनंदिन आयुष्यात असेच 'सर्व्होकंट्रोल्स' मेंदूद्वारे वापरले जातात – रस्ता ओलांडताना कार जोरानं जवळ येते आहे. हे पाहिलं की, आपण धावत रस्ता ओलांडतो.

दीपक हसून म्हणतात, "तुला ते नेमकं समजलंय. सर्व्होकंट्रोल्सचं हे अत्यंत समर्पक उदाहरण आहे!"

ही यंत्रणा नसली, तर आपण जिवंत राहू शकणार नाही. या यंत्रेणेशिवाय आपल्या परिचयाचं आधुनिक जीवनही जगता येणार नाही. औद्योगिक जगतात 'मायक्रॉन्स'मध्ये घडणाऱ्या हालचालींसाठी मिलिसेकंदाच्या सुधारणा सर्व्होकंट्रोल्स घडवत असतात.

"माणसाचा केस ४० मायक्रॉन्स जाडीचा असतो. मानवी डोळ्यांना फक्त २५ मायक्रॉन्सपर्यंतचा आकार ओळखता येतो. सर्व्होकंट्रोल्समध्ये आपण एक आणि दोन मायक्रॉन्सची भाषा वापरत असतो."

हे सर्वसामान्य माणसाच्या आकलनापलीकडलं उच्च तंत्रज्ञान आहे. परंतु अभियांत्रिकीचं वेड असलेल्या दीपकसारख्या माणसाच्या दृष्टीनं 'मूग' कंपनीत काम करणं म्हणजे चॉकलेट फॅक्टरीत ताव मारत फिरणाऱ्या गोडखाऊसारखी अवस्था ठरली. आयुष्यात एकदाच मिळू शकेल अशी ही संधी त्यानं उत्साहानं स्वीकारली.

कंपनीनं या तरुण इंजिनिअरला प्रशिक्षण घेण्यासाठी त्यांच्या इंग्लंडमधील ट्यूक्सबरी इथल्या कारखान्यात पाठवून दिलं.

"मी भारताबाहेर पहिल्यांदाच गेलो होतो आणि हे अत्यंत उच्च तंत्रज्ञानाचं काम होतं, तरीही मी अजिबात घाबरून गेलो नाही."

"तुम्हाला ज्या कामाबद्दल अत्यंत गोडी वाटते, त्या कामात तुम्ही स्वतःला खोलवर झोकून देता. तेव्हा तुम्ही नव्या गोष्टी ताबडतोब आत्मसात करता."

दीपक भारतात परत येऊन 'मूग'च्या भारतातील शाखेला तंत्रज्ञानविषयक आणि तंत्रज्ञान कार्यान्वित करण्याबाबत साहाय्य करू लागला. हा लहानसा कारखाना होता. चाळिशीचा तरुण भारतीय त्याचा प्रमुख व्यवस्थापक होता आणि बेळगावमधला अवघ्या २६ वर्षांचा तरुण इंजिनिअर त्यांच्या तंत्रज्ञान गटाचं नेतृत्व करत होता.

"महत्त्वाची गोष्ट म्हणजे, मला ग्राहकाच्या गरजा जाणून घेऊन त्याप्रमाणे काम करून देता येत होतं."

'विक्रम साराभाई स्पेस सेंटर' आणि 'हिंदुस्तान एअरॉनॉटिक्स लिमिटेड' यांसारख्या संस्था यापूर्वीच 'मूग'च्या ग्राहक होत्या. त्याप्रमाणे अनेक पोलाद कारखानेसुद्धा त्यांचे ग्राहक होते. परंतु अमेरिकेनं लादलेल्या निर्बंधामुळे एअरोस्पेस (अंतराळ अभियान)कडून येणाऱ्या मागण्यांचा ओघ मंदावला होता. नव्या बाजारपेठा शोधणं गरजेचं होतं.

"प्लॅस्टिक इंडस्ट्रीतून ग्राहक मिळवण्याची जबाबदारी माझ्यावर सोपवण्यात आली. हा मोठा औद्योगिक भाग असला, तरी तिथे अगदी प्राथमिक स्वरूपाचं तंत्रज्ञान वापरलं जातं."

सर्व्होकंट्रोल्स यंत्रणेचा वापर करून प्लॅस्टिकचं उत्पादन अधिक किफायतशीरपणे करता आलं असतं. परंतु भारतात हे घडवण्यासाठी आर्थिक समीकरणं लक्षात ठेवणं गरजेचं होतं.

"२००२मध्ये मी जेव्हा बेळगावात परत आलो, तेव्हा लोक म्हणाले, 'हा सहा महिन्यांच्या आत अमेरिकेला परत जाईल?' मी त्यांचं म्हणणं कृतीनं खोटं ठरवून दाखवलं."

शक्यतो स्थानिक यंत्रांचा वापर करून यंत्रांच्या खर्चावर नियंत्रण ठेवावं, असा सल्ला तो कंपन्यांना देऊ लागला.

एअरोस्पेस, पोलाद आणि विद्युत्‌निर्मिती करणाऱ्या कंपन्या स्वत:हून 'मूग'कडे येत असल्या, तरी प्लॅस्टिक उत्पादकांची खातरी पटवण्यासाठी निकराने प्रयत्न करावे लागले. त्यामुळे हे आणखी एक कौशल्य दीपकनं आत्मसात केलं.

प्रशिक्षणासाठी दीपकला मूगच्या वेगवेगळ्या देशांतील अनेक शाखांमध्ये अनेकदा पाठवण्यात आलं. मोठ्या कारखान्यात सर्व्होकंट्रोल्स कशा प्रकारे वापरले जातात हे जर्मनीत तो प्रत्यक्ष पाहू शकला. जपानमध्ये त्यानं इलेक्ट्रॉनिक्सचं उच्च तंत्रज्ञान मिळवलं. किमतीनुसार बदलत्या मागणीच्या बाजारपेठेत तंत्रज्ञान कशाप्रकारे विकलं जातं, हे दीपक इटलीत शिकला.

"तो मोठा उत्साहवर्धक आणि आव्हानात्मक कालखंड होता!"

दीपक या अनुभवातून मन:पूर्वक आनंद लुटत होता, तर त्याचे वडील चिंतीत झाले होते. तो इतक्या विविध देशांत प्रवास करतोय – तो एखाद्या परदेशी मुलीच्या प्रेमात पडला तर?

"मी ज्या दिवशी जपानहून परत आलो, त्याच दिवशी एका मुलीबद्दलचा प्रस्ताव माझ्या आई-वडिलांनी माझ्यापुढे मांडला. मला ती मुलगी आवडली आणि मी होकार दिला."

१९९६ सालच्या मे महिन्यात दीपकनं लग्नसमारंभासाठी २० दिवसांची रजा काढली. त्यावेळेस दक्षिण भारतातील एका कारखान्यात 'मूग'चा एक मोठा प्रकल्प कार्यान्वित होत होता. दीपक रजेवरून परत येईपर्यंत काम थांबवून धरावं असा कंपनीनं आग्रह धरला.

कंपनीच्या व्हाइस प्रेसिडेंटनं विनोद केला. "तू लग्न करतो आहेस आणि इकडे माझी झोप उडतेय!"

दीपक घाईगडबडीत मधुचंद्र आटोपून हा प्रकल्प पूर्ण करण्यासाठी कामावर रुजू झाला.

अशा उत्कट आणि दुर्दम्य समर्पिततेमुळे, भारतातील 'मूग' कंपनी झपाट्यानं वाढली. फक्त तीन वर्षांतच कंपनीची उलाढाल दीड लाख अमेरिकी डॉलर्सवरून

५० लाख अमेरिकी डॉलर्सवर पोचली. १९९८मध्ये कंपनीनं न्यू यॉर्कमधील ईस्ट ऑरोरा येथील त्यांच्या मुख्यालयात दीपकची नियुक्ती केली. त्यानं पत्नीसह अमेरिकेत स्थलांतर केलं.

'मूग'च्या संशोधन विभागात काम करताना दीपकची अगदी मूलभूत स्वरूपाच्या तंत्रज्ञानाशी ओळख झाली.

"अत्यंत हुशार, पीएच.डी पदवीधारक संशोधकांसमवेत मी मोठ्या प्रयोगशाळेत काम करत होतो. मला माझ्या विद्यार्थिदशेची आठवण येऊ लागली होती. अत्यंत उत्तेजक असा अनुभव होता तो!"

२००१मध्ये अंकुरचा जन्म झाला. पुत्रजन्मानंतर दीपक आणि ज्योती या दोघांनाही प्रश्न पडला की, अमेरिकेतच स्थायिक व्हावं की भारतात परत जावं?

दीपकच्या वतीनं कंपनीनं 'ग्रीनकार्ड'साठी अर्ज दिलेला होता. सारंकाही नीटपणे चाललं होतं. परंतु दीपकला दोन गोष्टींची जाणीव झाली –

पहिली गोष्ट म्हणजे, प्रयोगशाळेत काम करणं आवडत असलं, तरी ती त्याची खरी ओढ नव्हती. प्रत्यक्ष ग्राहकांसाठी काम करता येत नसल्याची त्याला उणीव भासत होती.

दुसरी गोष्ट म्हणजे, अमेरिकेतील अर्थव्यवस्था ढासळू लागली होती, तर भारतातली संपन्नता वाढीस लागली होती. पूर्वी उपलब्ध नसलेल्या अनेक संधी आता लोकांपुढे खुल्या झाल्या होत्या.

"अब्दुल कलाम सरांना मी जेव्हा भेटलो तेव्हा खूपच प्रभावित झालो होतो."

भरीत भर म्हणून दीपकच्या वडिलांनासुद्धा त्यानं परत यावं असं वाटू लागलं होतं. ते नेहमी म्हणत असत, 'जननी जन्मभूमीश्च स्वर्गादपि गरीयसी.'

रामायणात लंका जिंकून घेतल्यावर प्रभू राम लक्ष्मणाला म्हणाले, "ही सोन्याची लंकासुद्धा मला भुरळ घालू शकत नाही. आई आणि मातृभूमी या स्वर्गापेक्षाही श्रेष्ठ असतात."

भावनिक पातळीवर निर्णय घेतला गेला आणि सामानाची बांधाबांध करण्यात आली. कायमचं स्थायिक होण्यापूर्वी दीपकनं भारताला एकदा भेट दिली आणि कुठे स्थायिक व्हावं, याचा अंदाज बांधला. बंगळुरू किंवा हैदराबाद हे तर्कशुद्ध पर्याय होते. परंतु दीपकनं बेळगावची निवड केली.

"माझे वडील निवृत्त झाले होते आणि आम्ही त्यांच्याजवळ राहावं, असं त्यांना वाटत होतं. मलाही वाटलं की, मुलं आजीआजोबांच्या सहवासात वाढली, तर त्यांच्यावर चांगले संस्कार होतील."

बेळगावमध्ये स्थायिक होणं हा व्यावसायिकदृष्ट्या फारसा योग्य निर्णय नव्हता, परंतु तोच त्यांना योग्य वाटला.

दीपकनं बेळगावच्या औद्योगिक विभागात एक फ्लॅट घेतला. एप्रिल, २००२मध्ये तो भारतात परत आला. त्याच महिन्यात भावाबरोबर त्यानं 'सर्व्होकंट्रोल्स इंडिया' नावाची कंपनी चालू केली.

"डॉ. कलाम म्हणत असत. 'दुसऱ्या देशाच्या यशात सार्थक मानण्यात काय अर्थ आहे?' त्यांचे शब्द माझ्या मनात सतत निनादत असत."

"मला काय करावंसं वाटतंय, हे मला स्पष्टपणे ठाऊक होतं. परंतु ते करण्यासाठी आवश्यक एवढा पैसा माझ्यापाशी नव्हता."

सर्व्होकंट्रोल उपकरण बनवण्यासाठी खूप भांडवल गुंतवावं लागतं. तुम्हाला अद्ययावत प्रकारची सामग्री आयात करावी लागले आणि जागतिक स्तराचा कारखाना उभारावा लागतो. यासाठी कमीत कमी एक कोटी अमेरिकन डॉलर्स खर्चावे लागतात.

"मला तेवढे पैसे कुणीही कर्जाऊ देणार नाही, हे मला ठाऊक होतं. माझ्याजवळ तारण ठेवण्याजोगं काहीही नव्हतं किंवा मी माझी क्षमता यापूर्वी कधी सिद्धही करून दाखवली नव्हती."

मग काय करावं? दीपकनं 'गल्लीतलं व्यवहारज्ञान' वापरून आणि एक व्यवहार्य व्यवसाय सुरू करायचं ठरवलं. त्यानं सर्व्होकंट्रोल उपकरणांची देखभाल आणि दुरुस्ती करायचा व्यवसाय सुरू करायचा निर्णय घेतला. या प्रकल्पासाठी सुरुवातीला १० लाख रुपये गुंतवावे लागले असते. तेवढे पैसे त्याच्यापाशी होते.

सर्व्होकंट्रोल्समध्ये व्हाल्व्ह्ज ही सर्वाधिक वापरली जाणारी गोष्ट असते. नीटपणे काम करत नसलेली व्हाल्व्ह संपूर्ण उत्पादन बंद पाडू शकते.

"व्हाल्व्ह्जचं महत्त्व मी पूर्णपणे जाणून होतो. म्हणून सुरुवातीला आम्ही सर्व्होव्हाल्व्ह्जची आणि त्या प्रकारच्या इतर उत्पादकांच्या व्हाल्व्ह्जची डागडुजी करू लागलो." अशा कामासाठी प्रचंड मागणी होती.

"नवीन व्हाल्व्ह विकत घेण्यापेक्षा असलेली व्हाल्व्ह दुरुस्त करून घेणं नेहमीच स्वस्त पडतं. त्यामुळे अशा प्रकारच्या कामाला सतत मागणी येत होती."

परंतु 'मूग'चा कर्मचारी या नात्यानं ज्या ग्राहकांकडे तो जात होता, त्यांच्याकडेच एक उद्योजक म्हणून जाणं हे सर्वथा वेगळं होतं. कंपन्यांना फक्त दुरुस्तीच नको होती! त्यांना तंत्रज्ञानाविषयक संपूर्ण मदत हवी होती!

"तिथे जा. ते चालू करून दाखवा! मगच आम्ही तुमचे पैसे चुकते करू, असं त्यांचं म्हणणं असे."

दीपकनं ते आव्हान स्वीकारलं

'हिंदुस्तान एअरॉनॉटिक्स लिमिटेड' इथे दीपक गेला असता, तिथल्या पर्यवेक्षक अभियंत्यानं दीपकला पोतंभर बिघडलेले व्हाल्व्ह्ज दाखवले. भारतात त्यांची

दुरुस्ती करून मिळत नसल्यामुळे तसेच पडून होते.

त्या माणसानं दीपकच्या पुढ्यात तो ढीग ओतला आणि विचारलं, ''तुला हे दुरुस्त करता येतील?''

''मी म्हटलं, द्या ते माझ्यापाशी. मी ते तपासतो आणि मग तुम्हाला काय ते सांगतो.''

दीपकला ठाऊक होतं की, त्या व्हाल्व्हजची किंमत, कमीत कमी चार-पाच लाख होती. ते मोठंच आव्हान होतं. परंतु त्यावेळेस त्याच्यापाशी त्या व्हाल्व्हजची पाहणी करण्याची उपकरणंसुद्धा नव्हती. त्याच्यापाशी फक्त एक रिकामा प्लॉट होता.

''आमच्या प्लॉटवर कारखाना उभारण्याची परवानगी मिळवण्यासाठी आम्ही खूप धावाधाव करत होतो. परंतु सरकारी कारभार लाल फीतीत अडकलेला आणि लाचलुचपतीचा होता!''

एचएएलचा प्रकल्प हाती लागल्यावर वेळ वाया घालवून चालणार नव्हतं. समस्येवर त्वरित तोडगा शोधावा लागतो. वेळ लावून चालत नाही.

दीपक म्हणाला, ''आपल्या घराच्या गॅरेजमध्ये लॅब तयार करू यात.'' त्यांनी गाडी रस्त्यावर लावली आणि गॅरेजचं रूपांतर चाचणी घेणाऱ्या प्रयोगशाळेत केलं.

''मी हे यापूर्वी केलं होतं किंवा ते कसं करायचं हे मला ठाऊक होतं, अशातला भाग नव्हता. परंतु माझ्यापुढे आणखी कोणताही पर्यायच नव्हता.''

नशिबाची परीक्षा पाहत दीपक आणि दीनेशनं उत्तम प्रकारे व्हाल्व्हजची चाचणी घेणारी प्रयोगशाळा सुरू केली. ही चाचणी मिलिअँपिअर एवढ्या बारकाईनं करता येत होती.

त्यांनी अत्यंत शुद्ध असं हायड्रॉलिक ऑइल वापरलं. परंतु सर्वांत महत्त्वाची गोष्ट होती याबाबतचं दीपकला असलेलं संपूर्ण ज्ञान. हे ज्ञान त्याला केवळ 'मूग' कंपनीनं बनवलेल्या व्हाल्व्हजबद्दलच नव्हतं; तर सर्व कंपन्यांनी बनवलेल्या व्हाल्व्हजबद्दल होतं.

''बाजारात आलेल्या प्रत्येक सर्व्होकंट्रोल उपकरणाची माहिती करून घेण्याची जबाबदारी माझ्यावर होती.''

परंतु दिनेशनं लावलेला हातभारसुद्धा तेवढाच मोलाचा होता.

''मी माझ्या भावाला 'विश्वकर्मा' म्हणतो. त्याच्यावर कोणतही काम सोपवा! तो ते तडीला नेतोच!''

परंतु या व्यवसायासाठी त्यांना खूपच कल्पकता वापरावी लागली. योग्य पार्टसाठी त्यांना योग्य लोक शोधावे लागले, काही प्रकारचा कच्चा माल आयात करावा लागला आणि चुकत-माकत त्यातून शिकत त्यांना काम करावं लागलं.

एचएएलमधले शेकडो इंजिनिअर्स जी गोष्ट करू शकले नाहीत, ती गोष्ट या दोन तरुण उद्योजकांनी अवघ्या सहा महिन्यांमध्ये करून दाखवली.

''त्या बिघडलेल्या व्हाल्व्ह्जपैकी ७० ते ८० टक्के व्हाल्व्ह्ज आम्ही दुरुस्त केल्या.''

एचएएलमधले लोक अत्यंत खूश होऊन त्यांनी आणखी कामं पाठवायला सुरुवात केली. पहिल्याच वर्षी एचएएलसाठी आणि इतर पोलाद कारखान्यांसाठी त्यांनी ६५ लाख रुपयांचं काम करून दिलं. त्यातून कंपनीला ५० ते ६० टक्के नफा सुटला. त्यामुळे अगदी थोडी आर्थिक गुंतवणूक करून पहिल्याच वर्षी सर्व्होकंट्रोल्स इंडियानं २५ लाख रुपयांचा नफा मिळवला.

हा व्यवसाय वाढवण्यासाठी जाणकारांचा मजबूत गट स्थापणं गरजेचं आहे, हे दीपकच्या लक्षात आलं. दिनेशनं अभियांत्रिकीचा डिप्लोमा मिळवला असला, तरी आयुष्यभर तो बेळगावमध्येच राहिला होता. त्याला बाहेरच्या जगाचा अनुभव मिळवून देणं गरजेचं होतं.

''आमच्या भागीदारांच्या कारखान्यांमध्ये अनुभव मिळवण्यासाठी मी दिनेशला अमेरिका, जर्मनी आणि रशिया या देशांमध्ये पाठवलं. लवकरच तो माझ्याप्रमाणेच विचार करायला शिकला.''

सर्व्होकंट्रोल्सनं सात-आठ डिप्लोमाधारक इंजिनिअर्सचीसुद्धा कामावर नियुक्ती केली आणि त्यांना प्रशिक्षण देऊन तयार केलं.

''इतरांपेक्षा आम्ही त्यांना जवळजवळ दुप्पट पगारही दिला.'' एका लहान कंपनीच्या दृष्टीनं हे वेगळंच धोरण होतं; परंतु ते अत्यंत उपयुक्त ठरलं. २००४मध्ये दीपकची भेट सज्जनसिंग जिंदाल यांच्याशी झाली. 'इंडियन इन्स्टिट्यूट ऑफ सायन्स', बंगळुरू इथे आयोजित करण्यात आलेल्या 'फ्लुइड पॉवर एक्झिबिशन'च्या वेळेस हे दोघे भेटले. जिंदाल म्हणाले की, पोलाद कारखान्यांना प्रचंड मोठ्या आर्थिक मंदीला सामोरं जावं लागत आहे आणि उत्पादन खर्च घटवण्याचा ते निकरानं प्रयत्न करत आहेत. पोलादाची जाडी समान ठेवण्यासाठी पोलाद कारखानेसुद्धा सर्व्होव्हाल्व्ह्जचा वापर करत असत. व्हाल्व्ह्ज बिघडले की, मोलाचा वेळ वाया जात असे.

''आम्ही पोलाद कारखान्यांनासुद्धा त्यांचे व्हाल्व्ह्ज दुरुस्त करून देऊ लागलो. त्यामुळे ते लक्षावधी रुपये वाचवू शकले.''

विद्युतनिर्मिती करणारे कारखाने हे दीपकच्या नव्या कंपनीचे आणखी मोठे ग्राहक बनले. एक टर्बाइन बिघडलं की पूर्ण ग्रिड बंद पडते. हे कारखाने दूरदूरच्या भागात आहेत. त्यामुळे दीपकस्वरूपी 'दुरुस्ती जादूगारा'ला आणण्यासाठी या कंपन्या बेळगावला भाड्यावर घेतलेलं विमानच पाठवून देत असत.

''बाल्को (आता वेदान्त कॉर्पोरेशन) यांच्या कोर्बा येथील कारखान्यात नेताना आणि काही स्टेट इलेक्ट्रिसिटी बोर्ड्समध्ये नेताना त्यांनी भाड्याची विमानं पाठवली.''

भरीत भर म्हणजे असे ग्राहक भरपूर पैसे मोजायला तयार असत. डागडुजी आणि दुरुस्तीचा व्यवसाय किफायतीशीर होताच; परंतु दीपकला लवकरच आणखी एक संधी दिसली. प्रत्येक व्हाल्व्ह्जची मदत एक सेन्सर करत असतो. हे सेन्सर पोझिशन-सेन्सर, प्रेशर-सेन्सर किंवा कंट्रोलर या प्रकारचे असतात. हे सेन्सर्स भारतात उपलब्ध नव्हते.

''आम्ही सेन्सर्सचं उत्पादन करणाऱ्यांबरोबर हातमिळवणी केली आणि त्यांचे भारतातले वितरक आणि तंत्रज्ञानविषयक भागीदार बनलो.''

दरम्यान योग्य स्वरूपाच्या कारखान्याचं बांधकाम अखेरीस सुरू झालं होतं. परंतु त्यासाठीचे परवाने आणि पारपत्रकं कशी मिळाली? (दीपक स्मितहास्य करतो.)

''एक अधिकारी मला म्हणाला, 'शिवाजी हा रजनीकांतचा मुख्य भूमिका असलेला तमिळ चित्रपट पहा'.''

त्या चित्रपटात या सुपरस्टारने अनिवासी भारतीयाची भूमिका रंगवली आहे. त्याला भारतात परत येऊन फुकट उपचार करणारं एक धर्मदाय हॉस्पिटल बांधायचं असतं.

दीपक हसून म्हणतो, ''जर प्रत्यक्ष रजनीकांतला एवढी धडपड करावी लागली, तर माझ्यासारख्या सर्वसामान्याची काय कथा!''

दाधोटी बंधूंच्या फायद्याची एक गोष्ट होती. त्यांचे वडील बँकेत काम करत होते. दीपकचे स्वत:चेसुद्धा स्टेट बँकेत नॉन-रेसिडेन्ट इंडियन (NRI) अकौंट होते. त्यामुळे सर्व्होकंट्रोल्स कंपनीला बांधकामासाठी स्टेट बँक ऑफ इंडियाकडून कोणत्याही तारणावाचून कर्ज मिळू शकलं.

प्रारंभीची कल्पना होती की, केवळ व्हाल्व्ह्जच्या चाचण्या आणि दुरुस्ती, यांपुरता लहानसा कारखाना चालू करायचा. परंतु वेगवेगळ्या ग्राहकांना सेवा पुरवल्यानंतर आणि त्यांच्या विविध प्रकारच्या गरजांची जाणीव झाल्यानंतर हे दोघं भाऊ महत्त्वकांक्षी बनले.

''आमच्या ग्राहकांची अपेक्षा अत्यंत उच्च कोटीतली होती. त्यांचं म्हणणं होतं : तुम्ही इलेक्ट्रॉनिक्स लॅब, सिस्टम्स लॅब, विविध प्रकारच्या सेन्सर्ससाठी लॅब्ज उघडल्याच पाहिजेत...''

एक कोटी रुपयांवरून या प्रकल्पाचा खर्च पाच कोटी रुपयांवर जाऊन पोचला. नशिबानं सध्याच्या व्यवसायातून पुरेसा नफा सुटत असल्यामुळे त्यांना गरजेएवढा पैसा उभा करता आला.

१५ ऑगस्ट, २००५ला बेळगावच्या 'उद्यमबाग' या औद्योगिक विभागातील

'सर्व्होकंट्रोल इंडिया'च्या अत्यंत अद्ययावत प्रयोगशाळेचं उद्‌घाटन करण्यात आलं. त्या प्रयोगशाळेत 'क्लीन-रूम-फॅसिलिटी,' 'ऑइल-क्लिनलिनेस-टेस्ट सेट अप' आणि 'अँटिस्टॅटिक इलेक्ट्रॉनिक्स लॅब' या सर्व गोष्टींचा समावेश होता.

त्यावेळेस कंपनीत २० कर्मचारी काम करत होते आणि कंपनीची वार्षिक उलाढाल चार कोटी रुपये एवढी होती.

लवकरच दीपकच्या लक्षात आलं की, केवळ चाचणी घेऊन भागणार नाही. सर्व कच्चामाल आयात करण्याऐवजी कंपनीनं तो स्वत:च बनवणं अधिक श्रेयस्कर ठरलं असतं.

''आमची कंपनी लहानशीच होती; परंतु आम्ही मोठी झेप घ्यायाचा विचार केला.

''उत्पादन प्रक्रियेचं ज्ञान असणं ही एक गोष्ट झाली आणि ते ज्ञान आर्थिकदृष्ट्या फायदेशीर व्यवसायात परिवर्तित करणं ही वेगळीच गोष्ट झाली!''

आणखी एक कारखाना पाच कोटी रुपये खर्चून तयार करण्यात आला. यावेळेसही स्टेट बँक ऑफ इंडियानं मदत केली. बेळगाव शाखेच्या त्यावेळच्या चीफ जनरल मॅनेजर होत्या – महोदया महापारा अली.

मॅडमच्या लक्षात आलं होतं की, आम्ही बँकेकडून खूप कर्ज घेतो आहे. ही मंडळी आहेत तरी कोण, हे त्यांना जाणून घ्यायचं होतं. त्यांना आमची कंपनी प्रत्यक्ष बघायची होती.

कंपनी पाहून मॅडम अली खूपच प्रभावित झाल्या आणि त्यांनी सर्व्होकंट्रोल्सच्या महत्त्वाकांक्षी विकास योजनेला पाठिंबा देण्याचं कबूल केलं.

परंतु एक समस्या अजूनही शिल्लक होती. दीपकनं उद्यमबाग इंडस्ट्रियल इस्टेटमध्ये विकत घेतलेला प्लॉट पुरेसा मोठा नव्हता. त्यावेळेस शेजरच्या प्लॉटचे श्रीयुत विभूती नावाचे इंजिनिअर असलेले मालक पुढे आले. ते म्हणाले, ''दीपक तू फारच चांगलं काम करतो आहेस. तू माझी पण जमीन घे. तिचं भाग्य उदयाला येईल.''

दीपकनं तो प्लॉट विकत घेऊन बांधकामाला सुरुवात केली. ॲल्युमिनियम, पोलाद, ओतीव धातू आणि अन्य मिश्र धातू यांच्या विविध प्रकारच्या विटा बनवणारं मशीन शॉप २००७मध्ये संपूर्णत: तयार झालं. त्यावेळेसचा 'हनिवेल'चा माजी अध्यक्ष आणि एम.टी.एस. कॉर्पोरेशनचा सीईओ, चिप एमरी भारतात एका औद्योगिक शिष्टमंडळासमवेत आला होता. मिन्निआपोलिस गावातली एम.टी.एस. कॉर्पोरेशन सर्व्होकंट्रोल्सची ग्राहक कंपनी होती आणि चिप एमरीनं बेळगावला भेट देण्याची इच्छा दर्शवली.

दीपकनं ही संधी साधून त्याच्या नव्या कारखान्याचं उद्‌घाटन चिप एमरीच्या हस्ते करायचं ठरवलं. भारतातील एका दूरच्या भागात अशा उच्च दर्जाचा कार्यक्षमतेचा

कारखाना उभारता येतो, यावर त्या अमेरिकनचा विश्वासच बसेना.

दीपक स्मितवदनानं म्हणतो, ''सर्व्होकंट्रोल्स इंडियाला भेट देणाऱ्या प्रत्येकाची नेमकी अशीच प्रतिक्रिया होते. ग्राहकांना इथवर येणं ही आमच्यापुढली एकमेव समस्या आहे.''

बेळगावात येणाऱ्या आणि बेळगावाबाहेर जाणाऱ्या विमानांच्या फारच थोड्या फ्लाइट्स आहेत, ही मोठीच समस्या आहे. गोव्याहून कारनं यायला पाच तास लागतात आणि तो प्रवास त्रासदायक आहे. असं असूनही अंतराळ अभियानाचे अनेक ग्राहक सर्व्होकंट्रोल्सला भेट देऊन लागले आहेत.

''मला 'मूग'मध्ये असल्यापासून या अंतराळ अभियान कंपन्या ठाऊक होत्या. परंतु मला खरी मदत झाली ती २००५मध्ये सरकारनं संरक्षणविभागाच्या खरेदी संदर्भात आखलेल्या 'ऑफसेट' धोरणामुळे.''

'ऑफसेट' धोरण अगदी सोपं आहे : परदेशातील ज्या कंपन्यांना संरक्षणखात्याकडून मोठी कंत्राट मिळतील, त्यांनी कंत्राट किमतीच्या ३० टक्के एवढी गुंतवणूक भारतातील उत्पादन विभागात करायला हवी.

सर्व्होकंट्रोल्सच्या दृष्टीनं ही सुवर्णसंधीच होती; कारण सर्व्होकंट्रोल्स आणि सेन्सर्स या लढाऊ विमानांसाठीच्या अत्यंत महत्त्वाच्या गोष्टी असतात.

अंतराळ अभियान हा किफायतीशीर ग्राहक असला, तरी त्यापासून येणारी मागणी अनिश्चित स्वरूपाची असते. प्रथम तुम्ही बोली लावण्यासाठी गुणवत्तेचं प्रमाणपत्र मिळवावं लागतं. या प्रक्रियेलाच दोन-तीन वर्षं लागतात.

आणखी एक अडचण म्हणजे अंतराळ अभियान आणि संरक्षण या दोन्ही व्यवसायांसाठी खूप पैसे गुंतवावे लागतात. तेवढा पैसा कोठून उभा करता आला असता? या प्रश्नावर दीपक विचार करत होता, तेवढ्यात त्याला डिसेंबर, २००५मध्ये पंतप्रधानांच्या शिष्टमंडळाबरोबर मॉस्कोला जाण्याची संधी मिळाली. त्यानंतर, सर्व्होकंट्रोल्सनं 'सुखोई ३०' या विमानाच्या पुरवठादाराबरोबरच्या एका कंत्राटावर सही केली.

त्याच वर्षी रशिया आणि भारत या दोन देशांमध्ये तंत्रज्ञानाच्या मदतीविषयीचा करार झाला. लखनऊस्थित 'हिंदुस्तान एरॉनॉटिक्स लिमिटेड' हा भारतातील उत्पादक भागीदार म्हणून नियुक्त झाला आणि सर्व्होकंट्रोल्स इंडियाला 'फ्लाइट कंट्रोल ॲक्च्युएटर्स'चा पुरवठा करण्याचं कंत्राट मिळालं.

''त्यामुळे उत्तम कामगिरी करून दाखवण्याची ज्वलंत इच्छा आमच्या मनात जागी झाली.''

जून, २००७मध्ये आणखी एक अनुकूल घटना घडली. एरॉननॉटिकल सोसायटी ऑफ इंडिया यांनी आयोजित केलेल्या एका परिषदेच्या वेळेस अध्यक्ष डॉ. ए.पी.जे.

अब्दुल कलाम यांनी सर्व्होकंट्रोल्सच्या स्टॉलला भेट दिली. कंपनी करत असलेलं काम पाहून ते आश्चर्यचकित झाले आणि डीआरडीओच्या हवाई संरक्षण विभागाचे संचालक डॉ. सारस्वत यांना म्हणाले, ''या माणसाला मदत करा! त्यानं खूप प्रकल्पांवर काम करावं अशी माझी इच्छा आहे. त्याला विशेष अशी टेंडर्स द्या. तो तरुण आहे. त्याला खूप काम करायला लावा!''

त्यामुळे दीपकपुढे आणखी अनेक संधी चालून आल्या.

''आम्ही २००७ सालच्या 'बंगळुरू एअर शो'मध्ये आणि २००९ सालच्या 'पॅरिस एअर शो'मध्ये स्टॉल ठेवला. त्यामुळे बेळगाव शहरात 'सर्व्होकंट्रोल्स इंडिया' नावाची कंपनी आहे, याची लोकांना माहिती झाली.''

'स्पेसएज कंट्रोल ॲन्ड फर्स्टमार्क एअरोस्पेस' नावाच्या एका प्रचंड मोठ्या कंपनीनं इच्छा व्यक्त केली की, त्यांच्या सर्व उत्पादनाचं भारतातलं प्रतिनिधित्व सर्व्होकंट्रोल्सने करावं. त्याच सुमाराला रशियामधील 'एअरक्राफ्ट ॲक्च्युएशन सिस्टिम्स' बनवणाऱ्या 'व्हॉस्खोड' या कंपनीनं सर्व्होकंट्रोल्सबरोबर संपर्क साधला. त्यांनासुद्धा भारताला त्यांचं प्रमुख उत्पादन केंद्र बनवण्यासाठी भारतातील भागीदाराची गरज होती.

''उद्योजक असलं की, तुम्हाला बाहेर जाऊन वेगवेगळ्या कंपन्यांबरोबर व्यावसायिक करार करावे लागतात. ऑफिसमध्ये बसून आपल्याकडे लोकांच्या मागण्या येतील, ही अपेक्षा चुकीची असते.''

रशियातले सारे संरक्षण विषयक करार 'रॉसबोरोन एक्स्पोर्ट्स' नावाच्या सरकारी कंपनीद्वारे केले जातात. अशा सरकारी खात्यांबरोबर व्यवहार करणं ही प्रदीर्घ आणि अत्यंत कंटाळवाणी प्रक्रिया असते. मोठाल्या परदेशी कंपन्यांबरोबर स्पर्धा करणाऱ्या एका चिमुकल्या भारतीय कंपनीच्या दृष्टीनं तर ती फारच अवघड गोष्ट असते. परंतु दीपक घाबरला नाही.

''आम्ही 'सर्व्होकंट्रोल्स एअरोस्पेस इंडिया प्रायव्हेट लिमिटेड' नावाच्या एका स्वतंत्र कंपनीची स्थापना केली. त्यानंतर आम्ही AS 9100 हे प्रमाणपत्र मिळवलं. हे प्रमाणपत्र मिळावल्यावर तुम्हाला एअरोस्पेस आणि संरक्षण या विभागांना माल पुरवणारे पुरवठादार म्हणून जागतिक स्तरावरची मान्यता मिळते.''

यू.एल.इंडिया यांनी सर्व्होकंट्रोल्सच्या उत्पादन प्रक्रियेची कसून तपासणी केली. ही अत्यंत अवघड आणि तपशीलवार प्रक्रिया असते. त्या तपासणी दरम्यान डिझाइन, उत्पादन, विक्रीनंतरची दुरुस्ती सेवा, एकत्रीकरण आणि विक्री केल्यानंतर त्या मालाची खरेदीदार कंपनीच्या जागेवरची संस्थापना (इन्स्टॉलेशन) या सर्व अंगांची कसून पाहणी करण्यात आली. खूप कष्ट केल्यावर सर्व्होकंट्रोल्स इंडियाला

AS 9100 हे प्रमाणपत्र मिळवता आलं. आणि Rev B हे एअरोस्पेस कंपोनंट्ससाठीचं प्रमाणपत्र २००९मध्ये मिळालं.

"त्यानंतर आम्ही मोठाले प्रकल्प हाती घ्यायचं धाडस करू लागलो. अनेक मोठाल्या परदेशी कंपन्या भारतातले चांगले पुरवठादार शोधत होत्या. त्यामुळे व्यवसायवृद्धीच्या अनेक संधी चालून आल्या."

या मोठ्या संधीचा वास लागता क्षणी 'लार्सन अॅन्ड ट्यूब्रो' आणि 'गोदरेज' यांसारख्या जुन्या आणि प्रस्थापित कंपन्यासुद्धा स्पर्धेत उतरू लागल्या. 'हनिवेल', 'ईटन' आणि 'बोइंग'* यांसारख्या बहुराष्ट्रीय कंपन्यांनीसुद्धा भारतात उत्पादन केंद्र उभारली. परंतु हा व्यवसाय इतका प्रचंड मोठ्या व्याप्तीचा आहे की, लोण्याच्या गोळ्याचा काही भाग प्रत्येकाच्या मुखी पडू शकेल.

"लष्करी आणि कमर्शिअल जेट विमानांच्या अॅक्चुएशन सिस्टिम्स तयार करणं, ही आमची खासियत आहे. स्पेस अॅप्लिकेशन्स आणि 'अनमॅन्ड एरियल व्हेहिकल्स : ड्रोन्स' (UAV) ही आमची आणखी एक विशेषत: आहे."

या व्यवसायात सखोल ज्ञानाची गरज असते. ते ज्ञान मिळवणं अत्यंत अवघड असतं. तुमचा ग्राहक हा तुमचा भागीदार म्हणून काम करतो आणि तुम्हाला तंत्रज्ञानविषयक प्रशिक्षण आणि अचूक प्रकारचं उत्पादन यांबाबत मदत करतो. अगदी मालाचं पॅकिंग आणि शिपिंग इथवर मदत पुरवली जाते.

"हनिवेल कंपनीतील काही इंजिनिअर्सनी आयुष्याची ४० वर्षं 'सोलेनाइड व्हॉल्व्ह्ज'च्या उत्पादनात खर्च केलेली आहेत. ते येऊन आम्हाला प्रशिक्षण देतात, तो आमच्या दृष्टीनं एक अद्‌भुत अनुभव असतो."

२००९मध्ये सर्व्होकंट्रोल्स इंडियानं आणखी एक कारखाना उभारला आणि लेझर वेल्डिंग आणि 'एक्वेडिंग' यासारखं अतिप्रगत तंत्रज्ञान कार्यान्वित केलं. आता प्रकल्पाच्या गरजेनुसार कंपनी आपल्या खास अशा मिश्रधातूंचं एकत्रीकरण करू शकते. चौथा कारखाना उभारण्यासाठी १२ एकर जमीन विकत घेण्यात आली होती. तिथं अंतराळ अभियानाकडून आलेल्या प्रकल्पांसाठी संपूर्ण काम करता येतं.

या अत्यंत महत्त्वाच्या कारखान्याच्या उभारणीसाठी ३५ कोटी रुपये खर्चावे लागले. या नव्या कारखान्यात ४० लोक नियुक्त करावे लागले. आधीच्या १२० कर्मचाऱ्यांमध्ये या ४० लोकांची भर पडली. नेहमीप्रमाणे यातले बरेचसे लोक स्थानिकच होते.

"आम्ही उच्चशिक्षित किंवा खूप अनुभवी लोक शोधायच्या फंदात पडत नाही."

बेळगाव आणि त्याच्या आजूबाजूच्या परिसरातील विविध कॉलेजमधून बी टेक

---

* बोइंगनं टाटा समूहाबरोबर एकत्रित प्रकल्प केला.

किंवा डिप्लोमा मिळवलेले हुशार विद्यार्थी शोधण्यावर त्यांचा भर असतो. उत्तम प्रकाराची माती निवडा आणि तिला हवा तो आकार देऊन घडवा, अशा प्रकारचं हे धोरण आहे. परंतु अशाप्रकारे घडवणं ही किचकट प्रक्रिया असते.

"आमच्या कंपनीत ह्यूमन रिसोर्स खातं आहे; तरीसुद्धा अंतिम पंसतीपूर्वी मी स्वतः त्या उमेदवाराची मुलाखत घेतो. मी अंगी खूप कुवत असलेल्या तरुणांच्या शोधात असतो."

अर्थात वेळोवेळी सर्व्होकंट्रोल्स कंपनी अधिक अनुभवी आणि जाणत्या लोकांचीसुद्धा कामावर नियुक्ती करते. ही मंडळी बेळगावबाहेर पडून 'एचएएल', 'गोदरेज' किंवा 'हनिवेल'मध्ये नोकरी करणारी असतात आणि त्यांना त्यांच्या मूळ गावी परतण्याची ओढ वाटत असते.

"आम्हाला असंख्य सरकारी कंपन्यांकडून 'मानधन' मिळालेलं आहे. ती रक्कम कधीकधी पाचशे रुपयांपेक्षाही कमी असते. तरीसुद्धा ती आम्ही भावपूर्वक जतन करत असतो."

"आपण विकत घेतलेल्या प्रत्येक सेलफोनमागे एक डॉलर मोटोरोला कंपनीकडे जातो. कारण सेल्युलर तंत्रज्ञानाचं पेटंट (इटलेक्चुअल प्रॉपर्टी राइट्स) अजूनही त्यांच्यांकडे आहे. मला भारतातून अशा प्रकारचा शोध लावायचा आहे."

"जेव्हा खूप प्रकल्पाच्या नोंदी ठेवणं बंधनकारक असतं, तेव्हा अनुभवी लोक खूपच उपयुक्त ठरतात. त्यांना या गोष्टींची संपूर्ण माहिती असते."

तुम्हाला तुमच्या व्यवसायाची इत्थंभूत माहिती असली की, त्या व्यवसायातील लोकांच्या कानी तुमचं नाव पडलेलं असतं. त्यामुळेच टाटा उद्योगसमूहानं सर्व्होकंट्रोल्सबरोबर काम करायची तयारी दर्शवली. संरक्षणखात्याकडून मिळणारे मोठाले प्रकल्प टाटा उद्योगसमूहाला मिळत असतात आणि त्यातले विविध उपप्रकल्प टाटा समूह त्या-त्या विभागतील तज्ज्ञ अशा कंपन्यांवर सोपवतो.

"टाटा समूहातले लोक आले, त्यांनी आमच्या कामाची पाहणी केली आणि 'अॅक्चुएशन सिस्टम्स'साठी आम्हाला त्यांनी प्रमुख भागीदार म्हणून निवडलं."

हजारो कोटींच्या प्रचंड मोठ्या प्रकल्पासाठी बोली लावताना दीपकला रतन टाटांसमोर उभं राहून १४ ऑक्टोबर, २००९ला त्याची बाजू मांडावी लागली होती.

"तो अद्‌भुत अनुभव होता, शब्दांतीत समाधान मिळवून देणारा!"

'ताज'मध्ये राहणं, रात्रीचं भोजन आणि प्रत्यक्ष संपर्क यांसोबत दीपकला आणखी एक गोष्टसुद्धा अत्यंत वेगळ्या प्रकारची म्हणून स्मरते आहे. भेटीसाठी

आलेल्या सर्वांना बॉंबे हाउसमध्ये प्रवेश मिळण्यापूर्वी 'सिक्युरिटी चेक'ला (सुरक्षेसाठी केल्या जाणाऱ्या तपासणीला) सामोरं जावं लागतं. परंतु याला एकच अपवाद होता. "एक कुत्रा तिथून सारखा आत-बाहेर जात येत होता आणि कुणीही त्याच्याकडे ढुंकूनही पाहत नव्हतं. मला नंतर कळलं की, तो कुत्रा रतन टाटांचा होता!" दीपक ही आठवण सांगताना हसतो. एअरोस्पेसच्या विभागात दीपक स्वतःच एका कुत्र्याच्या पिलासारखा आहे.

"मला भेटणारे अनेक लोक म्हणतात, 'तू इतका लहान वयाचा असशील असं आम्हाला वाटलं नव्हतं! आमचा प्रकल्प स्वीकारण्याएवढा अनुभव तुझ्या गाठीला आहे का?'''

आणि त्या बाबतीत त्यांना आश्चर्याचा एक सुखद धक्का बसतो!

"मला टाटा समूहाकडून मिळालेलं एक जोखमीचा प्रकल्प आठवतोय. तो T-72/T-90 टँक आणि सिम्युलेटर्सशी संबंधित होता. सर्वसाधारणतः तो पूर्ण करायला आठ-दहा महिने लागले असते. परंतु दिवस-रात्र काम करून आम्ही तो फक्त तीन महिन्यांत पुरा केला."

या तरुण कंपनीच्या योगदानाची दखल घेण्यासाठी 'टाटा इंडस्ट्री सर्व्हिसेस लिमिटेड' (TISL)च्या सीईओनं – कामेश गुप्ता – यांनी दीपकला ७ जुलै, २०११ला एक पत्र लिहिलं –

"प्रकल्पाचा आकार, खर्च, दर्जा आणि अंतराळ अभियानातील भारतापुढील मोठी जबाबदारी या सर्व आव्हानांना तोंड देत, तुम्ही हे काम ज्या उत्तम पद्धतीनं पार पाडलं आहे, ती गोष्ट अत्यंत स्तुत्य आहे."

त्याच वर्षी सर्व्होकंट्रोल्स इंडियाची उलाढाल ३० कोटी रुपयांपेक्षा (८० लाख डॉलर्सपेक्षा) जास्त झाली. त्यांना उत्पादन विभागाकडून ६० टक्के उत्पन्न मिळाले आणि उरलेली दुरुस्ती सेवा विभागाकडून झाली. दोन्ही कंपन्यांची संयुक्त कर्मचारी संख्या २००पेक्षा जास्त आहे.

पुढे काय? जागतिक दृष्टीनं सर्व्होकंट्रोल्स ही एक चिमुकली कंपनी आहे – राक्षसांच्या तुलनेत एका मुंगीच्या आकाराची! एअरोस्पेस व्यवसायातली मोठ्या जागतिक दर्जाची कंपनी कमीत कमी १० ते १२ बिलियन डॉलर्सची (१० ते १२ अब्ज डॉलर्सची) उलाढाल करते.

दीपक म्हणतो, "आम्हाला फारच मोठा पल्ला गाठायचा आहे!"

दीपकनं मोठ्या योजना आखाव्यात, असा त्याला आग्रह त्याचे ग्राहक आणि हितचिंतक करत आहेत. त्यानं एअरोस्पेस आणि संरक्षण या विभागांमधली 'इन्फोसिस' बनावं असं ते त्याला उत्तेजन देत आहेत. वित्तसंस्था आणि वित्तनिवेशक रस दाखवत असले, तरी दीपकला आपला व्यवसाय मोठ्या प्रमाणात हस्तांतरित

करायची इच्छा नाही.

"आम्ही कंपनी ताब्यात ठेवू इच्छितो... या परदेशी कंपन्या क्षणात तुम्हाला कच्चं खाऊन टाकतील!"

एक पर्याय आहे, कंपनी विकून पैसा मिळवायचा आणि आयुष्याचा आनंदानं उपभोग घ्यायचा. दोन वर्षांमागे, त्याला 'कर्टिस राइट कॉर्पोरेशन'कडून फोन आला होता. या कंपनीचा वैमानिक भूतकाळ थेट राइट ब्रदर्सपासून सुरू होतो.

"माझी संपूर्ण कंपनी विकत घेण्याची त्यांची इच्छा होती. परंतु मी नकार दिला."

परंतु कशासाठी कष्ट उपसत राहायचं? दीपकला प्रेरणा हवी असली की, तो २०१२ सालच्या त्याच्या इस्रायल दौऱ्याची आठवण जागवतो. एका मित्रानं त्याला 'नोबेल लॉरिएट्स स्ट्रीट' नामक ठिकाणी नेलं होतं. नोबेल पुरस्कार विजेत्या २३२ ज्यूंच्या स्मरणार्थ ही जागा बांधण्यात आली आहे.

"इस्रायलमधली उद्योजकता पाहून मी थक्क झालो. अनेक संघर्ष आणि यातना भोगत असताना त्यांनी अत्युत्तम तंत्रज्ञान निर्माण केलं आहे."

"मानवविरहित असं संपूर्ण अंतराळयान आमच्या कारखान्यात तयार करायचं स्वप्नं आम्ही बघत आहोत. कधीतरी ते सत्यात उतरेल!"

"विद्युतमहामंडळ, एक्साइज, सर्व्हिस टॅक्स, कस्टम्स, सेल्स टॅक्स आणि अगदी सी.बी.आय.सकट झाडून साऱ्या सरकारी खात्यांच्या नाकदुऱ्या काढल्यानंतर अखेरीस सरकार तुम्हाला पुरस्कार देतं!"

इस्रायलमधल्या वाळवंटी जमिनीत ठिबक सिंचन सुरू करण्याबाबत तो देश आघाडीवरला आहे. प्रमुख शहरांपर्यंत गोलन हाइट्सपासून पाणी वाहून आणलं जातं.

"इस्रायलमध्ये प्रत्येक रोपट्याला पाणी दिलं जातं. एकही झाड मेलं, तरी त्यांना एखादं माणूस गेल्यासारखं दु:ख होतं."

त्याच प्रकारची उत्कटता आणि देशाभिमान दीपकला पुढे जाण्याची प्रेरणा पुरवत आहेत. पोखरण-२च्या आण्विक स्फोटानंतर अमेरिका आणि युरोप यांनी भारताला तंत्रज्ञान पुरवणं बंद केलं. त्यावेळेस भारताला ज्या भीषण परिस्थितीतून जावं लागलं, त्याची दीपकला स्पष्ट आठवण आहे. परंतु त्या आपत्तीमुळे भारतातलं तंत्रज्ञान विकसित झाल्याने ती इष्टापत्तीच ठरली.

"आम्ही जे काम करत आहोत, ते आपल्या देशाच्या दृष्टीनं अत्यंत महत्त्वाचं आहे, असं माझं प्रांजळ मत आहे. भारतीय संस्थांबरोबरच काम करण्याची आमची इच्छा आहे."

या संस्था म्हणजे ‘इस्रो’ (ISRO), ‘विक्रम साराभाई स्पेस सेंटर’ आणि ‘भाभा अणुशक्ती संशोधन केंद्र’ (BARC).

भारतानं ‘न्यूक्लिअर नॉन-प्रॉलिफरेशन ट्रीटी’ या आण्विक करारावर सही केल्यावर भारतातील अणुस्फोटांसाठी प्लुटोनियम पुरवणारा सायरस (CIRUS) रिॲक्टर (अणुभट्टी) बंद करण्यात आला. त्यामुळे भारतातील हॉस्पिटल्सना, कर्करोगांवरील उपचारांसाठी, बीएआरसीला आयसोटोप्स पुरवता येईनासे झाले.

एकेदिवशी सकाळी बीएआरसीच्या रिॲक्टर-मेंटेनन्स खात्याचे प्रमुख श्रीयुत खर्पटे मुलाखतीची वेळ न ठरवता अचानक सर्व्होकंट्रोल्सच्या ऑफिसात आले.

ते म्हणाले, “दीपक मला हे करून पाहिजे!” पुढलं वर्षभर सर्व्होकंट्रोल्स इंडियानं बीएआरसीबरोबर काम करून ध्रुव रिॲक्टरची क्षमता वाढवून दिली आणि भारतात रेडिओ आयसोटोप्सचं उत्पादन पुन्हा सुरू करून दिलं.

“नोव्हेंबर, २०११मध्ये बीएआरसीला आण्विक हाताळणी संबंधित तंत्रज्ञानात मदत करून स्वयंपूर्ण बनवल्याबद्दल आमचा जाहीर सत्कार करण्यात आला.”

२०११मध्ये कर्नाटकातील लघुउद्योग संघटनेनं दीपकला ‘कैगरिका रतन प्रशांती पुरस्कार’ देऊन गौरवलं.

“महानगरपालिकेपासून विद्युतमहामंडळापर्यंत सर्व्हिस टॅक्स, कस्टम्स टॅक्स, सेल्स टॅक्स आणि अगदी सीबीआयपर्यंत झाडून साऱ्या सरकारी खात्यांच्या नाकदुऱ्या काढल्यानंतर अखेरीस सरकार तुम्हाला पुरस्कार देतं,” दीपक हसून म्हणतो.

२०१२ साल संघर्षाचे काळेकुट्ट ढग घेऊन उगवलं. लोकसभेत अनेक भ्रष्टाचारी घोटाळे – २जी आणि कोलगेट – यांसारखे उघडकीला आणले गेले. त्या वेळी जो गदारोळ उठला, त्यात संरक्षण खातं आणि अंतराळ अभियान यांच्यातर्फे काढली जाणारी टेंडर्स बंद पडली. सर्व्होकंट्रोलची ३० टक्के उलाढाल सरकारी मागणीवर अवलंबून होती. त्या व्यवसायाला मोठीच झळ पोचली.

“सहा महिने परिस्थिती इतकी भीषण होती... मी अगदी हतबल होऊन गेलो होतो. कुठंही आशेचा किरण दिसत नव्हता!”

जेव्हा हा ताण असह्य होऊ लागला, तेव्हा दीपक दोन महिन्यांसाठी सहकुटुंब अमेरिकेत गेला. त्यांनी डिस्नेलँड आणि नायगरा धबधबा पाहिला; ग्राहकांच्या आणि आप्तमित्रांच्या भेटी घेतल्या.

“मी माझ्या मुलाला – अंकुरला त्याच्या जन्मस्थळी, मिलार्ड फिल्मोअर सबर्बन ॲमहर्स्ट हॉस्पिटल इथे घेऊन गेलो. तो भावनोत्कट क्षण होता.”

दीपक भारतात परत आला, तरी परिस्थितीत काहीही फरक पडलेला नव्हता. परंतु दीपकची मन:स्थिती सुधारली होती आणि तो आशावादी बनला होता.

“नशिबानं इस्रायल एअरोस्पेस इंडस्ट्रीकडून आमच्याकडे काही मागण्या आल्या

आणि त्याचा खूपच फायदा झाला. आम्ही नेट धरला आणि १०० टक्के निर्यात करणारा कारखाना बेळगावातील हत्तरगी येथील एअरोस्पेस 'सेझ' (Special Economic Zones - SEZ)मध्ये काढायचं ठरवलं.''

मार्च, २०१३मध्ये सर्व्होकंट्रोल्सची उलाढाल १०० कोटी आणि कर्मचाऱ्यांची संख्या २१० होती.

''स्यादवादाचं - तौलनिक सापेक्षतेचं - जैनांचं तत्त्वज्ञान समजून घेतल्यापासून माझं मन वेगळ्याप्रकारेच विचार करू लागलंय.''

''पुढल्या पाच वर्षांत आम्ही सहजपणे २०० कोटी* रुपयांपेक्षा जास्त उलाढाल करू शकू असं मला वाटतंय.''

ध्येय महत्त्वाचं हे पारमार्थिक तत्त्वज्ञान दीपकनं त्याच्या आईकडून ग्रहण केलं आहे. ती अत्यंत धर्मनिष्ठ जैनधर्मीय आहे.

डिसेंबर, २०१०मध्ये दीपकनं एका अनिवासी जैनधर्मीयानं अलिगढजवळ स्थापन केलेल्या मंगलायतन या तीर्थक्षेत्री एक महिनाभर निवास केला. या तीर्थक्षेत्री मंदिरांखेरीज एक विश्वविद्यालय आणि संशोधन केंद्रसुद्धा आहेत. त्या संशोधन केंद्रात आठ हजार पेक्षा जास्त आगम (बौद्ध, जैन आणि हिंदूंचे पवित्र धर्मग्रंथ) कॉम्प्यूटरवर नोंदले आहेत.

''मी पाखंडी होतो. मी पुनर्जन्म या कल्पनेवर कधीही विश्वास ठेवला नाही. परंतु आता माझा पुनर्जन्मावर विश्वास आहे. त्यामुळे माझा तणावही खूपच कमी झाला आहे.''

अनेकान्तवादासारखी तत्त्वप्रणाली तुम्हाला अनेक दृष्टिकोनांकडे बघायला प्रेरित करते; तुम्ही शत्रूंची आणि विरोधकांची मतं आणि दृष्टिकोन विचारात घ्यावेत, अशी तुम्हाला शिकवण देते. ही शिकवण आयुष्यात जेवढी महत्त्वाची आहे, तेवढीच ती व्यवसाय आणि उद्योगातही महत्त्वाची आहे.

याखेरीज जैनधर्मात स्यादवादाचं (तौलनिक सापेक्षतेचं) एक तत्त्वज्ञान आहे. कोणतंही सत्य सात वेगवेगळ्या प्रकारे कसं मांडता येतं, हे त्यात शिकवलं आहे.

''ही तत्त्वज्ञानं जाणून घेतल्यावर माझं मन एका वेगळ्याच विचारात गर्क झालं.''

त्याला आप्तमित्रांबरोबर आणि गावींबरोबर (त्याच्या सर्वांत पहिल्या जिवलग मित्राबरोबर) हास्यविनोदात वेळ घालवायला आवडतो, परंतु तसा वेळ काढणं सोपं नाही.

''तुम्हाला कुटुंबीय, पत्नी, मुलं, ग्राहक आणि कर्मचारी या सर्वांकडे आळीपाळीनं लक्ष पुरवावं लागतं.''

केएलई इंटरनॅशनल स्कूलच्या मुख्याध्यापिकेनं ही गोष्ट त्यांच्या लक्षात आणून

---

* २०० कोटी रूपये म्हणजे साडेतीन ते चार कोटी डॉलर्स.

दिली. ती म्हणाली, ‘‘तुमच्या मुलाच्या विकासासाठी तुमचा सहभाग शून्य आहे. तुम्ही काहीतरी करायलाच हवंत.’’

‘‘मी माझे मुलगे अंकुर (१२) आणि अंकित (८) यांच्याबरोबर जास्त वेळ खर्चण्याचा प्रयत्न करतोय. व्यवसायापलीकडलंसुद्धा आयुष्य असतं, हे मला ठाऊक आहे.’’

आणि व्यवसायातसुद्धा नफ्यापलीकडचं पुष्कळ काही असतं.

‘‘मला प्रांजळपणे वाटतं की, आपली संपत्ती आपण आपल्या कर्मचाऱ्यांबरोबर वाटून घेतली पाहिजे; सर्व कर भरले पाहिजेत आणि बेळगाव शहरासाठीसुद्धा काहीतरी केलं पाहिजे.’’

कोकण कॅलिफोर्निआसारखं बनू शकेल?

आणखी अभियंत्यांनी आणि उद्योजकांनी हेच स्वप्नं पाहिलं, तर काहीही घडू शकेल!

तरुण उद्योजकांसाठी कानमंत्र!

उत्पादनक्षेत्रात विचार न करता उडी ठोकू नका. तुमच्या ठायी प्राथमिक कौशल्य आणि तंत्रज्ञान असेल, आर्थिक पाठबळ असेल आणि या दोन्ही गोष्टींच्या तोडीची महत्त्वाकांक्षा तुमच्या ठायी असेल, तर तुम्हाला हमखास यश मिळेल.

योग्य व्यवसाय निवडणं महत्त्वाचं आहे. केवळ दुर्दम्य उत्कटतेपोटी आंधळेपणानं निर्णय घेऊ नका.

तुम्ही अतिशय विनम्र असायला हवंत. मी उच्च अधिकाराचं पद सोडून व्यवसाय सुरू केला, तेव्हा माझ्या लक्षात आलं की, प्रत्येक लहानसहान गोष्टीची जबाबदारी मलाच पेलावी लागणार आहे.

तुम्हाला वित्तखातंसुद्धा सांभाळता आलं पाहिजे. तुमच्या हाताखाली चार्टर्ड अकौंटंट्स आणि पूर्ण अकौंट्स विभाग असला, तरी अंतिम निर्णयासाठी तुम्हालाच विचार करावा लागणार आहे, हे विसरू नका.

उद्योजकाला बढती मिळत नसते. तुम्ही स्वत:लाच प्रेरित करत राहायला हवंत. मी परदेशी कंपन्यांमध्ये पाहिलंय : तुम्ही खूप कष्ट करून त्यासोबत खूप मौजही लुटू शकता. आपली इच्छाशक्ती कशी जागृत ठेवायची ते शिकून घ्या.

माझी आई मला नेहमी म्हणते की, माणसाला फक्त दोन भाकऱ्या आवश्यक असतात.

लोभ धरू नका. जे मिळतंय, त्यावर समाधान माना.

ॲपची खिचडी

रोहित भट : रोबोसॉफ्ट

उडुपी, कर्नाटक

१९९८मध्ये या तरुण अभियंत्यानं मुंबईहून त्याच्या जन्मगावी बस्तान हलवलं. त्याला मनोमन खातरी वाटत होती की, त्याच्या लहानशा जन्मगावी राहून तो जागतिक दर्जाची इन्फर्मेशन टेक्नॉलॉजी (आय.टी.) कंपनी निर्माण करू शकेल. आज ३५ कोटींची उलाढाल करणाऱ्या कंपनीचा तो मालक आहे आणि कंपनीत ३५० कर्मचारी काम करत आहेत. लहान गावातून जागतिक दर्जाची कंपनी उभारता येते, हे त्यानं सिद्ध केलं आहे.

मी उडुपीचा विचार केला की, माझ्या अंतश्चक्षूंपुढे सोनेरी रंगाचे कुरकुरीत

डोसेच उभे राहतात –

रवा डोसा, मसाला डोसा, घी रवा मसाला डोसा, इडली, वडा आणि भिशीबेळी भात.*

मुंबईत लहानाची मोठी होत होते, त्या काळी उडुपी हॉटेलात खादाडी करणं आम्हाला अत्यंत प्रिय वाटत असे. मॅक्डॉनल्ड्सच्या जमान्यापूर्वीचा काळ होता तो.

मॅक्डॉनल्ड्स बोकाळलं त्याआधी अनेक दशकांपूर्वी उडुपीच्या धडपड्या, साहसी अण्णा लोकांनी स्वच्छ, स्वस्त आणि झटपट ग्राहक सेवा पुरवणारी उडुपी रेस्टॉरंट्स थाटून लोकप्रिय केली होती.

त्यामुळे मी उडुपीला पोचले, तेव्हा माझ्यापुढलं एकमेव उद्दिष्ट होतं एका स्थानिक उडुपी रेस्टॉरंटमध्ये खायला जाण्याचं. परंतु तिथं प्रामुख्यानं पंजाबी, चायनीज आणि इतर फास्टफूड रेस्टॉरंट्सच दिसत आहेत, हे पाहून मला आश्चर्य वाटलं आणि तेवढीच माझी घोर निराशाही झाली.

मी सुस्कारा टाकून म्हटलं, "मला वाटलं होतं, त्यापेक्षा उडुपी निराळंच आहे!" आणि खरोखरच (काही बाबतीत) ते माझ्या अपेक्षेपेक्षा वेगळं आणि खूपच वरचढ निघालं.

तिथली 'रोबोसॉफ्ट' ही कंपनी पाहून मला विलक्षण आश्चर्य वाटलं आणि आनंद झाला. या 'इन्फर्मेशन टेक्नॉलॉजी' कंपनीचं मुख्यालय नवी उडुपीमधील सांथेकट्टे इथे असलं, तरी त्या कंपनीची विचारपद्धती आणि कार्यपद्धती बंगळुरूमधील आय.टी. कंपन्यांसारखीच आहे. ही कंपनी जगभरातील ग्राहकांना सेवा-सुविधा पुरवते आहे आणि कल्पक प्रकारचे 'ॲप्स' आणि कॉम्प्यूटर गेम्स तयार करते आहे. याहूनही उच्च प्रतीची ध्येय साध्य करण्यासाठी भुकेली असलेली ही वेडी कंपनी तेवढीच आत्मविश्वासपूर्णसुद्धा आहे.

उडुपीतील रेस्टॉरंटवाल्यांप्रमाणेच रोहित भटसुद्धा आपलं नशीब आजमावून पाहण्यासाठी मुंबईलाच गेला होता, परंतु १९९८मध्ये त्यानं आपल्या मूळ गावी परत येण्याचा निर्णय घेतला.

"व्यवसायासाठी मोठ्या शहरात राहणं गरजेचं नव्हतं. इंटरनेट आणि मोबाइल फोन्स उपलब्ध झाल्यामुळे माझ्या लक्षात आलं की, मी कुठूनही व्यवसाय चालवू शकतो."

'त्या गावचा मुलगा असणं' ही गोष्ट रोहितच्या दृष्टीनं अत्यंत फायद्याची ठरली आहे. त्याच्यासाठी काम करणारे ८० टक्के कर्मचारी मंगलोरमधील आणि त्याच्या आजूबाजूच्या विभागांमधील इंजिनिअरिंग कॉलेजातील प्रशिक्षण घेऊन बाहेर पडलेले तरुण इंजिनिअर आहेत. अगदी त्याच्या स्वत:सारखेच!

असं असलं तरी 'रोबोसॉफ्ट' ही कंपनी जागतिक दर्जाची कंपनी आहे. त्या कंपनीला दूरदृष्टी आहे; महत्त्वाकांक्षा आहे. त्या कंपनीची इमारतही अत्यंत आधुनिक आणि सुरेख आहे. प्रत्येक कष्टाळू आय.टी. कर्मचाऱ्याच्या अपेक्षांना पुरी पडणारी; त्यांच्या योग्यतेची.

जुन्या उडुपीतून नव्या उडुपीचं नवनिर्माण!

"क्या आयडिया है सरजी!"

भारताला असे अनेक उद्योजक हवे आहेत!

ॲपची खिचडी

रोहित भट : रोबोसॉफ्ट
उडुपी, कर्नाटक

रोहित भट उडुपीतच जन्मला आणि लहानाचा मोठा झाला. उडुपी हे दक्षिण कर्नाटकातलं लहानसं गाव आहे.

"माझ्या वडिलांच्या मालकीचा एक कारखाना होता. प्लास्टिकचे शीट्स आणि पाइप बनवण्याचा तो लघुउद्योग होता. यशस्वीरीत्या व्यवसाय चालवणं किती अवघड असतं, हे मी लहान वयातच जवळून पाहिलं!"

चार भावंडांमधलं शेंडेफळ असलेल्या रोहितनं मोठ्या भावंडांच्या पावलावर पाऊल टाकलं. त्याच्या थोरल्या भावा-बहिणीप्रमाणे रोहितसुद्धा अभियांत्रिकीचं शिक्षण घेऊ लागला. त्या सुमारास 'कॉम्प्युटर सायन्स' या विषयाचा अभ्यासक्रमात नव्यानंच समावेश झाला होता. त्याच्या भावाच्या सांगण्यानुसार रोहित त्या शाखेकडे वळला. या विषयाच्या अभ्यासक्रमासाठी आवश्यक असलेले संगणक अत्यंत महाग होते आणि अगदी थोड्याशाच कॉलेजांमध्ये आवश्यक अशी सर्व सामग्री होती. त्या कॉलेजांपैकी एक कॉलेज नव्यानंच सुरू झालेलं एक खाजगी कॉलेज होतं. ते मंगलोरपासून ५४ किलोमीटर अंतरावरच्या कर्काल तालुक्यातील निट्टे नावाच्या खेड्यात सुरू करण्यात आलं होतं. या कॉलेजचं नाव होतं, 'निट्टे महालिंगा अद्यंताया मेमोरिअल इन्स्टिट्यूट ऑफ टेक्नोलॉजी'(N.M.A.M.I.T.)

"मी १९८८मध्ये या अभ्यासक्रमात दाखल झालो, तेव्हा कॉम्प्युटर म्हणजे काय, हे फारच थोड्या लोकांना माहीत होतं. आम्ही ८०८६ प्रोसेसरवाले कॉम्प्यूटर्स वापरत होतो. आजच्या तुलनेत ते कॉम्प्यूटर्स फारच संथ आणि जुनाट असे होते."

असं असलं तरी रोहितला त्या कॉम्प्यूटर्सवर काम करायला फारच मौज वाटत असे. त्याला कॉम्प्यूटर हार्डवेअरची जास्त गोडी होती. सॉफ्टवेअरपेक्षा हार्डवेअर त्याला जास्त आवडत असे. रोहितचा चौथ्या वर्षाचा प्रकल्पाचा विषय होता –

Speech Recognition and Synthesis. या प्रकल्पावर चौघांचा गट काम करत होता आणि त्याच्यावरची जबाबदारी प्रामुख्यानं हार्डवेअरबाबतची होती. त्यासाठी त्यानं प्रिंटेड सर्किट बोर्ड्‌सचं डिझाइन करून निर्मिती केली.

"आमचं ध्येय होतं की, आमचा प्रकल्प सर्वोत्कृष्ट ठरला पाहिजे आणि त्याचा सर्वाधिक बोलबाला झाला पाहिजे. त्यात आम्ही यशस्वीही झालो."

कॉलेजातून पदवी मिळवून बाहेर पडल्यावर त्या काळच्या सर्व तरुण इंजिनिअर्सप्रमाणेच रोहितनंसुद्धा नोकरीच्या शोधार्थ बंगळुरूची वाट धरली.

"पदवीधारकांची आमची त्या कॉलेजची तिसरीच बॅच होती. त्यामुळे आमच्या कँपसवर इंटरव्ह्यू घेण्यासाठी तेव्हा कोणतीच कंपनी येत नसे."

बंगळुरूला नोकरी शोधण्यात यश मिळालं नाही. रोहितची बहीण त्यावेळेस मुंबईत राहत होती. ती म्हणाली, "इकडे ये. माझ्याकडे राहून नोकरी शोध. मुंबईत जास्त नोकऱ्या आहेत."

रोहितनं तिचा सल्ला स्वीकारला आणि अखेरीस महिना १२०० रुपये पगारावर 'इंडस्ट्रिअल अ‍ॅन्ड बिझनेस मशीन्स' नावाच्या कंपनीत त्यानं नोकरी स्वीकारली. कंपनी बँकेसाठी 'अ‍ॅडिंग मशीन्स' बनवत असे; परंतु विरोधाभास म्हणजे रोहितचं काम सॉफ्टवेअरमधलं होतं.

"कंपन्यांमध्ये संगणकीकरणाला प्रारंभ झालेला नव्हता; कारण कामगार संघटनांच्या त्या गोष्टीला कट्टर विरोध होता, परंतु संगणकीकरण करणं अपरिहार्य ठरणार आहे, हे सर्वांना ठाऊक होतं."

या कंपनीच्या लक्षात आलं की, त्यांचा हार्डवेअरमधला व्यवसाय लवकरच संपुष्टात येणार आहे. त्यामुळे त्यांना आताच्या ग्राहकांना उपयुक्त ठरेल असं सॉफ्टवेअर तयार करायचं होतं.

"माझं काम होतं चेक क्लिअरिंगसाठी 'क्लिअरिंग सॉफ्टवेअर' तयार करण्याचं. म्हणजेच बँकेत सादर केला गेलेला चेक वटवून घेण्यासाठी आवश्यक असं सॉफ्टवेअर बनवण्याचं."

'कोडिंग' ही या तरुण अभियंत्याची विशेषता नव्हती. परंतु आता त्याच्यापुढे कोणताही पर्याय नव्हता.

"मी अगदी नवशिक्यांहूनही नवशिका होतो. पण मला काहीही ठाऊक नव्हतं, हीच गोष्ट मला सारं काही चटकन शिकून घेण्याच्या दृष्टीनं प्रेरणादायी ठरली."

रोहित ऑफिसात काम करून जास्तीचं काम घरी घेऊन येत असे. त्याच्या मेहुण्यांचा कॉम्प्यूटर वापरून तो कोडिंग, टेस्टिंग चालू ठेवून आपल्या सॉफ्टवेअर प्रोग्रॅममध्ये सुधारणा घडवत असे.

"मी जीव ओतून आणि गरजेपेक्षा खूपच जास्त काम करत होतो. त्यामुळे मी

माझ्या बॉसचा आवडता झालो.''

नऊ महिन्यांनी रोहित 'रीकोसॉफ्ट' नावाच्या एका जपानी कंपनीसाठी काम करू लागला. ही कंपनी जपानी ग्राहकांसाठी मायक्रोसॉफ्ट्स वर्डसारखा उपक्रम मॅकिंटॉश प्रणालीवर तयार करत होती. त्यावेळेस जगभरात फक्त एमएस डॉस आणि वर्डस्टार वापरलं जात असे. तेव्हा 'ग्राफिकल यूजर इंटरफेस'ची सुरुवात झाली नव्हती.

''मला पूर्वीपेक्षा सर्वस्वी नव्या गोष्टीवर काम करण्यात मोठा थरार वाटत होता.''

परंतु या नोकरीतली सर्वांत आनंददायी गोष्ट होती ती म्हणजे जपानी संस्कृतीची झालेली ओळख. कंपनीनं रोहितला वर्षभरासाठी जपानला पाठवलं. त्यामुळे काम करण्याची आणि विचारांची एक सर्वस्वी नवी पद्धत त्यानं प्रथमच पाहिली.

''दुसऱ्या महायुद्धात सर्वस्वी विनाश पावलेला हा देश प्रयत्नांती पुन्हा जगभरात उच्चस्थानी पोचलेला मला दिसत होता.''

जपान देश प्रत्येक बाबतीत अमेरिकेला नामोहरम करत होता. मग ते तंत्रज्ञान असो की ऑटोमोबाइल डिझाइन असो! त्याहूनही महत्त्वाची गोष्ट म्हणजे सर्वसाधारण कर्मचाऱ्यांच्या दैनंदिन व्यवहारांमध्ये उत्कट जिद्द आणि दृढनिश्चय स्पष्टपणे जाणवत होता – बँकांमध्ये, दुकानांमध्ये, ग्राहक सेवा विभागामध्ये! ही उत्कटता देशाभिमानातून निपजलेली होती.

''माझ्या मनात आलं की, जर हा देश इतकं काही साध्य करू शकतोय, तर मीसुद्धा कधीतरी माझ्या मायदेशी परत जाऊन काहीतरी नवं हाती घ्यायला हवं!''

जपानमध्ये वर्षभर काम करून रोहित या कंपनीच्या मुंबईतील ऑफिसमध्ये परत आला. रीकोसॉफ्टमध्ये अडीच वर्षं काम केल्यानंतर त्यानं दुसरीकडे जायचं ठरवलं.

''त्यावेळेस मी २६ वर्षांचा होतो आणि पेचात पडलो होतो – मी दुसरी नोकरी घ्यावी की स्वत:ची कंपनी सुरू करावी?'' रोहितच्या आईनं सल्ला दिला, ''व्यवसायात पडू नकोस – तुझ्या वडिलांची व्यवसायातली धडपड मी प्रत्यक्ष पाहिली आहे.''

त्याच्या भावानं आणि वडिलांनी मात्र त्याला उत्तेजन दिलं. ''पुरे झालं! आता तू स्वत:चा व्यवसाय सुरू करायची वेळ आली आहे!''

रोहितनं 'एल अॅन्ड टी'मध्ये नोकरी घेतली; परंतु तिथून तो दोनच महिन्यांमध्ये बाहेर पडला. कारण आत्मविश्वासानं भरारी घेण्याची वेळ कधीतरी येतेच!

एकदा प्रवाहात उडी टाकली की, तुम्ही तरंगायला शिकता!

परंतु प्रारंभ कोठून करायचा? रोहितनं सर्वप्रथम एक गोष्ट केली! त्यानं त्याच्या 'रोबोसॉफ्ट' या कंपनीच्या नावे एक फोन कनेक्शन घेतलं. पुढलं पाऊल होतं 'यलो पेजेस'मध्ये जाहिरात देण्याचं.

''माझी समजूत होती की, तुम्ही जाहिरात दिलीत की तुमची जाहिरात वाचून लोक तुमच्याकडे येतील. मी इतका भाबडा आणि आदर्शवादी होतो!'' (हसतो!)

रोहित जाणून होता की, त्यानं मॅकिंटॉशवरच भर द्यायला हवा. ते तंत्रज्ञान त्याच्या परिचयाचं होतं आणि या खास विभागात इतर कुणीही सेवा पुरवत नव्हतं. त्यासाठी प्राथमिक गरज होती, अत्यंत महाग असलेल्या ॲपल मॅकिंटॉश मशीनची. जपानच्या वास्तव्यात वाचवलेला पैसा वापरून रोहितनं ॲपल मॅक विकत घेतला.

''मी परदेशात आरामात राहण्याचं स्वप्न पाहत होतो. जपानला गेल्यानंतर मात्र मी माझ्या मायदेशातच काहीतरी करण्याचा निश्चय केला.''

तो एकुलता एक कर्मचारी, जवळ एकच कॉम्प्यूटर आणि बिनभाड्याची जागा (त्याच्या बहिणीचं घर!). परंतु पहिला ग्राहक कसा मिळवायचा? त्यासाठी आसपास शोध घ्यावा लागतो आणि थोडं नशीबही लागतं.

''माझा एक मित्र पुण्यात ओशो आश्रमाजवळ राहत होता. ओशो अनुयायांकडे खूप मॅक्स होते. त्यामुळे त्यांच्याकडून मला थोडं काम मिळेल, असं मला वाटलं.''

त्यांना तो भेटला तेव्हा त्यांनी विचारलं, ''तू आमच्यासाठी 'स्पेलचेक' प्रोग्रॅम बनवू शकशील?''

रोहितनं होकार दिला आणि त्यानं एका मित्राच्या मदतीनं कोडिंग केलं.

ॲपल कॉम्प्यूटर्सचं तेव्हा भारतात नुकतंच आगमन होत होतं. ॲपलवाल्यांनी रोहितबद्दल ऐकताच त्यांनी रोहितशी संपर्क साधून विचारलं, ''तुझा कॉम्प्यूटर प्रोग्रॅम तू आमच्या ऑपरेटिंग सिस्टीमवर टाकू शकशील?''

१९९६च्या मध्याला, रोहितच्या नव्या कंपनीला मिळालेलं हे पहिलंच मोठं काम होतं. ॲपलनं रोहितच्या स्पेलचेक सॉफ्टवेअरच्या तीन हजार प्रती विकत घेतल्या आणि त्याला नकद पाच लाख रुपये दिले.

''त्यावेळेस माझ्या दृष्टीनं ही खूपच मोठी रक्कम होती.''

भारतातील मॅकिंटॉशसाठी ॲपलनं स्थानिक भाषांमधली प्रणाली उपलब्ध करून दिली. रोहितला त्यांनी विनंती केली की, हिंदी, गुजराती, मराठी आणि अन्य भारतीय भाषांमधील सॉफ्टवेअरच्या संदर्भात त्यानं मदत पुरवावी.

''ते मला जाहिरातीच्या दौऱ्यावरही घेऊन गेले. मी त्यांच्या संघातला एक घटक म्हणून आमच्या सॉफ्टवेअरची प्रात्यक्षिकंही देऊ लागलो. त्यामुळे माझ्या कामाची विश्वासार्हता खूपच वाढली!''

रोहितला पुढलं काम 'सी-डॅक'कडून (सेंटर फॉर डेव्हलपमेंट ऑफ ॲडव्हान्स्ड कॉम्प्युटिंग) मिळालं. त्यांनी रोहितच्या स्थानिक भाषांमधल्या कामाबद्दल ऐकलं असल्याने त्यांनी त्याला त्याच्याशी संबंधित असं काम दिलं. दरम्यान ॲपलनं केलेल्या प्रशस्तीमुळे आणि सांगोवांगी नाव परसल्यामुळे त्याला आणखी प्रकल्प

मिळू लागले होते.

"लोकांना आता समजलं होतं की, मॅक संदर्भातलं काम करून घ्यायचं असलं, तर हे लोक ते काम करून देतात..."

हाती जास्त-जास्त प्रकल्प येऊ लागले, तेव्हा रोहितनं दोन कॉम्प्यूटर प्रोग्रॅमर्स नियुक्त केले. अजूनही त्याचं अधिकृत असं ऑफिस नव्हतं. रोहित अजूनही त्याच्या बहिणीच्या घरूनच काम करत होता, तर त्याला मदत करणारे प्रोग्रॅमर्स स्वत:च्या घरातूनच काम करत होते. तीन ठिकाणी केल्या गेलेल्या कामचा समन्वय साधणं जिकिरीचं होऊ लागलं होतं. त्यावेळेस रोहितला साक्षात्कारी कल्पना सुचली.

"मी उडुपीला हलायला हवं!"

हे साल होतं १९९८ आणि त्यावेळेस इंटरनेट अगदी बाल्यावस्थेत होतं. परंतु एक अत्यंत महत्त्वाची गोष्ट रोहितच्या लक्षात आली.

"इंटरनेटमुळे तुम्ही मुंबईतून काम करताय की उडुपीतून, त्यात कोणताही फरक पडत नाही!"

किंवा अगदी ओसाडगावातूनही!

दुर्दैवानं खोलात जाऊन तपास केल्यावर रोहितच्या लक्षात आलं की, उडुपीत इंटरनेट सुविधाच उपलब्ध नाही! परंतु सुरत्कल येथील कर्नाटक रिजनल इंजिनिअरिंग कॉलेजात इंटरनेट सुविधा उपलब्ध होती. एवढंच नव्हे, तर 'सॉफ्टवेअर टेक्नॉलॉजी आंत्रप्रेन्युअर्स पार्क' (STEP) या योजनेअंतर्गत नव्यानं सुरू झालेल्या कंपन्या तेथील इंटरनेटबरोबरच आर.ई.सीमधील विद्यार्थ्यांचासुद्धा प्रकल्पांसाठी उपयोग करून घेऊ शकत होत्या.

ही सुविधा रोहितला अतिशय आकर्षक वाटली. जानेवारी, १९९८मध्ये त्यानं मुंबईतला व्यवसाय सुरत्कलच्या कॅंपसवर हलवला. 'स्टेप'मधलं ऑफिस जून, १९९८मध्ये तयार झालं आणि १५ जुलै, १९९८पासून रोहित ऑफिस वापरू लागला.

"मुंबईतले माझे दोन कर्मचारी मुंबई सोडायला तयार नव्हते. त्यामुळे मी पुन्हा 'एकट्या माणसाची कंपनी' बनलो!"

त्यावेळेस रोहितनं त्याच्या शिक्षणदात्या एन.एम.ए.एम.आय.टी. कॉलेजातून नुकतेच बाहेर पडलेले पदवीधर इंजिनिअर नियुक्त करण्याचा निर्णय घेतला. या कॉलेजमधून पदवी घेऊन बाहेर पडणारी ही सातवी बॅच होती आणि आपल्या मूळ गावाजवळची नोकरी कॅंपसवरच मिळवता आली, याचा त्या ताज्या पदवीधारकांना आनंद झाला.

रोहितचा मित्र राम म्हणजे एम. रामचंद्र आचार्य हा केआरईसी इथे प्राध्यापक होता. त्यानं रोहितनं नियुक्त केलेल्या अननुभवी ताज्या पदवीधारकांना प्रशिक्षण देण्याची जबाबदारी उचलली आणि तो रोहितला प्रोग्रॅमिंगमध्ये मदत करू लागला.

'आउटसोर्सिंग'चा जमाना येऊ घातला होता. त्यामुळे रोबोसॉफ्टचा खूपच फायदा झाला. परदेशातील ग्राहक ॲपल इंडियाला फोन करून म्हणत, ''मॅकिंटॉशची माहिती असलेले भारतातले प्रोग्रॅमर्स आम्ही शोधतोय... तुम्ही कुणाचं नाव सुचवू शकाल?''

'''विंडोज' जाणणारे असंख्य प्रोग्रॅमर्स होते. 'विंडोज'बाबतची सेवा पुरवणाऱ्या अनेक कंपन्या होत्या. त्यामुळे मी ॲपल मॅकिंटॉशवर लक्ष केंद्रित करायचं ठरवलं. कारण त्यांचं भारतात नव्यानंच पदार्पण होत होतं.''

याच पद्धतीनं रोबोसॉफ्टनं पहिला परदेशातला ग्राहक मिळवला. एक इस्रायलमधली कंपनी. रोहित जेरूसलेमला गेला; त्यानं त्या कंपनीच्या मंडळींशी बोलणी केली आणि ते कंत्राट मिळवलं. त्याच्या पुढचं काम होतं एक 'मल्टिमीडिया एनसायक्लोपीडिया' तयार करण्याचं आणि त्यासाठी त्याला २५ हजार डॉलर्सचा घवघवीत मोबदला मिळणार होता.

''त्यामुळे पुढल्या महिन्याचे कर्मचाऱ्यांचे पगार कसे चुकते करायचे, यांसारख्या माझ्या चिंता एका क्षणात मिटल्या.''

परंतु हे काम करून देणं हे रोहितपुढलं जबरदस्त मोठं आव्हान होतं. त्याच्या हाताखालचे सहायक तरुण आणि अननुभवी होते. हा प्रकल्प खूपच मोठा होता. प्राध्यापकाची नोकरी सोडून रामने पूर्णवेळ रोबोसॉफ्टमध्ये काम करावं, यासाठी रोहितनं रामचं मन वळवलं.* दोघांनी मिळून या प्रकल्पाचा अंतिम टप्पा पूर्ण करण्यासाठी अडीच महिन्यांपेक्षासुद्धा जास्त काळ धडपड केली.

जेव्हा या प्रकल्पाचे पैसे मिळाले, तेव्हा रोहित आनंदाच्या ढगांवर तरंगत होता.

''त्यानंतरच मी माझा पहिला फ्रिज, पहिला टीव्ही विकत घेतला...'' (हसतो.)

सुरत्कला व्यवसाय थाटल्यावर पहिल्या वर्षाची रोबोसॉफ्टची उलाढाल होती आठ लाख रुपये! त्यावेळेस कंपनीची स्वत:ची वेबसाइटसुद्धा नव्हती. परंतु कंपनीचा विकास झपाट्यानं होत गेला – कर्मचारी संख्या दोनांवरून १९वर पोचली. अडीच वर्षांनी केआरईसीमधून बाहेर पडून उडुपीत स्वत:चं ऑफिस थाटायचं, असा रोहितनं निर्णय घेतला.

''आम्ही एका इमारतीचा दुसरा मजला भाड्यानं घेतला. ५० लोकांना बसता येईल, एवढा तो मोठा होता.''

कर्मचारी आनंदानं थरारून गेले.

''ओहो! केवढं प्रचंड ऑफिस आहे हे!'' असं पालुपद नित्य कानी पडू लागलं. ऑफिसच्या एका टोकाला उभं राहून दुसऱ्या टोकावर दृष्टी केंद्रित केली की, त्यांना

---

* राम आचार्य रोबोसॉफ्टमध्ये सिनिअर व्हाइस प्रेसिडेंट, इंजिनिअरिंग या पदावर अजूनही कार्यरत आहेत.

वाटत असे, ‘‘हो! आपण नक्कीच प्रगती करत आहोत!’’

अर्थात उडुपीतून काम करण्यामुळे वेगळ्याच समस्या निर्माण झाल्या. २०००मध्ये उडुपी किंवा मंगलोरमधून थेट इंटनेट संपर्क साधता येत नव्हता. द्राविडी प्राणायाम करून इंटरनेटवर जाता येत असे!

‘‘मी माझा मोबाइल बंगळुरूमधल्या बीएसएनएलच्या लँडलाइनशी जोडत असे. त्या नंबरवरून मी पुन्हा माझा मोबाइल नंबर डायल करत असे आणि मग मला नेट वापरता येत असे. असं केलं की, तो लोकल कॉल ठरत असे.’’

इंजिनिअरिंग कॉलेजमधल्या अनुभवानं त्या काळात उडुपीमध्ये रोहितला तारून नेलं.

‘‘मी त्या कॉलेजात जाऊ लागलो, तेव्हा इमारत तयार नव्हती. वर्ग तयार नव्हते. बांधकाम सुरू होतं. प्रत्येक गोष्टीवर आम्हाला तोडगा शोधावा लागत होता.’’

कठीण परिस्थिती माणसाला घडवत असते आणि त्याच्या ठायी लढायची जिद्द निर्माण करत असते. कोणतीही गोष्ट तडीला नेण्यासाठी या जिद्दीचीच अत्यंत आवश्यकता असते.

२०००मध्ये ‘डॉटकॉम’ कंपन्या गाळात जाऊ लागल्या. जरी परदेशातल्या अनेक ग्राहकांकडून रोबोसॉफ्टला कामं मिळत गेली, तरी मंदीमुळे मनोधैर्यावर प्रतिकूल परिणाम होऊ लागला होता. इन्फर्मेशन टेक्नॉलॉजी कंपन्यांच्या भवितव्याबद्दल लोकांच्या मनात चिंता-निराशेचे ढग दाटून येऊ लागले होते.

‘‘आम्ही सात-आठ लोक कामावर नेमले होते... आमची कंपनी गाळात जाणार या समजुतीनं बरेच लोक कंपनीबाहेर पडले!’’

असं असूनही रोबोसॉफ्टच्या विकासाचा आलेख चढताच राहिला. २००३ सालापर्यंत पूर्वी प्रचंड मोठं वाटणारे ऑफिस लहान पडू लागलं होतं.

‘‘आम्ही त्याच इमारतीत आणखी एक ऑफिस थाटलं. २००४मध्ये आणखी तिसरं ऑफिस सुरू केलं.’’

२००४मध्ये कर्मचारिसंख्या १५०वर पोचली आणि रोबोसॉफ्टनं शहरात चार वेगवेगळी ऑफिसं उघडली. या सुमारालाच रोबोसॉफ्टनं एक उंच झेप घ्यायचं ठरवलं.

‘‘आमचे सारे मित्र बंगळुरूमधल्या झकपक इमारतींमध्ये काम करत होते. हे पाहून आपल्याला तशीच एक इमारत इथं उडुपीत का बांधता येऊ नये, असा मी विचार केला.’’

कर्मचाऱ्यांना अशी इमारत मनापासून आवडली असती. अशा इमारतीत ऑफिस असल्यामुळे ग्राहकांचा कंपनीवर विश्वास बसायला मदत झाली असती.

"कंपनीला प्रकल्प मिळणं हीच मोठी गोष्ट होती... त्यामुळे मिळेल ते काम आम्ही स्वीकारत होतो. एकदा काम स्वीकारल्यानंतर ते कसं पार पाडायचं यावर आम्ही विचार सुरू करत होतो."

"जसा काळ जाईल तसं आमचं प्रत्येक ऑफिस आम्हाला अपुरं पडू लागे. त्यामुळे मी ठरवलं की, यावेळेस दूरदृष्टीनं पुढला विचार करायचा आणि हा आमचा कायम स्वरूपाचा पत्ता बनवायचा!"

ग्राहक उडुपीला येतील तेव्हा त्यांना मोठ्या शहरांसारख्याच पायाभूत सुविधा दिसतील, तशाच अन्य सोयी दिसतील, त्या प्रकारचीच कार्यसंस्कृती दिसेल. त्यामुळे कंपनीला जास्त काम मिळेल, असा त्यामागचा विचार होता.

लहानशा कंपनीच्या दृष्टीनं हे फार मोठं स्वप्न होतं. त्यावेळेस रोबोसॉफ्टकडे १६० कर्मचारी होते. त्यांची फक्त ४ कोटींची उलाढाल होत होती. बांधकामाचा खर्च १० कोटींच्या वर गेला असता.

"मी बँकेकडून कर्ज घ्यायचं ठरवलं."

गेल्या अनेक वर्षांच्या अनुभवामुळे रोहित बँकांबरोबर व्यवहार करायला शिकला होता. त्यांचा विश्वास संपादन करण्यासाठी जरी नेहमीच धडपड करावी लागत असली, तरी परदेशी ग्राहकांकडून नित्यनेमानं येणारं काम पाहून बँकांनी पक्कं भांडवल आणि फिरतं भांडवल यांसाठी कर्जं दिली होती.

"माझ्या वडिलांनी आणि भावांनी प्लास्टिक व्यवसायात जे नाव कमवलं होतं, त्याचासुद्धा फायदा झाला."

परंतु तळघर, जिम, कॅफेटेरिया, स्पोर्ट्स सुविधा आणि ऑडीटोरियम असलेली पाच मजली इमारत कशासाठी बांधायची? एक लाख चौरस फुटांची, ८०० माणसांना पुरेल अशी जागा कशासाठी तयार करायची?

तसं करायचं कारण होतं दूरदृष्टीने पाहिलेलं पुढचं स्वप्न!

"माझी खातरी होती आमची कंपनी मोठी होऊन आम्हाला जागेची गरज पडेल!"

कंपनीचं भूतकाळातलं कार्य आणि दरवर्षी जवळ जवळ १०० टक्क्यांनी होणारी वाढ पाहून बँकेनं कर्ज द्यायला कबुली दिली. रोबोसॉफ्टनं ३३ टक्के रक्कम उभी केली आणि इमारत तारण म्हणून ठेवली. बांधकाम पूर्ण झालं तेव्हा जमीन आणि इमारत यांचा एकूण खर्च १३ कोटी झाला. त्यात आतलं फर्निचर आणि कॉम्प्यूटर्स इत्यादी सामग्री यांचाही समावेश होता.

"आम्ही संपूर्ण इमारतीसाठी फर्निचर बनवलं नाही. जसजसे नवे लोक नियुक्त होत गेले आणि अधिक जागेची गरज भासू लागली, तसतसं आम्ही फर्निचर बनवत गेलो."

जागा ही काही केवळ दगडामातीनं बनलेली निर्जीव गोष्ट नसते. स्वत:ची जागा हे तुमच्या मनातलं मोकळं अवकाश असतं आणि त्यातून तुमचं भविष्य आकार घेत असतं.

तुमचं आंतरिक क्षितिज विस्तारत गेलं की, तुमचं जगही विस्तारत जातं.

रोहितच्या लक्षात आलं की, रोबोसॉफ्टचा विकास आकड्यांवरून ठरला नसता. रोबोसॉफ्ट 'इन्फोसिस'प्रमाणे एका प्रकल्पावर एक हाती ३००-४०० लोक कधीही नियुक्त करू शकली नसती.

"मी माझ्या व्यवसायासाठी निवडक भाग कोरून काढला होता आणि त्या भागात सर्वोत्कृष्ट ठरणं हे माझं उद्दिष्ट होतं."

अनेक नामवंत कंपन्या रोबोसॉफ्टच्या ग्राहकयादीत सामाविष्ट आहेत – कॅनन, एप्सम, युमॅक्स, लॉजिटेक आणि एच.पी. (एच.पी.च्या मॅकिंटॉशच्या जवळ जवळ सगळ्या प्रिंटर ड्रायव्हर्सचं कोडिंग रोबोसॉफ्टनं केलं आहे.)

"जगभरातल्या मोठाल्या पी.सी. कंपन्यांना माल पुरवणाऱ्या तैवानच्या लोकांप्रमाणेच आमचं काम होतं."

अखेरीस तैवानी लोकांनी दुय्यम स्तरावर काम करणं थांबवलं आणि 'एचटीसी' आणि 'एसर' यांसारखे स्वत:चे जोरदार ब्रँड्स प्रस्थापित केले. रोबोसॉफ्टनं सॉफ्टवेअर क्षेत्रात याच धोरणाचं अनुकरण केलं आहे.

"आम्ही उत्तम काम करत होतो, परंतु ते दुसऱ्यानं नेमून दिलेलं आउटसोर्स्ड काम होतं. २००७मध्ये आम्ही ठरवलं की, आपण स्वत:चीच 'प्रॉडक्ट्स' तयार केली पाहिजेत."

अशा प्रकारे एक वेगळाच प्रवास सुरू झाला – नवीन शोधाचा, नवीन ज्ञानाचा आणि ठोकताळेबंद ज्ञान विसरण्याचा. लोकांना 'सेवा' पुरवण्याऱ्या सर्व्हिस कंपनीपेक्षा स्वत: प्रॉडक्ट्स बनवण्याऱ्या सर्जनशील कंपनीची मानसिकता वेगळी असावी लागते. त्यामुळे प्रॉडक्ट निर्मितीसाठी वेगळा गट बनवण्यात आला.

"प्रॉडक्ट्समध्ये आमचे दोन भिन्न ब्रँड्स आहेत – ग्लोबल डिलाइट : 'युटिलिटी ॲप्स' तयार करणारा ब्रँड आणि 'नाइन्टी नाइन गेम्स' हा नव्या गेम्स तयार करणारा ब्रँड."

नेहमीप्रमाणे यासाठी त्यांनी मॅकिंटॉशचंच व्यासपीठ उपयोगात आणलं. अभियांत्रिकी संदर्भातील समस्या सोडवणं हे कंपनीचं बलस्थान असल्यामुळे नवी प्रॉडक्ट्स बनवण्यासाठी वेगळ्या प्रकारची कौशल्यं शिकून घ्यावी लागली. अगदी प्रारंभापासून एखाद्या प्रॉडक्टची संकल्पना कशी डोळ्यांपुढे आणायची, यांसारखी कौशल्यं गरजेची होती. त्यापुढे या प्रॉडक्टसाठी ग्राहकवर्ग किती लाभेल याचा अंदाज घेऊन युजर इंटरफेस आणि डिझाइन यांचा विचार करावा

लागणार होता.

"त्यानंतर केवळ 'विपणन' न करता आपल्या प्रॉडक्टची जाहिरातबाजी करायची सवय लावून घेणं गरजेचं होतं. त्यातला फरक कळतोय ना तुम्हाला?"

"'मी हे करून पाहीन... ते फसलं तर पूर्वीचंच काम सुरू करेन' असा विचार करून कधीही व्यवसाय करता येत नसतो."

"आयटी सर्व्हिसेसमधली नफ्याची टक्केवारी पूर्वी खूप होती. परंतु आता ती कमी होऊ लागलीये. त्यामुळे प्रॉडक्ट्स बनवण्याच्या उपव्यवसायाकडे वळण्यात शहाणपण आहे!"

ग्लोबल डिलाइट आणि नाइन्टी नाइन गेम्स यांनी मॅकवर्ल्डसारखा ट्रेड शोजमध्ये उपस्थिती लावायला सुरुवात केली. प्रात्यक्षिकं करून दाखवणं, प्रसार माध्यमांमधील लोकांना भेटणं आणि तुमच्या प्रॉडक्ट्सबद्दलचे अभिप्राय छापवून आणणं यांसाठी त्या गोष्टीचा उपयोग होतो.

अर्थात तुम्ही दहा वेगवेगळ्या गोष्टी करून पाहता तेव्हा त्यातली एक गोष्ट यशस्वी होते. पण त्या दहांपैकी कोणती गोष्ट यशस्वी ठरेल, हे तुम्हाला आगाऊ माहीत नसतं.

"आम्हाला छप्पर फाडून लोकप्रियता मिळवणारं प्रॉडक्ट ताबडतोब तयार करता आलं नाही... चुकत-माकत, त्यातून शिकत आणि त्या जोडीला नशिबाची साथ मिळाल्यावर आम्हाला यश लाभलं."

२००७मध्ये ॲपलनं आयफोन बाजारात आणला आणि व्यवसायाच्या दृष्टीनं ही अत्यंत महत्त्वाची घटना ठरली. एकाएकी ॲप्ससाठी नवी बाजरपेठ* खुली झाली. रोबोसॉफ्टचा व्यवसाय एकदम वाढला. ही कंपनी तत्पूर्वीच ग्राहकांसाठी आयफोनवरचे गेम्स आणि ॲप्स तयार करू लागली होती.

"आम्ही ताबडतोब काम हाती घेतलं."

१ ऑक्टोबर, २००९ रोजी ग्लोबल डिझाइननं 'कॅमेरा प्लस' नावाचं ॲप बाजारात आणलं. या फुकट दिल्या जाणाऱ्या ॲपच्या मदतीनं आयफोन आणि आयपॅड धारकांना अधिक चांगले फोटो काढता येऊ लागले. त्यासाठी सुविधा आयफोन किंवा आयपॅडमधील कॅमेराबरोबर देण्यात आलेल्या नव्हत्या. 'कॅमेरा प्लस' फुकट दिल्यावर दोन कोटी लोकांनी ते वापरलं.

---

* आयफोनचं दोनशे ॲप्स समवेत उद्घाटन झालं, तेव्हा त्या दोनशेपैकी पाच ॲप्स रोबोसोफ्टनं तयार केली होती.

''हे ॲप इतकं लोकप्रिय झालेलं पाहून आम्ही त्याच्या सुधारित आवृत्तीसाठी पैसे आकारू लागलो.''

१० लाख लोकांपेक्षा जास्त लोकांनी कॅमेरा प्लसच्या या सुधारित ॲपसाठी ९९ सेंट्सपासून दोन डॉलर नव्व्याण्णव सेंट्स एवढा आकार भरला आहे. कंपनीने आणखी पाच ॲप्स तयार केला होती. पण ती खपाच्या दृष्टीनं या ॲपएवढी यशस्वी झालेली नव्हती. तरी उत्पन्न मिळवून देण्याच्या दृष्टीनं ती यशस्वी झाली आहेत.

गेम्सच्या विभागात 'नाइन्टी नाइन गेम्स'नं आजवर बारा गेम्स बाजारात आणले आहेत. आणि त्यातला एक 'वर्डस्वर्थ'अत्यंत लोकप्रिय झाला आहे. 'आयट्यून ॲप स्टोअर'नं बाजारात उपलब्ध करून दिलेल्या प्रारंभीच्या वर्डगेम्समध्ये 'वर्डस्वर्थ'ला उत्तम अभिप्राय मिळाले असून खूप लोकांनी त्याचा वापर केला आहे. गेल्या पाच वर्षांत चार लाख लोकांनी हा गेम डाउनलोड केला आहे.

''वर्डस्वर्थची अत्याधुनिक आवृत्ती आयफोन, आयपॅड, अँड्रॉइड फोन, किंडल फायर आणि नूक या सर्वांमध्ये वापरता येते.''

जरी त्यांनी मॅकिंटॉश ग्राहकांवर व्यवसाय केंद्रित केला असला, तरी रोबोसॉफ्ट इतर असंख्य ग्राहकांच्या मागणीनुसार विंडोज आणि अँड्रॉइड या व्यासपीठांसाठीसुद्धा काम करत आहे. त्याबरोबरच स्वत:ची अशी विशेष प्रॉडक्ट्सही बनवत आहे.

मार्च, २०१३मध्ये रोबोसॉफ्टचे उत्पन्न ३५ कोटी रुपये झाले आणि त्यातले बरेचशे अजूनही ग्राहकसेवांमधूनच आलेले आहे. परंतु त्यांची स्वत:ची निर्मिती असलेले ॲप्स आणि गेम्स आता त्यांना १६ टक्के उत्पन्न मिळवून देत आहेत. ही टक्केवारी वाढत जाईल, अशी रोहित यांची अपेक्षा आहे.

''यापूर्वी प्रॉडक्ट्सच्या निर्मितीवर आम्ही केलेला खर्च भरून निघत नव्हता. परंतु आता तो भरून निघतोय. प्रॉडक्ट्स निर्मितीत काम करणाऱ्या कर्मचाऱ्यांकडून होणाऱ्या माणशी उत्पन्नाची रक्कम लवकरच सर्व्हिसेसमधील माणशी उत्पन्नापेक्षा जास्त होईल.''

या कहाणीला आणखी एक आनंदाची सोनेरी किनार आहे. २००८मध्ये संपूर्ण आयटी व्यवसाय मंदीच्या विळख्यात अडकला होता. रोबोसॉफ्टच्या एका प्रमुख ग्राहकानं – एचपीनं खर्चाला कात्री लावली होती. परंतु त्याचवर्षी प्रथम आयफोनचं आणि त्यानंतर आयपॅडचं जागतिक बाजारपेठेत पदार्पण झालं.

''आमच्या पारंपरिक ग्राहकांकडूनच आमचा जेवढा व्यवसाय कमी झाला, ती तूट ॲप्स आणि गेम्स यांची नवीन व्यासपीठांसाठी निर्मिती केल्यामुळे भरून निघाली.''

फक्त निर्यातीवर भर देण्याचा दृष्टिकोन बदलून रोबोसॉफ्ट आता भारतीय बाजारपेठेकडेसुद्धा लक्ष वळवू लागली आहे. अनेक प्रसारमाध्यम कंपन्यांसाठी (एनडीटीव्ही, दैनिक भास्कर, इकॉनॉमिक टाइम्स) रोबोसॉफ्टनं आयफोन आणि

आयपॅडसाठीची ॲप्स बनवून दिली आहेत.

रोबोसॉफ्टचं अलीकडचं यश आहे 'धुम ३ गेम'. हा गेम यशराज फिल्म्सबरोबर करार करून वितरित केली गेला. अवघ्या सहा महिन्यांत तयार केलेला हा गेम अवघ्या २० दिवसांत १० लाख वेळा डाउनलोड झाला. त्यानं प्रचंड लोकप्रियता मिळवली.

"आम्ही यशराज फिल्मबरोबर अनेक गेम्सबाबतचा बहुवर्षीय करार केला आहे आणि इतर फिल्म स्टुडिओंबरोबरही अशा पद्धतीनं काम करायची आमची तयारी आहे."

त्यामुळे सारं काही आलबेल आहे. फक्त एक प्रश्न शिल्लक राहिला आहे. आयटी व्यवसाय हा कोडर्स, ॲनिमेटर्स आणि टेस्टर्स यांच्या सुपीक आणि चलाख मेंदूवर अवलंबून असतो. लहान गावातली कंपनी असे कल्पक लोक आकृष्ट कशी करू शकते?

"मॅक व्यवसायिकांचा गट अगदी छोटासा आणि एकमेकांशी घट्ट मैत्री असलेला असा आहे. इथं प्रत्येकाला प्रत्येक जण ओळखत असतो. तुमची नाती आणि भूतकालीन व्यावसायिक इभ्रत इथं अत्यंत महत्त्वाची ठरते."

रोहितनं यावर शोधलेला तोडगा अगदी साधा आहे. तो स्वत:सारखेच तरुण लोक नियुक्त करतो.

"आमच्या ३५० कर्मचाऱ्यांपैकी ८० टक्के लोक मंगलोरच्या जवळपासच्या टापूतले आहेत. त्यांनी दक्षिण कर्नाटकातील स्थानिक इंजिनिअरिंग कॉलेजात शिक्षण घेतलं आहे."

या स्थानिक मुलामुलींना मूळ गावाजवळच राहून उत्तम प्रकारचं काम करता येणं, ही गोष्ट आकर्षक वाटते.

"आम्ही घाऊक स्तरावर माणसं घेत नाही. प्रत्येक कॉलेजातली फक्त दोन-तीन मुलं आम्ही निवडतो; कारण आम्हाला आव्हानात्मक कामाच्या शोधातली सर्वोत्कृष्ट मुलं हवी असतात."

रोबोसॉफ्ट कंपनी बी.टेक.च्या विद्यार्थ्यांना अनुभव मिळवण्यासाठी प्रकल्पांवर काम करू देते आणि विद्यार्थ्यांमध्ये कोडिंगची स्पर्धासुद्धा आयोजित करते.

"इथे ज्या दर्जाचं काम केलं जातं, ते सर्वांनाच आवडतं. त्यामुळे योग्य गुणवत्तेचे लोक आकृष्ट करणं सोपं जातं."

कंपनीचं व्यवस्थापनसुद्धा योग्य माणसांच्या हाती आहे. शैलजा राव, श्रीनिधी राव, प्रदीप कुमार (ही मंडळी रोहितसारखीच एन.एम.ए.एम.आय.टी.ची पदवीधारक

आहेत) आणि राम आचार्य यांसारखे लोक केआरईसीमधल्या काळापासून रोबोसॉफ्टमध्ये आहेत. कंपनीनं जेव्हा २०००मध्ये उडुपीला स्थलांतर केलं, तेव्हा रोहित यांच्या भावांनी त्यांच्या प्लॅस्टिकचा व्यवसाय विकून टाकला आणि तेसुद्धा रोबोसॉफ्टमध्ये दाखल झाले. पुरुषोत्तम भट हे एकूण उत्पादनाकडे लक्ष पुरवत आहेत, तर सुधीर भट अकौंट्स आणि फायनान्सकडे बघतात.

''मला सुरुवातीचा काळ आठवतोय – आम्ही पहिल्यांदा पगाराचे चेक दिले, तेव्हा मी त्यातून कर कापलाच नव्हता. आमची चूक एका वर्षानंतर आमच्या लक्षात आली!''

अशा चुका आता घडत नसल्या, तरी आयुष्याच्या प्रत्येक टप्प्यावर तुमच्या लक्षात येतं की, 'मी याहूनही जास्त चांगलं काम करू शकेन!'

''ज्या लहानसहान गोष्टींकडे आम्ही भूतकाळात फारसं लक्ष पुरवलं नव्हतं, त्याच गोष्टी भविष्याकडे बघू लागल्यावर एकाएकी फार महत्त्वाच्या बनतात!''

रोबोसॉफ्ट ही खाजगी मालकीची कंपनी आहे. कंपनीच्या उत्पन्नातून शिल्लक टाकलेल्या पैशाला कर्जाची जोड देऊन या कंपनीचा विकास घडला आहे.

कुटुंबीय आणि प्रारंभीचे संस्थापक यांच्याकडे या कंपनीची संपूर्ण मालकी आहे. परंतु पुढील प्रगतीसाठी थोडं भागभांडवल इतरांना विकणं किंवा कंपनीचे शेअर्स बाजारात आणण्यासाठी 'पब्लिक इश्यू' काढणं गरजेचं ठरू शकेल, असं रोहित यांचं मत आहे.

''मला 'नाइन्टी नाइन गेम्स' आणि 'ग्लोबल डिलाइट' यांचा व्यवसाय खूप वाढवण्याची इच्छा आहे.''

बेताचा उत्पादन खर्च आणि कंपनीतील कर्मचाऱ्यांची प्रचंड निष्ठा ही रोबोसॉफ्ट कंपनीसारख्या धर्तीच्या व्यवसायाची बलस्थानं असतात. अशा आणखी यशोगाथा आपल्याला दिसतील का?

प्रश्नाचं उत्तर आहे 'हो' आणि 'नाही'सुद्धा!

''मोठ्या कंपन्याच्या दृष्टीनं ही गोष्ट अत्यंत आव्हानात्मक असेल. इथंच वाढलेल्या आणि शिकलेल्या माझ्यासारख्या लोकांच्या दृष्टीनं ती सुवर्णसंधी असेल.''

आणि अशीतशी सुवर्णसंधी नव्हे! प्रचंड मोठी सुवर्णसंधी!

नुसतं काम काम आणि शून्य कौटुंबिक आयुष्य यांमुळे माणसाचा हुरूप कमी होऊ लागतो. कंपनीचं बस्तान बसवण्यासाठी अनेक वर्षं खूप कष्ट उपसल्यावर अखेरीस २००५मध्ये, रोहित चतुर्भुज झाला. त्याची पत्नी शिल्पा प्रभू हीसुद्धा उडुपीमधलीच असून तीसुद्धा कॉम्प्यूटर इंजिनिअर आहे. ती २००२ सालापासून रोबोसॉफ्टमध्येच काम करत होती. शिल्पा आता 'नाइन्टी नाइन गेम्स' या विभागाचा विकास घडवण्यात व्यग्र आहेत.

“आम्हाला सात वर्षांची मुलगी आहे आणि मी आता खूपच कमी काम करतो. परंतु प्रवास जास्त करतो.”

उडुपीत असताना रोहित सकाळी साडेनऊला ऑफिसात येतो आणि रात्री आठ वाजता ऑफिस सोडतो. वीकएन्डला सुटी असली तरी फोन आणि ई-मेल्स चालूच असतात. कामासाठी रोहित वर्षातले १५० दिवस प्रवास करत असला तरी तो आनंदासाठीसुद्धा प्रवास करतो.

“मी २००४मध्ये महिंद्र स्कॉर्पिओ विकत घेतली आणि नुकतीच ‘महिंद्र XUV 500’सुद्धा विकत घेतली.” (भारतातच बनलेल्या जागतिक दर्जाच्या कार्सना रोहित पसंती देतो आहे, हे लक्षात घ्यायला हवं!) वीकएन्डला कारनं मंगलोर, गोवा किंवा अगुम्बे इथे जाणं, हा त्याचा आवडता छंद आहे.

“माझ्या यशाचं बरंचसं श्रेय माझे कुटुंबीय आणि मित्र यांच्याकडे जातं... मी कंपनी सुरू केली तेव्हा मला त्यापासून परावृत्त करणाऱ्या मित्रांकडेही जातं! ते म्हणाले होते, “रोहित, तू वेडा आहेस का? तुझी इतकी उत्तम नोकरी आहे! तू ती कशासाठी सोडतो आहेस?”

“परंतु एकदा मी ही कंपनी चालू केली, तेव्हा हेच मित्र माझ्या मदतीला धावून आले. त्यांनीच मला कठीण समयी मदत केली.”

हजारो उद्योग यशस्वी ठरोत! हजारो उद्योगांसाठी पाठीराखे मिळोत! जेव्हा तरुणाई ठरवते, ‘जगात बदल घडवण्यासाठी; जगात आमचा ठसा उमटवण्यासाठी हीच योग्य वेळ आहे!’ तेव्हा त्यांना यश लाभो!

तरुण उद्योजकांसाठी कानमंत्र!

चिकाटीनं प्रयत्न करणं ही यशाची गुरुकिल्ली आहे! अनेक लोक आमच्या ऑफिस बिल्डिंगकडे नजर टाकून म्हणतात, 'हो! आम्हीसुद्धा असंच काहीतरी करणार आहोत!' ते तसा प्रयत्न करतात आणि वर्ष-दीड वर्षातच हातपाय गाळतात. ते पुन्हा बहुराष्ट्रीय कंपनीतल्या सोडलेल्या नोकरीकडे माघारी वळतात. ते पुरेशा नेटानं प्रयत्न करत नाहीत, असं मला वाटतं. जर तुम्ही याकडे गांभीर्यानं बघत असाल, तर तुम्ही नेटानं आणि चिकाटीनं प्रयत्न करत राहिलं पाहिजे. मी व्यवसाय बंद करून पुन्हा नोकरीकडे वळण्याचा विचार कधीही केला नाही. खूप अडचणी आल्या, तरी तो विचार कधी माझ्या मनाला शिवलाही नाही. आणि आजही अडचणी संपलेल्या नाहीत! परंतु मी नेहमीच अडचणींशी दोन हात करत असतो!

कुणालाही व्यवसाय सुरू करायचा असेल, तर सध्याचा काळ सर्वोत्कृष्ट आहे. कारण हा अॅप्सचा जमाना आहे! तुम्ही एखादं अॅप तयार करून ते आयट्यून्स स्टोअरवर किंवा अँड्रॉइड स्टोअरवर टाकू शकता. तुम्ही जर नीटपणे, उत्कटतेनं आणि काळजीपूर्वक विचार करून त्या अॅपची निर्मिती केली असेल, तर कदाचित ते अॅप अत्यंत लोकप्रियसुद्धा होईल. आणि त्यासाठी खूप पैसेसुद्धा गुंतवण्याची गरज नसते.

आजच्या काळात भौगोलिक सीमा उरलेल्याच नाहीत! तुम्ही फक्त जगाच्या संपर्कात राहून तंत्रज्ञानाच्या बाबतीत काय घडतंय हे जाणून घ्यायला हवं. परिषदांमध्ये हजेरी लावा. लोकांशी बोला. स्वत: नवनवीन गोष्टी शिकत रहा! माझ्या व्यावसायिक आयुष्यातल्या पहिल्या दोन वर्षांमध्ये प्रथम मी शिकलो की, कंपनी कशा प्रकारे चालवू नये! त्यानंतर मी शिकलो की, कंपनी कशा प्रकारे चालवावी! नवीन प्रॉडक्ट्स तयार करण्याबाबत मी तेच म्हणतो. कोणत्याही गोष्टी करू नयेत, हे आम्ही प्रथम शिकलो. आपण कोणत्या गोष्टी करायला हव्यात, हे आम्ही अजूनही शिकतच आहोत! ही सतत चालू राहणारी प्रक्रिया असते! शेवटची गोष्ट म्हणजे, मला कधीही एमबीए पदवीची गरज भासली नाही. व्यवसाय करता करताच मी त्याबाबत शिकत गेलो आणि तुम्हीही तसंच शिकू शकाल!

शब्दांचं मोल

श्रीराम सुब्रमण्य : इंटेग्रा

पाँडीचेरी

पाँडीचेरीमधील त्यांच्या राहत्या घरातून एका कॉम्प्यूटरवर सुरुवात करून श्रीराम आणि अनू सुब्रमण्य यांनी एर आउटसोर्स्ड ई-पब्लिशिंग कंपनी सुरू केली. १९ वर्षांनंतर 'इंटेग्रा' ही जगातील पहिल्या १० पब्लिशिंग बीपीओ कंपन्यांपैकी एक आहे. त्यांचे वार्षिक उत्पन्न ७२ कोटी असून या कंपनीत १२०० कर्मचारी काम करत आहेत.

पाँडीचेरीत लोक साक्षात्काराच्या शोधार्थ येत असतात. ते तिथलं पावित्र्य अनुभवू इच्छितात. ते ढिल्याढाल्या कफन्या घालतात, अगरबत्त्या विकत

घेतात आणि अरविंद आश्रमाच्या जवळपास छोट्या-छोट्या उपाहारगृहांमध्ये आयुष्याच्या अर्थाबाबत चर्चा करत असतात.

श्रीराम सुब्रमण्य पाँडीचेरीत वेगळ्याच आणि अधिभौतिक हेतूनं आला.

"माझी स्वत:ची कंपनी चालू करावी, अशी माझी अगदी सुरुवातीपासून इच्छा होती. माझी पत्नी अनू ही पाँडीचेरीची असल्यामुळे इथे येणं मला सयुक्तिक वाटलं."

१९९४मध्ये श्रीराम आणि अनूनं नव्यानं उदयाला आलेल्या 'आउटसोर्स्ड पब्लिशिंग' व्यवसायात उडी घेतली. त्या काळी लहानशा गावी राहून हा व्यवसाय करणं सोपं नव्हतं.

"इंटरनेट कनेक्शन मिळवण्यासाठी मला चेन्नईहून अर्जाचा फॉर्म आणावा लागला!"

तरीही या तरुण जोडप्यानं या निर्णयाबद्दल कधीही खंत केली नाही. जिद्दीनं आणि समर्पिततेनं त्यांनी इतरांना असाध्य वाटणारी गोष्ट साध्य करून दाखवली. अगदी अथपासून जुळवाजुळव करून त्यांनी लहान गावात जागतिक दर्जाचा व्यवसाय उभा केला.

कर्मचारी, ऑफिसची जागा आणि उच्च व्यावसायिक नीतिमूल्यं!

"मंत्रीमंडळी नोकरीसाठी शिफारस करून माझ्याकडे माणसं पाठवत असत. मी म्हणत असे, फक्त लायक लोकांनाच आम्ही नोकरीवर ठेवू शकू."

प्रत्येक कृतीत सर्वोत्तमाचा ध्यास घेतल्यामुळे इंटेग्रा दर्जेदार कंपनी बनली. हा व्यवसाय करता करता श्रीरामच्या लक्षात आल की, साक्षात्कार विविध रूपांमध्ये घडू शकतो!

"मी कर्मयोगाचा मार्ग स्वीकारला आहे!"

आयुष्याचा अर्थ एखाद्या आश्रमात उलगडतो किंवा तुम्ही निवडलेलं काम जीव ओतून केलं, तर त्यातूनही उलगडू शकतो!

शब्दांचं मोल

श्रीराम सुब्रमण्य : इंटेग्रा
पाँडीचेरी

श्रीरामचा जन्म तमिळनाडूमधील मदुरान्तकम या लहानशा गावात झाला.

''माझे सर्व कुटुंबीय शेतकी-व्यासायिक होते. आमच्या कुटुंबातील पहिली सुशिक्षित व्यक्ती होती, माझे वडील. त्यांनी पदव्युत्तर शिक्षण घेतलं होतं आणि ते एका शाळेचे मुख्याध्यापक आणि पत्रव्यवहार-अधीक्षक होते.''

श्रीरामनं त्याचं प्रारंभीचं शालेय शिक्षण मदुरान्तकममधूनच घेतलं; तमिळ माध्यमातून! सातवीत असताना तो 'रामकृष्ण तपोवनम' या गुरुकुल पद्धतीच्या निवासी शाळेत जाऊ लागला. ही शाळा त्रिचीजवळ होती.

''या शाळेनं माझा सर्वंकष विकास घडवला आणि माझ्या पुढील आयुष्याचा पाया रचला.''

स्वतंत्रवृत्ती आणि आत्मविश्वास हे दोन महत्त्वाचे धडे श्रीराम लहान वयातच शिकला. अकरा वर्षांचा असल्यापासूनच तो घरून हॉस्टेलवर एकटाच बसनं जात असे. ही बस मधल्या स्थानकावर बदलावी लागत असे. तेसुद्धा तो करू शकत असे.

शालेय शिक्षण पूर्ण झाल्यावर त्यानं चिदंबरम येथील अन्नामलई युनिव्हर्सिटीत प्रवेश घेतला आणि मेकॅनिकल इंजिनिअरिंगमध्ये बीई पदवी मिळवली. १९८६मध्ये पदवी मिळवल्यानंतर श्रीरामनं 'ग्रॅज्युएट रेकॉर्ड एक्झॅमिनेशन – GRE' (अमेरिकेतील कॉलेजात प्रवेश मिळवण्यासाठी द्यावी लागणारी चाचणी परीक्षा) परीक्षेत सर्वांत वरच्या तीन टक्के गुणधारकांमधील स्थान (९७ पर्सेंटाइल – सत्त्याण्णव टक्के मुलांना तुमच्यापेक्षा कमी गुण मिळाले आहेत.) मिळवलं. परंतु त्याचे मौखिक परीक्षेचे आणि 'टेस्ट ऑफ इंग्लिश अॅज ए फॉरेन लँग्वेज' (TOEFL)चे गुण मात्र तितकेसे चांगले नव्हते.

''तमिळ माध्यमातून शिकल्यामुळे माझं इंग्रजी कच्चं होतं.''

या टप्प्यावर श्रीरामनं स्वत:चा व्यवसाय सुरू कराण्याचा निर्णय घेतला. १९८६मध्ये पदवी मिळवल्यावर दोन वर्षं त्यानं काय करावं, या विचारात घालवली. स्वत:ला गुंतवून ठेवण्यासाठी त्यानं एक कॉम्प्यूटर कोर्स पूर्ण केला आणि तो ट्रान्सेन्डेन्टल मेडिटेशनही करू लागला.

''आयुष्यात व्यावसायिक आणि वैयक्तिकदृष्ट्या जे-जे करणं गरजेचं असतं, ते सारं काही मी करत होतो.''

त्याच्या कुटुंबाच्या मालकीची शेतजमीन असल्यामुळे सुरुवातीला शेतीशी संलग्न असलेला एखादा व्यवसाय सुरू करण्याचा त्याचा विचार होता. परंतु हितचिंतकांनी, 'त्यापूर्वी थोडा नोकरीचा अनुभव घ्यावा,' असा सल्ला दिला.

''चार-पाच वर्षं नोकरी कर आणि त्यानंतर व्यवसाय सुरू कर.''

त्यामुळे १९८८मध्ये श्रीरामनं चेन्नईमध्ये ऑटो ॲन्सिलरी (मोटारींना साहाय्यभूत) कारखान्यात नोकरी स्वीकारली. तो ग्रॅज्युएट इंजिनिअरिंग ट्रेनी म्हणून काम करू लागला. मेंटेनन्सपासून प्रोसेस इंजिनिअरिंगपर्यंत विविध खात्यात काम करून अनुभव मिळवल्यावर त्याची बंगळुरूमधली ग्रीनफील्ड (पर्यावरणसंबंधित) प्रकल्पावर नियुक्ती झाली.

''लायसेन्स मिळवण्यापासून रेडिएटर ॲसेंब्ली प्लांट उभारण्यापर्यंत विविध गोष्टींचा मला त्या प्रकल्पात प्रचंड अनुभव मिळाला.''

बंगळुरू हे जीव दडपून टाकणारं मोठं शहर होतं, एवढंच नव्हे; तर तिथे राहणं हा सांस्कृतिकदृष्ट्या मोठा आघातच होता. परंतु त्याकडे श्रीराम 'जगाच्या शाळेत घेतलेलं शिक्षण' या दृष्टीनं बघतो. या कालखंडात श्रीरामनं अनूशी विवाह केला. कौटुंबिक ओळखींद्वारा कुटुंबानं नियोजित केलेला हा विवाह होता.

''माझ्या पत्नीनं माझ्याच युनिव्हर्सिटीतून इलेक्ट्रॉनिक्स या विषयात बी.ई. ही पदवी मिळवली आहे; परंतु ती दोन वर्षं माझ्या मागे शिकत होती. तिनं एमबीएसुद्धा पूर्ण केलं आहे.''

बंगळुरूमधला अनुभव परीक्षा पाहणारा होता. श्रीराम कोणत्या एकाच साच्यात काम करत नव्हता. त्याच्यावर त्या संपूर्ण कारखान्याची जबाबदारी होती. त्याला उत्पादनाच्या प्रत्येक अंगाकडे संपूर्ण लक्ष पुरवावं लागत होतं आणि त्यायोगे त्याच्या हाताखालच्या कर्मचाऱ्यांकडून उच्च प्रतीचं काम करून घ्यावं लागत होतं. लहान प्रमाणावरच्या पायलट प्रॉजेक्टमध्ये श्रीरामवर वेगवेगळ्या नव्या संकल्पना सोपवण्यात आलेल्या होती. त्यानं आजमावून पाहिलेली एक संकल्पना होती : कामावर फक्त स्त्रियांचीच नियुक्ती करण्याची!

''स्त्रिया एकमेकींशी सहकार्य करून अधिक प्रामणिकपणे काम करतात. त्यांना योग्य प्रकारचं प्रशिक्षण दिल्यावर आम्ही उत्पादकता १०० टक्क्यांनी वाढवू

शकलो होतो.''

कंपनीनं या नव्या मॅनेजरच्या प्रयत्नांची दखल घेतली. १९९३मध्ये पाँडीचेरीत असाच एक 'ग्रीनफील्ड प्रकल्प' उभारण्यासाठी श्रीरामची निवड झाली.

''हे ऐकून अनू फारशी खूश झाली नाही. ती पाँडीचेरीत जन्मली आणि वाढली असल्याने तिला मोठ्या शहरात राहावंसं वाटत होतं.''

तरीसुद्धा ही संधी सहजी सोडण्याजोगी नव्हती. कंपनीनं श्रीरामला जर्मनीत स्टुटगार्डजवळच्या मुहलॅकर येथील कंपनीत प्रशिक्षणासाठी पाठवलं; कारण जर्मन कंपनी या प्रकल्पाची साहाय्यक होती.

''नवीन प्रकल्प अथपासून कसा सुरू करायचा, याचा मला पुन्हा एकदा अनुभव घेता आला. त्यानंतर मला एकाएकी आठवण झाली की, मी काम करायला लागून पाच वर्षं झाली आहेत. मी स्वत:ची कंपनी केव्हा सुरू करणार आहे?''

पुन्हा एकदा श्रीराम वेगवेगळ्या गोष्टी विचारात घेऊ लागला. कोणता व्यवसाय सुरू करावा, याबद्दल त्याचा निर्णय होत नव्हता. शेतकी संबंधित व्यवसाय हा एक पर्याय होता. ऑटो ॲन्सिलरी (मोटार उत्पादनाला पूरक) व्यवसाय हा आणखी एक पर्याय होता. त्यानं नव्यानं उदयाला येत असलेल्या आयटी व्यवसायाबद्दलही विचार केला; परंतु इन्फर्मेशन टेक्नॉलॉजी हा महासागर असतो. त्यातून उद्योजकाला झेपेल असं बेट तुम्हाला शोधून काढावं लागतं. तग धरून राहावं लागतं. श्रीरामनं 'डेक्सटॉप पब्लिशिंग' (DTP) हा पर्याय निवडला.

''एकाच कॉम्प्यूटरच्या साहाय्यानं आम्ही अगदी लहान प्रमाणावर सुरुवात केली. आमच्या घरूनच आम्ही काम करू लागलो.''

हे साल होतं १९९४. प्रारंभी अनू हा व्यवसाय सांभाळू लागली, तर श्रीराम नोकरी करून संध्याकाळी आणि वीकएन्डला तिला मदत करू लागला. स्थानिक व्यापाऱ्यांसाठी जाहिरातीचे फलक, माहितीपत्रकं आणि प्रकल्पाबद्दलचे दस्तऐवज यांचं डिझाइन करून देणं हे त्यांचं मुख्य काम होतं.

''एकीकडे आम्ही डीटीपीचे काही कोर्सही पूर्ण केले. त्यायोगे आम्ही अधिक चांगल्या प्रकारे काम करू शकू, असं आम्हाला वाटत होतं.''

त्यांचं पहिलं मोठं गिऱ्हाईक होतं पाँडीचेरी युनिव्हर्सिटी. त्यांनी 'डिस्टन्स एज्युकेशन' नुकतंच सुरू केलं होतं. त्यामुळे त्यांना कोर्ससाठी खूपसं साहित्य टाइपसेट करून हवं होतं. १९९५मध्ये, एका मित्राच्या ओळखीमुळे इंटेग्राला त्याचा पहिला परदेशी ग्राहक मिळाला. सिंगापूरमध्ये ऑफिस असलेली ती एक ब्रिटिश कंपनी होती.

''परदेशी प्रकाशन संस्थेच्या जर्नलसाठी काम करण्याचा हा आमचा पहिलाच

अनुभव होता!''

आणखी काम मिळू लागल्यावर कर्मचाऱ्यांची संख्या पाचवर पोचली आणि घरातून काम करण्याऐवजी त्यांनी आता एक भाड्याचं ऑफिस घेतलं. १९९६मध्ये श्रीरामनं त्याची नोकरी सोडून दिली. तो पूर्णवेळ व्यवसायातच व्यग्र राहू लागला.

''मला माझ्या कंपनीबद्दल कृतज्ञता वाटत होती; परंतु आता मला पूर्णवेळ माझ्या व्यवसाय करावासा वाटू लागला होता!''

आठ वर्षांची आपली शिल्लक वापरून आणि भरीला थोडं कर्ज काढून श्रीरामनं कंपनी चालवण्यासाठी अडीच लाख रुपये गुंतवले होते, परंतु अजूनही कंपनी तोट्यातच चालली होती.

''पहिल्या नोकरीत कामावर जायला आणि कामवरून घरी परत यायला, प्रत्येक वेळेस मला दोन तास प्रवास करावा लागत होता. त्यावेळेस मी सतत विचार करत असे, मी माझी कंपनी केव्हा बरं सुरू करेन?''

''मी राजीनामा देऊन बाहेर पडलो, तेव्हा मी माझ्या आई-वडिलांना म्हटलं, 'व्यवसायातून नफा मिळायला सुरुवात होईपर्यंत मला तुमची मदत आणि आधार लागणार आहे'.''

ते म्हणाले, ''निश्चिंतपणे व्यवसायाकडे बघ! आम्ही तुझ्या पाठीशी उभे आहोत!'' ती गोष्ट सोपी नव्हती. कॉम्प्यूटर्सचा तेव्हाचा वेग गोगलगायीचा होता. ते तंत्रज्ञान तेव्हा अगदी प्राथमिक अवस्थेत होतं. पोस्टस्क्रिप्ट फाइल्स प्रत्यक्ष आय ओमेगा झिप ड्राइव्हरवर टाकाव्या लागत होत्या आणि त्या ग्राहकांपर्यंत कूरिअरद्वारे पाठवाव्या लागत होत्या.

''त्या फाइल्स स्वतःच्या कॉम्प्यूटरवर टाकल्यानंतर ग्राहक झिप ड्राइव्ह परत पाठवून देत असत.''

मग कधीकधी अकल्पितपणे आणीबाणीची परिस्थिती उद्‌भवत असे. अचानक दात दुखू लागावा, तशी संकटं अचानक उभी ठाकत असत.

एक महत्त्वाचा प्रकल्प सुरू असतानाच अचानक दोन कर्मचारी काम सोडून निघून गेले. अनूला त्यांच्या जागी काम करून नव्या गोष्टी शिकून घ्याव्या लागल्या. त्या कामासाठी आवश्यक असलेल्या 'पेजमेकर' आणि 'कोरल ड्रॉ' यांसारख्या गोष्टी कशा वापरायच्या, ते अनूला तातडीनं शिकून घ्यावं लागलं. भरीत भर म्हणजे ती नुकतीच बाळंतपणातून उठत होती. परंतु तिचे आई-वडील आणि एक दाई यांची मदत घेऊन ती काम करू शकली.

''त्यावेळेस तिला पाँडीचेरीत राहण्याचा फायदा उमगला. त्यानंतर तिला पाँडीचेरीत राहणं आवडू लागलं.''

अगदी प्राथमिक स्वरूपाच्या काही गोष्टी मिळवणंसुद्धा तेव्हा मोठं त्रासदायक होतं. कुणाच्या शिफारसीशिवाय 'तत्काळ' सुविधेखालील फोन कनेक्शन मिळणं त्या काळी अशक्य होतं. नशिबानं अनूच्या एका भावाकडे खूप फोन लाइन्स होत्या आणि त्यानं त्याची एक लाइन अनूच्या नावावर करून दिली.

ई-मेलसुद्धा अत्यंत गरजेची होती, परंतु तीसुद्धा वशिल्यानंच मिळत असे. स्थानिक लाइनवरून कनेक्शन मिळणं त्रासदायक असल्यामुळे श्रीरामनं एक क्लृप्ती शोधून काढली होती.

"मी १९९५-९६मध्ये कामासाठी खूपदा परदेशी जाऊ लागलो होतो. त्यामुळे मी व्हीएसएनएलकडून 'आय पास' खातं उघडलं. मी इंग्लड किंवा सिंगापूरला गेलेलो असे तेव्हा मला त्यावरून स्थानिक आकारावर फोन करता येत असत."

रोमिंग सुविधा वापरून तुम्ही सिंगापूरचा नंबर डायल करून पाँडीचेरीतून इंटरनेट वापरू शकत होता. ते महाग असलं, तरी आणीबाणीच्या प्रसंगी उपयुक्त ठरत असे.

"आम्ही ई-मेल्स डाउनलोड करून घेत असू आणि ताबडतोब इंटरनेट डिस्कनेक्ट करत असू."

स्वत:ची इंटरनेट लाइन असणं महत्त्वाचं होतं, परंतु १९९६-९७मध्ये पाँडीचेरीतील टेलिकम्युनिकेशन्स खातं त्याबाबत अनभिज्ञ होतं.

"मला ठाऊक होतं की, चेन्नईमधील आयटी कंपन्यांकडे लिज्ड लाइन्स होत्या. त्यामुळे मी चेन्नईला गेलो. तिथून अर्जाचा फार्म मिळवला आणि अर्ज भरून पाँडीचेरीतील डिपार्टमेंट ऑफ टेलिकम्युनिकेशन्सच्या जनरल मॅनेजरपाशी दिला."

तो म्हणाला, "मी तुला कळवतो."

अनेक दिवस वाट पाहिल्यावर इंटनेट कनेक्शन मिळालं. "अशा वेळेस बंगळुरूला स्थलांतर करावंसं वाटत नसे का?" मी श्रीरामला विचारलं. तो म्हणाला, "कधीच तसं वाटलं नाही! आमच्या दृष्टीनं सर्वांत महत्त्वाची गोष्ट होती, माझ्या मुलाकडे बघण्यासाठी मिळत असलेली माझ्या सासूबाईंची मदत!"

इतर नातेवाईकसुद्धा खूप मदत करत असत. श्रीराम त्याचं पहिलं ऑफिस भाड्यानं घेत होता तेव्हा घरमालक म्हणाला, "तू नव्यानंच व्यवसायात पडतो आहेस. तू वेळेवर भाडं देशील, याची काय शाश्वती?" जेव्हा एका नातेवाइकानं त्याबाबत हमी दिली, तेव्हा श्रीरामला ती जागा भाड्यानं मिळाली. त्याचप्रमाणे जेव्हा कंपनीनं बँकेकडे कर्ज मागितलं, तेव्हा कर्नाटक बँकेनं श्रीरामकडे तारण मागितलं. अनूच्या एका भावानं कर्जाच्या परतफेडीची हमी देऊन 'गॅरेंटर' म्हणून सही केली, तेव्हा बँकेनं तारणाशिवाय कर्ज दिलं.

इंटेग्राची सुरुवातीची तीन वर्षं अनेक अडचणींशी झुंझण्यात गेली. व्यवसायातून

उभे राहणारे सारे पैसे पुन्हा व्यवसायाकडे वळवले, तरीसुद्धा नफा होत नव्हता. एकदा तर, कर्मचाऱ्यांचे पगार चुकते करण्यासाठी अनूला तिचे दागिने विकावे लागले. सुरुवातीचा त्यांचा एक भागीदार पुढील शिक्षणासाठी निघून गेला आणि त्यानं अर्ध्यावरच त्यांची साथ सोडून दिली, पण अनू आणि श्रीराम प्रयत्न करत राहिले.

१९९७मध्ये अखेरीस इंटेग्रा तोट्यातून बाहेर पडली. त्यानंतर कंपनीची ऊर्जितावस्था सुरू झाली.

''सुरुवातीला तुम्ही स्वत:च सर्व कामांची जबाबदारी पेलत असता. त्यानंतर व्यवसाय वाढला की, इतरांवर कामं सोपवण्याची सवय अंगी रुजवावी लागते; नाहीतर कामं आडून राहतात... आणि कंपनीचा विकास होऊ शकत नाही.''

श्रीराम आता नवीन ग्राहक शोधण्यावर लक्ष केंद्रित करू लागला होता. 'आउटसोर्स्ड पब्लिशिंग'चा (प्रकाशन व्यवसायातली काही कामं इतरांकडून करून घेण्याचा) जमाना आलेला आहे, हे ओळखून इंटेग्रा 'फ्रँकफर्ट बुक फेअर' आणि 'लंडन बुक फेअर' अशा नामवंत प्रदर्शनांमध्ये भाग घेऊ लागली.

''मी मुलाखतींसाठी वेळ मिळवायचा प्रयत्न करत असलो, तरी बरेचदा मी 'कोल्ड कॉल' (अगाऊ सूचनेशिवाय फोनवर संपर्क) करत असे.''

अशा प्रदर्शनातूनत त्यांना वेगवेगळ्या प्रकाशन संस्थांची माहितीपत्रकं हाती लागत असत आणि त्यांच्या आधारे ई-मेलवर संपर्क साधून ते काम मिळवण्याचा प्रयत्न करत असत. त्यांचं कंटाळवाणं काम इतरांकडून करून घेण्याची कल्पना परदेशी प्रकाशकांना आवडू लागली होती, ही गोष्ट इंटेग्राच्या पथ्यावरच पडली!

भारतातून असं काम करून घेणं स्वस्त तर पडतच असे; परंतु त्याचबरोबर ते काम दर्जेदारसुद्धा असे. आणखी एक महत्त्वाची गोष्ट म्हणजे भारतातील कंपन्या असं काम प्रचंड मोठ्या प्रमाणावर करून द्यायलासुद्धा राजी असत.

''व्यवसायात विविध प्रकारच्या नवनवीन संधी उपलब्ध होत असतात; लक्ष केंद्रित करणं गरजेचं असतं.''

''परदेशातील डी.टी.पी. कंपन्या लहानशा असतात. त्यात १० ते २० कर्मचारीच काम करत असतात. आम्ही जास्त कर्मचारी नियुक्त करून कंपनी वाढवायला तयार होतो.''

इंटेग्रानं जाहिराती आणि सॉफ्टवेअर डेव्हलपमेंट अशा नव्या क्षेत्रातसुद्धा काम सुरू केलं. परंतु अति तिथे माती होते. श्रीरामच्या लवकरच लक्षात आलं की, इतक्या भिन्न प्रकारच्या गोष्टी एकदम हाती येणं शक्य नाहीये.

''आम्ही फक्त आमच्या प्रमुख व्यवसायावर – आउटसोर्स्ड प्रकाशनावर भर देण्याचा निर्णय घेतला.''

असं एकदा ठरवल्यावर, १९९७ ते २००२च्या दरम्यान दरवर्षी इंटेग्रा ७० ते १०० टक्क्यांनी वाढत गेली. अधूनमधून अकल्पितपणे काही समस्या उद्‌भवल्या. कपनीचे दोन सर्वांत मोठे ग्राहक अवचितपणे कपनीला काम देईनासे झाले. परंतु अशा वादळातून कंपनीच्या कप्तानानं आणि साहाय्यक खलाशांनी नौका सुखरूपपणे पार नेली.

"आम्ही खूप झगडून नवे ग्राहक मिळवले!"

२००३ सालापर्यंत, कंपनीसाठी ४००पेक्षा जास्त कर्मचारी काम करू लागले होते आणि पाँडीचेरीतील जवाहरनगर विभागातील वेगवेगळ्या १४ इमारतींमधून कंपनीचं काम सुरू होतं. इथल्या एका गल्लीला तर, स्थानिक लोक 'इंटेग्रा स्ट्रीट' नावानं ओळखू लागले होते.

या जागा मोठ्या झकपक नव्हत्या. राहण्यासाठी बाधलेली घरंच ऑफिस म्हणून वापरली जात होती.

"त्यावेळेस तर आमच्या ऑफिसमध्ये एअरकंडिशनर्ससुद्धा नव्हते! फक्त टेबल, खुर्च्या आणि कॉम्प्यूटर्स एवढीच प्राथमिक स्वरूपाची सामग्री होती!"

प्रारंभी मिळणारं कामही अगदी प्राथमिक स्वरूपाचंच होतं! ग्राहक डिझाइनचे तपशील पुरवत असे. त्यानुसार इंटेग्रा टाइपसेटिंग आणि ले-आउट्स करून देत असे. परंतु इतरांकडून काम करून घेण्याची एकदा चटक लागल्यावर मोठ्या प्रकाशनसंस्था आणखी गोष्टींची मागणी करू लागल्या. एडिटिंग, इंडेक्सिंग आणि प्रूफ रीडिंग यांसारख्या एकही चूक न चालणाऱ्या गोष्टी ग्राहक इंटेग्राकडून करवून घेऊ लागले.

"प्रूफ रीडिंगमध्ये (मुद्रित शोधनात) आम्हाला काहीही अनुभव नव्हता. परंतु आमची डेझी नावाची एक कर्मचारी उत्कृष्ट प्रकारे मुद्रितशोधन करून देत असे."

डेझीनं या प्रकल्पांसाठी मुद्रितशोधन करायची तयारी दर्शवली आणि ग्राहकांबरोबर काम करता करता तिनं त्यातील सर्व खाचा-खोचा शिकून घेतल्या. तिनं कालांतरानं तो संपूर्ण विभागच स्थापन केला. श्रीरामच्या लक्षात आलं की, अशा अनेक 'डेझी'ची त्याला गरज पडणार आहे. त्यांच्या मदतीनंच तो कंपनीच्या विकासाचा पुढला टप्पा साध्य करून शकणार आहे हे लक्षात घेऊन त्यानं इंटेग्रामध्ये २००१मध्ये एक प्रशिक्षण केंद्र सुरू केलं.

"सुरुवातीला आम्ही अननुभवी लोकांची नियुक्ती करून त्यानंतर त्यांना प्रशिक्षण देऊन तयार करत होतो. हे प्रशिक्षण अर्थातच विनामूल्य दिलं जात असे. परंतु फुकट मिळणाऱ्या कोणत्याही गोष्टीला किंमत दिली जात नाही!"

त्यामुळे कंपनीनं गुणवत्तेचं प्रमाणपत्र देणारा कोर्स सुरू केला. या कोर्सद्वारा

प्रशिक्षण घेऊन इच्छिणाऱ्यांना फी द्यावी लागते. योग्य गुणवत्ता असलेल्या उमेदवारांना प्रशिक्षण पूर्ण केल्यावर नोकरी देऊ केली जाते. प्रशिक्षणाच्या विषयांच्या गहनतेनुसार, प्रशिक्षणाची मुदत सहा आठवड्यांपासून वर्षभरापर्यंत असते. कॉपी एडिटिंगचं काम सर्वांत अवघड असतं आणि त्यासाठी इंग्रजी भाषेवर उत्तम प्रभुत्व असावं लागतं.

इंटेग्राचे ९० टक्के कर्मचारी पाँडीचेरीचे रहिवासी आहेत, तर १० टक्के लोक आजूबाजूच्या भागातले आहेत.

"त्यावेळेस आम्ही स्थानिक लोकांना पसंती देत होतो; कारण मोठ्या शहरातील लोक जास्त पगाराची अपेक्षा ठेवतात. त्याखेरीज ते कंपनीच्या संस्कृतीत आणि नीतिमूल्यांमध्ये चपखलपणे बसू शकत नाहीत."

कंपनीची झपाट्यानं वाढ होऊ लागली, तेव्हा श्रीरामनं एका सल्लागाराची मदत घेऊन 'ह्यूमन रिसोर्स' संदर्भातलं धोरण निश्चित केलं.

"माझं उद्दिष्ट होतं चांगल्या लोकांची, माझ्यापेक्षा हुशार लोकांची नियुक्ती करण्याचं. विशेषत: वित्तव्यवस्थापनासारख्या खात्यांमध्ये! कारण त्या विषयात मी तज्ज्ञ नाही."

दर्जा-नियंत्रणाबाबत (quality control) सल्ला देणाऱ्या तज्ज्ञांचीसुद्धा मदत घेतली गेली आणि कंपनीनं विकसित केलेल्या त्या संदर्भातल्या कार्यप्रणालीत आणखी सुधारणा घडवण्यात आल्या. दर्जावर नियंत्रण ठेवणारा मध्यवर्ती गट स्थापन करण्यात आला आणि त्यांच्यातर्फे नियमितपणे दर्जाची पाहणी केली जाऊ लागली. त्याप्रमाणेच कोणतीही पूर्वसूचना न देता पूर्ण झालेल्या कामाची अधूनमधून अवचितपणे पाहणीसुद्धा केली जाऊ लागली.

बौद्धिक बळासोबत कंपनीनं त्याला साजेसं ऑफिससुद्धा थाटणं आवश्यक असतं. चांगल्या ऑफिसचा शोध २००० सालापासून सुरू होता. परंतु चेन्नई, बेंगळुरू किंवा मुंबईप्रमाणे पाँडिचेरीत ऑफिसच्या तयार इमारती मिळत नसत.

"आम्हाला बांधकामात पैसा गुंतवायचा नव्हता. परंतु आमच्यापुढे अन्य पर्यायच नव्हता."

एक एकर जमीन घेऊन कर्जसुद्धा उभं करता आलं. २००३मध्ये भूमिपूजन करण्यात आलं; परंतु ६० हजार चौरसफूट जागा असलेली इमारत बांधून तयार करायला तब्बल तीन वर्षं लागली.

"जवळपास राहणाऱ्यांनी या बांधकामाला आक्षेप घेतला. त्यामुळे आम्हाला अनेकांच्या परवानग्या मिळवाव्या लागल्या... दमानं काम करावं लागलं."

"जर ऑफिसचं वातावरण सुखद असेल, तर कर्मचारी अधिक वेळ काम करायला प्रेरित होतात."

एका आर्किटेक्टबरोबर कामाकडे लक्ष पुरवून श्रीरामनं प्रत्येक मजल्याच्या डिझाइनमध्ये व्यक्तिश: रस घेतला. अगदी प्रत्येक कानाकोपऱ्याकडे त्याचं बारीक लक्ष असे. प्रत्यक्ष बांधकाम आणि विद्युतीकरण यांच्यासाठी योग्य कंत्राटदार निवडणं, हे जोखमीचं काम होतं. एकाची नियुक्ती करण्यापूर्वी आणखी कमीत कमी तिघांकडून तुम्हाला खर्चाचा अंदाज घ्यावा लागतो. श्रीराम रोजच ऑफिसचं काम संपवून, त्यानंतर बांधकामाच्या जागी जात असे.

''मी बांधकामाच्या जागी इतरांबरोबर रात्री आठपासून ते रात्री बारापर्यंत कामात व्यग्र असे. ते दिवस अगदी वेडपटासारखे परिश्रम करण्यात गेले. परंतु त्यातही वेगळाच थरार होता.''

पाँडीचेरीमधील '१०० फूट रस्त्या'वरचं इंटेग्राचं सुंदर मुख्यालय जानेवारी, २००६मध्ये तयार झालं आणि त्याचं अनावरण करण्यात आलं. सुंदरशा नव्या जागेत काम करायला मिळणार म्हणून सारे कर्मचारी अत्यंत खूश झाले.

''मन एकाग्र होईल आणि डोळ्यांना थंडावा मिळेल अशा रंगांची आम्ही काळजीपूर्वक निवड केली होती.''

इमारतीत 'ॲट्रियम' उर्फ 'ब्रह्मस्थानम' (प्रवेशद्वारापुढली उंचापर्यंत मोकळी ठेवलेली जागा) ठेवण्यात आलेलं होतं. वास्तुशास्त्रानुसार त्यामुळे नकारात्मक ऊर्जा तयार होत नाही.

''त्यावेळेस कंपनीत ८०० कर्मचारी काम करत होते. परंतु इमारत बांधताना, आम्ही दोन हजार कर्मचाऱ्यांची सोय होईल एवढी जागा तयार केली होती.''

इतरांना न दिसणाऱ्या गोष्टी उद्योजकाला दिसत असतात. तो अंतश्चक्षूंनी पाहत असतो. अनेक लोक व्यावसायिक आराखडे तयार करत असतात; परंतु अंत:प्रेरणा वापरून दूरदृष्टीनं धोरण आखणारे लोक फारच थोडे असतात.

''मला आयुष्यात काय मिळवायचंय, हे मी नेहमी लिहून ठेवत असतो. मी तरुण अभियंता होतो, तेव्हासुद्धा मी लिहून ठेवलं होतं की, मी केव्हा आणि कशा प्रकारे सीईओचं पद मिळवेन किंवा स्वत:ची कंपनी चालू करेन.''

हातानं लिहिलेली ही टिपणं अजूनही अस्तित्वात आहेत. 'अ' प्रकारचं धोरण, 'ब' प्रकारचं धोरण, प्रत्येकासाठी लागणाऱ्या कालखंडाचा अंदाज, ते धोरण राबवण्याची रीत...

''मी सतत स्वप्नं बघत असे, हे त्या टिपणांवरून स्पष्टपणे जाणवतं.''

त्याच्या कंपनीच्या बाबतीतही तसंच घडत होतं. तो भविष्याची स्वप्नं पाहून वर्तमानकाळ घडवत होता आणि भूतकाळात रचलेल्या पायावर भक्कम इमला चढवत होता. उद्योजकाला प्रत्येक दिवशी, क्षणोक्षणी अनेक डगरींवर पाय ठेवावे लागतात. अनेक व्यवधानं सांभाळवी लागतात.

''२००६-०७ सालपर्यंत आम्ही ३० कोटी रुपयांची (पासष्ठ लाख अमेरिकी डॉलर्सची) उलाढाल करू लागलो होतो.''

संपूर्णत: निर्यातीला वाहून घेतलेली कंपनी असल्यामुळे इंटेग्राला करातून सूट मिळत होती. नामवंत परदेशी प्रकाशकांसाठी काम करत असल्यामुळे त्यांचा मोबदला कुणी कधी बुडवला नाही की मोबदला चुकता करायला कुणी विलंबही लावला नाही. कंपनीने फिरतं भांडवल आणि मुदतीची कर्जं कॅनरा बँक आणि स्टेट बँक ऑफ इंडियाकडून मिळवलेली होती.

''कुणीही वित्तनिवेशक या कंपनीत रस दाखवू लागला की, मी उत्तर देत असे, 'मला त्यात रस नाही.' मला वाटत असे की, त्यांना भेटण्यात दोघांचाही वेळ कशाला वाया घालवायचा?''

परंतु अशा प्रकारे प्रतिसाद दिल्यामुळे लोक श्रीरामला उद्धट म्हणू लागले.

''मग मी ठरवलं, 'ठीक आहे. त्यांना प्रत्यक्ष भेटून, त्यानंतरच नकार द्यावा!''' तो हसून सांगतो.

परंतु बाजरपेठ बदलत होती. प्रकाशन व्यवसायात अनेक कंपन्यांची एकीकरणं होऊ लागली होती किंवा मोठ्या कंपन्यांकडून लहान प्रकाशन कंपन्या विकत घेतल्या जाऊ लागल्या होत्या. त्यामुळे इंटेग्राचे ग्राहक सचिंत झाले होते. ते म्हणू लागले होते, ''आम्ही तुम्हाला खूप काम देतोय. परंतु बाजारात प्रचंड स्पर्धा आहे. तुम्ही व्यवसायात टिकाव धरू शकाल?''

मग श्रीरामनं मोठी उडी घ्यायचं ठरवलं.

''मी पैसे गोळा करून कंपनीचा जोरदार विकास करायचं ठरवलं.''

अनेक प्रकाशनसंस्था एका विशिष्ट कामातच माहीर असतात आणि त्या नेमकं तेवढंच उच्च प्रतीचं, मोलाची भर टाकणारं काम करून देतात. परंतु अशा कंपन्या झपाट्यानं मोठ्या होऊ शकत नाहीत. त्यामुळे इतर मोठ्या कंपन्या त्यांना सहजपणे विकत घेऊ शकतात.

''मी कंपनीचा आकार वाढवायचं ठरवलं. इतर कुणी आम्हाला विकत घेण्यापूर्वी आपणच इतरांना विकत घ्यावं, असं मी ठरवलं.''

जगभरात स्थान मिळवण्याच्या श्रीरामच्या जिद्दीमुळे 'बेअरिंग प्रायव्हेट इक्विटी'नं इंटेग्रामध्ये वित्तनिवेश केला. त्यांनी इंटेग्राचं खूपसं भागभांडवल २००७मध्ये विकत घेतलं. त्यानंतर इंटेग्राचा विकास अत्यंत झपाट्यानं होऊ लागला.

अशा टप्प्यावर अनेक नव्या गोष्टी शिकाव्या लागतात आणि त्याबरोबरच अनेक जुन्या गोष्टी विसराव्याही लागतात.

''कधीकधी आम्ही वेळेवर काम पूर्ण करून देऊ शकत नसू किंवा कधीकधी कामाचा दर्जा घसरत असे. त्यामुळे आम्ही उत्पादन प्रक्रिया पद्धतशीरपणे तयार

करण्याकडे लक्ष वळवलं.''

''तुम्ही एखाद्या विशिष्ट गोष्टीतले तज्ज्ञ तरी बनू शकता किंवा तुम्ही अत्यंत मोठ्या प्रमाणावर काम तरी करू शकता. आम्ही कामाचा आवाका वाढवण्याचा निर्णय घेतला!''

उत्पादन प्रक्रियेत सतत सुधारणा घडवत राहणं, ही काळाची गरज बनली. एका महत्त्वाच्या पदावरच्या सगयाराज नावाच्या मॅनेजरनं संशोधन आणि विकास हे खातं स्थापन केलं. या खात्यावरची जबाबदारी आहे, कामावर पद्धतशीरपणे नियंत्रण ठेवणं आणि वेळेत काम पूर्ण करून देण्यासाठी सॉफ्टवेअर तयार करणं. हे सॉफ्टवेअर अशा प्रकारचं असायला हवं की, ग्राहकांना काम कुठवर आलंय हे नजर टाकताक्षणी बघता यावं.

दुसरा महत्त्वाचा विभाग आहे ऑटोमेशन.

''जी कामं अत्यंत कंटाळवाणी आणि सर्वसाधारण प्रकारची होती. त्यासाठी यंत्रांची मदत घ्यायचं आम्ही ठरवलं.''

उदाहरणार्थ, वैज्ञानिक नियतकालिकांमध्ये प्रत्येक लेखाच्या अखेरीस दिलेली संदर्भसूची तपासणारं सॉफ्टवेअर तयार करता येतं. या संदर्भसूचीमधलं नाव, आडनाव आणि प्रकाशन वर्ष या गोष्टी प्रकाशकला हव्या त्या पद्धतीनं दिसतील. याकडे हे सॉफ्टवेअर लक्ष पुरवू शकतं.

परंतु भाषेचा विषय आला की, माणसाची जागा यंत्र घेऊ शकत नाहीत.

''कॉपी एडिटिंग (संपादन) हे नियमानुसार केलं जात असलं, तरी त्यासाठी मानवी निर्णय महत्त्वाचा असतो.''

आपला व्यवसाय कशा प्रकारे वाढवायचा, हीसुद्धा एक कला आहे. श्रीरामच्या लक्षात आलं की, जरी इंटेग्रा सर्व नामवंत प्रकाशकांची कामं करून देत होती, तरी त्यांनी आउटसोर्स करून घेतलेल्या कामापैकी अवघं दोन ते पाच टक्के काम इंटेग्राकडे येत होतं. श्रीरामचं मत होतं की, एकाच कंपनीकडून या प्रकाशन संस्था २० ते २५ टक्के काम आरामात आउटसोर्स करून घेऊ शकल्या असत्या.

''तुमच्या तारा ग्राहकाबरोबर नीटपणे जुळायला हव्यात आणि त्या ग्राहकाच्या नेमक्या गरजा तुम्हाला उमगायला हव्यात.''

असं करता आलं, तर ते खूप सुखावह ठरतं; कारण त्यानंतर तुम्हाला सतत नवे ग्राहक शोधावे लागत नाहीत. तुमच्या आताच्या ग्राहकांनाच अधिक चांगली सेवा पुरवून तुम्ही कंपनीचा विकास घडवू शकता.

''ज्या कंपन्या पूर्वी आमच्याकडे 'एक पुरवठादार' या नजरेनं बघत होत्या, त्याच कंपन्या आता आमच्याकडे त्यांचा एक भागीदार या नजरेनं बघू लागल्या.''

मोठ्या प्रकाशनसंस्थांचा इंटेग्रावरला विश्वास वाढला, तेव्हा त्यांच्याकडून इंटेग्राकडे अधिक महत्त्वाचं काम मोठ्या प्रमाणात येऊ लागलं. त्याच वेळेस इंटेग्रानं आपला ग्राहकवर्ग युरोपपलीकडे आणि विज्ञानविषयक, तंत्रज्ञानविषयक आणि वैद्यकशास्त्रविषयक प्रकाशनांखेरीज अन्य प्रकारच्या प्रकाशनांकडे वळवण्याचं ठरवलं.

"आम्ही शाळा-कॉलेजच्या ग्राहकवर्गाकडे आणि व्यापारविषयक प्रकाशनांकडे लक्ष वळवलं."

हे भराभर घडवण्याच्या दृष्टीनं इंटेग्रानं दोन अमेरिकास्थित प्रकाशनसंस्था विकत घेतल्या. त्यातील एक कंपनी होती शिकागोतली 'एल्म स्ट्रीट पब्लिशिंग' ती कॉलेजांमधील पाठ्यपुस्तकांचं प्रकाशन करत असे.

"जेव्हा आमचे अमेरिकेतले ग्राहक प्रश्न विचारतात की, आम्ही अमेरिकेतली कंपनी आहोत की परदेशातली कंपनी आहोत, तेव्हा आम्ही म्हणतो, 'दोन्हीकडची आहोत!'"

या कंपन्या विकत घेतल्यामुळे इंटेग्राचा प्रत्यक्ष लिखाणात आणि संपादनातही शिरकाव होऊ शकला आहे. या गोष्टींसाठी प्रगत स्वरूपाची कौशल्यं आवश्यक असतात. युरोपमधल्या कामाची व्याप्ती वाढवण्यासाठी इंटेग्रानं इंग्लिशखेरीज अन्य युरोपीय भाषांमध्ये काम करायला सुरुवात केली आहे.

"१४ वर्षं आम्ही फक्त इंग्रजी भाषेतील प्रकाशकांसाठी काम करत होतो; क्वचित एखाद्या फ्रेंच प्रकाशकासाठी काम करत होतो. त्यानंतर आम्ही इटालियन, जर्मन इत्यादी भाषा जाणणारे लोक नियुक्त करू लागलो."

पाँडीचेरीत राहण्याचा मुख्य फायदा म्हणजे तिथं अनेक परदेशी लोक येत असतात. त्यामुळे वेगवेगळ्या युरोपीय भाषा जाणणारे त्या त्या देशातले लोक नियुक्त करणं अवघड गेलं नाही. इंटेग्रा आता सात भाषांमधलं काम करून देतं आणि त्या कामासाठी १४-१५ बहुभाषिकांचा गट महत्त्वाचं योगदान देतो आहे.

२००७मध्ये इंटेग्रानं वरिष्ठ पदांवर व्यावसायिकांची नियुक्ती करायला प्रारंभ केला. सीएफओ (चीफ फायनॅन्स ऑफिसर) आणि जागतिक विक्री आणि प्रचार-प्रसार यांचा मुख्य या पदांवर इंटेग्रानं व्यावसायिक तज्ज्ञ नियुक्त केले. ही माणसं मिळवणं हे एक आव्हानच होतं.

"सर्वप्रथम मला आमच्या कंपनीच्या उज्ज्वल भवितव्याबद्दल या लोकांची खातरी पटवून द्यावी लागली. आमचा भूतकालीन विकास त्यांच्या मनावर ठसवावा लागला. मग भविष्याबद्दलचे आमचे विविध विचार – वेगवेगळ्या कंपन्या विकत घेणं, कंपनीचा आयपीओ (इनिशिअल पब्लिक ऑफरिंग) बाजारात आणणं, एम्प्लॉई

स्टॉक ऑप्शन प्लॅन (कंपनीचे शेअर्स कर्मचाऱ्यांना फुकट देणं) – त्यांच्या कानी घालावे लागले.''

एका नव्या आणि विकासपदावरल्या कंपनीसाठी काम करण्याची कल्पना लोकांना आकर्षक वाटते. परंतु कंपनीची जागा हा मात्र मोठाच अडथळा ठरतो.

''ते सुरक्षित गेट असलेल्या बंगल्यांच्या सोसायटीत राहत असतात. त्यांची मुलं इंटरनॅशनला बॅकालॉरिएट (अमेरिका) किंवा सीनियर केंब्रिज (इंग्लंड) यांसारख्या अभ्यासक्रमांचे विद्यार्थी असतात. पाँडीचेरीला आलं की, तिथं रुळणं अवघड जाईल, असा त्यांचा ग्रह असतो.''

अखेरीस काहीजण विश्वासाच्या बळावर उडी घेतात. त्यांची सांस्कृतिक पार्श्वभूमी, कार्यपद्धती यांबाबतची नीतिमूल्यं आणि व्यावसायिक अनुभव इंटेग्राच्या संचालक मंडळाला बळ मिळवून देतो.

''मी माझ्या मॅनेजर्सकडून अनेक गोष्टी शिकून घेतो. हातमिळवणी करून, एकजुटीनं आम्ही कंपनीच्या बाबतीतही सांस्कृतिक फरक महत्त्वाचे ठरतात. इंटेग्रानं बरेचसे अमेरिकन कर्मचारी असलेले मूळ गट तसेच आबाधित राखले आहेत. त्यांची कार्यपद्धती अधिक स्वातंत्र्यपूर्ण असते.''

> *''दर वेळेस, नवं काहीतरी शिकताना तुमच्या हातून चुका होतात...*
> *त्या चुका तुम्ही कशाप्रकारे सुधारता, ही गोष्ट महत्त्वाची असते!''*

''अमेरिकेत प्रारंभीचा करार करायला वेळ लागतो. परंतु एकदा करार केल्यानंतर आम्हाला कर्मचाऱ्यांवर लक्ष ठेवावं लागत नाही. भारतातले लोक 'सारंकाही' करून द्यायला चटकन कबुली देत असले, तरी त्यांच्या कामावर सतत नजर ठेवावी लागते!''

परंतु भारतातले कर्मचारी एकाच वेळेस चार-पाच वेगवेगळ्या गोष्टी करू शकतात. अमेरिकेतले कर्मचारी तसं फारच क्वचित वेळा करू शकतात. अशा प्रकारचे फरक ओळखले की, दोन कंपन्यांचा मिलाफ घडवणं सोपं जातं.

परंतु विकासाचा मार्ग कधीही सर्वथा सुलभ नसतो. २००८मध्ये सर्व आउटसोर्सिंग कंपन्यांप्रमाणेच इंटेग्रालासुद्धा जागतिक मंदीचा फटका बसला. नफ्याची टक्केवारी घसरली. किमती घटवाव्या अशी मागणी ग्राहक करू लागले.

''आम्ही कंपनी सुरू केली, तेव्हा नफ्याची टक्केवारी ३० ते ४० टक्के होती. आता स्पर्धा गळेकापू स्तरावर पोचली आहे. त्यामुळे नफ्याची टक्केवारी फारच कमी झाली आहे!''

असं असूनही ग्राहक ठरवलेल्या किमतीवरही सवलत द्यावी अशी मागणी करतात.

"त्यांनी तशी मागणी करू नये, यासाठी त्यांचं मन आम्हाला वळवावं लागतं. कारण आणखी सवलत दिली तर आमची कंपनी तोट्यात जाईल."

दुसरी समस्या असते : कर्मचाऱ्यांनी इंटेग्रा सोडून अन्य स्पर्धक कंपन्यांमध्ये जाणं. 'आउटसोर्स्ड' प्रकाशनाचं चेन्नई हे जेव्हा प्रमुख केंद्र बनलं, तेव्हा इंटेग्राच्या प्रशिक्षित कर्मचाऱ्यांवर झडप घातली जाऊ लागली.

"इतर फारच थोड्या कंपन्या कर्मचाऱ्यांच्या प्रशिक्षणावर खर्च करायला तयार असतात."

असं असूनही इंटेग्रानं बाजारात जी पत मिळवली आहे, त्या बळावर कंपनीनं ६८ कोटी रुपयांची उलाढाल करायला प्रारंभ केला होता आणि कंपनीसाठी एक हजार कर्मचारी काम करत होते.

कंपनीचा विकास होत गेला, त्याबरोबरच कंपनीच्या कर्मचाऱ्यांना वेगवेगळ्या सुविधा पुरवण्यावर आणि त्यांच्या कल्याणासाठी विविध धोरणं राबवण्यावर कंपनी भर देऊ लागली. इंटेग्राच्या कर्मचाऱ्यांपैकी ६० टक्के स्त्रिया आहेत आणि हे योगायोगानं घडलेलं नाही! स्त्रियांना आपल्या कुवतीनुरूप उत्तम प्रकारे काम करता येण्याच्या आड कोणत्या समस्या येत आहेत, याकडे विशेष लक्ष पुरवलं जात आहे. याची सुरुवात वैद्यकीय तपासणीसारख्या अगदी प्राथमिक गोष्टीपासून केली जात आहे.

"अनेक स्त्रिया थकवा येत असल्याची तक्रार करतात. त्यांची रक्ततपासणी केली असता त्यातील अनेक जणी ॲनिमिक असल्याचं लक्षात येतं."

कुटुंबाकडे आणि कामाकडे लक्ष पुरवणं ही तारेवरील कसरत असते. कंपनी सोयीनुसार कामाच्या वेळा निवडण्याची सवलत देते. तसेच कंपनीतच पाळणाघराची सुविधा उपलब्ध करून दिल्यामुळे लहान मुलांना तिथे ठेवून त्यांच्या आया कामावर रुजू होऊ शकतात. पंधरा अन्य साहाय्यकांच्या मदतीनं अनू नियमितपणे स्त्री-कर्मचाऱ्यांना समुपदेशन करत असते.

"स्त्रिया अतिशय निष्ठेनं काम करतात; त्या अत्यंत कार्यक्षमही असतात. परंतु त्यांना बढती स्वीकारायची नसते."

त्यांना उत्तेजन देण्यासाठी कंपनीनं प्रशिक्षण उपक्रम आखले आहेत आणि त्यांना वैयक्तिक पातळीवर समुपदेशन पुरवण्याची सोय केली आहे. त्यांच्या या प्रयत्नांची दखल घेऊन २००९मध्ये 'नॅसकॉम' (National Association of Software and Services Companies – NASSCOM*)नं इंटेग्राला 'Excellence in Gender Inclusivity' पुरस्कार देऊन गौरवलं होतं.

---

* NASSCOM भारतातील आय.टी. आणि बी.पी.ओ. कंपन्यांची व्यापारी संघटना.

"सर्व पातळ्यांवर स्त्री-पुरुषांचं समान गुणोत्तर राखणं हे माझं उद्दिष्ट आहे. मला कर्मचाऱ्यांमध्ये विविधता हवीय... स्त्री-पुरुष, ग्रामीण-शहरवासी, स्थानिक-देशभरातील! त्यामुळे वेगवेगळे दृष्टिकोन असलेले लोक एकत्र येतील!"

स्वतःच्या पद्धतीनं इंटेग्रानं एका लहानशा गावात नवी विचारपद्धती रुजवली आहे. वेगवेगळे मंत्री किंवा उच्चपदस्थ सरकारी अधिकारी इंटेग्राकडे शिफारस करून उमेदवार पाठवत असतात – 'याला कृपया नोकरीवर ठेवा.'

अशा मंडळींबाबत कंपनीचं एक ठाम धोरण आहे.

"तुम्ही १०० लोकांना शिफारस देऊन पाठवा. मी त्यांना प्रशिक्षण द्यायला तयार आहे. परंतु ते लेखी आणि मौखिक परीक्षेत जोवर उत्तीर्ण होत नाहीत, तोवर मी त्यांना नोकरी देऊ शकत नाही."

एकदा सेल्स टॅक्स कमिशनरनं पाठवलेला एक उमेदवार या परीक्षेत उत्तीर्ण होऊ शकला नाही. त्याला नोकरी देण्यास नकार दिल्यावर आपली नाराजी दर्शवण्यासाठी त्या कमिशनरनं तपासणीसाठी धाड घातली.

"हो! ती छळवणूकच होती! परंतु आमचे व्यवहार पूर्णतः पारदर्शी असतात. आमच्यापाशी लपवण्याजोगं काहीही नसतं. त्यामुळे आमच्यावरची धाड त्यांना मागे घ्यावी लागली."

कागदावर तुम्ही तुमची तत्त्वं मांडू शकता. परंतु कठीण परिस्थितीतही त्या तत्त्वांना चिकटून राहणं, हीच तुमची कसोटी असते.

गेल्या दोन वर्षांमध्ये कंपनीनं पुस्तकं, मासिकं आणि डेटा कन्व्हर्जन या गोष्टींकडून ई-लर्निंग आणि मल्टिमीडिया सेवा या गोष्टींकडे लक्ष वळवलं आहे. आज जगभरात या क्षेत्रात दहाव्या स्थानावर असलेल्या या कंपनीला प्रथम स्थानी पोचायला अजून बरीच वाटचाल करायची आहे.

"मला माझ्या व्यवसायात प्रथम क्रमांकाचं स्थान मिळवायचं आहे... परंतु माझं अंतिम उद्दिष्ट आहे साक्षात्कार मिळवण्याचं!"

"माझ्या पूर्वजांनी समाजसेवेसाठी खूप कार्य केलं. मीसुद्धा समाजाचं ऋण फेडण्यासाठी 'श्रीराम चॅरिटेबल ट्रस्ट'चं माध्यम वापरतो आहे."

व्यवसाय सुरू करून आता १९ वर्षं झाली असली, तरी अजूनही श्रीराम अविश्रांत मेहनत करत आहेत. ग्राहकांना भेटण्यासाठी, प्रवासासाठी त्यांचा ३० टक्के वेळ खर्च होतो. पाँडीचेरीत असताना सकाळी नऊ वाजल्यापासून रात्री नऊ वाजेपर्यंत ते ऑफिसात असतात. इतरांवर अधिक काम सोपवून कामाचे तास कमी

करण्याचा त्यांचा मानस आहे.

"सुरुवातीची काही वर्षं दिवसाचे २४ तास मी कामातच व्यग्र असे. वीकएन्ड आणि सुट्ट्यांचे दिवसही मी कामतच घालवत असे... आता निदान वीकएन्ड तरी मी माझ्या कुटुंबीयांसमवेत घालवतो आहे."

अनूचं आयुष्य याहून अधिक संतुलित आहे. ती फायनान्स आणि ह्यूमन रिसोर्स ही महत्त्वाची खाती सांभाळत असली, तरी कटाक्षानं दररोज दुपारी तीन वाजता घरी पोचते. त्यावेळेस त्यांचा धाकटा मुलगा अद्वैत शाळेतून घरी येतो.

"आमच्या थोरल्या मुलाच्या, धन्विकच्या वेळेस ती असं करून शकली नाही, याची तिला खंत वाटतेय. त्यामुळे संध्याकाळचे हे दोन तास ती काम करत असली, तरी ती ते घरून करते."

एकीकडे व्यवसायाचा विकास घडवला जातो आहे, तर दुसरीकडे आध्यात्मिक विकास घडवला जातो आहे. दररोज सकाळी श्रीराम अर्धा तास योग आणि प्राणायाम यांत खर्च करतो... त्यानंतर ध्यानधारणा करतो. हे झाल्यानंतरच तो वर्तमानपत्रं वाचतो किंवा ई-मेलकडे वळतो.

"तसं केल्यामुळेच मी तणावमुक्त राहू शकतो!"

श्रीरामला कॉलेज जीवनानंतर एक आध्यात्मिक गुरू भेटले. श्रीराम दररोज संध्याकाळी या आध्यात्मिक गुरूबरोबर बोलतो, सर्व बाबतीत त्यांच्याकडून मार्गदर्शन घेतो.

"याचा ज्योतिषशास्त्राशी काहीही संबंध नाही! गुरूजींचं मत आहे की, प्रत्येकानं स्वत:चे निर्णय स्वत:च घेतले पाहिजेत! ते मला प्रेरणा आणि आधार देतात."

साक्षात्कार मिळवण्याचे विभिन्न मार्ग असतात – भक्तियोग, ज्ञानयोग आणि कर्मयोग! श्रीरामनं कर्मयोगाच्या मार्गानं जायचं ठरवलं आहे.

एक कर्मचारी एकदा म्हणाला, "साहेब, आम्ही सर्व जण तुमच्यासाठी काम करतोय."

श्रीरामनं उत्तर दिलं, "नाही!... मी तुमच्यासाठी काम करतोय."

प्रत्येक माणसाचा पगार वेळेत चुकता व्हावा, याची तो काळजी घेतो. त्यांचं सर्व दृष्ट्या भलं करण्यासाठी झटतो. त्यांने त्याचं व्यावसायिक उद्दिष्ट साध्य केलं की, तो समाजकल्याणाकडे जास्त लक्ष पुरवणार आहे.

"मी आधीच एक सेवाभावी संस्था स्थापन केलीय. ग्रामीण भागात स्वास्थ्यसेवा पुरवणं, स्त्रियांचं सबलीकरण करणं आणि शिक्षण देणं, या गोष्टींकडे ही संस्था बघते आहे."

गेल्या दोन वर्षांपासून श्रीराम दर वीकएन्डला शेतीकडे वळला आहे. एका ओसाड जमिनीचा त्यांने हिरवागार स्वर्ग बनवला आहे. त्यासाठी त्याने पावसाचं

पाणी साठवलं आहे आणि सेंद्रीय पद्धतीचा वापर केला आहे.

"हे सेंद्रीय पद्धतींनी उभं केलेलं शेत आहे... भेट देऊन या पद्धती शिकून घेण्यासाठी आम्ही सर्वांचं स्वागत करतो!"

व्यवसाय करणं म्हणजे संकल्पना रुजवणं. तुमच्या संकल्पनांचं बियाणं पेरा, त्याची काळजीनं निगराणी घ्या आणि भरघोस येणाऱ्या पिकाचा आस्वाद घ्या!

तरुण उद्योजकांसाठी कानमंत्र!

प्रथम तुम्ही स्वप्नं पहा. ही स्वप्नं तुमच्या व्यावसायिक त्याचप्रमाणे वैयक्तिक आयुष्यासाठी पहा. तुमची भविष्यकालीन स्वप्नं कागदावर मांडा आणि त्यानंतर ती वास्तवात उतरवण्यावर लक्ष केंद्रित करा.

तुमची स्वप्नं, त्याबाबतचं तुमचं धोरण याचा आढावा घेत रहा. तुम्ही योग्य मार्गावर आहात, याची खातरी करून घ्या. कोणत्याही बाबतीत सुधारणा घडवणं गरजेचं आहे का, हे लक्षात घ्या.

आणखी एक गोष्ट म्हणजे नव्या गोष्टी शिकण्यासाठी पूर्वी शिकलेल्या काही गोष्टी विसराव्या लागतील. उदाहरणार्थ, व्यवसाय सुरू करताना तुम्हालाच स्वत:ला प्रत्येक गोष्टीकडे बघावं लागतं. त्यानंतर व्यवसाय सतत वाढत जातो किंवा प्रचंड वेगानं वाढू लागतो.

व्यवसायाचा हा टप्पा आला की, एकेकाळी सर्व गोष्टी स्वत: करण्याची अंगी रुजलेली तुमची सवय तुम्हाला सोडून द्यावी लागते. विकासाच्या टप्प्यावरला व्यवसाय पुढे नेण्यासाठी तुम्हाला काही कामं इतरांवर सोपवायला शिकावं लागतं. तसं केलं नाही, तर व्यवसाय जोमानं वाढणार नाही.

अंगी सहनशीलता आणावी लागते. हातून चुका घडल्या की, त्या चुकांपासून बोध घ्यावा लगातो.

यश हा यापुढला टप्पा असतो. यश मिळणारच असतं!

एक सुगंधी प्रवास...

संदीप कपूर : परफ्यूम स्टेशन

जोधपूर, राजस्थान

आयटीसीमधील चांगली नोकरी सोडून संदीप कपूरनं प्रथम रशिया आणि त्यानंतर चीन इथे भरारी घेतली. २०१०मध्ये तो त्याच्या जोधपूर या मूळ गावी परत आला आणि त्यानंतर त्यानं भारतीय मध्यमवर्गाच्या खिशाला परवडतील अशा परफ्यूम्सची किरकोळ विक्री करणारी दुकानं सुरू करायला प्रारंभ केला.

पुरातन काळी, साहसप्रिय तरुण व्यापारी जहाजांमधून सातासमुद्रापार जात असत आणि एके दिवशी मसाले, रेशीम आणि सोनं जहाजांवर लादून

यशस्वीपणे मायदेशी परत येत असत.

तरुणाई आजही जन्मगावापासून दूरवर भरारी घेऊन साहसाचा शोध घेत असते. संदीप कपूर हा असाच एक साहसी प्रवासी आहे.

राजेशाही, डौलदार अशा जोधपूर या त्याच्या मूळ गावातून तो दूर देशी जायला निघाला. जोधपूरमध्ये महत्त्वाकांक्षी माणसाला भवितव्य घडवता येणार नाही, अशा समजुतीनं!

''मी कानपूरमध्ये माझ्या आजोबांच्या फोटोग्राफीच्या व्यवसायात सामील झालो आणि इतर सुसंधी पाहून तिथंच राहिलो.''

संदीपला आयटीसीमध्ये त्याच्या स्वप्नातली नोकरी मिळाली, हा मोठाच शुभयोग होता. नशिबाच्या फेऱ्यामुळे तो मॉस्कोमधील एका कंपनीत गेला आणि परफ्यूमच्या व्यवसायात शिरला. मग व्यवसायाचे वारे त्याला चीनमध्ये घेऊन गेले.

अखेरीस तो जोधपूरला परत आला, तो 'सुगंधी' संकल्पना घेऊनच! उच्च प्रतीचे आणि भारतीय मध्यमवर्गाला परवडतील असे परफ्यूम्स विकणारं दुकान थाटण्याची नवी कल्पना त्याला प्रत्यक्षात उतरवायची होती.

२०१०मध्ये असं पहिलं दुकान – 'परफ्यूम स्टेशन' जोधपूरमध्ये सुरू करण्यात आलं आणि ते रातोरात प्रचंड लोकप्रिय झालं. हा ब्रँड आता हळूहळू जोधपूरच्याच आकाराच्या अन्य शहरांपर्यंत पोचू लागला आहे.

''मला 'ब' आणि 'क' दर्जाच्या शहरांमध्ये या व्यवसायाला खूपच वाव दिसतोय. त्या बाजरपेठेवर माझा रोख आहे.''

सर्व ठिकाणची तरुणाई डोळ्यांपुढे आशा आणि स्वप्नं ठेवत असते. त्यातले काही साहसाच्या शोधार्थ दूरदेशी जातात; तर काही जण मायमातीतच नशीब शोधतात.

कारण आज तिथंच भरपूर संधी उपलब्ध आहेत. फक्त त्या संधींचा तुम्ही शोध घ्यायची काय ती गरज आहे!

एक सुगंधी प्रवास...

संदीप कपूर : परफ्यूम स्टेशन
जोधपूर, राजस्थान

संदीप कपूर जन्मला अलाहाबादेत; परंतु वाढला जोधपूरमध्ये.

"माझे वडील विश्वविद्यालयात रसायनशास्त्राचे प्राध्यापक होते आणि माझी आईसुद्धा होम-सायन्स कॉलेजात शिकवत असे."

संदीपनं त्याचं शिक्षण केंद्रीय विद्यालयातून पूर्ण केलं. पदवी मिळवल्यानंतर जोधपूर युनिव्हर्सिटीतून अर्थशास्त्रात एमएची पदवी मिळवली. नंतर त्यानं त्याच्या आजोबांच्या कानपूरमधील फोटो स्टुडिओत मदत करायला सुरुवात केली. हा व्यवसाय तेव्हा उत्तम प्रकारे चालत होता.

"हा स्टुडिओ कानपूरमध्ये अत्यंत सुप्रसिद्ध होता. लोक म्हणत असत, 'जर मुलीचा विवाह ठरायला अडचण उद्भवत असेल, तर तिचा फोटो 'चित्रा स्टुडिओ'त जाऊन काढून घ्या!'''

स्टुडिओखेरीज 'चित्रा'जवळ कोडॅक आणि कोनिका फिल्म्सचे उत्तर प्रदेशात वितरण करण्याचे सर्वाधिकार होते.

संदीप या व्यवसायात शिरला, तेव्हा 'आजोबांचा नातू' म्हणून आपल्या वाट्याला सुखाचं आयुष्य येईल, असं त्याला वाटलं होतं. आपण गल्ल्यावर बसून इतर कर्मचाऱ्यांना फर्मान सोडू, अशी त्याची समजूत होती. प्रत्यक्षात दादाजींनी त्याला पहिले तीन महिने सफाई कामाला जुंपलं!

"मला त्यानंतर उमगलं की, मी तळागाळापासून सर्व कामं शिकून घेत त्या अनुभवातूनच घडत जावं असं त्यांना वाटत होतं. मी कामाच्या त्या पद्धतीचा अजूनही अवलंब आणि आदर करतो."

चित्रा स्टुडिओत संदीपनं व्यवसायाचे प्राथमिक धडे गिरवले. छोटीशी संस्था कशी चालवावी; लोकांशी कसं वागावं-बोलावं; त्याच्या आजोबांनी ५० वर्षं

कर्मचाऱ्यांना एकत्र बांधून ठेवलं होतं, त्याप्रमाणे सर्वांची एकजूट कशी राखावी!

"मी फोटोग्राफीबाबतसुद्धा खूप शिकलो. तो माझा छंद असल्यामुळे ते काम मला अतिशय आवडत असे."

परंतु वर्षभरानंतर संदीप बेचैन होऊ लागला. तरुण संदीपची आणि त्याच्या वयोवृद्ध आजोबांची भविष्याबाबत, व्यवसाय कसा चालवावा याबाबत भिन्न मतं आणि विचारसरणी होती.

"मी ठरवलं की, या व्यवसायातून बाहेर पडून जगाचा अनुभव घेणं गरजेचं आहे."

कानपूर हे कारखान्यांचं आणि विविध प्रकारच्या संधींच्या उपलब्धीचं शहर होतं. तिथे संदीपला सहज नोकरी मिळाली असती. पेपरात जाहिराती येण्याची वाट न पाहता, तो स्वतःच बायोडेटा घेऊन वेगवेगळ्या ऑफिसात जाऊ लागला.

"मी शाखाप्रमुखाला भेटत असे, त्याला माझी माहिती देत असे आणि संपर्क राखून वेळोवेळी चौकशी करत असे."

अशा पद्धतीनंच संदीपनं १९८५मध्ये पहिली नोकरी मिळवली. 'गुडलास नेरोलॅक' कंपनीचे पेंट विकायचं काम त्याला करायचं होतं. पगार मिळणार होता, महिना १,२०० रुपये. पण त्याहीपेक्षा तिथे मिळालेला अनुभव अत्यंत मोलाचा होता.

"विक्री करणं आणि आपल्या पायांवर उभं राहून जगणं किती कठीण आहे, हे मी त्या नोकरीतून शिकलो."

उत्तर प्रदेशातील ग्रामीण भागात प्रवास करून पेंट्सची विक्री करणं सोपं नाही. पेंट्सची बाजरपेठ अत्यंत स्पर्धेची आहे. पेंटचे वितरक तुम्हाला तासन्तास नुसतं बसवून ठेवतात. विशेषतः तुम्ही पैशांची वसुली करायला जाता, तेव्हा तर तुम्हाला फार वेळ तिष्ठत ठेवलं जातं.

"अनेक तास वाट पाहावी लागे, तेव्हा मी पेंटचे डबे एकावर एक रचण्यासाठी आणि दुकानातील इतर कामांसाठी मदत करत असे. त्यातून मी सहनशीलता शिकलो."

संदीप या अनुभवातून आणखी एक मोलाचा धडा शिकला – तुम्ही एखाद्या गोष्टीची विक्री करू पाहता, तेव्हा त्या गोष्टीबद्दल तुम्हाला संपूर्ण माहिती असणं आवश्यक असतं. त्यामुळे त्यानं पेंट्स आणि पेंटिंग यासंदर्भात उपलब्ध असलेली सारी माहिती वाचून काढली.

"इतर कुणाची खातरी पटवण्यापूर्वी तुमची स्वतःची खातरी पटणं अत्यंत आवश्यक असतं."

प्रत्येक वेळा फिरतीवर जाताना रेल्वे स्टेशनवर जावं लागत असे. त्या वाटेनं जाताना संदीपला नेहमीच वाटेतलं आयटीसीचं ऑफिस दिसत असे आणि तो मनाशी म्हणत असे, "या कंपनीत मला नोकरी मिळवता आली पाहिजे!"

एके दिवशी सकाळी तो सरळ आयटीसीच्या ऑफिसात गेला आणि त्यानं तिथं आपला बायोडेटा दिला. नशिबानं तिथं काही जागा रिकाम्या होत्या.

"मला त्यांनी मुलाखतीसाठी बोलावलं आणि नोकरी मिळाली. अगदी एकाच आठवड्यात!"

आयटीसी ही खूपच मोठी कंपनी होती आणि तिथलं वातावरण पूर्णत: निराळं होतं. वरिष्ठ मंडळी नवशिक्यांना आपल्या पंखांखाली घेऊन त्यांना व्यवसायातील साऱ्या खाचाखोचा समजावून देत असत. ओझैर अहमद हा कानपूर शाखेचा प्रमुख व्यवस्थापक आणि संदीपचा गुरू होता.

"त्याची लोकांशी वागण्याची पद्धत, त्वरित निर्णय घेण्याची त्याची क्षमता आणि कोणत्याही समस्येवर तोडगा शोधण्याचं त्याचं कौशल्य मला प्रभावित करत असे. त्याच्यासारख्या माणसांसाठी काम करता करता मी खूप शिकत गेलो."

सर्वांत महत्त्वाची गोष्ट म्हणजे आयटीसी हे मार्केटिंग या विषयाचं महान प्रशिक्षण-केंद्रच होतं. कोणतंही नवीन उत्पादन बाजारात आणताना त्यांचे जाहिरातीचे मोठाले फलक, दुकानांमधील 'पॉइंट्स ऑफ पर्चेस' (पीओपी*), फुकट वाटली जाणरी सँपल्स आणि ग्राहकांबरोबर केली जाणारी चर्चा या सर्व गोष्टी अत्यंत प्रभावित करत असत. हा सर्व अनुभव संदीपला विलक्षण आनंददायक वाटत असे. अवघ्या सहा वर्षांमध्ये संदीपला चार वेळा बढती मिळाली. सारं काही उत्तम प्रकारे चाललं होतं, तेव्हाच अचानक एक नवीन संधी चालून आली.

"बिझनेस इंडिया मॅगझिनमध्ये मी एक जाहिरात पाहिली. रशियातील एक कंपनी त्यांच्या तंबाखू व्यवसायासाठी जनरल मॅनेजरच्या शोधात होती."

'ऑडिओ काउंटर ट्रेड पी. टी. ई.' नावाची विक्री-वितरण करणारी ही मोठी कंपनी होती. ती कंपनी एक भारतीय माणूस आणि त्याचा रशियन भागीदार यांच्या संयुक्त मालकीची होती. ही कंपनी कोणत्याही गोष्टीचं उत्पादन करत नव्हती. तंबाखू, कपडे, इलेक्ट्रॉनिक वस्तू या सर्व गोष्टी कंपनीकडून आयात केल्या जात असत.

१९९३मध्ये रशियातील बाजारपेठ अत्यंत आकर्षक होती. रशिया देश नुकताच खुला होत होता. त्यामुळे तिथे काही आगळ्यावेगळ्या संधी खुल्या होऊ लागल्या होत्या. भारत आणि रशिया या देशांमध्ये रुपया-रुबल या चलनांसंबंधित करार होता. त्या करारान्वये भारत रुपयात संरक्षणासाठीची सामग्री रशियाकडून विकत घेऊ शकत असे आणि रशियातील आयतदार ते रुपये वापरून भारतातील माल आयात करत असत.

जेव्हा सोव्हिएत युनियनची शकलं झाली, तेव्हा भारत 'यूएसएसआर'ला खूप

---

* POP : पॉइंट्स ऑफ पर्चेस. प्रत्यक्ष विक्रीच्या ठिकाणी लावलेले जाहिरातींचे फलक वगैरे.

रुपये देणं लागत होता. ही कर्ज सोव्हिएत युनियनने नव्यानं उदयाला आलेल्या अनेक देशांमध्ये आणि कारखान्यांमध्ये वाटून दिली.

''कारखान्यांतील व्यवस्थापनशी बोलून, त्यांना 'क्ष' रुपयांचं देणं आहे, हे समजावून देण्याची जबाबदारी माझ्यावर होती. मी त्यांना समजावून सांगत असे की, हे 'क्ष' रुपयांचं देणं वस्तूंच्या स्वरूपात भारत फेडणार आहे. त्या वस्तू विकून त्यांचं येणं वसूल करावं लागणार आहे.''

त्यामुळे संदीपचं काम होतं विकण्याजोग्या कंटेनरभर वस्तू भारतातून आणवणं. जाहिरातीतली 'टोर्बेको डिव्हिजन' कधी स्थापन झालीच नाही. परंतु हा एकूण अनुभव संदीपला खूपच रोचक वाटला. खरंतर १९९३च्या सप्टेंबर महिन्यात ज्या दिवशी त्याचं विमान मॉस्कोत उतरलं, त्या दिवशी रस्त्यावर रणगाडे होते.

''मी मनाशी म्हटलं – 'ईश्वरा! मी कुठे येऊन पोचलोय!'''

''आयटीसीसाठी काम करणं हा माझ्या आयुष्यातला अत्यंत महत्त्वाचा कालखंड होता! त्या नोकरीतून मी विपणन, विक्री, लोकांशी नाती जोडणं या साऱ्या गोष्टी शिकलो. नोकरीपेक्षासुद्धा माझ्या दृष्टीनं ती प्रशिक्षण प्रशालाच होती.''

मिखाइल गोर्बाचेव्हचं उच्चाटन करण्यात आलं होतं. स्पर्धक गट सत्तेसाठी आपसात झगडत होते. परंतु एका भारतीयाच्या दृष्टीनं रशियातली खरी रागस्या राजकारण नसून तिथली हवा होती! असह्य थंडी असे तिथे!

''भाषा ही आणखी एक समस्या होती. कुणीच इंग्रजी बोलू शकत नसे. त्यामुळे मला रशियन भाषा शिकून घ्यावी लागली.''

१९९५ सालापर्यंत संदीपला ती नोकरी आवडेनाशी झाली होती. त्याला आयटीसीमधील व्यावसायिक कार्यपद्धतीची आठवण येऊन, इथे ती उणीव जाणवू लागली होती. त्यानं चंबूगबाळं आवरून भारतात परतण्याचा निर्णय घेतला.

''माझे जुने वरिष्ठ म्हणाले की, ते आनंदानं मला पुन्हा कामावर ठेवतील.''

संदीपला आता परतीचे वेध लागले होते. तो आता मॉस्कोचा फक्त थोड्याच दिवसांचा पाहुणा होता. एके दिवशी संध्याकाळी तो एका भारतीय उपाहारगृहात जेवण घेत होता. त्याच्या शेजारच्याच टेबलापाशी आणखी एक भारतीय बसला होता.

''आम्ही एकमेकांना अभिवादन केलं आणि बोलू लागलो.''

दिनेश सिंग हा 'स्टॅरियन इंटरनॅशल' या इंग्लंडमधील ब्रिटिश-भारतीय संयुक्त भागीदारीच्या कंपनीचा प्रतिनिधी होता. ही कंपनी परफ्यूम्सचं उत्पादन करून ते परफ्यूम्स रशियात निर्यात करत असे. त्यांना एका जनरल मॅनेजरची आवश्यकता होती.

रात्रीच्या भोजनाच्या वेळेस अनौपचारिक पद्धतीनं मुलाखत घेतली गेली आणि

जेवणानंतरची स्वीट डिश येईपर्यंत संदीपला ती नोकरी मिळालीसुद्धा!

"मी स्टॅरियनमध्ये सीआयएस* विभागाचा प्रमुख या पदावर रुजू झालो. मी तिथं आठ वर्षं काम केलं आणि परफ्यूम्स संदर्भातलं सारंकाही शिकून घेतलं."

परफ्यूम्स बनवण्यासाठी फार गहन तंत्रज्ञान गरजेचं नसतं. परफ्यूम म्हणजे अल्कोहोल, पाणी, सुगंधी तैलार्क आणि संतुलित करणारी काही रसायन (Stabilizers) यांचं मिश्रण असतं. बऱ्याच कंपन्या फ्रान्समधील सुगंधी तेलं वापरतात; कारण त्यायोगे ग्राहकाला तो परफ्यूम मोलाचा वाटू लागतो. परंतु 'स्टॅरियन' ज्या प्रकारे परफ्यूम तयार करत असे, ते सर्वसामान्य जनतेसाठीचे होते. त्यांचा कोणताही विशेष असा 'ब्रँड' नव्हता. त्याचा सुगंध आकृष्ट करून घेणारा असला आणि बाटल्या सुंदर दिसल्या की, तेवढंच पुरत असे. परंतु 'किमंत' ही महत्त्वाची गोष्ट होती.

"लोक एखादा महागाचा ब्रँड विकत घेऊन तो विशेष अशा प्रसंगीच वापरत. दैनंदिन वापरांसाठी ते आमचे परफ्यूम्स विकत घेत."

कालांतराने स्टॅरियन कंपनी घाऊक पातळीवर परफ्यूम्सची रशियाला निर्यात करू लागली आणि स्थानिक लोकांकडून ते परफ्यूम्स लहान-लहान बाटल्यांमध्ये भरून घेऊ लागली. या कामासाठी संदीपनं तामेने या इथिओपियन वंशाच्या रशियन माणसाची मदत घेतली. तो लहान बाटल्यांमध्ये परफ्यूम्स भरून देण्यासाठी कारखाना चालू करायला तयार होता.

२००३मध्ये या रशियन माणसानं संदीपला त्याच्या कारखान्यात भागीदारी देऊ केली. संदीपनं ती स्वीकारली. नोकरी सोडून व्यवसायात पडण्यासाठी ही योग्य वेळ होती.

"मी उत्पादन आणि विक्री या दोन्ही गोष्टी पूर्णपणे सांभाळत होतो. मी ग्राहकांशी संपर्क साधत होतो आणि कारखान्याच्या क्षमतेएवढं उत्पादन व्हावं म्हणून मागणी मिळवत होतो."

हे ग्राहक घाऊक स्तरावरचे विक्रेते होते. त्यातील काहींना काही विशिष्ट प्रकारचा माल हवा असे. ते येऊन म्हणत, "मला मस्कचा (कस्तुरी गंधाचा) नवा परफ्यूम बनवून हवाय."

अशा ग्राहकांसाठी संदीप संपूर्ण सेवा उपलब्ध करून देत असे – संकल्पना, बाटली आणि झाकणाचं डिझाइन आणि कस्तुरी गंधाचा परफ्यूम या साऱ्या गोष्टी संदीप सांभाळत होता; तर रशियातील नियमांचं पालन करण्याकडे आणि तत्संबंधित व्यवहारांकडे तो रशियन भागीदार लक्ष पुरवत होता. रशियात परफ्यूम्सचा कारखाना चालवण्यासाठी सरकारी परवाना लागतो. कारण परफ्यूममध्ये ७५ टक्के भाग

* सीआयएस : कॉमनवेल्थ ऑफ इंडिपेंडंट स्टेट्स. यू.एस.एस.आर.ची शकलं पडल्यावर बेलारुस, अझरबैझान यांसारख्या पूर्वीच्या सोव्हिएत रिपब्लिक्सनी संस्थापित केलेली कॉमनवेल्थ.

अल्कोहोल असतो.

"खरंतर हा अल्कोहोल 'डिनेचर्ड'* केलेला असतो. त्यामुळे तो पिण्यायोग्य नसे!"

असं असूनही ग्रामीण भागातले लोक हा डिनेचर्ड अल्कोहोल शुद्ध अल्कोहोलप्रमाणेच पीत असत; कारण एक लीटर 'ओ द कलाँ'ची किंमत, एक लीटर व्होडकाच्या किमतीहून कमी असे. त्याला प्रतिबंध करण्यासाठी रशियन सरकारने २००५मध्ये नवे कडक निर्बंध लागू केले.

"त्यांचा आमच्या व्यवसायावर फार प्रतिकूल परिणाम झाला. अखेरीस आम्ही आमचा कारखाना बंद करण्याचा निर्णय घेतला."

त्यावेळेस त्यांच्या 'यॉर्क ट्रान्सनॅशनल' या व्यवसायाची वार्षिक उलाढाल एक कोटी अमेरिकन डॉलर्स एवढी होती. दरवर्षी ते तीन कोटी परफ्यूम्सच्या बाटल्या बनवत असत. परंतु हा कारखाना बंद केल्यामुळे व्यवसाय बंद पडला नाही.

"आमच्या अल्कोहोल पुरवठादाराकडे आम्ही गेलो आणि त्याच्याबरोबर आम्ही सौदा केला – आमची यंत्रसामग्री घे आणि आमचे परफ्यूम्स तयार कर."

"आज व्यवसाय चालवण्याच्या दृष्टीनं 'ब' आणि 'क' पातळीवरील शहरं महत्त्वाची ठरली आहेत. आमचा फ्रँचाइजवर चालणारा व्यवसाय लहान गावांमध्ये भरभराटीला येतोय – जयपूर, जोधपूर, उदयपूर, अजमेर!"

उत्पादनाच्या कटकटीतून मुक्त झाल्यावर यॉर्क ट्रान्सनॅशनल आता विक्री वाढवण्यावर लक्ष केंद्रित करू शकली. नवे ग्राहक शोधणं, त्यांच्याकडून मोठ्या प्रमाणावरची मागणी मिळवणं, परफ्यूमच्या बाबतीत नव्या संकल्पना राबवणं इ. उत्पादन खर्चावर नियंत्रण ठेवण्यासाठी कंपनी आता बाटल्या, झाकणं, स्प्रे नॉझल्स आणि अशा अन्य गोष्टी चीनमधून आयात करू लागली.

"आम्ही एका एजंटमार्फत हा व्यवहार करत होतो. परंतु दर्जाबाबत खूप समस्या उद्भवल्या. त्यामुळे २००६मध्ये मी स्वत:च चीनला जायचं ठरवलं."

शांघायच्या दक्षिणेला ३०० किलोमीटर अंतरावर यिवू नावाचं भरभराटीला आलेलं व्यापारी ठाणं आहे. संदीप तिथे पोचला. हे शहर म्हणजे जागतिक मालाची बाजरपेठच आहे. जगभरातले व्यापारी तिथे आकृष्ट होतात. यॉर्कनं स्वत:चंच माल मिळवणारं ऑफिस तिथे थाटून स्थानिक लोकांची तिथे नियुक्ती करून दर्जाबाबत काळजी घेणं, हाच सुज्ञपणा ठरला असता. खरंतर परफ्यूमचं उत्पादन चीनमधून

---

* Denatured Alcohol : शुद्ध अल्कोहोलमध्ये बेंझिन किंवा मेथनॉल मिसळून तो पिण्याच्या दृष्टीनं विषारी केलेला असतो.

करून घेणं व्यवहार्य ठरलं असतं. त्यामुळे कंपनीनं पुन्हा कंत्राट-तत्त्वावर उत्पादन करू घ्यायचं ठरवलं.

"आम्ही डिझाइन, फॉर्म्युला आणि इतर सामान पुरवत होतो. त्यांचं काम होतं फक्त माल एकत्र आणून बाटल्या भरण्याचं!"

जास्त देशांमध्ये हा माल आता निर्यात केला जाणार होता. यार्क कंपनी आता अनेक औद्योगिक-प्रदर्शनांमध्ये भाग घेऊ लागली होती. उदा. २००८ सालचं 'कँटन वर्ल्ड फेअर'. या ठिकाणी संदीपला त्याचा पहिला अमेरिकी ग्राहक मिळाला. अमेरिकी बाजरपेठेची आवड लक्षात घेऊन परफ्यूमच्या बाटल्या आणि गंध यात थोडे बदल करावे लागले.

"रशियन लोकांना भडक रंगाच्या बाटल्या आणि फळांचे, लिंबाचे गंध असलेले परफ्यूम्स आवडतात. अमेरिकन लोकांना साध्या बाटल्या आणि मंद गंधाचे परफ्यूम्स आवडतात."

भारतासारख्या देशात लोक परफ्यूम्सऐवजी डिओडरंट्सनाच पसंती देतात. कारण त्यांची किंमत फक्त १५० रुपयांच्या आसपास असते. खरंतर, संदीप भारतात जिथं जिथं गेला, तिथे परफ्यूम्सच्या महागड्या किमती पाहून तो थक्क झाला. या किमती सर्वसाधारण ग्राहकाला परवडण्याजोग्या नव्हत्या. भरीत भर म्हणजे परफ्यूम्स विकत घेतानाचा अनुभवही फारसा सुखद नव्हता.

"मी जोधपूरमधल्या एका दुकानात उभा होतो. मला फक्त एका परफ्यूमचा वास घेऊन पाहायचा होता. दुकानातला पोऱ्या धावत धावत आला आणि मला म्हणाला, 'थांबा थांबा! ती बाटली उघडू नका!'"

संदीपच्या लक्षात आलं की, परफ्यूमच्या बाबतीत सुधारणा होणं आवश्यक आहे. अशा दुकानांची गरज आहे, जिथं लोक मोकळेपणानं वेगवेगळ्या परफ्यूम्सचा वास घेऊ शकतील आणि आवडलेला परफ्यूम वाजवी किमतीला विकत घेऊ शकतील. मग या संकल्पनेचा प्रयोग करून पाहण्यासाठी आपल्या मूळ गावाएवढी योग्य अशी अन्य जागा कुठे सापडणार?

"२०१०मध्ये मी जोधपूरमध्ये किरकोळीनं विक्री करणारं 'परफ्यूम स्टेशन'चं पहिलं दुकान उघडलं. तो एक प्रयोग होता."

या प्रकल्पाच्या वित्तनियोजन आणि पुरवठा या गोष्टींकडे लक्ष पुरवण्यासाठी संदीपनं त्याच्या थोरल्या भावाची – पीयुषची मदत घेतली. पीयुष हा चार्टर्ड अकौंटंट होता आणि त्याची स्वत:ची पेंट फॅक्टरी होती. सुखेनैव निवृत्त आयुष्य जगण्याच्या हेतूनं त्यानं ती पेंट फॅक्टरी नुकतीच विकून टाकली होती.

"मी त्याला निवृत्तीपासून परावृत्त केलं आणि या नव्या प्रकल्पात गुंतवलं."

अगदी पहिलं 'परफ्यूम स्टेशन' सुरू करताना एफएम रेडिओवर जाहिरात

करण्यात आली. फीत कापून दुकानाचं उद्घाटन करण्यासाठी कविता कौशिक या टीव्ही अभिनेत्रीला बोलावलं होतं. या दुकानात फक्त परफ्यूम्सच ठेवले जातात. इथे परफ्यूम्स बाटल्यांच्या रांगांवर रांगा आहेत आणि किमती २५० रुपयांपासून सुरू होऊन एक हजार रुपयांपर्यंत वर जातात.

''इथे तुम्हाला कुणीही व्यत्यय आणून त्रास देत नाही. तुम्ही हव्या तेवढ्या परफ्यूमचा वास घेऊन पाहू शकता. तुम्हाला मदत करण्यासाठी आम्ही सल्लागारही नियुक्त केले आहेत.''

लोकांना ही नवी संकल्पना इतकी आवडली की, दुकान उडल्यावर दुसऱ्याच महिन्यात सारा खर्च भरून निघाला. दरमहा तीन लाख रुपये किमतीचे परफ्यूम विकले जाऊ लागले. हे परफ्यूम्स चीनहून मुंबईत पाठवले जातात आणि मुंबईहून रस्त्यामार्गे जोधपूरपर्यंत आणले जातात. यॉर्क कंपनी जे परफ्यूम्स अमेरिका, ऑस्ट्रेलिया, हाँगकाँग, रशिया, सिंगापूर इथे पाठवते, तेच फरफ्यूम्स भारतातही पाठवले जातात.

''भारतीय बाजारपेठेसाठी आम्ही खास असे 'आर्ची' रेंजचे परपयूग्रा आणले आहेत. हे नाव आम्ही आर्ची कॉमिक्सकडून परवाना-तत्त्वावर घेतलं आहे.''

संदीपचं मत आहे की, येत्या ५ ते १० वर्षांमध्ये परफ्यूम्सना येणारी मागणी अनेक पटींनी वाढत जाणार आहे. त्यामुळे भारतभरात परफ्यूम्स विकणाऱ्या दुकानांची मालिका सुरू करणं गरजेचं ठरणार आहे. बरेचसे किरकोळीनं विक्री करणारे ब्रँड्स सुरुवातीला त्याची उत्पादनं मोठ्या शहरांमध्ये विकू लागतात आणि ती लोकप्रिय झाल्यावर लहान शहरांमध्ये विकू लागतात. संदीपनं 'परफ्यूम स्टेशन'च्या बाबतीत याच्या नेमकं उलट केलं आहे.

''आम्ही फ्रँचाइजी तत्त्वावर चालणारी दुकानं उदयपूर, जयपूर, अजमेर, औरंगाबाद आणि विजयवाडा इथं सुरू केली आहेत.''

सहा दुकानांद्वारे परफ्यूम स्टेशन दरमहा ८ ते १० लाख रुपयांचा माल विकत आहे. दुकानांची संख्या वाढवत नेण्याचा त्यांचा मानस आहे. येत्या तीन वर्षांत एकूण ५० दुकानं चालू करायचं त्यांचं उद्दिष्ट आहे.

ही पद्धत किफायतशीर ठरते; कारण त्यांची दुकानं मॉल्समध्ये उघडली जात नाहीत. मॉल्समध्ये जागांची भाडी खूप असतात.

''परंतु आम्ही मॉल्समध्ये छोटीशी 'किओस्कल्स' (झोपडीसारखे ठेले) उघडण्याच्या पर्यायावर विचार करत आहोत.''

गंमत म्हणजे मोठ्या शहरांमध्ये दुकान उघडणंच अधिक आव्हानात्मक ठरतं आहे. दिल्ली युनिव्हर्सिटीनजीक, उत्तर दिल्लीत सुरू केलेलं फ्रँचाइरा-स्टोअर लोकप्रिय झालं नाही.

''आम्हाला दोन समस्यांचा सामना करावा लागला – इथले लोक ब्रँडबाबत

फार आग्रही आहेत आणि नकली ब्रँड्स सहजपणे व स्वस्तात मिळत आहेत.''

परंतु 'परफ्यूम स्टेशन'नं दिल्लीबाबत हार मानलेली नाही. आणखी एक दुकान पश्चिम दिल्लीच्या रानीबाग विभागात उघडलं आहे. खर्चाबाबत जागरूक असणाऱ्यांसाठी रानीबाग विभाग हा स्वर्गच आहे. दिल्लीतलं पहिलं दुकान चाललं नाही, या अपयशातून कंपनीनं महत्त्वाचा बोध घेतला आहे.

''आमच्या लक्षात आलं की, मोठ्या शहरांमध्ये लोक नामांकित ब्रँडच्या परफ्यूमसाठी चौपट-पाचपट पैसेसुद्धा आनंदानं मोजतात. त्यामुळे आमच्या दुकानांमध्ये ब्रँडेड माल ठेवायलासुद्धा आम्ही प्रारंभ केला आहे.''

इतर मोठे बदलही घडवले जात आहेत. यॉर्क ट्रान्सनॅशनल जे त्यांचं उत्पादन केंद्र आणि निर्यातीचं ऑफिस भारतात हलवत आहे. यासाठी दोन सयुक्तिक कारणं आहेत – चीनमधला उत्पादन खर्च वाढत चालला आहे आणि रुपयाची घसरण झाल्यामुळे भारतातून माल निर्यात करणं अधिक फायद्याचं झालं आहे.

परंतु स्वत:चा कारखाना सुरू करण्याचा संदीपचा मानस नाही. तो कंत्राट-तत्त्वावरच उत्पादन करून घेणार आहे.

''मी एक गोष्ट शिकलोय. तुमचं जे बलस्थान असतं, त्यावरच सारे प्रयत्न केंद्रित करणंच शहाणपणाचं असतं. विक्री आणि वितरण ही आमच्या कंपनीची बलस्थानं आहेत. कारखाना चालवायला घेतला, तर त्यावरून आमचं चित्त विचलित होईल.''

असं केल्यामुळे अगदी थोड्या कर्मचाऱ्यांच्या आधारे कंपनी चालवता येते. भारतभरात, चीन आणि रशियात १० कर्मचाऱ्यांना नियुक्त करून यॉर्क दीड कोटी डॉलर्सचा माल विकत आहे. त्यापैकी ५० टक्के माल रशियात विकला जातो आणि ५० टक्के माल इतर देशांमध्ये निर्यात केला जातो.

''आमचं यिवूमधलं ऑफिस आम्ही अहमदाबादेत हलवतोय. त्यामुळे भारतातील व्यवसाय वाढवण्याकडे मी जास्त लक्ष पुरवू शकेन.''

गेल्या काही वर्षांत संदीप यांचं आयुष्य अत्यंत धकाधकीचं झालं होतं. रशिया, चीन आणि भारत या देशांमध्ये सतत फिरत राहावं लागत होतं. त्यामुळे व्यवसायाखेरीज इतर कशासाठीही वेळ काढता येत नव्हता. त्यांना आता पुन्हा एकदा फोटोग्राफीच्या छंदाकडे वळायचं आहे.

माणूस जगभर भ्रमंती करत असला, तरी त्याचं हृदय 'घरा'चा शोध घेत असतं.

''कधीकधी हे सारं असह्य होतं. मी इमिग्रेशनपाशी फॉर्म भरत असतो तेव्हा ते मला विचारतात, 'तू कोणत्या देशाचा नागरिक आहेस?'''

नागरिकत्वाच्या कोत्या व्याख्या आणि नकाशांवरच्या मानवनिर्मित सीमा ओलांडून भविष्यकाळात प्रत्येक माणूस कोण्या एका देशाचाच नव्हे, तर साऱ्या जगाचा नागरिक बनणार आहे!

तरुण उद्योजकांसाठी कानमंत्र!

तुमचे कान आणि डोळे उघडे ठेवा. नव्या संधींचा शोध घेत रहा आणि त्या हस्तगत करण्याचा प्रयत्न करा. हो! ही गोष्ट करणं अवघड आहे! परंतु आनंदाची गोष्ट अशी की, त्यात तुम्हाला मौज वाटत असली, तर असा प्रयत्न सोपा वाटू लागेल.

प्ले स्टेशन

विराट खुटाल : ट्विस्ट मोबाइल

इंदोर, मध्य प्रदेश

२००९मध्ये विराट खुटालनं मोबाइल गेम्स बनवण्यासाठी एक कंपनी सुरू केली आणि अल्पावधीतच नोकियाच्या 'ओव्हीआय' (Ovi) माध्यमाद्वारे या कंपनीनं लक्षणीय यश मिळवलं. आता या कंपनीनं अँड्रॉइड ग्राहकांवर लक्ष केंद्रित केलं आहे आणि 'अँग्री बर्ड्स' सदृश निर्मिती करण्याचं कंपनीचं स्वप्न आहे. इंदोर हे 'बिजनेस'चं शहर आहे. इथला प्रत्येक जण कशाचीतरी खरेदी-विक्री करण्यात व्यग्र असतो; मग ते सिमेंट असो, औषधं असोत की इथली सुप्रसिद्ध 'नमकीन शेव' असो!

पूर्वी रूढ असलेल्या पांढऱ्याशुभ्र कुडत्या-पायजम्याची आणि हिशोबाच्या चोपड्यांची जागा आता पँट-शर्ट आणि कॉम्प्यूटर टर्मिनलनं घेतली असली, तरी अजूनही इंदोरवासीयांची मानसिकता व्यापारीच आहे.

त्यामुळेच विराट खुटालची कहाणी वेगळेपणानं उठून दिसते; भुरळ घालते! चार वर्षं कॉम्प्यूटर गेम्स करण्यात व्यग्र असलेल्या या कंपनीचे प्रयत्न एखाद्या मुंगीनं हत्तीवर चढून जाण्यासारखेच आहेत. परंतु ज्या आत्मविश्वासानं आणि झपाट्यानं त्यानं हा प्रवास केला आहे, ते पाहून मी थक्क होतेय! मी २०११मध्ये विराटला पहिल्यांदा भेटले, तेव्हा तो त्याच्या प्रारंभीच्या यशानं फुलून गेला होता. इंदोरस्थित 'ट्विस्ट मोबाइल'ला 'नोकिया वर्ल्ड कॉन्फरन्स'मध्ये भाषण द्यायला बोलवण्यात आलं होतं. 'इलेक्ट्रॉनिक आर्ट्स' आणि 'अँग्री बर्ड्स'च्या निर्मात्यांच्या खांद्याला खांदा लावून विराट व्यासपीठावरून भाषण करणार होता. तरीही, ट्रायडंट हॉटेलमधले कॉफीचे अवास्तव दर पाहून त्यावर टिप्पणी केल्यावाचून त्याच्यानं राहवलं नव्हतं.

"मला कंपन्यांची दिखाऊपणावरील उधळपट्टी अजिबात पसंत नाही! मी इंदोरहून मुंबईला नेहमी बसनंच येणं पसंत करतो!"

दोन वर्षांनी विराटच्या पुढल्या प्रगतीबद्दल जाणून घेण्यासाठी मी त्याची पुन्हा भेट घेतली. सारं बदललं होतं.

'ट्विस्ट मोबाइल' कंपनीला व्हेंचर फंडिंग* मिळालं होतं आणि कंपनी अधिक पद्धतशीर आणि तंत्रशुद्ध बनली होती. कंपनीचा ग्राहकवर्गसुद्धा सर्वतः वेगळा झालेला होता. परंतु कंपनीचा आत्मा? आणि कंपनीचा तरुण उद्योजक?

विराटच्या आताच्या 'सुधारित अवृत्ती'नं अधिकारवृत्तीनं रेड वाइन मागवली. आपण आयुष्यभरातही जेवढे अनुभव मिळवू शकणार नाही, तेवढे अनुभव अवघ्या दोन वर्षांमध्ये पचवलेल्या माणसाप्रमाणे तो आता बोलत-वागत होता. त्याचा वैयक्तिक विकास त्याच्या कंपनीच्या चढत्या आलेखातून स्पष्टपणे दिसून येत होता! "मोबाइलच्या व्यवसायात, अवघ्या सहा महिन्यांमध्ये सारंकाही बदलतं. दोन वर्षं म्हणजे आयुष्यभराचा कालखंड झाला!" 'बिजनेस'मध्ये टिकाव धरायचा, तर त्यासाठी तुम्हाला सतत सतर्क आणि बदलांसाठी सिद्ध राहावं लागतं. जुन्या कल्पना भिरकावून देताना जुनी नीतिमूल्यं टिकवून धरावी लागतात. "शक्य असेल तोवर मी अजूनही इंदोरहून मुंबईला येताना स्लीपर बसनं प्रवास करतो!" कारण तुमची 'सुधारित आवृत्ती' तयार करत असताना तुमच्या मूळ आवृत्तीवरची नजर हटवून चालत नसतं. मूळ आवृत्ती म्हणजे तुम्ही एक सामान्य माणूस म्हणून व्यावसायिक प्रवास सुरू केलात, तेव्हाचे तुम्ही!

प्ले स्टेशन

विराट खुटाल : ट्विस्ट मोबाइल
इंदोर, मध्य प्रदेश

विराट खुटालचा जन्म इंदोरपासून १४ किलोमीटर अंतरावरील राऊ या खेड्यात झाला.

"माझे वडील शेतकरी होते; परंतु नंतर ते बांधकाम व्यवसायाकडे वळले."

विराट त्याच्या घराजवळच्या 'सेंट जॉन हावर सेकेंडरी स्कूल'मध्ये शिकला. बाराव्या वर्षी तो सुप्रसिद्ध 'इंदोर पब्लिक स्कूल'मध्ये दाखल झाला. परंतु तो अभ्यासाकडे फारशा गांभीर्यानं पाहत नव्हता. घरचं वातावरण परीक्षेतल्या गुणांना विशेष महत्त्व देणारं नाही हे तो जाणून होता; कारण अखेरीस तो कुटुंबाच्या व्यवसायातच शिरणार हे गृहीत धरलं गेलं होतं.

"मी या गोष्टीचा फायदा घेऊन अनेकदा वर्गात उपस्थित राहण्याऐवजी माझ्या वडिलांच्या ऑफिसातच जात असे."

शाळेत त्याच्या आवडीचा एकच विषय होता. तो म्हणजे गणित. शाळेनंतर जास्तीच्या कॉम्प्यूटर क्लासमध्ये उपस्थित राहणंसुद्धा त्याला आवडत असे. त्यामुळे दहावीच्या बोर्ड परीक्षेत विराटला अगदी सुमार गुण मिळाले. अवघे ५७ टक्के!

"त्यानंतर मी अभ्यासाबाबत थोडा गंभीर झालो."

जरी विराटला कॉम्प्यूटर सायन्स हा विषय अत्यंत आवडत होता, तरी त्याच्या वडिलांनी त्याला आर्किटेक्चरचा कोर्स घ्यायला लावला. घरच्या बांधकाम व्यवसायासाठी ही पदवी अत्यंत उपयुक्त ठरली असती. त्यामुळे पुढली पाच वर्षं विराटनं इंदोरच्या आय.पी.एस. ॲकॅडमीत आर्किटेक्चरचा कोर्स पूर्ण करण्यात खर्च केली.

या कालखंडातली विराटची सर्वांत मोठी कामगिरी म्हणजे त्यानं नॅशनल डिझाइन काँपिटिशनमध्ये मिळवलेलं यश! ही स्पर्धा १२० कॉलेजांमध्ये आखली जात असे, परंतु ते यश विराटला पुरेसं वाटलं नाही.

''कॉलेजच्या तिसऱ्या वर्षात असताना माझ्या लक्षात आलं की, आर्किटेक्ट म्हणून मी कधीही काम करणं शक्य नाही... मला ते क्षेत्र आवडत नाही आणि मी त्यात चांगलं काम करू शकणार नाही!''

यावेळेपर्यंत कुटुंबाचा बांधकामाचा व्यवसायसुद्धा डबघाईला आला होता. कुटुंबीयांची मानसिकताही बदलली होती. त्यामुळे नोकरी घेणं, हा पर्याय श्रेयस्कर वाटत होता. परंतु आर्किटेक्चरमध्ये नव्हे!

२००१मध्ये विराटनं बी.आर्क.चा अभ्यासक्रम पूर्ण केला, परंतु त्यानं 'कौन्सिल ऑफ आर्किटेक्चर'मध्ये आपलं नाव कधीही नोंदवलं नाही. त्याऐवजी कॉम्प्यूटर मॅनेजमेंटमधलं पदव्युत्तर शिक्षण घेण्यासाठी तो पुण्याला गेला.

''जिथे उपस्थित राहणं गरजेचं नसेल, असं कॉलेज मला हवं होतं.''

'पुणे इन्स्टिटयूट ऑफ कॉम्प्यूटर टेक्नॉलॉजी' ही तशी जागा होती. संपूर्ण सेमिस्टरमध्ये विराट काही दिवसच वर्गात उपस्थित राहिला आणि परीक्षेला बसला. उरलेला वेळ तो स्वत:चं संशोधन करण्यात व्यग्र होता.

''त्यावेळेस माझे कुटुंबीयच मला आर्थिकदृष्ट्या मदत करत होते. एमसीएमचा अभ्यासक्रम पूर्ण केल्यानंतरसुद्धा मी माझंच काम करत राहिलो. मी नोकरी केलीच नाही.''

विराटचा दैनंदिन नित्यक्रम थोडा विचित्रच होता. तो पहाटे चारपर्यंत कॉम्प्यूटरवर काम करून वेगवेगळे प्रोग्रॅम्स बनवत असे. मग दुपारी बारापर्यंत झोपत असे. जेवून दुपारी चारपर्यंत वर्तमानपत्र वाचत असे. पुन्हा झोपून रात्रीच्या जेवणाच्या वेळेस उठत असे. असे त्याचे प्रयोग दीड वर्ष चालले. त्यानंतर त्यानं आणि कपिल नावाच्या त्याच्या मित्रानं पुण्याहून दिल्लीला बस्तान हलवून 'सिस्टम लाइफ सायकल' नावाच्या कंपनीत नोकरी घ्यायचं ठरवलं.

''खरंतर मी मुंग्यांच्या वारुळावर आधारित एक कॉम्प्यूटर गेम बनवला होता आणि या कंपनीला सुचवलं होतं, 'आपण एकत्र येऊन हा गेम विकायचा प्रयत्न करू या.'''

त्याऐवजी या कंपनीनं त्याला महिना १७ हजार रुपये पगारावर नोकरीच दिली. २००४-०५मध्ये कॉलेजातून बाहेर पडलेल्या तरुणाच्या दृष्टीनं हा पगार चांगला होता.

''तोपर्यंत मी एकटा झालो होतो; कारण माझी मैत्रीण मला सोडून गेली होती... तिला वाटलं की, मी एक निरुद्देश आणि वेडपट मुलगा आहे. मी कधीच सुधारणार नाही!''

गमतीचा विरोधाभास म्हणजे, विराट 'इतरांपेक्षा वेगळा' आणि 'उत्तेजक' आहे म्हणूनच मुळात ती विराटकडे आकृष्ट झाली होती! परंतु लोकांचे प्राधान्यक्रम बदलतात आणि त्यानुसार तुम्हाला बदलावं लागतं. नवे लोक, नवी परिस्थिती, कामाच्या नव्या पद्धती यांच्याशी जुळवून घ्यावं लागतं.

गेम्स आता पर्सनल कॉम्प्यूटरकडून मोबाइल फोन्सच्या माध्यमाकडे वळत होते. विराटला उमगलं की, आता मोबाइलकडे रोख वळवणं आवश्यक आहे. Naukari.com वरच्या एका जाहिरातीनं त्याचं लक्ष वेधून घेतलं. जगातील आघाडीवरची, मोबाइल गेम्स तयार करणारी 'गेमलॉफ्ट' ही कंपनी हैदराबादमध्ये ऑफिस उघडत होती.

विराटनं त्या नोकरीसाठी अर्ज केला.

''जी परीक्षा प्रामुख्यानं कॉम्प्यूटर सायन्स पदवीधरांसाठी योजलेली असते, त्यात मी उत्तीर्ण झालो.''

तिथला पगार पहिल्या नोकरीपेक्षा थोडासा बरा होता. परंतु ती नोकरी विराटला अतिशय आवडली असूनही त्यानं अवघ्या सहा महिन्यांत ती सोडून दिली.

''मी तिथं अनेकांशी ओळखी करून घेतल्या होत्या; अनेक मित्र जोडले होते. त्यामुळे मी माझ्या स्वत:च्या संकल्पनांवर घरूनच काम करायचं ठरवलं.''

वर्षभरात त्याच्या जवळचे सारे पैसे संपले. त्यामुळे त्यानं पुन्हा गेमलॉफ्टमध्ये नोकरी घेतली. परंतु या वेळेस तो 'गेम डिझायनर' म्हणून काम करणार होता. आधीच्या वेळेस, 'गेम डेव्हलपर' म्हणून काम करताना तो इतरांनी सांगितल्यानुसार 'कोडिंग' करत होता. आता 'डिझायनर' म्हणून तो इतरांना कसं कोडिंग करून हवंय हे फर्मावत होता. हा गेम कशाप्रकारे खेळला जाईल, याचा विचार करून त्याला त्यानुसार कोडिंग करून घ्यायचं होतं.

''मी 'प्रिन्स ऑफ पर्शिया' हा गेम खेळतच लहानाचा मोठा झालो. त्यामुळे 'प्रिन्स ऑफ पर्शिया' गेम तयार करणाऱ्या 'युनिसॉफ्ट' कंपनीच्या 'गेमलॉफ्ट' या जोडकंपनीसाठी काम करणं म्हणजे मला स्वप्नपूर्तीसारखं वाटत होतं.''

त्यांच्या स्पर्धक कंपनीनं जास्तीचा पगार देऊन विराटला आकृष्ट करून घ्यायचा प्रयत्न केला. परंतु विराटनं नकार दिला. गेमलॉफ्टमधलं काम विराटच्या आवडीचं होतं. परंतु एक समस्या उद्‍भवली. एक महत्त्वाचा प्रकल्प वेळेत पुरा करता आला नाही. विराटनं त्याचं खापर इतरांवर फोडायला नकार दिला.

''मी माझ्या टीमला नेहमीच संरक्षण देत असतो... मी त्या विलंबाची जबाबदारी स्वीकारली. मला नोकरीवरून निलंबित केलं गेलं.''

विराटनं ताबडतोब नोकरीतून मुक्त करण्याची विनंती केली. ''मला १५ दिवसांची नोटीस नको होती. मी म्हटलं आजचा दिवसच माझा इथला शेवटचा दिवस असू द्यात.''

नोव्हेंबर, २००७मध्ये विराट पुन्हा दिल्लीला परत गेला. तिथं त्याचा जिवलग मित्र कपिल राज अजूनही नोकरी करत होता. वयाच्या सत्ताविसाव्या वर्षी विराट पुन्हा मूळ स्थानी परत आला होता. बेडरूममध्ये बसून वेगवेगळ्या प्रोग्रॅम्सवर प्रयोग

करून पाहत होता. त्याचं अत्यंत आवडतं काम करत होता – नवे गेम्स शोधण्याचं!

विराटच्या कुटुंबीयांना त्याच्या व्यावसायिक आयुष्याच्या आलेखाबद्दल काय वाटत होतं? त्यांना त्याच्या भविष्याची काळजी वाटत नव्हती?

"अर्थातच वाटत होती; परंतु एक गोष्ट मात्र मी स्पष्ट करू इच्छितो. जर तुम्हाला काहीतरी करायचं असेल, तर आई-वडिलांच्या आशा-आकांक्षाची तुम्हाला होळी करावी लागते!"

असं केलं नाही, तर तुमची स्वप्नं वास्तवात उतरण्यापूर्वीच गतप्राण होतात.

"मी पाचव्या इयत्तेत असल्यापासून कॉम्प्यूटर प्रोग्रॅमिंग करतोय... जेव्हा 'फोटोशॉप' किंवा 'कोरल ड्रॉ' नव्हतं, तेव्हापासून मी सॉफ्टवेअर तयार करतोय."

कपिल (अर्धवेळ काम करून) आणि विराट (पूर्ण वेळ काम करून) यांनी 'ट्विस्ट फ्यूचर' नावाची कंपनी चालू केली. कंपनीनं परदेशातील साहित्य परवान्यावर भारतातील उद्योजकांसाठी प्रकाशित करायला प्रारंभ केला. परंतु या व्यवसायासाठी नफ्याची टक्केवारी फारच कमी होती. 'मोबाइल ॲप्स' बनवून पूरक उत्पन्न मिळू लागलं होतं. यासाठी ग्राहकांना सेवा पुरवावी लागत असे आणि ते करणं विराटला अजिबात प्रिय नव्हतं; शिवाय हे काम फारसं आव्हानात्मक किंवा सर्जनात्मकही नव्हतं.

परंतु त्याच्यापुढे दुसरा पर्यायही नव्हता!

या कंपनीची भरभराट होण्यापूर्वीच अचानक विराटच्या वडिलांचा मृत्यू झाला. कुटुंबीयांजवळ राहण्यासाठी विराट इंदोरला परतला.

"माझ्या आईचं मन राखण्यासाठी मी विवाहाचा प्रस्तावसुद्धा मान्य केला."

हा विवाह कुटुंबानं नियोजित केलेला असला, तरी विराटच्या आयुष्यातील इतर गोष्टींप्रमाणेच यातही विघ्न आलं. पल्लवीला प्रथम भेटल्यावर विराटला समजलं की, ती फक्त एकोणीस वर्षांची आहे आणि अजूनही कॉलेजशिक्षण घेत आहे. ही मुलगी फारच लहान वयाची आहे, म्हणून विराटच्या आईनं तिला नकार दिला.

परंतु विराट आणि पल्लवी यांच्या तारा जुळल्या होत्या. त्यामुळे तो अडून बसला की, तो दुसऱ्या कोणत्याही मुलीशी विवाह करणार नाही.

"मी त्यावेळेस ट्विस्ट फ्यूचरमधून महिना जेमतेम १० हजार रुपये मिळवत होतो. परंतु पल्लवीला माझ्या कल्पना आवडल्या आणि तिनं माझ्यावर विश्वास टाकला."

विराटनंही आग्रह धरला तिनं तिचं शिक्षण लग्नानंतर थांबवू नये. मधुचंद्र आटोपून परत आल्याबरोबर ती तिच्या दुसऱ्या वर्षाच्या बी.टेक. परीक्षेत गुंतली आणि विराटनं उद्योजक म्हणून धडपड सुरू केली.

ही धडपड तो स्वेच्छेनं करत होता. त्याची त्याच्यावर सक्ती नव्हती. विराटच्या

कुटुंबीयांच्या मालकीची भरपूर मालमत्ता होती. ती वापरून तो सुखाचं आयुष्य जगू शकला असता.

परंतु दीर्घकाळपर्यंत टिकून राहणारी कंपनी रक्त जाळून आणि घाम गाळूनच उभी करावी लागते.

"माझ्या आई-वडिलांनी मला व्यवसायासाठी पैसे दिले नाहीत, ही अतिशय चांगली गोष्ट झाली. त्यांनी पैसे दिले असते, तर मी बिघडलो असतो आणि आत्मसंतुष्ट बनलो असतो!"

विराटनं 'ट्विस्ट फ्यूचर'साठी काम करणं चालूच ठेवलं. तो आता इंदोरहून काम करत होता. परंतु आणखी काहीतरी निर्माण करण्याची त्याला तळमळ लागली होती. त्याला व्यवसायासंबंधित एक कल्पना सुचवली ती अचल चौधरींनी. ते इंदोरमधील सुप्रसिद्ध 'आय.पी.एस. ॲकॅडमी'चे मालक आणि विराटच्या कुटुंबीयांचे स्नेही होते.

"मला एक नवं कॉलेज सुरू करून तिथं 'गेम डेव्हलपमेंट' हा विषय शिकवायचा आहे. तू या प्रकल्पासाठी मदत करशील?"

विराटनं संमती दिली, परंतु ही कल्पना प्रत्यक्षात उतरवता आली नाही. फी खूपच जास्त होती आणि ही संकल्पना प्रक्षोभक स्वरूपाची होती. परंतु विराटनं पर्यायी धोरण आखलं होतं – मोबाइल गेम्स बनवण्याचं. कोणत्याही उद्योजकाला अशा सुविधा पुरवण्यात गम्य असतं.

"स्वत:च गेम्स बनवून तुम्ही जगावर सत्ता का गाजवू नये?"

विराटचा मित्र कपिल या योजनेशी सहमत होता. नवी कंपनी चालू करून स्वत:च्या गेम्स तयार करणं त्याला मंजूर होतं. अशा प्रकारे जानेवारी, २००९मध्ये 'ट्विस्ट मोबाइल' संस्थापित झाली. अचल भागीदार आणि वित्तनिवेशक झाले.

हा वित्तनिवेश अधिकृत पद्धतीनं आराखड्यानुसार केला गेला नव्हता. अचल चौधरींनी म्हटलं, "दर महिन्याला जेवढे पैसे लागतील तेवढे माझ्याकडून घे."

विराटनं एक कॉम्प्यूटर गेम्स विकसित करणारा माणूस आणि हिशेब ठेवणारा एक माणूस नियुक्त केला. ऑफिससाठी जागा आणि कॉम्प्यूटर्स श्रीयुत चौधरींनी पुरवले. प्रश्न होता प्रारंभ कोठून करायचा? गेमलॉफ्टमध्ये काम करताना विराट फक्त गेम्स तयार करण्यावर चित्त केंद्रित करत होता. इथे त्याला अनेक गुंतागुंतीच्या गोष्टींकडे लक्ष पुरवावं लागत होतं – गेमसाठी योग्य संकल्पनेची निवड करण्यापासून तो गेम कोणत्या माध्यमावर वितरित करायचा इथवर सारे निर्णय त्यालाच घ्यायचे होते.

"मी अनेक लोकांना भेटलो. अनेक कल्पनांवर चर्चा केली. मार्केटिंगसाठी एकाची नियुक्ती केली."

सुरुवातीला 'ट्विस्ट मोबाइल' विकसित केलेल्या गोष्टी सायबर कॅफेंना विकायचा प्रयत्न करत असे. ते जमलं नाही. तोटा होऊ नये म्हणून विराटनं 'वेब दुनिया' या पोर्टलबरोबर काम करायला होकार दिला. हे पोर्टल 'नई दुनिया' या स्थानिक वर्तमानपत्राद्वारे चालवलं जात होतं. 'ट्विस्ट मोबाइल', बीआरईडब्ल्यू* गेम्स, बीडीएमए फोन्ससाठी तयार करत असे आणि वेब दुनिया दलालाप्रमाणे या गेम्स ऑपरेटर्सना वितरित करत असे.

'ट्विस्ट मोबाइल'ला आगाऊ पैसे दिले जात नसल्याने त्यात धोका नव्हता. परंतु जिथे धोका नसतो, तिथे परताव्याच्या पैशांसाठी तळमळही नसते!

''आम्ही उत्पन्न वाटून घ्यायच्या बोलीवर भागीदारी केली होती आणि आम्हाला जवळजवळ शून्य प्राप्ती झाली होती.''

कामाला सुरुवात केल्यावर पहिल्या सहा महिन्यांत ट्विस्ट मोबाइलला सात लाख रुपये तोटा झाला. हे सारे पैसे चौधरींनी उभे केले होते.

''मी माझ्या भावाचे कपडेच वापरत असे. मग आम्ही श्रीमंत झालो. पुन्हा आम्ही रंक झालो. पैसा येतो आणि जातो. पैसा म्हणजे सर्वस्व नव्हे!''

कंपनीत एकूण पाच कर्मचारी होते. त्यात दोन-तीन वर्षांचा अनुभव असलेले कॉम्प्यूटर गेम्स डेव्हलपर्ससुद्धा होते. दर महिन्याला पगाराचा एकूण खर्च ६० ते ७० हजार रुपये होत असे.

विराट स्वत: काहीही पगार घेत नव्हता.

शेवटचा उपाय म्हणून ट्विस्ट मोबाइलनं 'झी-स्टुडियो' आणि 'शेव्हरोले'सारख्या ग्राहकांसाठी मोबाइल ॲप्स बनवायला सुरुवात केली, परंतु विराट निराश होऊ लागला होता.

''आम्ही एक कार-रेसचा गेम तयार केला. त्यातून अवघे तीस हजार रुपये मिळाले. गेम्समधून पैसा मिळेल, ही माझी आशा मावळू लागली होती.''

डिसेंबर, २००९मध्ये मात्र नियतीचं पारडं फिरलं. विराटनं बंगळुरूमध्ये नोकियाने आयोजित केलेल्या एका परिषदेला हजेरी लावली. भारतभरातल्या गेम डेव्हलपर्सना भेटून त्यांचे अनुभव ऐकून विराटच्या लक्षात आलं की, गेम्स तयार करणं सुज्ञपणाचं ठरेल.

तुम्हाला लोकप्रिय होईल अशी संकल्पना शोधावी लागते. ट्विस्ट मोबाइलला

---

* BREW Games : Binery Runtime Environment For Wireless Application Development platform for CDMA moblie phones for mobile games.

अशी संकल्पना एका ग्राहकानं सुचवली.

एका एजन्सीनं त्यांना फोन करून विचारलं, ''माणूस ३० वर्षांनंतर कसा दिसेल, हे दाखवणारं 'ॲप' तुम्हाला तयार करता येईल?''

''होऽऽ!'' विराट म्हणाला.

या प्रकल्पासाठी खूप इमेज प्रोसेसिंग करावं लागणार होतं. म्हणून त्यानं नऊ लाख ही किंमत सांगितली. त्या ग्राहकानं त्याला काम सुरू करायला अनुमती दिली नाही. परंतु तोवर विराटला ही कल्पना अतिशय आवडली होती.

''ही कल्पना मोठी गमतीची आहे... ३० वर्षांनी मी कसा दिसेन?'' विराटनं अंतर्मनाचा कौल घेऊन स्वत:च हा गेम तयार करायचा निर्णय घेतला. त्यासाठी दोन महिने काम करावं लागलं.

मे, २०१०मध्ये 'ट्विस्ट मोबाइल'नं 'एज इफेक्ट' हे ॲप वितरित केलं. या ॲपमध्ये ते वापरणारी व्यक्ती स्वत:चा फोटो अपलोड करून तुम्ही ३० वर्षांनी कसे दिसाल, त्या छबीत तो परिवर्तित करू शकतं. हे ॲप प्रथम इस्रायलमध्ये वितरित केलं होतं, परंतु तो अत्यंत चांगला, प्रामाणिक माणूस निघाला. त्यानं विक्रीचे ऑनलाइन रिपोर्ट आम्हाला दाखवले. त्यानं आम्हाला फसवलं नाही.

'एज इफेक्ट ॲप'मुळे ट्विस्ट मोबाइलला इस्रायलमधून एकूण सात लाख रुपये मिळाले. कालांतरानं हे ॲप भारतातही वितरित केलं गेलं; परंतु भारतात त्याला तेवढं यश लाभलं नाही.

''माझ्या लक्षात आलं की, भारतात लोक पैसे देऊन डाउनलोड करायला राजी नसतात.''

मग ॲप डेव्हलपरला पैसा कसा मिळेल? हाच मोठा गहन प्रश्न होता.

''गेमलॉफ्टसारख्या कंपन्या एक गेम तयार करण्यावर एक ते दोन कोटी रुपये खर्च करत असत. आमचं बजेट त्याहून खूपच कमी होतं.''

'ट्विस्ट मोबाइल'मधला तेव्हाचा अलिखित नियम होता – कोणतंही ॲप तयार करायला घेताना ८० हजार रुपयांपेक्षा जास्त खर्च येता कामा नये. एखादा अनुभवी डेव्हलपर एखाद्या आर्टिस्टबरोबर ४५ ते ६० दिवस काम करून असे गेम तयार करू शकतो. अडचण अशी असते की, कोणता गेम लोकप्रिय होईल, याचा आधीपासून अंदाज बांधता येत नाही.

'''एज इफेक्ट'चं यश पाहून आम्ही उत्तेजित झालो आणि त्यानंतर आम्ही आणखी खूप ॲप्स बनवली. परंतु ती लोकप्रिय झाली नाहीत.''

या सुमारालाच विराटला अचानकपणे दीपक खुराना भेटला. तो विराटचा मित्र होता आणि 'व्ही सर्व्ह' नावाच्या 'ॲड इंजीन' कंपनीचा मालक होता.

''तू ॲपमध्ये जाहिराती समाविष्ट करून पैसे मिळवायचा प्रयत्न का करत

नाहीस!'' त्यानं विराटला विचारलं.

ही कल्पना तर उत्तम होती, परंतु ती वापरात आणण्यात एक अडचण होती. विराटच्या ॲप्समध्ये जाहिरातींचं जास्तीचं कोडिंग करण्याएवढी 'बँड विड्थ' नव्हती. परंतु 'व्ही सर्व्ह'नं त्यापूर्वीच 'ॲप रॅपर' नावाचं तंत्रज्ञान विकसित केलं होतं. हे सॉफ्टवेअर वापरून डेव्हलपर्सना कोणत्याही 'ॲप'वर जाहिराती टाकता येत असत.

दीपक म्हणाला, ''मला ते ॲप दे. मी ते 'ऑनलाइन' टाकतो आणि ग्राहकांचा प्रतिसाद बघतो.''

असं, पहिलं रॅप्ड ॲप (जाहिराती समाविष्ट केलेलं ॲप) getjar या लोकप्रिय ॲप शेअरिंगसाइटवर टाकण्यात आलं. ते ३०० वेळा विनामूल्य डाउनलोड केलं गेलं. परंतु त्यात जाहिराती समाविष्ट केल्या गेल्या होत्या. त्यामुळे दर वेळेस ते डाउनलोड केलं गेल्यावर जाहिरातदारांकडून मिळणाऱ्या अत्यल्प मोबदल्याद्वारा ट्विस्ट मोबाइलला तीन डॉलर्स मिळाले.

''ऑनलाइन रिपोर्ट पाहताना इतकी गंमत वाटली! ते तीन डॉलर्स मी आयुष्यभरात विसरणार नाही!''

विराटच्या दृष्टीनं तो दिवस साक्षात्कार घडवणारा ठरला. 'फुकट' हा शब्द चित्तवेधक असतो. फ़ुकट गोष्टी दिल्या की हजारो नव्हे, तर लक्षावधी लोक आकृष्ट होतात.

प्रत्येकानं एक पेनी (एक शतांश डॉलर) दिले, तरी खूप पैसे मिळतात. 'मोबाइल नाइन' या फुकट ॲप्स देणाऱ्या वेबसाइटवर ट्विस्ट मोबाइलनं गेम्स टाकल्यावर ताबडतोब १६ लाख वेळा त्या डाउनलोड झाले. त्यावेळेस नोकियानं ट्विस्ट मोबाइलची दखल घेतली. २१ मार्च, २०११ला ट्विस्ट मोबाइलचं पहिलं फुकट 'रॅप्ड ॲप' नोकियाच्या 'स्टोअर'नं प्रसारित केलं.

''ॲड रॅपर तंत्रज्ञान वापरणं, ही आमच्या दृष्टीनं निर्णायक गोष्ट होती... त्यामुळे सारं काही बदललं.''

जुलै, २०११पासून 'ट्विस्ट मोबाइल' दिवसाला हजार डॉलर्स कमावू लागलं. विराटनं आता इतरांसाठी कंत्राटी काम करून देणं बंद केलं आणि तो नवे, सर्जनशील गेम्स तयार करू लागला. यातली अत्यंत यशस्वी ठरलेला एक गेम आहे 'सायको हंटर'. प्रत्यक्ष गेममध्ये तुम्ही हरणाची शिकार करत असता. परंतु तुम्ही ज्या प्रकारे ती शिकार करत असता, त्याचं गमतीशीर विश्लेषण तुमच्या स्वभावावर प्रकाश पाडतं.

''ही कल्पना मला पाच वर्षांपूर्वी सुचली होती... त्यावेळेस मी जेवत होतो,

झोपत होतो आणि अनेक गेम्सवर प्रयोग करत होतो.''

१५ ऑगस्ट, २०११ला 'सायको हंटर' हा गेम प्रकाशित करण्यात आला आणि अवघ्या १५ दिवसांत १० लाख वेळा तो डाउनलोड झाला. 'ओव्हीआय'च्या इतिहासातला हा उच्चांक होता. या कालावधीतले इतर लोकप्रिय 'ट्विस्ट मोबाइल ॲप्स' होते : स्केच इफेक्ट (फोटोचं स्केचमध्ये रूपांतर करणं.) आणि 'शेड् इफेक्ट' या दोन्ही गेम्स 'एज इफेक्ट' या गेम इंजीनमधून निर्माण करण्यात आले आहेत. हाती असलेल्या सामग्रीचा हा चतुर वापर आहे.

बहुतांश गेम्स निर्माते स्मार्टफोन्सवर लक्ष केंद्रित करत होते, तेव्हा ट्विस्ट मोबाइलचं धोरंण निराळं होतं. नोकियाप्रमाणेच विराटचंसुद्धा मत होतं की, सर्वांत जास्त आणि सर्वांत प्राथमिक स्वरूपाचे फोन वापरणाऱ्या ग्राहकांनासुद्धा 'गेम्स'चा वापर करता आला पाहिजे.

''मी नेहमी माझ्या चहाच्या टपरीवाल्याचा विचार करत असे. मी जे ॲप्स बनवीन, ते त्याला त्याच्या फोनवर वापरता आले पाहिजेत.''

ऑक्टोबर २०११पर्यंत 'ट्विस्ट मोबाइल'नं तयार केलेले ॲप्स १ कोटी ४० लाख वेळा डाउनलोड करण्यात आले. त्यापैकी ४५ लाख डाउनलोड्स भारतातूनच केले गेले. भारतात या कंपनीला आणखी एक लाभ होत होता – स्टोअर्सवर त्यांची विशेष जाहिरात केली जात होती.

''अवघ्या सहा महिन्यांत, आम्ही आशिया खंडातली एक कोटी डाउनलोड्स मिळवणारी पहिली कंपनी बनलो.''

त्यावेळेस चार लाख ॲप डेव्हलपर्सपैकी फक्त १६० मंडळींनी १० लाख डाउनलोड्सची मर्यादा ओलांडली होती. त्यांनी विकसित केलेले सर्व गेम्स मिळून हे डाउनलोड्स होते. त्यामुळे विराटनं साध्य केलेलं यश या तुलनेत खूपच मोठं होतं. विराटला 'नोकिया वर्ल्ड डेव्हलपर्स कॉन्फरन्स'मध्ये भाषण देण्यासाठी ऑक्टोबर, २०११मध्ये लंडनला आमंत्रित केलं गेलं. अशा प्रकारचं सादरीकरण करण्यासाठी जगभरातील फक्त तीन कंपन्यांना आमंत्रण देण्यात आलं होतं आणि त्यात समाविष्ट होण्याचा बहुमान ट्विस्ट मोबाइलला लाभला होता.

''जेव्हा स्टीफन एलॉप या नोकियाच्या सीईओनं 'इलेक्ट्रॉनिक आर्ट्स' आणि 'अँग्री बर्ड्स'बरोबर भागीदारी करण्यासंदर्भातल्या भाषणात ट्विस्ट मोबाइलचा उल्लेख केला, तेव्हा तो आमच्यासाठी अत्यंत अभिमानाचा क्षण होता!''

त्यावेळेस नोकियाच्या 'ओव्हीआय' स्टोअर्सवरले ९७ टक्के डाउनलोड्स फुकट करता येत असत. मग गेम डेव्हलपर्सना त्यांच्या कामाचा मोबदला कोठून मिळवता येईल, हा कळीचा प्रश्न होता. विराटनं 'ॲड रॅपर्स'बरोबर गेम्स देण्याचा त्याचा अनुभव मोकळ्या मनानं इतरांना सांगितला. त्यावेळेस या शक्यतेबाबत

फारच थोड्या गेम डेव्हलपर्सना माहिती होती.

"माझ्याकडची माहिती मी मोकळेपणानं इतरांना सांगतो. या व्यवसायासाठी, आपल्या भविष्यासाठी जास्त स्पर्धा उपयुक्त आहे, असं मला मनापासून वाटतं."

विराट लंडनहून परत आला तोच मोठ्या उत्साहात! त्यानं कर्मचाऱ्यांची संख्या १५वरून ३५वर न्यायचं ठरवलं होतं. इतर छोटे-मोठे डेव्हलपर्स त्यांच्या कर्मचाऱ्यांना, घरबसल्या कॉम्प्यूटरवरून काम करून देण्याची परवानगी देत असत. तसं अजिबात करायचं नाही, प्रत्येकाला ऑफिसमधूनच काम करायला लावायचं असं ठरवलं होतं. दररोज संपर्कात राहून विचारांची देवघेव करत राहिलं की, एकमेकांवरचा विश्वास वाढतो, नवी कौशल्य विकसित करता येतात असा त्याचा ठाम विश्वास होता.

"मी माझ्या कर्मचाऱ्यांना सतत टोकत असे की, त्यांनी स्वत: विचार करायला शिकावं! त्याचे सुपरिणाम घडताना मला दिसत होते."

प्रारंभी गेम्सबद्दलच्या संकल्पना विराटकडूनच येत असत. परंतु काही काळानं इतर लोकसुद्धा नवनव्या कल्पना सुचवू लागले. 'ओव्हीआय'वर एक असा 'गेम' १० लाख वेळा डाउनलोड झाला, तो धन्य करणारा अनुभव होता.

ही गोष्ट अधिकच स्पृहणीय होती; कारण ट्विस्ट मोबाइल फक्त स्थानिक लोकांचीच नियुक्ती करत असे.

"माझी विचारपद्धती इतरांहून सर्वस्वी निराळी आहे. त्यामुळे कधीकधी इतरांशी संवाद साधणं अत्यंत अवघड होऊन बसतं."

"इंदोर किंवा मध्यप्रदेशातले नूतन, अननुभवी पदवीधरच नियुक्त करायचे असं माझं धोरण होतं. त्यातले बरेचसे अभियांत्रिकीचे पदवीधर असले, तरी कुणालाही अर्ज करण्याची मुभा होती."

प्रत्येकाला त्याच कसोटीतून पार व्हावं लागतं – नियुक्तीसाठीची अत्यंत अवघड चाचणी परीक्षा आणि त्यानंतर इच्छुकाची ऊर्जा आणि उत्साह यांचं मापन करण्यासाठी मौखिक मुलाखत, कामासाठी योग्य लोकांची नियुक्ती करणं ही गोष्ट प्रत्येक व्यवसायासाठी अत्यंत महत्त्वाची असते. गेम्ससारख्या गोष्टी बनवणाऱ्यांसाठी तर ती विशेष महत्त्वाची असते.

"मी ताडलं की, संख्या कमी, परंतु अधिक कार्यक्षम कर्मचारी मिळवण्यावरच आमचं यश अवलंबून असेल."

कर्मचाऱ्यांना खूश ठेवण्यासाठी विराटची स्वत:ची अशी खास धोरणं आहेत. लोक दोन कारणांमुळे सोडून जात असतात – अधिक पगार किंवा सन्मानपूर्वक वागणूक. कंपनीला मिळणाऱ्या नफ्याचा १० टक्के भाग सर्व कर्मचाऱ्यांना वाटून

देण्याचं धोरण राबवून विराटनं पहिल्या समस्येवर तोडगा शोधला आहे. दुसरी समस्या आपोआपच नाहीशी झाली!

"मी कधीच वेगळ्या केबिनमध्ये बसलो नाही... मी कधीच एका 'बॉस'प्रमाणे वागलो नाही. मी त्यांच्यातलाच एक आहे."

'बॉस' या नात्यानं विराट सर्वांपेक्षा जास्त वेळ काम करतो. तो दुपारी बारा वाजता कामाला सुरुवात करतो आणि पहाटे तीन वाजता घरी जातो. पहिले काही तास तो ऑफिसमधील मंडळींबरोबर त्यांच्या समस्या दूर करण्यावर खर्च करतो. तो प्रोग्रॅमर्सबरोबर पीसीवरसुद्धा बसतो. रात्री नऊ ते पहाटे दोनपर्यंत विराट त्याच्या नव्या कल्पनांवर काम करतो.

"मी इथे सारा वेळ असे. अगदी शनिवारी-रविवारीसुद्धा!... परंतु मी इतर कुणावरही तशी सक्ती केली नाही."

नेत्यानं स्वत:च्या वर्तणुकीवरून इतरांना उदाहरण घालून दिलं पाहिजे. ट्विस्ट मोबाइलमध्ये अजिबात संघर्ष होत नाहीत. कर्मचारी सोडूनही जात नाहीत.

प्रमुख वित्तनिवेशकाबरोबरचे – 'एंजल इन्व्हेस्टर'बरोबरचे संबंधसुद्धा तेवढेच खेळीमेळीचे आहेत.

"दर आठवड्याला आम्ही एक-दोनवेळा एकत्र बसून साऱ्या गोष्टींवर चर्चा आणि विचारविनिमय करत असू. श्रीयुत चौधरींनी मला नुसताच पैसा दिला नाही; तर त्याबरोबर सुज्ञपणाचा भरपूर सल्लासुद्धा दिला!"

विराट त्यांच्याकडून एक महत्त्वाचं तत्त्व शिकला – "तोंडी आश्वासनांवर कधीही विश्वास ठेवू नका. नेहमी करारांवर सही घ्या."

परंतु दुसरीकडे, नातं विश्वासावरच उभं राहिलं होतं. हा तरुण उद्योजक आणि त्याचा वित्तनिवेशक यांच्यातला व्यवहार अगदी सोपा होता – प्रत्येक जण ५० टक्के भागीदार होता, परंतु दैनंदिन व्यवहार सर्वस्वी विराटच्या हाती होते.

"चेक लिहिण्यापूर्वी किंवा एखाद्या कर्मचाऱ्याची नेमणूक करण्यापूर्वी मला कधीच त्यांची परवानगी घ्यावी लागली नाही."

२०११ सालच्या अखेरीपर्यंत ट्विस्ट मोबाइलची उलाढाल १ कोटी रुपयांवर आणि नफ्याची टक्केवारी ६० टक्क्यांवर पोचली होती. तरीसुद्धा विराटचे पाय जमिनीवरच घट्ट रोवलेले राहिले आणि तो खर्चाबाबत अत्यंत जागरूक राहिला.

"महागडे लोक नियुक्त करण्याच्या मोहात अडकणं अगदी सहज शक्य असतं. असे लोक केवळ पैशाकडे पाहून तुमच्याकडे येतात आणि तुम्ही शून्यातून उभ्या केलेल्या कंपनीची संस्कृती बिघडवून टाकतात."

विराटचं उद्दिष्ट होतं की, झालेला नफा वापरून दुसरं ऑफिस उघडायचं – व्हिएतनाम किंवा फिलिपाईन्समध्ये. भारताखेरीज हे दोन देश ट्विस्ट मोबाइलचे

प्रमुख ग्राहक आहेत. भारतात १०० लोकांचा मजबूत संघ स्थापन करायचा आणि परदेशात ५० लोकांचा, असं विराटचं स्वप्न होतं. असे संघ हाताशी घेऊन ट्विस्ट मोबाइलला नोकियाखेरीज इतर माध्यमांकडे वळता आलं असतं.

"मी ओळखलं की, आम्ही अँड्रॉइड, ब्लॅकबेरी आणि अखेरीस आयफोनसाठी सेवा पुरवण्याच्या दृष्टीनं पावलं उचलायला प्रारंभ करायला हवा."

मार्ग सरधोपट होता. त्यांचे आताचेच गेम्स सर्व माध्यमांमध्ये वापरता येण्याजोग्या रूपात परिवर्तित करण्याचा. परंतु तो प्रयोग यशस्वी होणार नाही; हे विराट जाणून होता.

"आयफोन्स वापरणारे लोक अँग्री बर्डसारखे गेम्स खेळतात. अशा बाजारपेठेसाठी ज्या दर्जाची आणि गहनतेची आवश्यकता आहे, ती आमच्या सध्याच्या उत्पादनांपेक्षा खूपच वेगळी आहे."

विराटनं ओळखलं की, त्याच्या कर्मचाऱ्यांच्या संख्येत आणि कौशल्यांमध्ये भरपूर सुधारणा घडवणं गरजेचं आहे; अधिक चांगले आर्टिस्ट्स, अधिक चांगले प्रोग्रॅमर्स मिळवून अधिक व्यावसायिकतेनं आणि अधिक पद्धतशीरपणे काम करणं आवश्यक आहे. कंपनीपाशी भरपूर पैसे शिल्लक होते आणि ते वापरून कंपनी आपला विकास घडवू शकली असती, परंतु हे अधिक चांगल्या प्रकारे आणि त्वरेने करण्याठी विराटला आणखी पैशांची गरज पडली असती.

सुदैवानं 'ट्विस्ट मोबाइल'चा बोलबाला होऊ लागला होता आणि वित्तनिवेशकांच्या वर्तुळात कंपनीची दखल घेतली जाऊ लागली होती. जानेवारी, २०१२मध्ये 'मॅट्रिक्स कॅपिटल पार्टनर्स'यांनी ट्विस्ट मोबाइलबरोबर व्यवहाराची बोलणी सुरू केली. चर्चा चालू होती. तेव्हाच विराटनं तत्परतेनं आणखी लोक नियुक्त करायला सुरुवात केली होती.

"'गेमलॉफ्ट'साठी आणि 'डिजिटल चॉकोलेट'साठी काम करणाऱ्या माझ्या साऱ्या मित्रांकडे मी गेलो आणि त्यांना मी कंपनीच्या संचालक मंडळावर नियुक्त केलं."

"जेव्हा मी म्हणतो, तुमच्या आई-वडिलांना नाहीसं करा, तेव्हा मला म्हणायचं असतं, 'तुमच्या डोक्यात भरवली गेलेली जुनाट मानसिकता आणि पुरातन रूढी नष्ट करा!' तुम्हाला नवनिर्मिती करायची असली, तर या साऱ्या जुनाट कल्पना दूर करण्यावाचून गत्यंतर नसतं."

नशिबानं साऱ्या गोष्टी पटपट ठरल्या. मे, २०१२मध्ये करारावर सह्या झाल्या. जून अखेरीपर्यंत भागभांडवल विकून पैसे उभे राहिले. जुलैत त्याबद्दल जाहीर निवेदन केलं गेलं. प्रारंभी कंपनीत पैसे गुंतवणाऱ्या 'एंजल इन्व्हेस्टर'ला

त्याच्या गुंतवणुकीच्या २० पट पैसे मिळाले आणि त्यानं आनंदानं कंपनीतून काढता पाय घेतला. मॅट्रिक्सनं 'सीरीज ए' खाली किती वित्तनिवेश केला, हा आकडा गुप्त ठेवण्यात आला आहे.

तर एक छोट्याशा कंपनीकडे अफाट पैसा चालून येतो, तेव्हा काय घडतं? उत्तर आहे : सारं काही घडतं!

"एका वेळेस पाच आघाड्यांवर लढणं भाग पडत नाही! आम्ही एका समस्येवर चित्त केंद्रित करू शकतो."

चांगले गेम्स तयार करण्यासाठी चांगले लोक आवश्यक असतात. अशा लोकांनी तुमच्याकडे काम करायला हवं असेल, तर त्यासाठी चांगलं ऑफिस थाटावं लागतं. त्यामुळे ट्विस्ट मोबाइलला तिथून प्रारंभ करावा लागला. कंपनीनं १२५ लोकांना पुरेशी जागा भाड्यानं घेऊन ती फर्निचरनं सजवली. त्यानंतर त्यांनी ESOP (एम्प्लॉई स्टॉक ऑप्शन प्लॅन) सुरू केला.

"मला ही ESOP संकल्पना आवडते. परंतु माझ्या लक्षात आलंय की, भारतात त्या कारणासाठी लोक कंपनीत येत नाहीत. लोकांना आकृष्ट करून घेण्यासाठी त्यांना स्वातंत्र्य द्यावं लागतं."

सर्जनात्मक कामासाठी स्वातंत्र्य. कामाच्या वेळा निवडण्याचं स्वातंत्र्य. परंतु या स्वातंत्र्यासोबत जबाबदारीसुद्धा येते. तुम्हाला उत्कृष्ट प्रकारे काम करावं लागतं आणि उत्कृष्टतेची व्याख्या उच्च पातळीवर न्यावी लागते. सतत बदलत राहणाऱ्या या जगात काहीही शाश्वत नसतं. आज अफाट लोकप्रियता मिळालेलं ॲप उद्या नामषेश होत असतं.

"मी नव्यानं रुजू होणाऱ्या प्रत्येकाला काही मिनिटांसाठी भेटतो. त्याचा चेहरा पाहून मी अंदाज घेतो की, कंपनीच्या गतिशीलतेशी तो जुळवून घेऊ शकणार आहे की नाही."

कंपनीचा गाडा प्रचंड वेगानं हाकणाऱ्याला स्पर्धेच्या समाप्तीच्या रेषेवर चित्त केंद्रित ठेवावं लागतं. गाड्याचं प्रत्येक चाक, प्रत्येक आरा एकजुटीनं एकसंधपणे पुढे जात राहावा लागतो. गाड्याच्या कोणत्याही भागात बिघाड असून चालत नाही. ट्विस्ट मोबाइलमध्ये मोठा वित्तनिवेश झाल्यानंतर कंपनीतील कर्मचाऱ्यांची संख्या ७७वर पोचली आहे; परंतु सुरुवातीच्या चमूमधले चौघे जण अजून टिकून आहेत.

विराट खांदे उडवतो.

"व्यवसाय भावनांवर चालत नसतो. जर लोक अपेक्षेप्रमाणे काम करू शकत नसले, तर त्यांना बाहेर जाऊ द्यावं लागतं..."

सोडून गेलेल्या काही जणांनी स्वत:च्या लहान-लहान कंपन्या सुरू केल्या आहेत; हाताशी एक आर्टिस्ट आणि एक-दोन प्रोग्रॅमर्स घेऊन. परंतु विराट त्याची

फिकीर करत नाही. मोबाइलच्या विश्वात सहा महिन्यांत सारं काही बदलतं. इथं टिकून राहण्यासाठी सतत पुढचा विचार करत राहावं लागतं. पुढे काय घडेल, याचा अंदाज बांधत राहावं लागतं.

२०१२मध्ये जास्तीत जास्त १० स्तर असलेल्या गेम्सपासून आता ट्विस्ट मोबाइल २०१३मध्ये ९० ते १२० स्तरांच्या अधिक गहन गेम्स बनवू लागली आहे. अशा प्रकारची गेम्स तयार करायला तीन-चार महिने लागतात आणि सहा लाख रुपयांच्या घरात खर्च येतो. असे १०-१५ गेम्स वर्षभरात तयार करून, ट्विस्ट मोबाइलनं नोकिया 'ओव्हीआय स्टोअर'मधील जगभराच्या निर्मात्यांमधील पहिल्या पाचात स्थान मिळवलं आहे. जुलै, २०१३मध्ये या विभागानं ट्विस्ट मोबाइलला ७५ टक्के उत्पन्न मिळवून दिलं.

तरीसुद्धा ऑगस्ट, २०१३मध्ये कंपनीनं 'ओव्हीआय'साठी नव्या गेम्स बनवायचं थांबवलं आणि सारं लक्ष स्मार्टफोन्सवर केंद्रित केलं. हा निर्णयच सुज्ञपणाचा होता. अगदी प्राथमिक स्वरूपाचे मोबाइल फोन वापरणारे लोक ॲप्स आणि गेम्सचा सतत वापर करत नसतात. असे स्वस्तातले फोन अमेरिकेसारख्या मोठ्या बाजारपेठेच्या दृष्टीनं अगदी नगण्य असतात.

"इंटरनेटचा प्रचंड वापर स्मार्टफोन्सवर होतो. त्यांच्यासाठीच उत्तम प्रतीची प्रॉडक्ट्स तयार केली जातील यावर आणि त्या बाजारपेठेवर आम्ही लक्ष केंद्रित करायला हवं."

मॅट्रिक्सनं दिलेला सल्ला हा अवघड आणि निर्णय घेण्याच्या दृष्टीनं अत्यंत मोलाचा ठरला.

"मला अजूनही मॅट्रिक्सचे एमडी रिशी नवानी यांचा सल्ला आठवतोय. ते म्हणाले होते, 'मोबाइल टेक्नॉलॉजी अत्यंत झपाट्यानं बदलत आहे. सर्वसाधारण फोन्ससाठी काम करणारे लोक या स्पर्धेत टिकाव धरू शकणार नाहीत.'"

परंतु 'ट्विस्ट मोबाइल' हे आव्हान स्वीकारण्यासाठी दंड थोपटून उभी आहे. अँड्रॉइडची बाजारपेठ अत्यंत स्पर्धात्मक आणि आव्हानात्मक आहे. तिथे तुमची दखल घेतली जायला हवी असेल, तर तुमचं ॲप दर्जेदार असणं अत्यंत गरजेचं असतं.

"आम्ही सध्या शिकाऊ टप्प्यावर आहोत. अँड्रॉइडची बाजारपेठ काबीज करण्यासाठी काय करणं आवश्यक आहे, हे जाणून घेत आहोत."

विराटला असंही वाटतं आहे की, भविष्यकाळात आणि जाहिरातींमधून मिळणाऱ्या उत्पन्नापेक्षा ॲपद्वारा केली जाणारी खरेदी – मग ती महत्त्वाच्या ज्ञानाची असो, कॉम्प्यूटरसंबंधित वस्तूंची असो की वर्गणीची असो – पैसा मिळवून देणार आहे. अशा प्रकारच्या गेम्स तयार करायला वेगळी विचारपद्धती गरजेची ठरणार आहे.

"हे पहा, भारतात अगदी बालपणापासून आपल्या मनावर ठसवलं जातं : क्षणिक सुखासाठी खर्च करू नका. परंतु युरोपमध्ये क्षणिक सुखालाच सर्वस्व मानलं जातं."

"आम्ही फ्रान्स किंवा अमेरिकेच्या तालावर नाचत नाही. सर्जनशील लोक आमच्या कंपनीत येतात, कारण इथे त्यांना उत्तम प्रकारचं काम करण्याची संधी मिळते."

संस्कृतीतला फरक गेम्सच्या प्रत्येक बाबतीत जाणवतो. एका भारतीयानं शूटिंग गेम बनवला तर तो म्हणेल की, 'माझा ग्राहक गनसाठी पैसे मोजेल. त्याला गोळ्या फुकट द्या.' रशियातला गेम डिझायनर म्हणेल, 'गन फुकटात द्या आणि ग्राहकाला गोळ्यांसाठी पैसे मोजायला लावा.'

विराटचा सुरुवातीचा विचार होता, व्हिएतनाममध्ये स्टुडिओ उघडायचा; किंवा किमान काही व्हिएतनामी लोकांना कामावर ठेवायचं. परंतु त्याला दिसलं की, ते भारतात यायला राजी होत नाहीत, हे पाहून तो रशियाला गेला आणि तिथली परिस्थिती याहून सर्वस्वी निराळी होती.

"रशियातल्या लोकांना भारताची माहिती असते. त्यांचा भारतात येऊन काम करण्याबाबत कोणताही प्रत्यवाय नसतो."

खरंतर एखाद्या बंगळुरूवासीयाला इंदोरला यायला तयार करणं जास्त अवघड असतं. मॉस्कोतले लोक भारतात यायला चटकन राजी होतात. त्यानं एका कल्पक गेम डिझायनरला १२ महिन्यांच्या कंत्राटावर नियुक्त केलं आणि आणखी सहा जणांना नियुक्त करायची प्रक्रिया सुरू आहे. खर्चाच्या दृष्टीनंसुद्धा ही गोष्ट अत्यंत किफायतीशीर ठरते. उच्च दर्जाचे रशियन आर्टिस्ट भारतीयांच्या तुलनेत खूप कमी पगारावर काम करायला तयार असतात.

ही सांस्कृतिक सरमिसळ आणखी वाढली, कारण मार्केट रिसर्चच्या कामासाठी ट्विस्ट मोबाइलनं चक्क एका ग्रीक स्त्रीला नियुक्त केलं. ती एआयईएसईसी* कडून आली.

पूर्वी कंपनी अंतर्मनाच्या कौलावरच गेम्स तयार करत असे. आता हा निर्णय अधिक पद्धतशीरपणे आणि शास्त्रशुद्धपणे घेतला जातो.

"आम्ही ग्राहकांना आमच्या ऑफिसात बोलवतो आणि त्यांना आम्ही तयार केलेल्या गेम्सची पाहणी करायला सांगतो. त्यांचा अभिप्राय मिळवून आम्ही संकल्पनेच्या पातळीपासून तो अभिप्राय विचारात घेतो."

खरंतर कंपनीच्या कार्यपद्धतीची प्रत्येक बाजू आता जास्त सुसंघटित झाली आहे. सुरुवातीच्या दोन वर्षांत, कर्मचाऱ्यांना 'ऑफर लेटर्स' दिलीच जात नव्हती.

---

* AIESEC ही ना नफा तत्त्वावर चालवली जाणारी आंतरराष्ट्रीय संघटना आहे. ही संस्था विद्यार्थ्यांना नेतृत्वगुण शिकवते आणि नोकरीचा अनुभव मिळवून देते.

कारण असा दस्तऐवज वापरातच आणला जात नव्हता. आता कंपनीत ह्यूमन रिसोर्स मॅनेजर आहे. नोकरीवर ठेवणारा आणि नोकरदार यांच्यात करारही केला जातो.

ट्विस्ट मोबाइल तंत्रज्ञानातही भांडवल गुंतवते आहे. कारण त्यायोगे उत्पादन अधिक जलद गतीनं होऊ शकेल, iosसाठी समान व्यासपीठ उपलब्ध नव्हतं. म्हणून अँड्रॉइड आणि सिम्बियन यांना समान व्यासपीठावर आणण्यासाठी कंपनीनं CoCo2 DXचा वापर करून स्वत:ची साधनं बनवली आहेत. हे सोपं नव्हतं; परंतु ते करणं आवश्यक होतं.

सर्वांत कमकुवत खातं आहे – अकौंट्स

"आमच्या जमाखर्चाचा ताळेबंद (बॅलन्स शीट) एक वर्षाच्या विलंबानं तयार झाला... त्यामुळे आमच्या नफ्यावर आम्हाला खूप व्याज द्यावं लागलं."

व्हेंचर कॅपिटल कंपनीचा प्रतिनिधी संचालक मंडळावर आला आहे. त्यामुळे दर तीन महिन्यांनी संचालक मंडळाची बैठक भरवली जाते आणि प्रगतीचा आढावा घेतला जातो. गोष्टी कशा चालल्या आहेत, त्या कोणत्या दिशेनं न्यायला हव्यात, कोणत्या समस्या आहेत यावर चर्चा होते आणि वेगवेगळ्या संधी विचारात घेतल्या जातात.

"व्यावसायिक वित्तनिवेशकाकडून अर्थसाहाय्य घेणं आणि तुमच्या वडिलांकडून पैसे घेणं यातला फरक मला आता कळू लागला आहे."

व्हेंचर कॅपिटल कंपनीचा वित्तनिवेशक सतत टोकत-ढकलत असतो; कारण त्याच्या निर्णयाचं समर्थन त्याला त्याच्या निवेशकांपुढे करावं लागतं. परंतु त्याला मर्यादांची जाणीवसुद्धा असते. वाटेत कोणते अडथळे येऊ शकतात, हे तो जाणून असतो. मार्च, २०१३मध्ये संपलेल्या आर्थिक वर्षात कंपनीनं १ कोटी ६० लाख रुपयांचं उत्पन्न मिळवलं. हा आकडा पुढल्या वर्षात बहुधा तेवढाच राहील.

"गेल्या वर्षभरात आम्ही तंत्रज्ञान आणि हुशार कल्पक लोक मिळवण्यावर लक्ष केंद्रित केलं होतं. ते मोलाचं भांडवल वापरून आम्ही आता जोमानं नवे गेम्स विकसित करू आणि कंपनीचा आकार जोरदारपणे वाढवू."

ट्विस्ट मोबाइल वित्त साहाय्याच्या पुढल्या टप्प्यावर – 'ब' टप्प्यावर ६० ते १०० लाख डॉलर्स मिळवण्याच्या मार्गावर आहे. कंपनी पूर्व युरोपमध्ये एक स्टुडिओ उभारणार आहे आणि मार्केटिंग व जनसंपर्क यांवर आणखी पैसा खर्च करणार आहे.

अत्यंत मोठ्या 'प्रकाशका'ची मदत घेतली की, विश्वासाहर्ता वाढते आणि प्रसिद्धी मिळते. लेखक तोच मार्ग स्वीकारतात. अँग्री बर्ड्सच्या यशाचं गुपित फारच थोड्या लोकांना माहीत आहे. सुरुवातीला 'चिलिंगो' या प्रकाशकानं अँग्री बर्ड गेमला

प्रसिद्धी दिली होती.

चिलिंगोनं* त्यापूर्वी अनेक गेम्स प्रसिद्धीच्या झोतात आणले होते आणि ‘ॲपल’बरोबर त्यांचे उत्तम संबंध होते.

अँग्रीबर्ड गेम दीड बिलियनपेक्षा जास्त वेळा (दीड अब्ज) डाउनलोड झाला आहे. असा गेम तयार करणं हे प्रत्येक गेम डेव्हलपरचं दिवास्वप्न असतं. सर्वांना ठाऊक आहे की, सहा वर्षं काम करून आणि ५१ गेम्स बाजारात आणून त्यानंतर ‘रोव्हिओ एन्टरटेनमेंट’ला पुढल्या वेळेस रातोरात यश मिळालं. हा अगदी साधा गेम आहे. त्यात अगदी प्राथमिक स्वरूपाचं भौतिकशास्त्र वापरलं जातं... परंतु तो लोकांना प्रचंड पटला-रुचला.

असं पाहिलं की, तुमच्या मनातला आशावाद जागा होतो. जर जगभरात अफाट लोकप्रियता मिळालेला गेम ‘इस्पू’** फिनलंडमधून निर्माण होऊ शकतो, तर तसं इंदोरमधूनसुद्धा घडू शकेल!

---

* Chillingo - अँग्री बर्ड्सला लाभलेलं यश पाहून इलेक्ट्रॉनिक आर्ट्सनं दोन कोटी डॉलर्स देऊन ‘चिलिंगो’ कंपनी विकत घेतली.

** Espoo (इस्पू) हे अँग्री बर्ड्स गेम तयार करणाऱ्या रोव्हिओ एन्टरटेनमेंट कंपनीच्या मुख्यालयाचं गाव आहे. ते फिनलंड देशात आहे.

तरुण उद्योजकांसाठी कानमंत्र!

प्रथम तुम्हाला नोकरी करायचीय की व्यवसाय, हे नक्की ठरवा. तुम्हाला व्यवसाय सुरू करायचा असेल, तर अनवाणी १०० किलोमीटर चालायची तयारी ठेवा. मी तसंच केलं.

तुम्ही श्रीमंत कुटुंबातले असा की गरीब! कुटुंबाकडून पैसे घेऊ नका. त्यामुळे तुम्ही बिघडाल. आई-वडिलांकडून किंवा नोकरीतून उभा केलेला पैसा सहजपणे मिळत असतो.

जर तुम्ही व्यवसायातून पैसा मिळवला असेल, तर त्याचं मोल तुम्हाला नक्कीच उमगलं असेल. स्वत: कमावलेला पैसा जपून वापरा.

भारतात वित्तनिवेशक सापडणं सोपं नसतं. परंतु तसा तुम्हाला मिळवता आलाच, तर त्याला खूश ठेवा. तो व्यवसायासाठी अत्यंत महत्त्वाचा आहे, याची त्याला जाणीव करून द्या. केवळ एक वित्तनिवेशक म्हणूनच त्याच्याकडे बघू नका. प्रारंभीच्या काळात त्याला तुमचा गुरू माना. त्यानं त्याच्या जमान्यात पैसा कसा कमावला जाणून घ्या. त्याचं धोरण वापरात आणा. त्याची पद्धत वापरू नका. तुमची पद्धत उपयोगात आणा. लहान गावात पगाराएवढंच महत्त्व आदर आणि सन्मानाला दिलं जातं. तुम्ही चांगली वागणूक दिलीत, तर लोक तुमच्यासाठी काम करतील.

जास्त कामाची तुम्ही कुणावरही सक्ती करू शकत नाही. त्यांची तशी आंतरिक इच्छा असेल, तरच लोक जास्त काम करतात. त्यांना आपण कंपनीचा मोलाचा घटक आहोत, असं वाटलं, तरच ते वेळेत काम पुरं करून देण्यासाठी रात्र-रात्र जागतात. अशी गोष्ट पाहणं, हा जादूई अनुभव असतो.

धडपडीच्या वर्षांमधला आनंद वेगळाच असतो. तो आनंद मनमुराद उपभोगा.

सुरुवातीच्या कठीण काळात मी अधिक कल्पक होतो; अधिक शोधक बुद्धीचा होतो. ट्रेननं प्रवास करताना, टॉयलेट्‌सपुढे थांबलं असताना मी लोकांशी बोलत असे. त्यांचं वागणं न्याहाळत असे.

दुसऱ्या लोकांचे विचार उसने घेऊ नका. तुमच्या सभोवती घडणाऱ्या घटना, वेगवेगळ्या जागा, वेगवेगळे लोक यांच्याकडून स्फूर्ती मिळवलीत, तरच तुमच्या निर्मितीला मानवतेची किनार लाभेल!

खेळती हवा

अभिजित बरुआ : प्रीमिअर क्रायोजेनिक्स

गुवाहाटी, आसाम

ऐंशीच्या दशकाच्या मध्याला एक तरुण केमिकल इंजिनिअर अमेरिकेतून एस.एस.ची पदवी घेऊन भारतात परत आला आणि त्यानं देशातल्या सर्वांत अस्थिर भागात – आसाममध्ये – व्यवसाय सुरू केला. आज त्याची कंपनी 'ऑइल इंडिया'ला वर्षाला ५० कोटी रुपये किमतीचा नॅचरल गॅस (नैसर्गिक वायू) वाचवायला मदत करते आहे!

देशाच्या कोणत्याही अन्य भागात 'प्रीमिअर क्रायोजेनिक्स' ही आणखी एक मध्यम आकाराची कंपनी समजली गेली असती. आसाममध्ये ती आशेचं प्रतीक

बनली आहे! सतत होणारे 'बंद' आणि सततची 'संचारबंदी आणि राजकीय अस्थिरता असलेल्या या राज्यात या आकाराची आणि प्रतीची कंपनी दिसणं, हाच एक चमत्कार आहे. आय.आय.टी आणि अमेरिकाप्रशिक्षित उद्योजक ही कंपनी चालवतो आहे. कारण त्याला मनापासून इथं राहावंसं वाटतं आहे.

लोक काहीही म्हणत असले आणि त्यांना काहीही वाटत असलं, तरी आसाममध्ये व्यवसाय करणं शक्य आहे.

"कबूल आहे! इथं बंद आणि उठाव होतात. परंतु माझे कारखाने या कारणांस्तव एक दिवसही बंद करावे लागले नाहीत."

खरंतर ईशान्य भारतातील गैससोयींचाच फायदा घेऊन अभिजितनं इथं योग्य प्रकारचा व्यवसाय थाटला आहे. जेव्हा अभिजितनं लिक्विड नायट्रोजनचं (द्रवरूप नत्रवायू) उत्पादन करायला सुरुवात केली, तेव्हा आसाममध्ये तेलाच्या विहिरी असलेल्या 'ओएनजीसी' आणि 'ऑइल इंडिया'सारख्या कंपन्या त्याच्याकडून लगेचच माल घेऊ लागल्या.

ही गोष्ट सोपी नव्हे, हे खरं आहे! सर्वांत मोठी समस्या आहे; अनिश्चित स्वरूपाचा वीज पुरवठा. आणि ही दररोजची समस्या उत्पादनावर प्रतिकूल परिणाम घडवते. असं असूनही त्याच्या जन्मगावाबद्दल अभिजित अत्यंत आशावादी आहे.

"इथे समस्या आहेत, हे मी कबूल करतो. परंतु मी इतरत्र गेलो असतो, तर तिथे वेगळ्या समस्या उभ्या ठाकल्या असत्या!"

सकारात्मक विचार आणि सकारात्मक कृती यांच्या बळावर तो इथवरचा पल्ला गाठू शकला आहे. आता प्रीमिअर क्रायोजेनिक्स आपले पंख पसरून उंच भरारी घेऊ इच्छित आहे. इशान्येच्या उबदार कोशातून बाहेर पडू पाहत आहे.

परंतु त्याच्या मनातलं जीवितध्येय त्याहूनही उच्च आहे. "उद्योजकत्व हा माझा केवळ व्यवसायच नव्हे, त्याबद्दल मला उत्कट आस्थाही वाटते... या टापूतून आणखी अनेक उद्योजक उदयाला यावेत, अशी माझी तीव्र इच्छा आहे."

त्याची जन्मभूमी नव्या विचारांनी बहरून जावो! आणि अनेक तरुण स्त्री-पुरुषांना प्रवाहाविरुद्ध पोहण्याचं बळ मिळो!

"ही भांडणं थांबवा! काहीतरी नवनिर्माण हाती घ्या!"

मनाला शांती! व्यवसायात शांती! लोकांना ती हवा आहे आणि त्यांना ती मिळाली पाहिजे!

खेळती हवा

अभिजित बरुआ : प्रीमिअर क्रायोजेनिक्स
गुवाहाटी, आसाम

अभिजित बरुआ आसाममध्येच जन्मला आणि लहानाचा मोठा झाला.

''राज्याच्या जलसिंचन (इरिगेशन) खात्यात माझे वडील अभियंता पदावर होते. माझे आजोबा-पणजोबा पोलीस खात्यात काम करत असत.''

असं असलं तरी, बालपणापासून अभिजितचा ओढा व्यवसायाकडेच होता. स्वत:चा व्यवसाय करणं, हे त्यानं मनात जपलेलं स्वप्न होतं. या तरुणावर त्याच्या वडिलांच्या चुलतभावाचा – हेमेंद्रप्रसाद बरुआंचा प्रचंड प्रभाव होता.

''ईशान्येच्या राज्यातून हार्वर्ड बिझनेस स्कूलला जाणारे ते पहिले विद्यार्थी होते. माझे आई-वडील मला सतत उत्तेजन देत असत, 'तू हेमेंद्रचाचांसारखं काहीतरी केलं पाहिजेस!'''

अभिजित हा हुशार विद्यार्थी होता. तो अभ्यासात उत्तम होता. दहावीच्या बोर्डाच्या परीक्षेत त्याने 'कॉटन कॉलेजिएट हायर सेकेंडरी स्कूल'मधून पहिला क्रमांक मिळवला आणि संपूर्ण राज्यात तो दुसरा आला होता. बारावीच्या परीक्षेतली त्याची कामगिरीसुद्धा तेवढीच नेत्रदीपक होती. त्याला केमिकल इंजिनिअरिंग शाखेत दिल्ली आयआयटीत प्रवेश मिळाला. ते साल होतं १९७८.

सुरुवातीच्या एका वर्गात एका प्राध्यापकानं प्रत्येक विद्यार्थ्याला प्रश्न विचारला, ''तू केमिकल इंजिनिअरिंग शाखा का निवडलीस?'' अभिजितनं उत्तर दिलं, ''मी असं ऐकलंय की, व्यवसाय सुरू करायचा असेल, तर त्याचं शिक्षण उपयुक्त ठरतं.''

''ओ!'' ते प्राध्यापक म्हणाले, ''तर तुला उद्योजक बनायचंय!''

'उद्योजक' किंवा 'आंत्रप्रेन्युअर' हा शब्द अभिजितनं तेव्हा प्रथमच ऐकला होता आणि तो त्याच्या आयुष्याचा मूलमंत्र बनला.

“एक गोष्ट माझ्या पक्की लक्षात आली. ती म्हणजे यशस्वी उद्योजक बनायचं असेल, तर तुम्हाला प्रत्येक गोष्टीचं थोडं थोडं ज्ञान असणं आवश्यक असतं!”

परंतु त्या जमान्यातील प्रत्येक नूतन पदवीधराप्रमाणे आयआयटीमधून पदवी मिळाल्यावर अभिजित संपूर्ण शिष्यवृत्ती मिळवून अमेरिकेला गेला. रॅचेस्टर युनिव्हर्सिटीतून एमबीएची पदवी मिळवण्याची त्याची तीव्र इच्छा होती.

“मला व्हार्टन बिझनेस स्कूल, बर्कले आणि कॉर्नेल अशा सर्व ठिकाणी प्रवेश मिळाला होता. परंतु मला हार्वर्ड बिझनेस स्कूलबद्दल प्रचंड आकर्षण वाटत होतं आणि इतरत्र कुठेही शिकण्याची माझी तयारी नव्हती.” हार्वर्ड बिझनेस स्कूलनं त्याला प्रवेश दिला नाही; कारण त्यासाठी आवश्यक असा कामाचा अनुभव त्यानं मिळवलेला नव्हता.

“जा आणि काही काळ काम कर. दोन-तीन वर्षांनी पुन्हा ये. कदाचित तेव्हा आम्ही तुला प्रवेश देऊ,” ते म्हणाले.

अभिजितनं तो सल्ला मनावर घेतला आणि एक आश्चर्यकारक पाऊल उचललं. तो गुवाहाटीला परत गेला. आणखी एक आश्चर्य म्हणजे त्यानं नोकरी स्वीकारायची नाही, असा ठाम निश्चय केला होता.

“मी विचार केला की, मी एक छोटासा व्यवसाय सुरू करेन आणि दोन-तीन वर्षानंतर हार्वर्डमध्ये प्रवेश मिळवेन.”

आप्तमित्रांना धक्का बसला होता; परंतु अभिजित अविचल होता. त्यानं एखाद्या व्यवसायासाठी कल्पना शोधायला सुरुवात केली. कोणतीतरी नवी आणि खपण्याजोगी गोष्ट. या शोधार्थ तो आसामभर फिरला. त्यानं वेगवेगळ्या कारखान्यांना भेट दिली आणि अनेक लोकांशी तो बोलला. अशी एक जागा होती, उत्तर आसाममधील ओएनजीसीचं उत्पादन केंद्र.

इथे अभिजितला समजलं की, उत्पादन वाढवण्यासाठी जुन्या तेल विहिरींमध्ये लिक्विड नायट्रोजन वापरला जात आहे. तो आसाममध्ये मिळत नसे. तो बिहारमधील सिंद्रीपासून आणावा लागत असे. लिक्विड नायट्रोजनची वाहतूक करणं सोपं नसतं आणि त्याचा पुरवठासुद्धा अनिश्चित स्वरूपाचा असतो.

“त्यामुळे मी विचार केला की, ही कल्पना बरी दिसतेय. हा माल इथे बनतही नाही आणि त्याला चांगली मागणीसुद्धा आहे! अशा प्रकारे मी कशाचं उत्पादन करायचं हे ठरवलं.”

या प्रकल्पासाठी खूप भांडवल गुंतवावं लागणार होतं. अभिजितजवळ गुंतवण्याजोगा फारसा पैसा नव्हता. परंतु तो नशीबवान होता – तो योग्य जागी, योग्य वेळेस पोचला होता. १९८५मध्ये आसाममध्ये नवं सरकार निवडून आलं. त्यात ‘ऑल आसाम स्टुडंट्स युनियन’ (AASU)चे माजी सदस्य समाविष्ट होते.

"राज्याला स्वयंपूर्ण कसं बनवायचं आणि स्थानिक लोकांना व्यवसाय सुरू करण्यासाठी कसं प्रेरित करायचं याबद्दल खूप चर्चा सुरू होती. त्यामुळे सरकारकडून खूप पाठिंबा दिला जात होता."

एक आसामी माणूस अमेरिकेतून परत येतो आणि आपल्या जन्मगावी व्यवसाय सुरू करू इच्छितो आहे, ही कल्पनाच लोकांना आगळीवेगळी वाटत होती. तो जिथे जिथे जात असे, तिथे तिथे लोक त्याला मदत करण्यासाठी प्रयत्नांची पराकाष्ठा करत असत. त्या काळी 'इंडस्ट्रियल डेव्हलपमेंट बँक ऑफ इंडिया' (IDBI) यांनी तंत्रज्ञ-उद्योजकांसाठी एक योजना कार्यान्वित केली होती.

"मला कमी व्याजावर साडेदहा लाख रुपयांचं कर्ज मिळालं आणि आसाम राज्य सरकारनं थोडं भांडवलही गुंतवलं."

त्यामुळे एकूण एक कोटी रुपयांच्या प्रकल्पासाठी अभिजितला फक्त पाच-सहा लाख रुपये गुंतवावे लागले.

पहिलं काम होतं – कारखान्यासाठी जागा मिळवणं. अभिजितनं शिवसागर या भागात एक लहानसा प्लॉट विकत घेतला; कारण ही जागा ओएनजीसीच्या पूर्वेकडील मुख्यालयाच्या जवळ होती आणि ओएनजीसी हा सर्वांत मोठा संभाव्य ग्राहक असणार होता.

"शिवसागर ही अगदी दूरच्या कोपऱ्यातली जागा होती. अजूनही ती तशीच एकाट अशी जागा आहे. परंतु त्याकाळी साधा एस.टी.डी. फोन-कॉल करण्यासाठीसुद्धा, आम्हाला तासभर प्रवास करून जोरहटला जावं लागत असे!"

कारखाना उभारण्यासाठी दोन वर्षं लागली. पहिल्या वर्षी ते संपूर्णत: एकहाती काम होतं. पत्रं टाइप करण्यापासून ते मशीन्स बसवण्याकडे लक्ष पुरवण्यापर्यंत सारं काही अभिजित स्वत:च करत होता.

एका पुरवठादारानं शेरा मारला, "मी जेव्हा आमची मशीन्स बसवून द्यायला जातो, तेव्हा तिथे खूप माणसं असतात – कुणीतरी पैशांच्या व्यवहारांकडे बघत असतो; दुसरा कुणीतरी मार्केटिंगची जबाबदारी पेलत असतो. परंतु इथे तुम्हीच संचालक आहात, तुम्हीच उत्पादक आहात आणि तुम्हीच कारकूनही आहात. तुम्हीच साऱ्या आघाड्यांवर लढताय!"

१९८७मध्ये अभिजितची बहीण अनामिका गुवाहाटी युनिव्हर्सिटीत एमबीएचा अभ्यासक्रम करत होती. कंपनीचं नोंदणीकरण करताना दोन संचालक असणं गरजेचं असतं. अभिजितनं त्याच्या बहिणीला दुसरी संचालिका बनण्याची विनंती केली आणि थोडा साधकबाधक विचार करून तिनं त्याला होकार दिला.

१९८८च्या सुरुवातीला आसाम एअर प्रॉडक्ट्स फॅक्टरीनं उत्पादनाला प्रारंभ केला. हा प्रकल्प कार्यान्वित करणं त्यामानानं सोपं होतं. त्यासाठीची यंत्रसामग्री

भारतात उपलब्ध होती किंवा त्याची आयातही करता येत होती. मुख्य आव्हान होतं : हा कारखाना दैनंदिन पातळीवर चालवणं!

"मी कधीच नोकरी केली नाही. त्यामुळे माझा पहिला हुद्दा होता 'मॅनेजिंग डायरेक्टर'चा!"

"उत्पादन, मशीन्सची डागडुजी, ती बिघडली तर त्यांची दुरुस्ती आणि अशाच अगणित गोष्टींचा आम्हाला काहीही अनुभव नव्हता."

सगळे कामगार कारखान्यापासून एक किलोमीटर अंतरावर राहणारे स्थानिक लोक होते. त्यातला फक्त एक जण डिप्लोमा-इंजिनिअर होता. बाकीचे लोक फक्त मॅट्रिकपर्यंत शिकलेले किंवा अर्ध्यावरच शिक्षण सोडून बाहेर पडलेले होते. त्यातले अनेक जण कारखान्याच्या बांधकामाच्या वेळेस दैनंदिन मजुरी करू लागले होते.

"जे कष्टाळू आणि मनापासून काम करणारे होते, त्यांना आम्ही कायमस्वरूपी नोकरी दिली. त्यांच्यापुढे अन्य पर्याय नव्हता आणि मलासुद्धा निवडीला वाव नव्हता."

अभिजितनं उत्पादनाचं खातं सांभाळण्यासाठी अनुभवी माणसाची नियुक्ती करण्याचा खूप प्रयत्न केला. कोलकातातील एका सद्‌गृहस्थानं एका बहुराष्ट्रीय कंपनीतून स्वेच्छानिवृत्ती घेतली होती. परंतु त्याचा निर्णय होत नव्हता आणि अखेरीस त्यानं रुजू होण्यास नकार दिला. विपणन खात्याबाबत तेच घडलं. एक माणूस कामावर रुजू झाला, परंतु दुसऱ्या एका जुन्या कंपनीत नोकरी मिळताक्षणी अवघ्या महिनाभरात नोकरी सोडून गेला.

'आसाम एअर प्रॉडक्ट्स' द्रवरूप नत्रवायू आणि प्राणवायू यांचं उत्पादन करत असे. कंपनी या गोष्टींची विक्री करण्यासाठी जेवढी उत्सुक होती, तेवढाच एक घाऊक खरेदीदार या गोष्टी विकत घेण्यासाठी उत्सुक होता.

"ओएनजीसीचे लोक विचारत होते – 'तुमच्या कारखान्यात उत्पादन केव्हा सुरू होणार आहे?' त्यांना १५०० किलोमीटरवरून हा माल आणणं फार त्रासदायक होऊ लागलं होतं."

अडनिड्या जागी कारखाना उभारणं अभिजितच्या दृष्टीनं फायद्याचंच ठरलं. अभिजितनं १५ लाख रुपयांचा करार केला आणि पहिल्याच दिवसापासून सारा माल विकत घेणारा ग्राहक मिळवला. परंतु ऑक्सिजन गॅसच्या बाबतीत गोष्टी सोप्या नव्हत्या. इंडस्ट्रिअल ऑक्सिजन गॅस लहान वर्कशॉप्सना लागतो आणि मोठ्या कारखान्यांनासुद्धा लागतो. 'मेडिकल ऑक्सिजन' हॉस्पिटलमध्ये आवश्यक ठरतो.

"हे वेगवेगळे ग्राहक मिळवण्यासाठी आम्हाला सेल्स आणि मार्केटिंगवर खूप प्रयत्न करावे लागले. सुरुवातीला अनामिका आणि मी, आम्ही दोघेही तसे प्रयत्न

करत होतो.''

त्या सुमाराला 'इंडियन ऑक्सिजन' नावाची कंपनी आधीच सुप्रसिद्ध झालेली होती. आसाम एअर प्रॉडक्ट्सनं नवं धोरण आमलात आणलं – फुकट ट्रायल देण्याचं.

''पाच सिलिंडर्स न्या. ते वापरा. तुमचं समाधान झालं, तर आम्ही तुम्हाला माल पुरवू.''

उत्पादन सुरू केलं त्या वर्षी आसाम एअर प्रॉडक्ट्सला अपेक्षेएवढे उत्पन्न मिळाले नाही, तरी त्यांचा तोटाही झाला नाही. हळूहळू व्यवसाय वाढू लागला. 'ऑइल इंडिया'सुद्धा त्यांच्याकडून लिक्विड नायट्रोजन विकत घेऊ लागली. १९९५ सालापर्यंत आसाम एअर प्रॉडक्ट्सला सहा कोटी रुपयांचे मध्यम; परंतु स्थिर स्वरूपाचे उत्पन्न मिळू लागले होते. परंतु या व्यवसायापुढे एक जटिल समस्या होती – वीज पुरवठा!

''मी शिवसागरमध्ये कारखाना उभारला, तेव्हा ही समस्या किती त्रासदायक ठरणार आहे, याचा मला अजिबात अंदाज नव्हता. चांगल्या प्रतीचा चोवीस तास वीज पुरवठा मिळाल्याशिवाय आमच्यासारखा कारखाना चालवणं अशक्य गोष्ट असते.''

दिवसाकाठी आठ-दहा वेळा वीज खंडित होत असली की, फायदेमंद स्तरावर कारखाना चालवताच येत नाही. अभिजितनं राज्यभरात या दृष्टीनं पाहणी करायला सुरुवात केली. त्यानं फक्त लोकांशी बोलणीच केली नाहीत, तर तो इलेक्ट्रिकल सबस्टेशन्सना भेट देऊन त्यांचे रेकॉर्ड तपासू लागला. गेल्या महिन्याभरात किंवा गेल्या वर्षभरात विद्युतपुरवठा किती वेळा खंडित झाला, हे नेमकं शोधण्याचा हा एकमेव मार्ग होता.

''आसामभरात विजेबाबत नेमकी कशी परिस्थिती आहे, हे विद्युत मंडळावरच्या अधिकाऱ्यांपेक्षासुद्धा मला जास्त कळू लागलं!''

अभिजितनं या शोधांनी निष्कर्ष काढला की, फक्त आसामच्या राजधानीच्या गावी सर्वोत्कृष्ट प्रतीचा वीजपुरवठा मिळू शकतो आहे. त्यामुळे आसाम एअर प्रॉडक्ट्सला उत्पादन गुवाहाटीला हलवावं लागलं. त्यासाठी नवा कारखाना उभारणं भाग पडलं. यासाठी पैसे उभे करण्याची वेळ आली तेव्हा इनिशिअल पब्लिक ऑफरिंग म्हणजेच कंपनीचे शेअर्स बाजारात विक्रीला आणणं हा पर्याय अनिवार्य ठरला.

''आम्ही 'प्रीमियर क्रायोजेनिक्स' नावाची नवी कंपनी स्थापन केली. आणि दोन कोटी रुपये उभे करण्यासाठी लहानसा पब्लिक इश्यू बाजारात आणला.''

हे शेअर्स बहुतांशी संस्थांनीच विकत घेतले : 'इंडस्ट्रियल डेव्हलपमेंट बँक

ऑफ इंडिया' (आयडीबीआय), 'आसाम इंडस्ट्रियल डेव्हलपमेंट कॉर्पोरेशन ऑफ इंडिया' (एआयडीसी)च्या व्हेंचर-कॅपिटल-विभागानेसुद्धा ५१ लाख रुपये गुंतवले.

अशा प्रकारे प्रीमिअर क्रायोजेनिक्स ही कंपनी कोलकता आणि गुवाहाटी येथील स्टॉक एक्चेंजवर नोंदवण्यात आली.

कंपनी वाढवल्यामुळे अभिजित सक्षम व्यावसायिकांनासुद्धा कंपनीत आकृष्ट करू शकला. अर्जन तालुकदार कंपनी सेक्रेटरी म्हणून रुजू झाला आणि पूर्वी ऑइल इंडियात काम केलेला त्रिदिब बोरा जनरल मॅनेजर म्हणून आला.

''फक्त पाचवी किंवा आठवीपर्यंत शिकलेले, परंतु योग्य मानसिकता असलेले लोक आम्ही नियुक्त केले आणि आज त्यातलेच काही जण माझे विश्वासू सहकारी बनून महत्त्वाची कामं सांभाळत आहेत.''

''श्रीयुत बोरांनी आमच्या अनेक वर्षांच्या विकासाला महत्त्वाचा हातभार लावला आहे.''

दैनंदिन धडपडींखेरीज कंपनीपुढली गंभीर समस्या होती – नूमालीगढ रिफायनरीला (भारत पेट्रोलियम, ऑइल इंडिया आणि आसाम सरकार यांचा संयुक्त प्रकल्प) अत्यंत शुद्ध स्वरूपातला द्रवरूप नत्रवायू पुरवण्याची.

''ही फार मोठी संधी होती; परंतु यापूर्वी आम्ही इतक्या शुद्ध प्रतीच्या दर्जेदार गोष्टी कधीच पुरवल्या नव्हत्या. आम्ही त्यांना पहिल्या वेळेस माल पाठवला, तेव्हा त्या मालाची शुद्धता तपासण्यासाठीची यंत्रणासुद्धा आमच्यापाशी नव्हती आणि तो माल स्वीकारण्याजोगा आहे किंवा नाही, हे आम्हाला ठाऊकच नव्हतं.''

हा माल नाकारला गेला. कंपनीतील लोकांनी पुन्हा पुन्हा प्रयोग करून मालाची शुद्धता वाढवायचा प्रयत्न सुरू ठेवला. अखेरीस त्यांना मागणीनुसार माल सातत्यानं बनवता येऊ लागला. या महत्त्वाच्या द्रवरूप नत्रवायूमुळे, नूमालीगढ रिफायनरी ऑक्टोबर, २००० सालापासून उत्पादनाला प्रारंभ करू शकली.

''आणि त्यामुळेच एका महिनाभरात आमच्या कारखान्याचा १०० टक्के क्षमतेवर वापर होऊ लागला. असं प्रथमच घडत होतं!''

त्रिदिब बोरा नूमालीगढला गेले, तेव्हा लोक त्यांच्यापाशी येऊन प्रेमानं हस्तांदोलन करू लागले. ते म्हणाले की, ''तुम्ही लोक नसता, तर आम्हाला ठरल्या वेळेत ही रिफायनरी चालू करताच आली नसती!''

एका प्रचंड मोठ्या प्रकल्पासाठी तुम्ही खारीचा वाटा उचलू शकला आहात, ही भावनाच अत्यंत सुखद असते!

अशाप्रकारे वेगवेगळे प्रकल्प हाती घेऊन, वेगवेगळी उत्पादनं सुरू करून हा

व्यवसाय वाढवता आला. प्रीमिअर क्रायोजेनिक्सचा कारखाना १९९६मध्ये सुरू झाला. २००३मध्ये 'डिझॉल्व्हड ॲसिटिलिन'चं उत्पादन सुरू झालं. त्यानंतर नायट्रस ऑक्साइडचं उत्पादन २०११मध्ये सुरू करण्यात आलं. आता या कारखान्यात द्रवरूप कार्बन-डाय ऑक्साइडचं रूपांतर कार्बन-डाय-ऑक्साइडचं वायू आणि ड्राय आइस यांत केलं जातं.

"आम्ही आमचं बरंचसं उत्पादन शिवसागरहून गुवाहाटीला हलवलं आहे. गुवाहाटीतली कारखान्याची जागासुद्धा आम्ही अत्यंत काळजीपूर्वक निवडली आहे."

हा कारखाना लोख्रा इथं स्थित आहे. लोख्रा हा भाग इशान्येच्या सर्वांत मोठ्या वीजपुरवठा उपकेंद्रापासून अवघ्या १.३ कि.मी. अंतरावर आहे. त्यामुळे विद्युतपुरवठा खंडित होण्याचा त्रास आता टळला आहे. जुना कारखानाही उत्तमरीत्या वापरला जातो आहे. तिथे कॉम्प्रेशन स्टेशन सुरू करण्यात आलं आहे. लोख्रामधील कारखाना द्रवरूप प्राणवायू बनवतो; तो टँकरनं शिवसागरला नेण्यात येयो. इथं तो सिलिंडर्समध्ये भरून पूर्ण आसामभर वितरित केला जातो.

"सिलिंडर्स वाहून नेण्याचा खर्च अफाट आहे. त्यामुळे गेल्या पाच वर्षांमध्ये सिलिंडरमध्ये ऑक्सिजन भरण्याचे असे चार कारखाने आम्ही सुरू केले आहेत."

हे कारखाने आसामच्या चार कोपऱ्यात उभारण्यात आले आहेत. उत्तरेला लखिमपूर इथे, दक्षिणेला सिल्चर इथे, पश्चिमेला बोंगायगांव इथे आणि पूर्वेला शिवसागर इथे. या कारखान्यांना विजेची प्रचंड गरज नसते ते जनरेटरवरसुद्धा चालू शकतात.

या व्यवसायाच्या काही विशेषता आहेत. सर्वांत गमतीची गोष्ट म्हणजे त्याच्यासाठी लागणारा कच्चा माल (हवा) फुकट मिळतो. हवा सर्वत्र असते. केवळ त्यातली वेगवेगळी मूलतत्त्व अलग करण्यासाठी तंत्रज्ञान आणि यंत्रसामग्री यांचीच काय ती गरज असते. परंतु औद्योगिक वापरासाठीचे वायू 'धोक्याचे' समजले जातात. त्यामुळे जिथं त्यांचं उत्पादन होतं, त्या कारखान्यात सुरक्षिततेच्या नियमांची काटेकोरपणे अंमलबजावणी करावी लागते.

दुसरी विचित्र गोष्ट म्हणजे सात घनमीटर ऑक्सिजन सिलिंडर १४० रुपये किमतीला मिळतो. परंतु त्या सिलिंडरसाठी सात हजार रुपये खर्च येतो. त्यामुळे रिकामे झालेले सिलिंडर्स परत मिळवून ते पुन्हा पुन्हा वापरात आणावे लागतात.

"प्रारंभी आम्ही आमचे अनेक सिलिंडर्स गमावले; कारण आम्हाला आमच्या प्रत्येक ग्राहकावर लक्ष ठेवता आलं नव्हतं."

कंपनीनं आता ग्राहकांचं 'अतिशय धोक्याचे' आणि 'कमी धोक्याचे' अशा सदरात वर्गीकरण केलं आहे. आपल्या सिलिंडर्सचा ताळेबंद जमवण्यासाठी प्रत्येक ग्राहकाच्या फॅक्टरीत कंपनीची माणसं वर्षातून दोनदा तरी जातात.

"गेल्या दोन वर्षांपासूनच आम्ही आढावा घ्यायला सुरुवात केली आहे की, आज आम्ही कुठल्या टप्प्यावर आहोत आणि आमचं भविष्यातलं उद्दिष्ट काय आहे... आता आम्हाला ईशान्येव्यतिरिक्त इतरत्रही झेप घ्यायची आहे."

"आसामी लोक मुळातच ऋजु आणि शांतिप्रिय स्वभावाचे असतात... गेल्या २० वर्षांमध्ये जे काही घडलंय, ते अत्यंत मोठं दुर्दैव आहे."

'आसाम एअर प्रॉडक्ट्स'चा ९५ टक्के माल ईशान्य टापूतच विकला जातो. तिथल्या ७० टक्के बाजारपेठा त्यांनी काबीज केल्या. उरलेला ५ टक्के माल बंगाल, भूतान आणि कंत्राट-तत्त्वावर भारतीय वायुसेनेमार्फत भारताच्या इतर भागात जातो. २००७ सालापर्यंत दोन्ही कंपन्यांची एकत्रित वार्षिक उलाढाल २० कोटी रुपयांएवढी झाली होती. त्यात दरवर्षी सातत्यानं १५ ते २० टक्के रुपयांएवढी वाढ होत होती. परंतु कंपनी आता सर्वस्वी वेगळं धोरण अवलंबते आहे.

"नुकतीच आम्ही तेलखाणीच्या प्रदेशात विविध सुविधा पुरवायला सुरुवात केली आहे."

याला अगदी लहान पातळीवर प्रारंभ झाला तो १९८७मध्ये! आसाम एअर प्रॉडक्ट्सनं त्यावेळेस ओएनजीसीला एक फिरता एअर कॉंप्रेसर भाड्यानं दिला. त्यानंतर असे आणखी दोन एअर कॉंप्रेसर्स भाड्यानं घेतले गेले. २०१०मध्ये कंपनीनं आणखी चंचुप्रवेश करून ऑइल इंडियाकडून नैसर्गिक वायूचं कॉंप्रेशन करणारी केंद्र उभारून देण्याचं कंत्राट मिळवलं.

"ज्या तेलखाणींमधून बेताचं उत्पादन होतंय, तिथं अशी केंद्र उभारण्याचं काम आमच्यावर सोपवण्यात आलेलं होतं. कारण ते काम स्वत: करणं त्यांना शक्य होत नव्हतं."

कमी दाबाचा नैसर्गिक वायू दाबून भरला की, तो पाइपलाइनमधून नीटपणे वाहू लागतो. परंतु ज्या तेलखाणींमधून कमी प्रमाणात नैसर्गिक वायू मिळतो, अशा ठिकाणी हा वायू चक्क जाळून किंवा पेटवून टाकला जातो.

"आमचं काम आहे अशी कॉंप्रेसिंग केंद्रं उभारायची की, त्यांच्याद्वारे तेलखाणींमधला वायू कमी दाबानं बाहेर काढला जाईल आणि तो दाबून भरल्यामुळे जास्त दाबाच्या पाइपलाइनमधून वाहून नेला जाऊ शकेल."

या केंद्र उभारणीमध्ये आड येणारी सर्वांत मोठी समस्या आहे जमीन मिळवणं. कंत्राटाचा अटींनुसार सात महिन्यांत अशी सहा केंद्र उभारून द्यायची म्हटली, तर समस्या आणखीच गंभीर बनते. या कंत्राटावर सही करतेवेळी कंपनीनं ही महत्त्वाची गोष्ट लक्षातच घेतली नव्हती.

"आम्ही विचार केला, सुरुवात तर करू यात, येनकेन प्रकारेण मार्ग काढता येईल."

आणि त्यांनी नेमकं तसंच केलं. तुम्ही एखाद्या खेड्यात आज जाता, उद्या जाता, तिसऱ्या दिवशी जाता. पंधराव्या किंवा विसाव्या दिवशी तुम्हाला जमीन विकायला तयार असलेली कुणीतरी व्यक्ती सापडते. कधीमधी गुंतागुंत उद्‌भवली. एके जागी कोर्टात खटला उभा राहिला. परंतु अभिजितनं आणि त्याच्या सहकाऱ्यांनी कबूल केल्या वेळात प्रकल्प पुरा करून दिला.

ऑइल इंडियाचे अधिकारी थक्क झाले आणि म्हणाले, "यावर विश्वासच बसत नाहीय. आम्हाला सात महिन्यांत एक कॉम्प्रेशन केंद्रसुद्धा उभं करता येणार नाही!"

ही सहा केंद्रं २०११ सालच्या मे महिन्यापासून काम करत आहेत आणि आणखी तीन केंद्रं उभारण्यात आली आहेत. ही केंद्रं उभारल्यामुळे ऑइल इंडियाला दरवर्षी ४० कोटी रुपयांचा नैसर्गिक वायू जाळून टाकावा लागत नाहीये, तर आता तो वापरात आणता येतो आहे. हा फक्त व्यवसायच नव्हे; एका दृष्टीनं ही देशसेवाच म्हटली पाहिजे.

या प्रकारच्या पहिल्या प्रकल्पाला लाभलेल्या यशामुळे अशी आणखी कंत्राटं मिळू लागली आहेत. ओएनजीसीनं आणखी कंत्राट दिलं आहे. या कंत्राटाअंतर्गत, केवळ द्रवरूप नत्रवायूच पुरवायचा नाही, तर भरीला सारी यंत्रसामग्री पुरवून तो पंपानं भरून देण्याचं कामही करून द्यायचं आहे. ईशान्येखेरीज बंगाल-बिहारमध्ये कामं मिळवण्याची संधी या अनुभवांमुळे उपलब्धही झाली आहे.

"आमचा ८० टक्के व्यवसाय प्राणवायू, नत्रवायूवरच चालतो. परंतु हळूहळू तेलखाणींसाठीचे प्रकल्प आणि त्यासाठी सुविधा पुरवण्याचं काम अधिक महत्त्वाचं बनू लागलं आहे."

मार्च, २०१३मध्ये संपलेल्या आर्थिक वर्षात आसाम एअर प्रॉडक्ट्स आणि प्रीमिअर क्रायोजिनिक्स यांची संयुक्त उलाढाल ४४ कोटी होती आणि त्यावर ६ कोटी नफा सुटला. हा आकडा चांगला असला, तरी अभिजितला आजकाल प्रश्न पडू लागला आहे की तो पुरेसा आहे?

"गेली दोन वर्षं आम्ही विचार करतोय – आम्ही आमची वार्षिक उलाढाल १०० कोटींवर किंवा १००० कोटींवर कशी नेऊ शकू? यापूर्वी आम्ही अशा प्रकारची महत्त्वाकांक्षा कधीच ठेवली नव्हती...."

भविष्य अजून घडवायचं आहे, परंतु आजवर केलेल्या वाटचालीतून खूपच धडे शिकता आले आहेत आणि ज्ञानात खूपच भर पडली आहे. अभिजितनं आता ४०० लोक कामावर ठेवले आहेत. त्यांपैकी २२० लोक कायम नोकरीत आहेत. आसाम एअर प्रॉडक्ट्समधल्या कार्यसंस्कृतीवर आसामचा पगडा तसूभरही दिसत नाही.

"माझा व्यवसाय कसा पुढे न्यायचा, यावरच मी सारावेळ विचार करत नसतो! मी समाजासाठी आणि राज्याच्या प्रगतीसाठीसुद्धा प्रयत्न करतो."

"लेखक, गायक आणि नट मंडळींना पुरस्कार दिले जातात – मग लहान उद्योजकांना तसे का दिले जाऊ नयेत? त्यांच्या कामाचीसुद्धा दखल घेतली पाहिजे आणि त्यांना उत्तेजन दिलं पाहिजे!"

"जरी बंद पुकारला गेला, तरी आमच्या कारखान्यांमध्ये ९९ टक्के कामगार उपस्थित राहतात... आमच्या आठवणीत दंगलींमुळे किंवा निषेधांमुळे आम्हाला आमचा कारखाना एक दिवसही बंद ठेवावा लागलेला नाही!"

परंतु असं असलं तरी बंद आणि निषेधांचा व्यवसायावर अप्रत्यक्षपणे परिणाम घडतच असतो! त्यामुळे वाहतूक विसकळीत होते; ग्राहकांचे कारखाने बंद पडतात.

"आमच्या राज्यात शांतता आणि स्थैर्य असावं अशी माझी मनापासून इच्छा आहे... तसं घडलं, तर आमची अर्थव्यवस्था अधिक विकसित होईल; अधिक दर्जेदार बनेल."

आपल्या व्यवसायाच्या विकासाएवढीच तीव्र ओढ अभिजित यांना भारताच्या ईशान्य भागाच्या विकासासाठीदेखील वाटते आहे. समाजाच्या आणि राज्याच्या हितासाठी त्यांनी जाणून-बुजून वाढती जबाबदारी घेतली आहे. त्यासाठी महत्त्वाची भूमिका स्वीकारली आहे. त्यासाठी त्यांनी 'स्टेट फायनान्शिअल कॉर्पोरेशन'चं अध्यक्षपद स्वीकारलं आहे आणि आसामच्या औद्योगिक धोरणांची आखणी करणाऱ्या समितीचं नेतृत्वस्थानही स्वीकारलं आहे. 'फेडरेशन ऑफ इंडियन चेंबर ऑफ कॉमर्स अॅन्ड इंडस्ट्रीज' (FICCI) आणि 'कॉन्फडरेशन ऑफ इंडियन इंडस्ट्रीज' (CII) यांसह इतर संस्थांच्या कार्यात सहभाग घेऊन ते उद्योजकांचं प्रतिनिधित्व करत आहेत; त्यांच्या समस्यांना वाचा फोडत आहेत.

त्यांचा अत्यंत आवडता छंद आहे – उद्योजकत्वाला उत्तेजन देणं. त्यासाठीचा एक प्रकल्प आसाम सरकार, भारतीय स्पर्धा-परीक्षा आयोग (Competition Commission of India – CCI) आणि भारतीय युवा शक्ती ट्रस्ट यांच्या संयुक्त विद्यमानं चालवला जात आहे.

"बांबू टेक्नॉलॉजी पार्कच्या प्रवर्तकांपैकी मी एक प्रवर्तक आहे. यात सरकार आणि जनतेची समान भागीदार असून गुवाहाटीपासून ७० किलोमीटर्सवर आम्ही बांबूवर आधारित असलेल्या विविध व्यवसायांसाठी सामाईक मतकेंद्र उभारत आहोत."

या सर्व व्यापात त्यांना फारच थोडा रिकामा वेळ मिळतो. परंतु त्यांना तसंच आयुष्य आवडतं. त्याची पत्नी स्वत: एक उद्योजिका आहे आणि ती तिच्या स्वत:च्या व्यवसायात संपूर्णपणे व्यग्र असते. 'कल्पना बरुआ नाइन्टीवन डिग्रीज' ही कंपनी या भागात उच्च प्रतीच्या आणि विशेष प्रकारच्या लाकडी फर्निचरसाठी सुप्रसिद्ध आहे.

त्यांची तिन्ही मुलं परदेशात वास्तव्य करत आहेत. जहनबीनं कॉम्प्यूटर सायन्सचं पदवी शिक्षण घेण्यासाठी प्रिन्स्टन युनिव्हर्सिटीत प्रवेश घेतला; परंतु त्यानंतर तिनं विषय बदलून प्रथम फायनॅन्शिअल इंजिनिअरिंग घेतलं आणि अखेरीस अर्थशास्त्र या विषयात पदवी मिळवली.

''परंतु तिला खरं गम्य 'धर्मांचा तुलनात्मक अभ्यास' (कॉपॅरेटिव्ह रिलिजन) या विषयात आहे. ती सध्या 'हार्वर्ड डिव्हायनिटी स्कूल'मध्ये पदव्युत्तर शिक्षण घेत आहे.''

जहनबीची बहीण ऊर्वशी हिनं 'आंतरराष्ट्रीय राजकारणशास्त्र' या विषयात आणि अर्थशास्त्रात व्हर्माँटमधील मिडलबरी कॉलेजमधून पदवी मिळवली. चीन हा तिचा अभ्यासाचा विशेष विषय आहे. ती सध्या न्यू यॉर्कमध्ये 'अर्न्स्ट ॲन्ड यंग'मध्ये काम करत आहे.

''ऊर्वशीला व्यवसायात गती आहे. परंतु आजपर्यंत तरी तिनं मला हातभार लावण्यात फारसा रस दाखवलेला नाही.''

राहता राहिला नील. तो सर्वांत धाकटा आहे आणि सध्या हाँगकाँगमधल्या 'युनायटेड वर्ल्ड कॉलेज'मध्ये शिक्षण घेत आहे. अभिजित यांना आशा वाटते आहे की, एक दिवस तो आसामला परत येईल आणि पित्याच्या व्यवसायाची धुरा आपल्या खांद्यावर घेईल.

नदीचा प्रवाह कोणत्या मार्गांनी जाईल? सरळ की नागमोडी? हे आपल्याला ठाऊक नसतं. आपण नदीला जोमानं, राजेशाही थाटात डौलात सागरापर्यंत वाहू दिलं पाहिजे. कारण तिथं सारंकाही एकरूप होतं!

तरुण उद्योजकांसाठी कानमंत्र!

जगात भरपूर संधी उपलब्ध आहेत; २० वर्षांपूर्वी होत्या त्यापेक्षा आज अनेक संधी उपलब्ध आहेत. आजच्या एवढी भारताची स्थिती यापूर्वी कधीच चांगली नव्हती. तरुणांनी या परिस्थितीचा लाभ घेतलाच पाहिजे. आज आपण केवळ स्थानिक उद्योगाचाच नव्हे, तर जागतिक उद्योगाचासुद्धा विचार करू शकतो. त्यामुळे मी सल्ला देईन की, ज्या व्यक्तीचा व्यवसायाकडे कल असेल, त्यानं या संधींचा लाभ जरूर घ्यावा.

माझ्या स्वत:च्या अनुभवावरून मी सांगू शकतो – जर तुमची इच्छाशक्ती जाज्वल्य असेल, विचार स्पष्ट असतील आणि हेतू चांगले असतील, तर प्रत्येक जण तुम्हाला मदत करायला पुढे येईल. भ्रष्टाचार आणि तशाच शेकडो समस्यांबद्दलच्या नकारात्मक बातम्या ऐकून निराश होऊ नका. असं असलं तरी समस्यांपेक्षा संधी जास्त प्रमाणात उपलब्ध आहेत हे लक्षात घ्या.

ज्यांना ईशान्येसारख्या टापूत व्यवसाय सुरू करावासा वाटतोय, त्यांनी लक्षात ठेवावं की, प्रत्येक टापूचे काही फायदे आणि काही तोटे असतात. इतर राज्यांमध्ये स्पर्धा अधिक तीव्र असते. इथे अजून अनेक अनाघ्रात टापू आहेत. तिथे जाऊन तुम्ही चांगला व्यवसाय थाटू शकता. भारत सरकारचा ईशान्य टापूला प्राधान्यक्रम असल्यामुळे तुम्हाला अनेक सोयी-सवलती दिल्या जात आहेत. त्यामुळे नव्यानं व्यवसाय थाटण्यासाठी ही जागा अत्युत्तम आहे. थोडा अनुभव घेतल्यानंतर तुम्ही भारतभरात किंवा परदेशातही तुमचा व्यवसाय विस्तारू शकता.

योग्य लोकांची नियुक्ती करून प्रारंभापासूनच योग्य प्रकारची कार्यसंस्कृती रुजवा! माणसात तीन गुण असायला हवेत – कुवत, सच्चेपणा आणि नोकरीची आवश्यकता. योग्य कामासाठी योग्य माणूस नियुक्त करणं अत्यंत महत्त्वाचं असतं. त्या कामाच्या गरजांमध्ये तो चपखलपणे बसायला हवा! आजही कोणताही कर्मचारी नियुक्त करण्यापूर्वी मी स्वत: त्याची अंतिम मुलाखत घेतो.

धगधगती जिद्द

विभोर अगरवाल : मल्टिमॅक्स इंजिनिअरिंग

मीरत, उत्तर प्रदेश

आयआयटी आणि आयआयएम प्रशिक्षित असलेल्या विभोर अगरवालनं लठ्ठ पगाराची सल्लागाराची नोकरी सोडून दिली; कारण त्याला मीरतला परतून त्याच्या वडिलांची अभियांत्रिकीची सेवा पुरवणारी चिमुकली कंपनी हाती घ्यायची होती. अवघ्या सात वर्षांच्या अल्पकाळात, त्यानं या व्यवसायात व्यावसायिकता आणून व्यवसाय २५ पटींनी वाढवला.

मीरत गावात काळ गोठून गेल्यासारखा वाटतो. छोटी छोटी दुकानं, जुनाट घरं आणि एक विचित्र थिजून गेल्यासारखं वातावरण!

इंग्लिशमध्ये यालाच 'इनर्शिया' (मानसिक शैथिल्य) म्हणतात.

जणूकाही ब्रिटिश सत्ता जवळ जवळ उलथून पाडणारं १८५७चं बंड झालं, तेव्हा इतिहासातील त्या क्षणिक देदीप्यमानतेत नाहून निघालेलं मीरत त्याक्षणी भारताचं केंद्रस्थान बनलं होतं आणि त्यानंतर सारा देश प्रगतिपथावर झेपावत होता, तेव्हा ते पुन्हा झोपी गेलं होतं.

आणि अशा सुस्तावलेल्या, आळसटलेल्या गावात एक तरुण मुलगा परत यायला निघाला होता! बंगळुरू शहरातली गडबड, पंचतारांकित हॉटेलांमधील मेजवान्यांची मजा आणि पगाराचे लठ्ठ चेक मागे टाकून तो आपल्या जन्मगावी स्वेच्छेनं परतत होता.

"'आयआयटी-आयआयएम'वाला मुलगा मीरतमध्ये काय करणार हे लोकांना समजतच नव्हतं! त्यांना वाटत होतं की, मला वेड लागलंय!"

हो! वेडच तर खरं! कारण हा तरुण कुटुंबाचा चिमुकला अभियांत्रिकी-व्यवसाय खांद्यावर घ्यायला परत येत होता. एखाद्या आयआयएम पदवीधराला गोल्डमन सॅक्समध्ये जेवढा पगार मिळेल, त्याहीपेक्षा या चिमुकल्या व्यवसायाची वार्षिक उलाढाल कमी होती.

पॉवरपॉइंट प्रेझेंटेशनची आणि एक्सएल शीट्सची उच्च प्रतीची दुनिया सोडून विभोर वडिलांच्या कारखान्यात जाऊ लागला. त्यानं स्वतःला, कंपनीला आणि कंपनीच्या मानसिकतेला नव्यानं आकार द्यायला प्रारंभ केला.

"लोक नैतिकता आणि व्यावसायिक नीतिमूल्यं यांबाबत चर्चा करत असतात, परंतु तुमचा ज्या गोष्टीवर विश्वास आहे, त्यासाठी ठामपणे उभं राहणं सोपं नसतं."

कंत्राट आणि टेंडर्सच्या दुनियेत कामाचा दर्जा टिकवून किमती आटोक्यात ठेवणं, ही अत्यंत अवघड गोष्ट असते. परंतु 'मल्टिमॅक्स इंजिनिअरिंग' कंपनी या तत्त्वानुसार काम करते आहे.

"आमच्या व्यवसायातले लोक जाणून आहेत की, एकदा आमच्या कंपनीनं शब्द दिला की, तो आम्ही निष्ठेनं पाळतो."

भक्कम व्यवसाय भक्कम पायावरच उभारता येतो. अवघ्या सात वर्षांत विभोरनं सिद्ध केलं आहे की, मीरतमध्येसुद्धा व्यवसायाला नवचेतना देता येते! तुम्ही जर पूर्ण ऊर्जेनिशी उत्कटतेनं काम केलंत आणि 'सब चलता है!' अशी ढिसाळ मनोवृत्ती सोडलीत, तरच हे शक्य होतं. हे आधुनिक काळातलं बंडच म्हटलं पाहिजे. अज्ञान, सुस्ती, आळस यांतून मुक्त होण्यासाठी पुकारलेलं बंड!

धगधगती जिद्द

विभोर अगरवाल : मल्टिमॅक्स इंजिनिअरिंग मीरत, उत्तर प्रदेश

उत्तर प्रदेशातील मीरतमधल्या एका उद्योजक कुटुंबात विभोरचा जन्म झाला. ''आमच्या कुटुंबात अभ्यासाच्या फंद्यात विशेष कुणी पडत नाही! अपवाद म्हणजे माझे वडील! त्यांनी आयआयटी, रूरकी आणि आयआयटी, मुंबई इथे शिक्षण घेतलं.''

आय.सी.एस.ई.चा अभ्यासक्रम विभोरनं मीरतमधल्या सेंट मेरीज ॲकॅडमीमधून पूर्ण केला. मीरतमधलं मुलांसाठीचं हे एकमेव कॉन्व्हेंट स्कूल होतं. तिथं विभोर नेहमी पहिला क्रमांक मिळवत असे. तो शालाप्रमुख विद्यार्थी होता आणि त्याला 'बेस्ट स्टुडंट' म्हणून पुरस्कार देऊन गौरवण्यात आलं होतं.

''अगदी लहान असतानापासून माझा 'इंजिनिअर' बनण्याचा ठाम निश्चय होता. मला दुसरं-तिसरं काहीही व्हायचं नव्हतं!''

विभोरनं आयआयटी मुंबईतून बी.टेक. आणि एम.टेक. पूर्ण करून हे स्वप्न साकार केलं. हे साल होतं २००३. त्यानंतर त्यानं बंगळुरूच्या आयआयएममध्ये प्रवेश घेतला आणि लंडनमधल्या डॉइश बँकेत एका उन्हाळ्यात नोकरी केल्यानंतर 'ए.टी. किअर्नी' कंपनीत कन्सल्टंटची नोकरी स्वीकारली. हे काम डोक्याला चालना देणारं आणि आरामदायीसुद्धा होतं. परंतु वर्ष-दीड वर्षातच विभोर अस्वस्थ झाला!

''दर दिवशी 'इकॉनॉमिक टाइम्स'मध्ये कोणत्यातरी उद्योजकाच्या देदीप्यमान यशाचे पोवाडे छापून येत होते. ते वाचून मला वाटू लागलं की, मी माझा वेळ या नोकरीत वाया घालवतोय!''

दुसऱ्या कुणाच्यातरी व्यवसायाकरता आर्थिक आराखडे बनवण्यासाठी वेळ खर्च करून, स्वत:चा जन्मगावचा व्यवसाय का उपेक्षित ठेवायचा? हा व्यवसाय होता 'मल्टिमॅक्स इंजिनिअरिंग'! ही कंपनी विभोरच्या वडिलांनी मीरतमध्ये १९७९मध्ये सुरू केली होती.

"लोक म्हणत, 'नको नको! काय आहे, आम्ही तुमच्या कंपनीचं नावही ऐकलेलं नाही. त्यामुळे आम्ही ही नोकरी स्वीकारू शकत नाही!'"

"खरंतर बाबांनी हा व्यवसाय आयआयटीतून पदवी मिळाल्याबरोबर लगेचच सुरू केला होता. परंतु तो फारसा चालला नाही. त्यामुळे ते कुटुंबाच्या दागिन्यांच्या किरकोळ व्यवसायाकडेच वळले आणि एकीकडे 'मल्टिमॅक्स' कंपनी स्वत:च्या पायांवरच रुखुटुखु चालू राहिली."

व्यवसायात पडायचा विचार विभोरच्या मनात सततच होता; प्रश्न एवढाच होता की, त्यात उडी केव्हा घ्यायची.

"मी माझ्या प्रबंधाचे मार्गदर्शक, आयआयटी मुंबईतले प्रोफेसर उदय शेणॉय यांचा सल्ला घेतला. ते केवळ प्राध्यापकच नसून ते स्वत: एक उद्योजकही आहेत. त्यांनी मला हे पाऊल माझ्या विचारापेक्षा आणखी जलदपणे उचलायला लावलं."

निकटचे आप्त विभोरचा निर्णय ऐकूण खूश झाले. परंतु इतरांच्या मनाची खातरी पटत नव्हती.

"अरे? इतकी उत्तम नोकरी का सोडलीस? व्यवसायाच्या डोकेदुखीत का पडलास?"

त्यावेळेस मल्टिमॅक्सची वार्षिक उलाढाल होती अवघी एक कोटी रुपये. दागिन्यांच्या व्यवसायाच्या एका दशांशानंसुद्धा हा व्यवसाय चालत नव्हता, परंतु तेच तर आव्हान होतं!

"मी निश्चय केला की, पाच वर्षांत मी हा व्यवसाय एक कोटीवरून १०० कोटींवर नेऊन दाखवेन!"

या धाडसी उद्दिष्टाकडली वाटचाल अगदी कनिष्ठ दर्जाचं काम हाती घेण्यापासून सुरू झाली. दिवसाचे २४ तास लॅपटॉपवर काम करणारा विभोर कारखान्यात उभा राहून काजळीनं हात माखून घेऊ लागला.

"पहिल्या तीन महिन्यांत मी अभियांत्रिकीची विस्मरणात गेलेली सारी तत्त्वं पुन्हा लखलखीत उजाळा देऊन कामात आणली. गमतीची गोष्ट म्हणजे मी केमिकल इंजिनिअर आहे आणि आमचा व्यवसाय मेकॅनिकल इंजिनिअरिंगचा आहे!"

अनुकूल गोष्ट होती की, अगदी प्राथमिक स्वरूपाच्या गोष्टी ऑफिस, कारखाना, थोडे लहान ग्राहक आधीच अस्तित्वात होत्या. प्रतिकूल गोष्ट म्हणजे कंपनीपाशी कोणतंही स्वप्न, उद्दिष्ट नव्हतं; व्यावसायिक दृष्टिकोन नव्हता; प्रेरित कर्मचाऱ्यांचा संघ नव्हता.

विभोरपुढलं आव्हान होतं : 'सब कुछ चलता है!' ही मानसिकता 'सब कुछ

नही चलेगा!' यात परिवर्तित करण्याचं.

स्वत:चं उदाहरंण घालून देऊन विभोरला हे करावं लागणार होतं!

"मी लहान लहान बदल घडवायला सुरुवात केली. गोष्टींची नोंद मी पद्धतशीरपणे, ठरावीक ढाच्यात ठेवू लागलो. डिझाइनिंग आणि कॉस्टिंगसाठी मी कर्मचाऱ्यांना कॉम्प्यूटरचा वापर करायला शिकवू लागलो."

दुसरी आणि अत्यंत निकडीची गरज होती उच्च दर्जाचे, अनुभवी कर्मचारी मिळवण्याची. परंतु ते कसं करायचं? गुजरात, मुंबई आणि नॉयडा ही अशा व्यवसायाची प्रमुख केंद्रं आहेत. तिथून मीरतला हलायला फारच थोडेजण राजी झाले असते.

"शिवाय पैशांच्या अंदाजपत्रकाच्या दृष्टीनंसुद्धा माझ्यापुढे मर्यादा होत्या."

परंतु तीव्र इच्छा असेल, तर तुम्ही कोणतंही उद्दिष्ट साध्य करू शकता. विभोर जॉब पोर्टल्सवर जाहिरात देऊ लागला. आलेल्या अर्जांची छाननी करून, त्यातल्या चांगल्या वाटणाऱ्या उमेदवारांना स्वत: फोन करून त्यांच्याशी बोलू लागला.

"'मी कंपनीचा संचालक बोलतोय,' असं मी त्यांना सांगू शकत नव्हतो, कारण ते ऐकून त्यांना वाटलं असतं, 'अरे देवा! ही काय लायकीची कंपनी असावी की, स्वत: संचालकालाच फोन करावा लागतोय?'"

त्यांना फोन केलेल्यांपैकी ९५ टक्के लोकांना 'मल्टिमॅक्स'चं नावही माहीत नसे आणि त्यामुळेच ते ताबडतोब नकार देत. परंतु विभोर त्यांचा नकार स्वीकारायला तयार नसे. तो स्वत: उमेदवारांच्या घरी जात असे, त्यांची खातरी पटवून देत असे. त्यांच्या मुलांना मीरतमधल्या शाळेत प्रवेश मिळवून देण्याची जबाबदारीसुद्धा स्वीकारत असे.

"मी शाळेच्या मुख्याध्यापकांना भेटलो, मुलांना प्रवेश परीक्षेला बसवलं आणि मग देवाचा धावा केला की, 'देवा कृपा करून या मुलांना उत्तीर्ण कर! नाहीतर त्यांचे बाबा माझ्या कंपनीत येणार नाहीत!'"

सर्वांत महत्त्वाची गोष्ट म्हणजे, जम बसलेल्या कंपनीत काम करण्यापेक्षा उद्योन्मुख कंपनीत काम करणं कसं वेगळं असतं, हे विभोर या उमेदवारांना समजावून सांगत असे!

"मी त्यांना माझं उद्दिष्ट समजावून सांगत असे आणि इतर कंपन्यांमध्ये नोकरी करण्यापेक्षा 'मल्टिमॅक्स'मध्ये नोकरी करणं कसं वेगळं असणार आहे, हे समजावून सांगत असे."

'हीट एक्चेंजर्स' आणि 'प्रेशर व्हेसल्स' बनवण्याच्या व्यवसायात अत्यंत तीव्र स्पर्धा असते. ही सामग्री केमिकल कारखाने, विद्युतनिर्मिती करणारे कारखाने, खतं बनवणारे कारखाने, साखर कारखाने आणि रिफायनरी या सर्व ठिकाणी अत्यंत

गरजेची असते. परंतु माल विकत घेताना कंपन्या दूरदृष्टी ठेवतात.

“तुम्हाला एक लक्ष्मणरेषा आखून घ्यावी लागते आणि निश्चय करावा लागतो की, किमती कमी करण्याचं कितीही दडपण आलं, तरी मी माझ्या उत्पादनाचा दर्जा एका विशिष्ट पातळीखाली घसरू देणार नाही!”

“जो पुरवठादार सर्वांत कमी किंमत लावतो, त्यालाच बहुधा त्या मालाचं कंत्राट मिळतं.”

त्या किमतीला माल पुरवण्यासाठी तो उत्पादनाच्या दर्जाबाबत ढिसाळ तरी बनतो; किंवा काही महिन्यांनी ग्राहकाकडे जाऊन त्याला सांगतो – “सॉरी! तुम्ही जास्त किंमत दिली नाहीत, तर मला माल पुरवता येणार नाही.” या दोन्ही गोष्टी स्वीकारायला विभोर तयार नव्हता.

“आमचं व्यावसायिक धोरण आहे, ‘कबूल केलेल्या प्रतीचा माल कबूल केल्याप्रमाणेच, स्पर्धकाएवढ्याच किमतीला नेऊन द्यायचा.’”

उत्तुंग पर्वत चढून जाण्यापूर्वी, त्याच्या पायथ्याशी पोचावं लागतं तसंच मालासाठी मागणी मिळवावी लागते! यासाठीचं धोरण अगदी सोपं आहे – शक्य तेवढ्या संभाव्य ग्राहकांना भेटणं. मग ते कुठंही असोत!

“साऱ्या भारतभरातल्या प्रत्येक कारखान्याला आणि रिफायनरीला मी भेट दिली. मी सगळ्यांकडे गेलो.”

जिथे जिथे विभोर गेला, तिथे तिथे त्याची आयआयटी, आयआयएमची पार्श्वभूमी पाहून संभाव्य ग्राहक प्रभावित झाले. सुरुवातीला आपल्या पदव्या आपल्या व्हिजिटिंग कार्डवर छापायला त्याला संकोच वाटत असे; परंतु लवकरच त्याच्या लक्षात आलं की, चंचुप्रवेश करायचा तो सर्वोत्कृष्ट मार्ग आहे!

“मी ‘एमटेक आयआयटी बॉंबे, पी.जी.डी.एम. आयआयएम बंगळुरू’ हे शब्द माझ्या नावापुढे छापून घेतले आणि माझं व्हिजिटिंग कार्डच मला मुक्तद्वार मिळवून देऊ लागलं!”

परंतु तुम्ही जबाबदारीच्या पदाच्या काटेरी सिंहासनावर बसलात की, तुमची आणि तुमच्या कंपनीची पतच महत्त्वाची ठरते. ग्राहक अत्यंत निष्ठुरपणे वागू शकतात.

त्याचं संपूर्ण सादरीकरण ऐकल्यावर एका बहुराष्ट्रीय कंपनीच्या खरेदीखात्याचा प्रमुख फटकळपणे विभोरला म्हणाला, “हे पहा, वस्तुस्थिती अशी आहे की, तुझ्या कंपनीसारख्या ५० फॅब्रिकेशन कंपन्या आहेत. मी कुणाकुणाकडून माल मागवू?”

परंतु हे बोलणं विभोरनं मनाला लावून घेतलं नाही. तो मालासाठी भ्रमंती करत होता, त्याच वेळेस तो कारखान्यात सुधारणा घडवण्याचं कामही सुरू ठेवत होता.

पहिलं मोठं हाती घेतलेलं काम होतं – प्रोप्रायटराशिपमधून 'मल्टिमॅक्स'चं प्रायव्हेट लिमिटेड कंपनीत परिवर्तन करण्याचं. दुसरं काम होतं – कारखान्याच्या इमारतीला स्वच्छ करून, रंग लावून ISO 9000 प्रमाणपत्राला आवश्यक अशा सर्व सुधारणा उत्पादन प्रक्रियेत घडवून आणण्याचं.

उचललेलं प्रत्येक पाऊल कंपनीतील लोकांना ध्येयाकडच्या वाटचालीचं समाधान मिळवून देत होतं. सारे कर्मचारी कंपनीची गुणवत्ता सिद्ध करून दाखवण्यासाठी उत्सुक होते.

ही संधी त्यांना 'टाटा केमिकल्स'नं मिळवून दिली. टाटा केमिकल्सचा एक खत उत्पादनाचा कारखाना मीरतपासून १४० किलोमीटर अंतरावरील बर्बाला या उत्तर प्रदेशातील दूरच्या भागात होता. इतर संभाव्य ग्राहकांकडे विभोर जात असे, त्याप्रमाणेच तो या कारखान्यातही गेला. यावेळेस तो अगदी योग्य वेळेस पोचला होता.

कंपनीनं एक लहानसा विकास प्रकल्प हाती घेतला होता आणि त्या प्रकल्पाचे प्रमुख होते, श्री. पी.के. जैन. या ज्येष्ठ महाशयांना या तरुण उद्योजकाचं कौतुक वाटलं. त्यांनी त्याला या प्रकल्पासाठी बोली लावायला परवानगी दिली.

"आमच्या व्यवसायात अशी संधी मिळणं फार अवघड असतं."

विभोरनं तंत्रज्ञानदृष्ट्या आणि व्यापारदृष्ट्या योग्य प्रकारे टेंडर भरलं. टाटा केमिकल्सच्या तंत्रज्ञानविषयक सल्लागारानं हे टेंडर काळजीपूर्वक तपासून पाहिल्यावर त्याला मान्यता दिली. 'मल्टिमॅक्स'ला पहिला मोठा ग्राहक मिळाला.

"मला सांगण्यात आलं की, कंपनीनं त्यांच्या अंदाजपत्रकात गृहीत धरलेल्या किमतीपेक्षा आम्ही नमूद केलेली किंमत २० टक्क्यांनी जास्त आहे. ते म्हणाले, 'ती किंमत तुम्ही खाली उतरवू शकलात, तर आम्ही तुम्हाला हे काम देऊ.'"

कर्मचाऱ्यांबरोबर विचारविनिमय केल्यानंतर विभोरनं किंमत खाली उतरवून हे कंत्राट मिळवलं. अभिमानाची गोष्ट म्हणजे कंत्राटावर सही केल्यानंतर महिन्याभरात टाटा केमिकल्सचे अधिकारी 'मल्टिमॅक्स'चा कारखाना बघायला आले.

"मी कंत्राट मिळवण्यासाठी सहजपणे सेल्स एजंट मिळवू शकलो असतो. परंतु तुम्ही प्रत्यक्ष काम मिळवण्याचा अनुभव घेतला नाहीत, तर तुमच्या कामात सखोलपणा येत नाही. तुम्ही एक उथळ अनुभव असलेले व्यवस्थापक राहता."

"प्रत्येक छोटीशी यशोप्राप्ती प्रचंड समाधान मिळवून देते. लहानसं आव्हान मला नव्या कल्पनांचा शोध घ्यायला उद्युक्त करतं."

"सर्वसाधारणतः या व्यवसायात ग्राहकानं तुमच्या कारखान्याला भेट देऊन

दर्जाबाबत कसून पाहणी केल्याशिवाय, तुमच्या कर्मचाऱ्यांना भेटल्याशिवाय, तुम्हाला काम दिलं जात नसतं.''

त्यांनी या तरुणावर विश्वास ठेवला होता. जेव्हा त्यांनी 'मल्टिमॅक्स'ची पाहणी केली, तेव्हा श्रीयुत जैन यांचं पूर्ण समाधान झालं.

''आमचा कारखाना फार मोठा नव्हता. परंतु आमच्या कर्मचाऱ्यांचा संघ उत्तम होता. ते म्हणाले, 'संघ चांगला असेल, तर आमचं काम नीटपणे केलं जाईल!'''

'मल्टिमॅक्स'नं त्यांचं काम दर्जेदार प्रतीचं आणि ठरल्या वेळेत करून दिलं. त्याबरोबर योग्य प्रकारचे लेखी दस्तऐवजही जोडलेले होते. टाटा केमिकल्सचे लोक इतके खूश झाले की, त्यांनी विभोरला त्याच्या कामाचं गुणग्राहकतेनं कौतुक करणारं पत्र पाठवलं.

''मी ते अजूनही माझ्या लॅपटॉपवर जपून ठेवलेलं आहे,'' विभोर अभिमानानं सांगतो.

या कंत्राटामुळे 'मल्टिमॅक्स'ची वार्षिक उलाढाल मार्च, २००९मध्ये चार कोटी रुपयांवर पोचली आणि कंपनीला थोडा नफासुद्धा मिळाला. हे कंत्राट मिळेपर्यंत कंपनी खराब झालेल्या मालाच्या जागी नवा माल देण्याकडेच लक्ष केंद्रित करत होती. आता विभोरनं प्रकल्पांसाठी माल पुरवण्यावर लक्ष केंद्रित करण्याचा निर्णय घेतला.

''समजा कुणीतरी नवा कारखाना उभारतंय आणि त्यांना १०० हीट एक्चेंजर्सची गरज आहे - अशा पातळीवरचा व्यवसाय आम्ही कधीच हाती घेतलेला नव्हता.''

योगायोगानं याच वेळेस 'इंडियन ऑइल कॉर्पोरेशन'चा मोठा ग्रीनफील्ड* प्रकल्प परादीप (ओरिसा) इथे उभा राहणार होता. 'मल्टिमॅक्स'नं त्या प्रकल्पासाठी बोली लावायची परवानगी मिळवली. या प्रकल्पाचा एकूण खर्च ३० हजार कोटी रुपये असणार होता. परंतु हे मोठं काम अनेक लहान प्रकल्पांमध्ये विभागून प्रत्येक विभागासाठी वेगळी टेंडर्स मागवण्यात आलेली होती. 'मल्टिमॅक्स'नं १०० कोटी रुपयांची टेंडर्स भरली.

विभोरनं आजवर जुन्या मालाच्या जागी नवा माल पाठवण्याचंच काम केलं होतं. त्यावरील खर्चाच्या अंदाजावरच त्यानं मालाच्या किमतीचा हिशोब केला. प्रकल्पासाठी माल पाठवणं खूप खर्चाचं असतं. कारण त्यात दर्जाबाबतच्या अटी फार काटेकोर आणि आव्हानात्मक असतात, ही गोष्ट विभोरला ठाऊकच नव्हती.

''आम्ही टेंडरमध्ये नमूद केलेली किंमत इतर सर्वांच्यापेक्षा कमी होती आणि

---

* ग्रीनफील्ड प्रॉजेक्ट : नवा उभा राहणारा प्रकल्प. अशा प्रकल्पावर सध्याच्याच इमारती किंवा अन्य सामग्री वापरण्याची जबरदस्ती केली जात नाही.

सरकारी कंपन्यांच्या नियमांना जागून इंडियन ऑइलनं सर्वांत कमी किमतीच्या टेंडरला काम दिलं.''

'मल्टिमॅक्स'चं नशीबच फळफळलं! एका महिन्यात अवघ्या चार कोटी रुपयांची उलाढाल करणारी कंपनी ४० कोटींचं काम मिळवून बसली!

आणि नशिबानं कृपादृष्टी करून त्याला मिळवून दिलेलं काम विभोरनं ताबडतोब स्वीकारलं.

''इंडियन ऑइल कॉर्पोरेशन लिमिटेडमध्ये इतकी वेगवेगळी खाती आहेत की, काय घडलंय हे कुणाच्याच लक्षात आलं नाही! परंतु मला खातरी वाटत होती की, एक दिवस ते जागे होतील आणि त्यापूर्वी मी पूर्ण तयारीत राहायला हवं!''

वडिलांसोबत विभोर ताबडतोब त्यांच्या बँकेकडे गेला. सरकारची पक्की लिखित ऑर्डर हाती असल्यामुळे त्यांना 'लाइन ऑफ क्रेडिट'* देण्यात आली. नवी यंत्रसामग्री खरेदी करण्यात आली. कारखान्याची जागा वाढवली गेली. नवी माणसं कामावर घेण्यात आली.

तीन महिन्यांनी इंडियन ऑइलमध्ये अगदी वरिष्ठ पातळीपर्यंत बोंबाबोंब सुरू झाली. इतक्या लहान कंपनीला एवढं मोठं काम कसं दिलं गेलं, याचं समर्थन कुणालाच करता येईना. या गोष्टीचं अन्वेषण करण्यासाठी एका समितीची स्थापना करण्यात आली. ही समिती ऑगस्ट, २०१०मध्ये मीरतला हजर झाली. या लहानशा कंपनीत आपल्याला शेकडो त्रुटी शोधता येतील, याची त्यांना खातरी वाटत होती.

''त्यांनी आमच्याकडे येण्यापूर्वीच ठरवलं होतं की, आम्हाला दिलेल्या ५० टक्के ऑर्डर्स ते रद्द करतील. मग ती कामं १००-२०० कोटींची उलाढाल करणाऱ्या एखाद्या कंपनीला देतील.''

परंतु 'मल्टिमॅक्स'चे लोक पूर्ण तयारीनिशी सज्ज होते! समितीच्या मंडळींनी जेव्हा कारखान्याची पाहणी केली, प्रश्न विचारले, शंका उपस्थित केल्या – तेव्हा प्रत्येक गोष्टीचं त्यांना समाधानकारक उत्तर देण्यात आलं. अखेरीस दिलेली ऑर्डर मागे घेण्याजोगं एकही सयुक्तिक कारण त्यांना सापडलं नाही.

''पुढली दोन वर्षं आम्ही हे काम पूर्ण करून देण्यात आहोरात्र जुंपलेले होतो. या कामामुळे आमचं नाव झालं.''

---

* Line of Credit : सरकार, व्यवसाय किंवा माणसं यांना अनेक कामांसाठी दिलेलं कर्ज. हे कर्ज कर्जदार आपल्या गरजेनुसार उचलू शकतो; परंतु मंजूर केलेली सर्व रक्कम त्यानं उचलली नाही तर उरलेल्या रकमेवर त्याला आकार द्यावा लागतो. कारण त्याच्या नावे ती रक्कम बँकेने ठेवलेली असते.

"आमच्या नवरत्न सरकारी कारखान्याची (पब्लिक सेक्टर अंडरटेकिंग – पी.एस.यू.) कार्यसंस्कृती अफलातून आहे. मला इंडियन ऑइल कॉर्पोरेशनकडून एवढं मोठं काम कुणालाही एक रुपयासुद्धा न चारता मिळू शकलं!"

"प्रकल्प संपेपर्यंत माझ्यावर दोन खटले चालू होते, एक-दोनवेळा पोलिसांशी बाचाबाची झाली आणि प्रचंड तोटा झाला. परंतु आता मला कशाचीही भीती वाटत नाही!"

२०१०मध्ये कंपनीची उलाढाल नऊ कोटी रुपये झाली आणि पुढल्या वर्षी ती २० कोटी रुपयांपेक्षाही जास्त झाली. परंतु कंपनीला काहीही नफा सुटला नाही. विभोरनं टेंडरमध्ये फारच कमी किंमत लावली होती आणि त्यामुळेच तो हे कंत्राट मिळवू शकला होता. परंतु नमूद केलेल्या दर्जाचा माल त्या किमतीला बनवणं अशक्य होतं.

"मी फार मोठी चूक केली... परंतु तुम्ही चुका करूनच शिकत जाता."

नशिबानं विभोरचे वडील त्याच्या पाठीशी उभे राहिले.

ते म्हणाले, "हे पहा... आयुष्यात असं घडतच असतं. तू चुका करशील, त्यातून बोध घेशील, तेव्हाच प्रगती करू शकशील!"

आधारासाठी या संकटकाळात कुटुंबाचा आणखी एक व्यवसाय होता ही नशिबाची गोष्ट होती.

"आम्हाला जेव्हा पैशांची चणचण असे, तेव्हा दागिन्यांच्या दुकानातून आम्हाला पैसे घेता येत होते आणि काम चालू ठेवता येत होतं."

हा प्रकल्प पूर्ण करताना आणखी समस्या उभ्या राहिल्या त्यामुळे विभोरनं जास्तीची जागा भाड्यानं घेतली. कामाला प्रत्यक्ष सुरुवात झाली, तेव्हा त्या जागेच्या मालकाला लोभ सुटला आणि त्यानं आणखी पैसे मागितले.

"आम्ही त्याच्या मागणीला नकार दिला. परंतु तो आम्हाला आमची यंत्रसामग्री त्याच्या जागेतून हलवू देईना. त्यामुळे आम्हाला पोलिसांकडे आणि जिल्हा न्यायाधीशाकडे धाव घ्यावी लागली."

अखेरीस हा खटला कोर्टात पोचला आणि विभोरची झोप उडाली – "इतकं मोठं काम हाती घेतलंय! आता ते पुरं कसं करू?"

परंतु इतका तणाव असूनही ग्राहकाला त्याची झळ पोचली नाही. इंडियन ऑइलनं ज्या वेगवेगळ्या उत्पादकांवर कामं सोपवली होती, त्यांच्यापैकी 'मल्टिमॅक्स'नं प्रश्नांना ताबडतोब उत्तरं पाठवण्याच्या तत्परतेबाबत नाव कमावलं! इंडियन ऑइलनं चार-पाच तंत्रज्ञानाविषयक सल्लागार नेमले होते. त्यांच्यापैकी कुणाकडूनही ई-मेल आली की, मल्टिमॅक्स पुढल्या २४ ते ४८ तासांत त्या ई-मेलला उत्तर धाडत असे.

''वस्तुत: ते आमच्यावर सतत बारकाईनं लक्ष ठेवत असत. आमची प्रगती पाहण्यासाठी येणाऱ्या कोणत्याही व्यक्तीचं आम्ही नेहमीच स्वागत करत असू.''

जेव्हा हा सर्व प्रकल्प पूर्णत्वास नेण्यात आला, तेव्हा कंपनीत सार्थकाची भावना पसरली होती – अगदी सर्वोच्च अधिकाऱ्यापासून ते तळाच्या कर्मचाऱ्यापर्यंत.

''ज्या लोकांनी या प्रकल्पावर काम केलं, त्यांच्या अंत:स्थ वर्तुळात, इतर कंपन्यांमधील त्यांच्या मित्रांमध्ये, त्याबद्दल अजूनही चर्चा होते!''

'मल्टिमॅक्स'नं इंडियन ऑइलमध्ये जे नाव कमावलं, त्यामुळे त्यांना खाजगी क्षेत्रातील कंपन्यांकडूनसुद्धा कामं मिळू लागली. अनेक नवे ग्राहक त्यांच्यापाशी आले. परंतु सर्वात मोठं यश म्हणजे विभोरशी एकेकाळी फटकळपणे बोलणाऱ्या बहुराष्ट्रीय कंपनीकडूनही त्याला काम मिळालं. याच कंपनीतला खरेदी अधिकारी विभोरला म्हणाला होता – ''बाजारात तुझ्यासारखे ५० उत्पादक आहेत! कुणाकुणाला काम देऊ?''

''दोन महिन्यांपूर्वी त्याच कंपनीनं मल्टिमॅक्सला एक भलीमोठी ऑर्डर दिली, कारण आम्ही तशी विश्वासहर्ता मिळवली होती.'

'विभोरच्या कंपनीनं जर शब्द दिला असेल, तर ते काम नक्कीच करून देतील!' – हा विश्वास कर्मचारी आणि ग्राहक या दोहोंनाही वाटतो. त्या शब्दाला जागण्यासाठी कंपनी तत्कालिक आर्थिक तोटासुद्धा सोसायला तयार असते!

'''लाला टाइप बिझनेस' आणि 'व्यावसायिक व्यवसाय' यात हाच तर फरक आहे!''

मार्च, २०१३मध्ये कंपनीनं २५ कोटी रुपये मिळवले आणि आता कंपनी तोट्यात चाललेली नाही. ५० टक्के व्यवसाय अजूनही सरकारी कंपन्यांकडून (PSU) येतो आणि उरलेला खाजगी क्षेत्रातील व्यावसायिक कंपन्यांकडून येतो. कर्मचाऱ्यांची संख्या आता २५वरून २२४वर पोचलेली आहे आणि संभाव्य ग्राहक आता 'मल्टिमॅक्स'ला पहिली पसंती देऊ लागले आहेत.

''माझ्या कर्मचाऱ्यांपैकी एकजण मला म्हणाला की, मला पाहून त्याला गालिबच्या शब्दांची आठवण होते – 'मै अकेला ही चला था, जानिबे मंझिल मगर, लोग आते गये और कारवाँ बनता गया!' (मी एकटाच वाटचाल करत होतो उद्दिष्टाच्या दिशेनं, परंतु इतर लोक माझ्यासोबत चालू लागले आणि काफिला बनला.)''

या काफिल्याला आणखी अंतर कापायचं आहे.

''कधीकधी मला माझ्या आयआयटी-आयआयएमच्या मित्रांची उणीव जाणवते. परंतु एरव्ही मी माझ्या कामात इतका गर्क असतो की, माझं ऑफिस मुंबईत आहे की मीरतमध्ये यामुळे मला काहीही फरक पडत नाही!''

व्यवसायाच्या दृष्टीनं हा कठीण समय आहे. सर्व क्षेत्रांमध्ये मंदी आली आहे.

फारच थोडे नवे कारखाने उभे राहत आहेत. याचा 'मल्टिमॅक्स'सारख्या कंपन्यांवर प्रतिकूल परिणाम होतो आहे. परंतु विभोरच्या डोळ्यांपुढे मोठं क्षितिज आहे आणि तो त्या दृष्टीनं योजना आखतो आहे.

''माझ्या लक्षात आलंय की, आम्ही 'प्रॉडक्ट कंपनी' आहोत. कोणत्याही वस्तूचा जसा ऊर्जितावस्थेचा, सपाट प्रगतीचा आणि अधोगतीचा काळ असतो, तसंच आमच्या कंपनीच्या बाबतीतही घडणार आहे.''

सध्या 'मल्टिमॅक्स'चा प्रगतीचा आलेख सपाट रेषेत चालला आहे. अनेक कंपन्या तसाच माल घेऊन स्पर्धेत उतरल्या आहेत. या स्पर्धेत टिकाव धरायचा असेल, तर सतत पुढचा विचार करत राहून बाजारपेठेच्या गरजांचा अंदाज घेत राहिलं पाहिजे आणि वेगवेगळ्या प्रकारच्या नव्या गोष्टी तयार करत राहिलं पाहिजे.

ज्या कारखान्यांना हीट एक्चेंजर्सची गरज असते, त्याच कारखान्यांना पाइपिंगसाठी इतर अनेक लहानसहान प्रकारची सामग्रीसुद्धा गरजेची असते. अशी सामग्री, कोणतीही वाढीव गुंतवणूक न करता 'मल्टिमॅक्स'च्या सध्याच्या कारखान्यात कशी बनवता येईल, याकडे विभोर पाहतो आहे.

''यासाठी फक्त केमिकल इंजिनिअरिंग आणि प्रोसेस डिझाइनिंगचं ज्ञान आवश्यक आहे आणि ते ज्ञान आमच्यापाशी आहे!''

विभोरचं आणखी एका क्षेत्राकडे लक्ष आहे – नैसर्गिक वायू (नॅचरल गॅस). त्याची खातरी आहे की, येत्या १० वर्षांत तो खूप महत्त्वाचा बनणार आहे. गाड्यांतील पेट्रोल-डिझेलची जागा आणि घरातल्या एलपीजीची जागा नॅचरल गॅस घेणार आहे. त्याचं उत्पादन वाढलं की, त्यासाठी आवश्यक अशी सामग्री गरजेची ठरेल आणि त्यासाठीची मागणी वाढेल

''त्या गोष्टींवर सध्या मी लक्ष केंद्रित करतोय.''

शेवटची गोष्ट म्हणजे हा तरुण उद्योजक आता निर्यातीच्या बाजारपेठेकडे लक्ष वळवतोय. ग्राहक-उत्पादक या दोघांच्याही दृष्टीनं अनोळखी असलेल्या एका अन्वेषक कंपनीच्या मार्फत एका युरोपीय ग्राहकाकडून त्यांना एक लहानसं काम मिळालं आहे. परंतु विभोर जाणून आहे की, या क्षेत्रात प्रवेश मिळवायचा, तर स्वत:च खटपट करण्यावाचून दुसरा पर्याय नाही.

''मी पुन्हा प्रवास करू लागलोय. यावेळेस मध्यपूर्वेच्या कंपन्यांकडून काम मिळवण्याच्या खटपटीत आहे मी!''

नवीन क्षेत्रामध्ये व्यवसाय वाढवणं (बिझनेस डेव्हलपमेंट), प्रकल्पाचं व्यवस्थापन (प्रॉजेक्ट मॅनेजमेंट) आणि एच.आर. (ह्यूमन रिसोर्स) या क्षेत्रांमधली विभोरची कामगिरी नेत्रदीपक आहे. परंतु त्याच्या पाठीशी त्याचे वडील पहाडासारखे उभे आहेत. ते एक्साइज, लेबर आणि अनेक सरकारी नियमांचं क्लिष्ट काम सांभाळत आहेत.

''दोन पिढ्यांमधली दरी – जनरेशन गॅप – जाणवेल, अशी चिंता माझ्या 'ए.टी. किअर्नी'मधील वरिष्ठांनी बोलून दाखवली होती. परंतु माझ्या वडिलांनी आणि मी, आम्हा दोघांमध्ये कामाची नीटपणे वाटणी करून घेतली आहे.''

जरी मतभेद झाले आणि चर्चा झाल्या, तरी त्यांना परस्परांबद्दल आदर वाटतो.

तीच गोष्ट विभोरची पत्नी – गरिमा हिच्याबाबत आहे. ती चार्टर्ड अकौंटंट आहे आणि तिनं KPMG साठी काम केलं आहे. आता ती कंपनीचे अकौंट्स सांभाळते आणि बरेचदा म्हणते, ''या आकड्यांचा ताळमेळ जमत नाहीये.''

आणि विभोर उत्तर देतो, ''नक्की जमेल!''

याच शब्दांत त्यानं तिला मीरतला येण्यासाठी पटवलं होतं. दक्षिण दिल्लीत जन्मलेल्या आणि वाढलेल्या गरिमाला सुरुवातीला लहान गावात राहण्याबाबत सांशकता वाटत होती.

''परंतु काही वेळा भेटल्यावर तिनं तिचं मत बदललं!''

ज्याप्रमाणे आयुष्यात आणि व्यवसायात कोठे जायचं यावर विभोरनं त्याचं मत बदललं, त्याप्रमाणेच गरिमानंही आपलं मत बदललं. महत्त्वाकांक्षा? नक्कीच! परंतु सुख-स्वास्थ्याच्या बदल्यात नव्हे!

''मला माझी कंपनी १०० कोटी रुपयांवर न्यायचीये. पण मी मनोमन जाणून आहे की, प्रत्येक व्यक्ती 'अंबानी' नसते. मी फक्त रुपयांच्या आकड्यांमध्ये यश मोजत नाही!''

आणि या आयआयटी-आयआयएम तरुणाला आतून मनोमन कुठेतरी वाटतं आहे की, तो त्याच्या देशाचंही ऋण लागतो. लहान स्वरूपात तो ते सध्या फेडतो आहे.

''जर मी २०० लोकांना नोकऱ्या मिळवून देणारी कंपनी चालवत असलो... जर व्यवसायाद्वारे मी देशासाठी परकीय चलन मिळवत असलो... तर मी माझं शिक्षण सार्थकी लावलंय असं म्हणता येईल.''

भारतातील प्रत्येक लहान गावाला अशा तरुण स्त्री-पुरुषांची गरज आहे; आपल्याच परसदारी छोटीशी क्रांती घडवण्यासाठी!

तरुण उद्योजकांसाठी कानमंत्र!

व्यवसायात उडी घेण्यापूर्वी काही वर्षं नोकरीचा अनुभव घ्यायला हवा, असं माझं प्रांजळ मत आहे. तुम्ही कुणाच्या हाताखाली काम केलेलं असलं, तर त्यानं खूपच फरक पडतो. त्यामुळे तुम्ही अधिक व्यावसायिकतेनं काम करू लागता; अधिक जबाबदार बनता; तुम्हाला पुढे आधारभूत ठरणारे मैत्रीचे संबंध जोडता येतात. असे फायदे अनेक आहेत.

तुम्ही व्यवस्थापनाची पदवी – एमबीए मिळवत असाल, तर चांगला उद्योजक बनण्याच्या दृष्टीनं उपयुक्त ठरतील असे विषय निवडा. चांगल्या ग्रेड्स किंवा रेझ्यूमेला उठाव आणणाऱ्या, नोकरीसाठी उपयुक्त ठरतील, अशा गोष्टींमागे धावू नका.

उद्योग करणं, हे सी-सॉवर बसण्यासारखं असतं. कधी तुम्ही आकाशात असता, तर पुढल्या क्षणी दाणकन जमिनीवर आदळता. पण अशी अधोगतीची स्थिती येईल, तेव्हा निराश होऊ नका! प्रयत्न करत रहा.

मी बरेचदा अपयशाच्या दाराशी जाऊन मी परत फिरलो आहे आणि यश मिळवलं आहे. परंतु प्रत्येक अपयशामुळे मी काहीतरी काहीतरी नवं शिकलो आहे. पुढच्या खेपेस केलेल्या चुका सुधारण्यासाठी त्या पद्धतींचा मी अवलंब केला आहे.

माझ्या दोन अत्यंत आवडत्या कविता आहेत : रॉबर्ट फ्रॉस्टची 'द रोड नॉट टेकन'. या कवितेत तो म्हणतो, 'पिवळ्या अरण्यात रस्त्याला दोन फाटे फुटले आणि दोन्ही फाट्यांनी एकाच वेळेस जाणं अशक्य होतं.' दुसरी कविता आहे रुडियार्ड किपलिंगची. 'तुमच्या आजूबाजूच्या सर्वांची विचारशक्ती लोप पावत असताना, तुम्ही तुमची विचारशक्ती शाबूत ठेवू शकलात तर...'

या ओळी लक्षात ठेवा आणि पुढे जात रहा. तुम्ही कधी ना कधी उद्दिष्टापर्यंत पोचाल.

जेव्हा तुम्ही स्वत:चा व्यवसाय सुरू करता, तेव्हा तुम्ही यशस्वी व्हाल किंवा होणारही नाही; परंतु त्यामुळे तुम्ही एक माणूस म्हणून नक्कीच घडाल!

‘दूधगंगा’ आणणारा ‘भगीरथ’

श्रीकुमार मिश्रा : मिल्क मंत्र

भुवनेश्वर, ओडिशा

या पदवीधरापाशी एखाद्या एमबीएला अपेक्षित असं सारंकाही होतं; परंतु ते त्याला पुरेसं समाधान मिळवून देत नव्हतं. लंडनमधील ‘टाटा टेटली’मधील नोकरी सोडून देऊन तो त्याच्या जन्मगावी, मायमातीत परतला. त्याला ओडिशाच्या रहिवाशांसाठी ‘अमूल’सारखा दुग्धव्यवसाय सुरू करायचा होता.

ओडिशात तुम्हाला मोठ्ठाले उद्योजक आणि खाणमालक सापडतील; परंतु स्वत: आर्थिक जोखीम सोसून नवा उद्योग स्थापन करणारा उद्योजक सापडणं कठीण!

श्रीकुमार मिश्रा हा असा दुर्मीळ अवलिया आहे.

बहुसंख्य ओडिया लोकांप्रमाणेच चांगली व्यावसायिक पदवी आणि स्थिर स्वरूपाची नोकरी मिळवणं, हे त्याचं ध्येय होतं. परंतु त्याचं अंतर्मन त्याला सांगू लागलं की, एवढंच पुरेसं नाही. अखेरीस तो स्वतःचा उद्योग सुरू करण्यासाठी ओडिशात परत आला.

"लोक मला सतत विचारत असतात की, मी माझी टाटा टेटलीची लंडनमधली नोकरी का सोडून दिली? त्यांना माझी मनोऊर्मी, काहीतरी निराळं करण्याची तळमळ समजतच नाही."

चार वर्षांपूर्वी ओडिशाला परत आल्यापासून त्यानं आपला डेअरी प्रकल्प उभारण्याच्या दृष्टीनं सारे प्रयत्न केले आहेत. जेव्हा व्हेंचर कॅपिटल कंपन्या आणि बँका त्याला फटकारू लागल्या, तेव्हा या तरुणानं आप्तमित्र आणि उदितावस्थेतील व्यवसायात वित्तनिवेश करणारे 'एंजल इन्व्हेस्टर्स' यांच्याकडून पैसे उभे केले.

"हे पैसे उभे करण्यासाठी मी जे प्रयत्न केले, तो माझ्या आयुष्यातला कसोटीचा काळ होता. परंतु मी निष्ठेनं 'माझा मंत्र' जपत राहिलो."

आठ महिन्यांपूर्वी सुरू झालेल्या या बाल्यावस्थेतील कंपनीनं राज्य सरकार चालवत असलेल्या 'ओमफेड'ला खडबडून जाग आणली आहे. ग्राहकांना ही कंपनी अधिक दर्जेदार, सकस दूध पुरवू लागली आहे आणि राज्यातील १२ हजार गोपालन करणाऱ्या दुग्धव्यावसायिकांचं राहणीमान या कंपनीनं उंचावून दिलं आहे.

जगन्नाथपुरीजवळच्या त्याच्या अत्याधुनिक दूध कारखान्याच्यावरच्या मजल्यावरील ऑफिसमध्ये बसून बाहेर नजर टाकल्यावर मला विस्तीर्ण कुरणं दिसतात. या गवतावर पोसलेल्या गायी गोड आणि पौष्टिक दूध पुरवतात.

हा चमत्कार रवंथ करा आणि असाच चमत्कार तुम्ही स्वतः घडवा!

‘दूधगंगा’ आणणारा ‘भगीरथ’

श्रीकुमार मिश्रा : मिल्क मंत्र
भुवनेश्वर, ओडिशा

श्रीकुमारचा जन्म ओडिशातील कटक गावात झाला.

‘‘माझे वडील खरगपूर आयआयटीचे पदवीधर होते आणि आमच्या कुटुंबातले पहिलेच उद्योजक होते. त्यांनी १९७०च्या दशकात ओडिशात ‘कलिंग ट्रान्स्फॉर्मर्स’ नावाची कंपनी स्थापन केली होती.’’

जगाची चिंता न करता कटकमधील इतर कोणत्याही मुलाप्रमाणे गल्लीत क्रिकेट खेळत श्रीकुमार लहानाचा मोठा होऊ शकला असता; परंतु १९८५मध्ये तो आठ वर्षांचा असताना अकल्पितपणे त्यांच्यावर आपत्तींची कुऱ्हाड कोसळली!

‘‘माझे वडील मोटार अपघातात मृत्युमुखी पडले आणि आम्ही आवर्तात सापडलो!’’

जिवलग व्यक्तीच्या मृत्यूखेरीज या कुटुंबाला व्यावसायिक आणि कायद्याच्या समस्यांना तोंड द्यावं लागलं. श्रीकुमारच्या वडिलांनी त्यांचं राहतं घर बँकेला तारण म्हणून ठेवलं होतं. ही तत्कालिक सोय केलेली होती; परंतु त्यांचा अचानक मृत्यू झाल्याने गोष्टी गुंतागुंतीच्या बनल्या.

‘‘त्यांच्या दुसऱ्या भागीदारांनी आमचं घर बँकेकडून सोडवून घेतलं नाहीच; उलट कंपनीचीच धूळधाण केली. त्यामुळे बँकेने आमचं घर तारणमुक्त केलं नाही. आमच्या डोक्यावर ती सततची टांगती तलवारच राहिली.’’

बँकेबरोबरचा दिवाणी खटला वर्षानुवर्षं चालत राहिला. अगदी दहावीची परीक्षा सुरू असतानासुद्धा श्रीकुमार वकील आणि कोर्ट यांचे उंबरे झिजवत होता. खरंतर, त्याच्या वडिलांप्रमाणे आयआयटीत शिक्षण घेणं हे त्याचं स्वप्न होतं, परंतु तसं घडायचं नव्हतं.

‘‘मी जेईईसाठी अभ्यासकरण्यापेक्षा वकिलांवरच जास्त वेळ खर्च करत होतो!’’

श्रीकुमारच्या लक्षात आलं की, जर तो कटकमध्ये राहूनच शिकत राहिला, तर त्याचं आयुष्य असंच असेल! त्यामुळे त्यानं ओडिशापासून कुठेतरी दूर जाऊन इंजिनिअरिंगचं शिक्षण घ्यायचं ठरवलं. तोवर त्याच्या थोरल्या बहिणीचा विवाह होऊन ती स्थिरावली होती. त्याच्या आईनं आणि धाकट्या बहिणीनं त्याच्या इच्छेला मान दिला. अशा प्रकारे, श्रीकुमार पुण्याच्या डी.वाय. पाटील कॉलेजात मेकॅनिकल इंजिनिअरिंगचं शिक्षण घेऊ लागला.

इंजिनिअरिंग कॉलेजच्या अखेरच्या वर्षात असताना, त्यानं 'कॅट' परीक्षेसाठी अभ्यासाला सुरुवात केली. परंतु या परीक्षेची तारीख नेमकी त्याच्या अंतिम वर्षीय प्रकल्प सादरीकरणाच्याच दिवशी आली.

''परंतु मी 'झेवियर ॲप्टिट्यूड टेस्ट' (XAT) परीक्षेला बसलो आणि भुवनेश्वरमधील 'झेवियर इन्स्टिट्यूट ऑफ मॅनेजमेंट'(XIMB)मध्ये मला प्रवेश मिळाला. तो मी स्वीकारला.''

श्रीकुमारला त्याच्या बिझनेस स्कूलमधील दिवसातील एक घटना अजूनही आठवतेय – 'इंडिया लीडरशिप समिट.' राष्ट्रीय पातळीवरील ही परिषद मुंबईत भरवली होती. तिचा विषय होता, 'गव्हर्ननन्स ॲन्ड लीडरशिप'. यासाठी श्रीकुमारची निवड झाली आणि तो सादरीकरणासाठी मुंबईला गेला. भारतभरातील विद्यार्थ्यांच्या स्पर्धेत त्यानं प्रथम क्रमांक मिळवला.

त्याला पारितोषिक स्वीकारण्यासाठी व्यासपीठावर बोलावण्यात आलं, तेव्हा त्यानं त्या व्यासपीठावरून एक महत्त्वाचा मुद्दा मांडला. त्याकाळच्या सर्वोत्कृष्ट कंपन्यांच्या सीईओ आणि एचआर प्रमुख मंडळींपुढे तो म्हणाला, ''हे पारितोषिक जिंकल्यानंतर मी नम्रपणे सांगू इच्छितो की, गुणवत्तेचा शोध घेताना नियुक्ती अधिकाऱ्यांनी आयआयएमव्यतिरिक्त इतर ठिकाणांहूनही हुशार उमेदवारांचा शोध घ्यावा; कारण बुद्धिमत्ता सर्वत्र सापडते.''

कॅम्पस प्लेसमेंटमधून श्रीकुमारला आय.सी.आय.सी.आय. बँकेत नोकरी मिळाली. परंतु त्यानं टाटा ॲड्मिनिस्ट्रेटिव्ह सर्व्हिससाठीसुद्धा अर्ज केला होता. त्यांनी राष्ट्रीय पातळीवर निवड प्रक्रिया आयोजित केली.

''पहिल्या काहींमध्ये माझी निवड झाली आणि त्यानंतर कोलकात्यात आयोजित केलेल्या चाचणीप्रक्रियेतून आम्हाला तावून-सुलाखून पारखण्यात आलं – ग्रुप डिस्कशन, मग कसून इंटरव्ह्यू आणि पॅनेल इंटरव्ह्यू.''

पूर्व विभागातून जे तीन उमेदवार निवडण्यात आले, त्यांपैकी एक होता श्रीकुमार! जून, २००९मध्ये तो 'टीएएस'मध्ये रुजू झाला.

टीएएसमधली प्रशिक्षण प्रक्रिया अत्यंत नियोजनपूर्ण असते. त्या दरम्यान तुम्ही टाटा ग्रुपच्या विविध कंपन्यांकडे जाता आणि तिथल्या सीईओंबरोबर संवाद

साधता. टाटा ग्रुपच्या कंपन्या संपूर्ण भारतात विविध ठिकाणी पसरलेल्या असल्यामुळे उमेदवारांना अनौपचारिक स्तरावरचं 'भारत दर्शन'च घडतं. उमेदवार पुण्यातील टाटा मॅनेजमेंट ट्रेनिंग सेंटरमधील प्रशिक्षण वर्गांना हजेरी लावतात आणि उत्कृष्ट प्रकारचं जेवणही चाखतात.

परंतु या प्रशिक्षणातला सर्वांत महत्त्वाचा भाग असतो – प्रत्येकी तीन महिन्यांचे चार प्रकल्प पूर्ण करणे.

''हे प्रकल्प तुम्हाला वेगवेगळ्या व्यवसायांची झलक दाखवतात. वर्ष संपता-संपता, तुम्हाला कोणत्या विभागातील कोणत्या कंपनीतून व्यवसायाला प्रारंभ करावासा वाटतोय, हे स्पष्टपणे कळतं.''

श्रीकुमारनं 'टाटा टी' कंपनीची निवड केली. या कंपनीत त्यानं शेवटचा प्रकल्प पूर्ण केला होता. हा काळ मोठा उत्तेजक होता; कारण 'टाटा टी'नं इंग्लंडमधील 'टेटली' कंपनी नुकतीच विकत घेतली होती. तो ब्रँड वेगवेगळ्या देशांत लोकप्रिय करण्याचं काम त्यांनी हाती घेतलं होतं.

''मी टेटलीच्या कोलकात्यातील 'ग्लोबल बिझनेस डिव्हिजन'मध्ये रुजू झालो आणि कझाकिस्तानापासून चीनपर्यंत सर्व उदयोन्मुख बाजारपेठांकडे येऊ-जाऊ लागलो.''

२००२मध्ये श्रीकुमार रश्मिबरोबर विवाहबद्ध झाला. ती भुवनेश्वरमधील 'झेवियर इन्स्टिट्यूट ऑफ मॅनेजमेंट'मध्येच त्याच्या काही वर्षं मागे शिकत होती. वर्षभरानं 'कंट्री हेड' या पदावर त्याला दक्षिण आफ्रिकेत पाठवण्यात आलं. या पदाचा अर्थ होता की, तिथे ऑफिस नव्हतं, त्याचा कुणी वरिष्ठही नव्हता आणि त्याला स्वत:लाच प्रयत्न करून व्यवसायाचा पाया घालावा लागणार होता!

''आम्ही तिथे सुरुवातच करत होतो. त्यामुळे एखाद्या नवोदित कंपनीप्रमाणे मी घरातूनच काम करत होतो. मी टेटलीचं बस्तान अगदी पाया रचण्यापासून बसवलं आणि त्या प्रक्रियेत खूप काही शिकलो!''

श्रीकुमारनं 'टेटली' हा ब्रँड तिथे लोकप्रिय केलाच; परंतु त्यानं आणखी एक भूषणास्पद गोष्ट केली. त्यानं दक्षिण आफ्रिकेतली 'जोकेल्स' ही चहाची कंपनी विकत घेण्यासाठी मोलाची कामगिरी बजावली.

''तो देशातला तिसरा मोठा ब्रँड होता. तो दोन उद्योजकांनी स्थापन केला होता. तो टेटलीमधला सर्वांत झपाट्यानं यशस्वी होणारा ब्रँड ठरला!''

२००६मध्ये श्रीकुमार एका नव्या व्यवसायाकडे बघण्यासाठी लंडनला गेला. टेटलीनं प्रागमधली एक कंपनी विकत घेतली होती, त्याकडे तो लक्ष पुरवू लागला. नव्यानं उदयाला येणाऱ्या बाजारपेठांमधून कंपन्या विकत घेऊन त्या मालक कंपनीत विलीन करणाऱ्या 'मर्जर्स अॅन्ड अक्विझिशन टीम'मध्ये आणखी दोन वर्षांनी श्रीकुमारला प्रमुखपदी नेमण्यात आलं. हे काम अत्यंत प्रेरणादायी होतं. नव्या

गोष्टींचा शोध अंतर्भूत करणाऱ्या, उद्योजकांकडून चालवल्या जाणाऱ्या, टेटलीला विकत घेता येण्याजोग्या कंपन्यांचा शोध घेणं!

"कॅटसारख्या परीक्षेत एका दिवसात जे घडतं, त्याचे परिणाम तुम्हाला आयुष्यभर भोगावे लागतात. गुणवत्तेचा शोध घेण्याची ती योग्य पद्धत आहे, असं मला वाटत नाही!"

"एक मॅनेजर या नात्यानं तुम्ही विमानातल्या 'बिझनेस क्लास'नं प्रवास करता आणि पंचतारांकित हॉटेलांमध्ये राहता; परंतु ज्या कामासाठी तुम्ही हे करता, त्यातून कोणतंही नवनिर्माण घडत नसतं. ते काम दुसरा कुणीही हुशार माणूस करू शकतो!"

"मी जगभरातील अनेक बाजारपेठांमधल्या कामाचा अनुभव मिळवू शकलो. उत्कृष्ट प्रकारचं जेवण आणि पेय यांचे ब्रँड निर्माण करण्यासाठी उद्योजकांनी केलेले भगीरथ प्रयत्न मी पाहू शकलो!"

यामुळे भारतात कोणत्या संधी मिळतील याबद्दलचं विचारचक्र त्याच्या डोक्यात फिरू लागलं. सारासार विचारबुद्धी आणि अनुभव एकाच दिशेनं बोट दाखवत होते – इतर विकसनशील देशांमध्ये जे घडतंय, ते कालांतरानं भारतातसुद्धा घडणारच आहे!

"मला टर्कीमध्ये दोन भाऊ भेटले. काराकान* आडनावाचे. त्यांनी शून्यातून २० कोटी डॉलर्सचा चहाचा व्यवसाय उभा केला होता. त्यांची कामगिरी अत्यंत प्रेरक होती!"

पेयांच्या क्षेत्रातल्या सुधारणा थेट पिता येण्याजोग्या पेयांबाबत घडत होत्या. टेटलीच्या दृष्टीनं नवीन कंपन्या विकत घेणं हा केवळ व्यवसाय वाढवण्यासाठीचा उपक्रम नव्हता. शतकभर जुन्या कंपनीत नवीन कल्पनांचे वारे खेळवण्याचा तो एक मार्ग होता, परंतु श्रीकुमारच्या मनात शंकेची पाल चुकचुकू लागली होती.

"व्यावसायिक कंपन्या उद्योजकतेच्या वृत्तीबद्दल नुसतं बोलत असतात. प्रत्यक्षात अशी नावीन्याचा शोध घेणारी वृत्ती मला कोणत्याही कंपनीत दिसलेली नाही!"

बिझनेस स्कूलमधून पदवी मिळवून बाहेर पडल्यावर, अवघ्या सात वर्षांमध्येच श्रीकुमार प्रत्येक एमबीएला स्वप्नवत वाटणारं आयुष्य जगत होता. प्रथम तो दक्षिण आफ्रिकेत काम करत होता, त्यानंतर मग लंडनमध्ये पाउंड्समध्ये पगार कमवत होता.

"मी पश्चिम लंडनमधील हॅरोमध्ये एका टेकडीवरच्या घरात राहत होतो.

---

* काराकान बंधूंनी स्थापना केलेली कंपनी 'डोंगस-के' नावानं ओळखली जाते.

नोकरीत माझं उत्तम चाललं होतं. बिझनेस क्लासनं प्रवास, पंचतारांकित हॉटेलांमध्ये निवास आणि खान-पान!''

राशिमालासुद्धा लंडनमध्ये राहणं आवडत होतं. ती एका प्रतिथयश शिक्षणसंघासाठी काम करत होती. तरुण जोडप्याला आणखी काय हवं असतं?

आणि तरीसुद्धा श्रीकुमार समाधानी नव्हता. प्रत्येक व्यावसायिकाची काही व्यवसायासंबंधी उद्दिष्टं असतात, काही आर्थिक उद्दिष्टं असतात. परंतु ही सारी उद्दिष्टं साध्य केल्यानंतर काय होतं?

''माझ्या लक्षात आलं की, असंच आयुष्य सुरू राहील – एक कंपनी विकत घेणं, दुसरी कंपनी विकत घेणं... या प्रक्रियेत मी कोणतीही नवनिर्मिती करू शकणार नाही!''

त्याच वेळेस श्रीकुमारचा आतला आवाज त्याला सांगत होता की, सध्या भारतात उपलब्ध असलेली संधी अभूतपूर्व अशा प्रकारची आहे. ती गमावणं हा शुद्ध वेडेपणा ठरेल.

''२००७ सालापासून माझा प्रत्येक वीकएन्ड मी वेगवेगळ्या व्यावसायिक क्षेत्रांचा अभ्यास करण्यात, वेगवेगळ्या लोकांशी संवाद साधण्यात खर्च करू लागलो. मी लंडनमधील 'टीआयई'*मध्ये सामील होऊन वेगवेगळ्या उद्योजकांच्या संपर्कात राहू लागलो.''

अशा प्रकारचे संवाद साधल्यावर श्रीकुमारची एका बाबतीत खातरी पटली – तो जो उद्योग हाती घेईल, तो मोठ्या प्रमाणावरचा असायला हवा. म्हणजेच त्यासाठी खूप पैसा उभा करायला हवा. हा पैसा कसा उभा करायचा, ते त्याला ठाऊक नव्हतं. याच सुमाराला, हार्वर्ड बिझनेस स्कूलमधल्या एक आठवड्याच्या 'व्हेंचर कॅपिटल ॲन्ड प्रायव्हेट इक्विटी' (उद्योन्मुख व्यवसायातले निवेशक आणि खाजगी पातळीवर कंपनीचं भागभांडवल विकत घेणारे निवेशक) या कोर्सबद्दल श्रीकुमारच्या कानी आलं. त्यानं नोकरीतून रजा काढून या कोर्सला उपस्थित राहण्याचा निर्णय घेतला.

''मी पदरचे पैसे खर्चून या कोर्सला उपस्थित राहिलो. परंतु तो खर्च सत्कारणी लागला. त्या कोर्समुळे मला 'व्हेंचर कॅपिटल'बद्दल भरपूर माहिती मिळाली... त्यामुळे पैसे कोठून आणि कसे उभे करावे, याबद्दलच्या माझ्या मनातल्या कल्पना स्पष्ट होत गेल्या.''

अखेरीस, २००९ सालच्या जानेवारी महिन्यात श्रीकुमारनं राजीनामा दिला. यावेळेपर्यंत त्याचा निर्णय पक्का झाला होता की, भारतात 'फूड ॲन्ड बेव्हरेज'चा नवा,

---

* TIE : The Indus Entrepreneurs – भारतीय उद्योजकांची संघटना

उत्तम ब्रँड स्थापना करायचा! या प्रकल्पाचा आकार बऱ्यापैकी मोठा असावा आणि त्यासाठी लागणारा माल ओडिशातून मिळवता यावा अशी त्याची इच्छा होती. त्यानं अनेक गोष्टी विचारात घेतल्या. त्यापैकी दूधाचा व्यवसाय त्याला सर्वोत्कृष्ट वाटला.

भारतात दुग्धपदार्थांवर ४० अब्ज रुपये खर्च होतात. त्यांपैकी फक्त पाच ते सहा अब्ज किमतीचा माल सुसंघटित व्यवसायामार्फत पुरवला जातो. त्यामुळे त्या विभागात नवीन व्यावसायिकाला खूप वाव मिळण्याजोगा आहे.

''दुग्धव्यवसाय खूप जुना व्यवसाय आहे; परंतु मला वाटलं की, या क्षेत्रात खूप नव्या गोष्टी करता येतील. गुजरात, पंजाब, आंध्रप्रदेशात तशा सुधारणा घडल्या आहेत. परंतु ओडिशात त्या घडलेल्या नाहीत.''

''ओडिशा राज्यात नवीन उद्योगांना आधार देणारी यंत्रणा अस्तित्वातच नाही. बरेचसे उद्योग कुटुंबामार्फत चालवले जातात किंवा खाणकामाच्या परवान्यांवर उभे असतात''

''मी दुग्धव्यवसायाची निवड केली. कारण तो सर्वांत मोठ्या आकाराचा आणि सहजपणे सुरू करून वाढवण्याजोगा व्यवसाय होता... त्यात सुधारणांना, आपला 'ब्रँड' तयार करण्याला भरपूर वाव होता.''

आणखी महत्त्वाची गोष्ट म्हणजे या व्यवसायाचा ओडिशाला फायदा झाला असता; राज्यावर त्याचा प्रभाव पडला असता. लहान-लहान शेतकरी दुधाच्या जोडधंद्यातून स्थिर स्वरूपाचं उत्पन्न मिळवू शकले असते. त्यांच्याकडून दूध विकत घेणारा माणूस न्याय्य वृत्तीनं आणि पारदर्शित्वानं व्यवसाय करणार असल्यास हे हमखास शक्य झालं असतं.

अशा प्रकारे, २००९ सालच्या मे महिन्यात श्रीकुमार भारतात पोचला. त्यानं व्यवसायाचा आराखडा तयार केला होता. या प्रकल्पासाठी अंदाजे २२ कोटी रुपये उभे करावे लागणार होते. पहिलं महत्त्वाचं काम होतं – हा पैसा उभा करण्याचं. त्यावेळेस दुग्धव्यवसायात खाजगी पातळीवरील निवेशाची घटना फक्त एकदाच घडली होती – पुण्यातील 'पराग मिल्क फूड्स'मध्ये मोतीलाल ओस्वाल यांनी पैसे गुंतवले होते. एकूण या व्यवसायाबद्दल थोड्याच लोकांना उत्साह वाटत होता. एकंदरीत लोक त्याबाबत उदासच होते.

''मी थोड्या व्हेंचर कॅपिटलिस्ट्सबरोबर बोललो. बहुतेकांना हे शेखमहंमदी स्वप्नच वाटत होतं, परंतु माझा निश्चय झाला होता आणि मी हा प्रकल्प पुढे नेण्यासाठी निकराचा प्रयत्न करणार होतो!''

२२ कोटी ही रक्कम खाजगी पातळीवर भागभांडवल विकून उभी करणं सोपं नव्हतं. श्रीकुमारनं थोडं कर्ज घेण्याचा पर्याय पडताळून पाहण्याचा निर्णय घेतला. त्यानं कोलकातामधील स्टेट बँक ऑफ इंडियाकडे विचारणा करायचं ठरवलं. त्या शाखेत त्याच्या ओळखीचे एक ओडिशामधले सद्गृहस्थ काम करत होते. त्याच्या प्रकल्पाचा आराखडा काळजीपूर्वक वाचल्यावर आणि त्याची पार्श्वभूमी लक्षात घेतल्यावर, प्रकल्पाच्या खर्चाच्या ५० टक्के रक्कम कर्जरूपानं द्यायला ती बँक तयार झाली.

नव्यानं हुरूप मिळवून उत्साहित झालेला श्रीकुमार पुन्हा एकदा व्हेंचर कॅपिटल मिळवण्याचा प्रयत्न करू लागला. परंतु त्याच्या प्रयत्नांना फारसं यश मिळालं नाही.

"मला एकाएकी साक्षात्कार झाला की, हे व्हेंचर कॅपिटलिस्ट्स स्वत:ला 'व्हेंचर कॅपिटलिस्ट' म्हणवत असले, तरी ते सारे जण २० कोटी रुपयांची उलाढाल करणाऱ्या सुस्थापित कंपन्यांमध्येच वित्तनिवेश करत आहेत. त्यांना नवोदित कंपन्यांमध्ये अजिबात रस नाही!"

नवीन उद्योजकाला त्याच्यावर विश्वास ठेवणारं कुणीतरी सापडणं अत्यंत गरजेचं असतं. त्यामुळेच अशा नव्यानं अंकुरणाऱ्या व्यवसायात पैसा गुंतवणाऱ्याला 'एंजल इन्व्हेस्टर' म्हणतात. मग तुमच्या आप्तमित्रांखेरीज असे देवदूत कोण असणार? श्रीकुमारचे प्रारंभीचे 'एंजल इन्व्हेस्टर' होते त्याचे सासरे – सुमन कुमार नरुला. त्याचा टाटामधला सहकारी म्हणाला, "मला नेहमीच काहीतरी करावंसं वाटत असे. परंतु माझ्यानं ही सुखाची नोकरी सोडवत नाहीये... तर मी निदान तुझ्या प्रकल्पात पैसा गुंतवून तुझ्याद्वारे माझी स्वप्नं साकार करू शकतो!"

श्रीकुमारनं इतर एंजल इन्व्हेस्टर्सना त्याच्या स्वप्नात सहभागी करून घ्यायचं ठरवलं. तो त्याच्या मित्रांशी आणि इतर नातेवाइकांशी त्याबाबत बोलू लागला. प्रत्येकी कमीत कमी ५ लाख रुपयांची गुंतवणूक मिळवून त्यानं खूप जणांकडून पैसे उभे करायचं ठरवलं.

परंतु त्यासाठी फक्त परिचितांकडे जाऊनच भागत नसतं. सर्वस्वी अनोळखी लोकांची खातरी पटवून त्यांची मदत मिळवणंसुद्धा गरजेचं असतं. अनेक ठिकाणी प्रयत्न केल्यावर मुंबईहून दोन निवेशक शोधत आले. अखेरीस भारत व इंग्लंड या दोन देशातले एकूण २० एंजल इन्व्हेस्टर्स वित्तनिवेशाला तयार झाले.

"या गोष्टीचा मला फायदा झाला. त्यामुळे व्हेंचर कॅपिटलिस्ट्सची खातरी पटली की, हा माणूस त्याच्या विचारांवर ठाम आहे!"

ज्या विविध लोकांशी श्रीकुमार बोलत होता, त्यातला एक होता विनीत राय. तो 'आविष्कार' या सामाजिक व्हेंचर फंडचा प्रमुख होता.

"माझ्या प्रकल्पाचा ग्रामीण विकासासाठी खूप उपयोग होणार असल्यामुळे त्यांना माझ्या प्रकल्पाबद्दल आस्था वाटेल, हे मला ठाऊक होतं. परंतु सर्वसाधारणत:

त्यांची गुंतवणूक लाखांमध्ये असे. ती कोटींमध्ये असत नसे.''

परंतु श्रीकुमारच्या प्रकल्पासाठी विनीत रायनी वित्तनिवेशाची मर्यादा वाढवली. अशा प्रकारे श्रीकुमार अखेरीस कंपनीच्या भागभांडवलात १० कोटी रुपयांची गुंतवणूक मिळवू शकला.* आता तो बँकेकडे उरलेले पैसे मागायला गेला. परंतु त्याला जबर धक्का बसायचा होता! जो माणूस हे कर्ज द्यायला तयार झाला होता, तो ऐन वेळेस ढेपाळला.

''हे कर्ज मिळेल, या भरवशावर मी अन्य पर्याय शोधलेच नव्हते... आता मला प्रारंभीपासून श्रीगणेशा करावा लागणार होता.''

नशिबानं श्रीकुमार आयडीबीआय बँकेची खातरी पटवू शकला. त्यांनासुद्धा नवोदित उद्योजकाला कर्ज द्यायची भीती वाटत होती. परंतु त्याची व्यावसायिक कारकीर्द लक्षात घेता आणि त्यानं उभी केलेली भागभांडवली गुंतवणूक पाहता, त्या अधिकाऱ्यानं या प्रकल्पाला पाठिंबा द्यायचं ठरवलं. अखेरचा अडथळा होता बँकेनं घातलेली पुरेशा तारणाबाबतची आणि वैयक्तिक हमीबाबतची अट. बँकेला ही वैयक्तिक हमी श्रीकुमार आणि त्याची पत्नी या दोघांकडून हवी होती.

''मी म्हणालो, 'हे पाहा, मी आधीच माझी बरीचशी बचत या प्रकल्पात गुंतवली आहे. त्यामुळे आणखी काही तारण देणं शक्य नाही.' तरीसुद्धा बँकेनं आग्रहच धरला.''

''व्हेंचर कॅपिटलिस्ट मला म्हणाले, 'तू अनुभवी आहेस, प्रशिक्षित आहेस, तुझा व्यवसायाचा आराखडा चांगला आहे, परंतु इतक्यात आम्ही पैसे गुंतवू शकत नाही...' मला म्हणावसं वाटे, त्यालाच 'स्टार्ट-अप' म्हणतात. इतक्यात नाहीतर केव्हा पैसे गुंतवायचे?'''

अखेरीस प्रारंभीच्या महिन्यांसाठी खर्चायला श्रीकुमारनं बाजूला ठेवलेले पैसेसुद्धा त्यानं गुंतवले. बँकेनं कर्ज मंजूर केलं. भांडवल उभं करण्याचं पहिलं सत्र अखेरीस आटोपलं. हा २०११ सालचा जानेवारी महिना होता. श्रीकुमारने भारतात आल्याला १८ महिने झाले होते.

या काळात श्रीकुमारनं आणखी एक अत्यंत महत्त्वाचा निर्णय घेतला. त्यानं त्याच्या दुग्ध प्रकल्पासाठी जमीन विकत घेतली. सुरुवातीला तो राज्य सरकारकडे आणि इंडस्ट्रीयल डेव्हलपमेंट बँक ऑफ ओडिशाकडे गेला. लवकरच त्याच्या

---

* स्टॅनफर्ड युनिव्हर्सिटीनं 'व्हेंचर कॅपिटल डिसिजनमेकिंग प्रोसेस इन इंडिया' नावाचा केसस्टडी प्रकाशित केला आहे. 'मिल्क मंत्र' आणि त्यात 'अविष्कार'नं केलेला वित्तनिवेश हा या केसस्टडीचा विषय आहे.

लक्षात आलं की, त्यांच्याकडून काहीही मदत मिळण्यासारखी नाही.

"दूध पुरवठा करणाऱ्या खेड्यांना आणि आमच्या भुवनेश्वर या प्रमुख ग्राहक स्थानाच्या जवळची जमीन मी शोधू लागलो."

अखेरीस त्याला पुरी जिल्ह्यातील कोणार्कजवळ अशी जमीन सापडली. परंतु ही पाच एकर जमीन विविध मालकांच्या मालकीची होती. एक एक करून त्यानं शेतकऱ्यांना जमीन विकायला प्रवृत्त केलं.

परंतु त्याची सत्त्वपरीक्षा अजून संपलेली नव्हती. शेतजमीन व्यापारी वापरासाठी परिवर्तित करून घेण्याचा परवाना मिळवण्याची प्रक्रिया अत्यंत वेळघेणी आणि कंटाळवाणी असते. या गोष्टीलाच एक वर्ष लागलं.

"मी पैसा यायची आणि त्यानंतर या गोष्टी हाती घ्यायची वाट पाहत थांबलो असतो, तर सारा प्रकल्प लांबणीवर पडला असता!"

२०११ हे साल दुधावर प्रक्रिया करणारा कारखाना उभारण्यातच खर्ची पडलं. यासाठी अनेक किचकट नियमांचं पालन करावं लागलं. 'सिंगल विंडो क्लिअरन्स सिस्टीम' म्हणजे एकाच अधिकाऱ्याकडून सर्व परवानग्या मिळवण्याची सुविधा फक्त कागदावरच होती. प्रत्यक्षात २० वेगवेगळ्या खात्यांकडून परवानग्या मिळवण्यासाठी धावपळ करावी लागली.

त्यानं जिल्ह्यातील व्यवसाय केंद्रात कंपनीची नावनोंदणी केली, तेव्हा त्याच्या कंपनीचं नाव प्रथम क्रमांकावर नोंदलं गेलेलं पाहून त्याला आश्चर्याचा धक्काच बसला.

तो अधिकारी म्हणाला, "तुम्ही पुरी जिल्ह्यातली मध्यम आकाराची पहिलीच कंपनी आहात."

कोणताही कारखानदार तुम्हाला छातीठोकपणे सांगतो की, भारतात हातावर दक्षिणा ठेवल्याशिवाय कारखाना उभारताच येत नाही!

"आम्ही प्रयत्नपूर्वक अशा मागण्यांना विरोध करतो. मग लोकांना समजतं की, इथे आपली डाळ शिजणार नाहीये."

कधीकधी संबंधित अधिकाऱ्याच्या सदसद्विवेकबुद्धीला आवाहनही करावं लागतं. श्रीकुमारला एक प्रसंग आठवतोय. एक ब्रॉयलर इन्स्पेक्टर परवानगी द्यायला वेळ लावत होता. त्याच्या परवानगीशिवाय फॅक्टरी सुरू करता येत नव्हती.

"मी बाहेरगावी जातोय... परत यायला पंचवीस दिवस लागतील," तो इन्सपेक्टर जादापणानं म्हणू लागला.

"सर आम्हाला तातडीनं कर्जफेडीला सुरुवात करावी लागते! या विलंबामुळे माझा प्रकल्प दोन-तीन महिने पुढे ढकलला जाईल!"

हा अधिकारी अजिबात ऐकायला तयार नव्हता. त्याबद्दल दिवसभर विचार केल्यावर श्रीकुमारनं त्या खात्यातील सर्वांत वरिष्ठ अधिकाऱ्याला भेटायचा निर्णय

घेतला. या तरुण उद्योजकाची बाजू ऐकून घेतल्यावर त्यानं मदत करायचं मान्य केलं.

"मी स्वत:च या फॅक्टरीला अधिकृत परवानगी देतो!" तो म्हणाला. दुसऱ्या वेळेस, एका वरिष्ठ सरकारी अधिकाऱ्यानं श्रीकुमारच्या प्रकल्पाबद्दलची माहिती एका स्थानिक वर्तमानपत्रात वाचली. त्यानं या कारखान्याला भेट देण्याची इच्छा प्रदर्शित केली. संपूर्ण कारखाना बघितल्यानंतर त्यानं या तरुण उद्योजकाची पाठ थोपटली आणि म्हटला, "तुम्हाला काही अडचण आली, तर ताबडतोब मला सांगा. मी नक्की मदत करेन."

श्रीकुमारनं या संधीचा त्वरित लाभ घेतला आणि तो अधिकारीसुद्धा दिल्या शब्दाला जागला.

त्यासुमारास भुवनेश्वरच्या 'झेवियर इन्स्टिट्यूट ऑफ मॅनेजमेंट'मध्ये एका इन्क्युबेटर*ची स्थापना करत होतं. प्रोफेसर रमणनी श्रीकुमारला या सुविधेचा लाभ घेण्याचं आमंत्रण दिलं. त्यांच्याबरोबरच्या एका उभयपक्षी करारावर सही केल्यावर 'मिल्क मंत्र'ला ऑफिससाठी जागा मिळाली.

"मला खरंतर या इन्क्युबेशनची गरज नव्हती. परंतु हे ऑफिस मिळाल्यामुळे इतर सुविधा, इन्फर्मेशन टेक्नॉलॉजी याबाबतची डोकेदुखी दूर झाली आणि मी महत्त्वाच्या गोष्टींवर चित्त केंद्रित करायला मोकळा झालो."

"भुवनेश्वरच्या 'झेवियर इन्स्टिट्यूट मॅनेजमेंट'मध्ये इन्क्युबेशनचा लाभ घेता आल्यामुळे आमचा सर्वत्र बोलबाला होऊ लागला. त्यामुळे हुशार लोकांना आकर्षित करून घेणं सोपं झालं. रूरल मॅनेजमेंटचे विद्यार्थी आम्ही आमच्या शेतकऱ्यांबरोबरच्या संवादासाठी उपयोगात आणू लागलो."

"मी आणंद आणि बनासकांग इथे जाऊन दुग्धव्यवसायामुळे त्यांनी किती प्रगती केली आहे हे प्रत्यक्ष पाहून आलो. ओडिशात अशीच प्रगती घडवणं अगदी सहज शक्य आहे, असं मला वाटतं."

या इतर महत्त्वाच्या गोष्टींमधली सर्वांत आव्हानात्मक गोष्ट होती मालाचे पुरवठादार शोधणं. सोप्या शब्दांत याचाच अर्थ होतो, वेगवेगळ्या गोठेवाल्यांकडून दुधाचा पुरवठा नियमितपणे मिळवण्याची सोय लावणं. तुम्हाला वाटेल –

---

* Incubator : नव्याने स्थापन होणाऱ्या व्यवसायांना मदत करण्यासाठी आणि ते यशस्वी व्हावेत, यासाठी सुविधा पुरवणाऱ्या यंत्रणेस 'इन्क्युबेटर' म्हणतात.

'शेतकऱ्यांकडून दूध विकत घेऊन मी ग्रामीण विकासाला हातभार लावतोय.' परंतु ग्रामीण लोकांना हवी असलेली गोष्ट याहून निराळीच असू शकते.

"आमच्या दुग्ध प्रक्रिया कारखान्याच्या जवळपास राहणाऱ्या शेतकऱ्यांना वाटत होतं, 'ही टाटा-बिर्लासारखी कंपनी दिसतेय. यांच्याकडून पैसा कसा उकळता येईल?'"

श्रीकुमार आणि त्याचे साहाय्यक एका खेड्यात गेले. रहिवाशांच्या सभेत बसले. तेव्हा तो तरुण उद्योजक खेड्यातल्या लोकांना म्हणाला, "हे पहा, तुम्हाला वाटेल की, मी कुणीतरी श्रीमंत उद्योजक आहे; पण माझ्या अंगावरचा शर्टसुद्धा मी बँकेत तारण ठेवला आहे. मी तुम्हाला पैसे देऊ शकणार नाही; पण मी तुम्हाला दुग्धव्यवसाय सुरू करायला मदत करू शकेन."

गुजरातमधील केंरा जिल्ह्यात राहणाऱ्या शेतकऱ्यांनी स्वत:च एकत्र येऊन सहकारी संघटना स्थापन केली. त्यातूनच 'अमूल' सहकारी संस्थेचा उदय झाला. इथे लोकांच्यात तशी उत्तेजकता दिसत नव्हती. खेड्यातील लोकांना दुधाच्या कारखान्यात नोकरी मिळण्यातच अधिक रस होता.

ही मानसिकता बदलण्याची प्रक्रिया अत्यंत वेळघेणी असणार आहे, हे श्रीकुमारच्या लक्षात आलं.

"मी वैतागून जात असे. परंतु हळूहळू माझ्या लक्षात आलं की, या लोकांनी खरी प्रगती कधी पाहिलेलीच नाहीये. कुणी ना कुणी सतत त्यांची फसगतच केलीये. त्यामुळे फक्त तत्कालिक फायद्याकडे, ताबडतोब पैसा मिळवण्याकडेच त्यांचे लक्ष असते."

अगदी प्रारंभीपासूनच दूध विकत घेताना स्वच्छ व्यवहार करण्याच्या धोरणाचा अवलंब 'मिल्क मंत्र'ने केला होता. या महत्त्वाच्या गोष्टीकडे लक्ष पुरवण्यासाठी श्रीकुमारनं त्याच्या मेहुण्याचं – आशितचं मन वळवून त्याला कंपनीत घेतलं. आशित भारतीय लष्करात लेफ्टनंट कर्नल या पदावर होता आणि त्यानं लवकर निवृत्त व्हायचा निर्णय घेतला होता. निवृत्ती घेऊन त्यानं मायक्रोफायनॅन्स क्षेत्रात काम करायला सुरुवात केली होती. त्यामुळे त्याला ग्रामीण ओडिशाबद्दल भरपूर ज्ञान होतं. तो चीफ ऑपरेटिंग ऑफिसर या पदासाठी सर्वयोग्य उमेदवार होता. तो दुधाच्या खरेदी व्यवहाराकडे लक्ष पुरवू लागला.

मार्च, २०११मध्ये आशित आणि श्रीकुमार यांनी सुबर्नपूर आणि नासिकेश्वर या खेड्यांमध्ये एक सभा भरवली. तिथले शेतकरी संशयानं पाहत असले, तरी या नव्या लोकांशी व्यवहार करून पाहण्याचा त्यांनी निर्णय घेतला.

"आमचा कारखाना अद्याप तयार नव्हता. तरीसुद्धा आम्ही त्यांच्याकडून दूध विकत घ्यायला सुरुवात केली. तुम्हाला दुधाच्या पुरवठ्यासाठी शेतकऱ्यांचा विश्वास संपादन करावा लागतो."

पहिल्याच दिवशी पहाटे या दोन तरुणांनी मोठ्या प्रमाणावर दूध थंड ठेवणारे

अत्याधुनिक कूलर्स आणले. त्या कूलर्समध्ये प्रत्येकी दोन हजार लीटर्स दूध मावू शकलं असतं. त्यादिवशी त्यांना अवघं ३० लीटर दूध गोळा करता आलं. परंतु हळूहळू त्यांना जास्त दूध मिळवता येऊ लागलं. राज्याच्या दूध योजनेपेक्षा किंवा इतर दलालांपेक्षा 'मिल्क मंत्र'चा व्यवहार अधिक चोख आणि पारदर्शी होता.

ही कंपनी जेवढ्या शेतकऱ्यांकडून दूध विकत घेते, त्या प्रत्येक शेतकऱ्याच्या नावे एक खातंही उघडते. त्या वहीत दररोज नोंद केली जाते की, त्या दिवशी त्या शेतकऱ्यानं कोणत्या दर्जाचं आणि किती दूध दिलं आहे.

''त्याच्यादेखत त्यानं दिलेल्या दुधाची परीक्षा केली जाते आणि खातेवहीत तशी नोंद केली जाते. त्यामुळे आणखी १० दिवसांनी या दुधाचे किती पैसे मिळणार, हे त्याला समजतं.''

या पद्धतीमुळे 'मिल्क मंत्र'बाबत लोकांचं मत सुधारू लागलं आणि शेतकऱ्यांना जास्त पैसे मिळू लागले. 'मिल्क फेडरेशन ऑफ इंडिया' (MFI) आणि बँकाशी नातं जोडून शेतकऱ्यांना आणखीन गायी विकत घेण्याची सुविधा मिळवून देण्यात आली.*

''आम्ही पशुवैद्याकडून जनावरांची तपासणी करून घेण्याची सोय उपलब्ध करून दिली. जास्त चांगल्या दर्जाची वासरं जन्माला यावीत म्हणून कृत्रिमरीत्या गर्भधारणा करणं विचारात घेतलं.''

दुधाचा पुरवठा सातत्यानं वाढत होता, परंतु अजून त्यावर प्रक्रिया करणारा कारखाना उभा राहिला नव्हता. हे पाहिल्यावर श्रीकुमारला स्वत:ला जाणीव झाली की, दुग्धोपादकांना कोणत्या समस्यांचा सामना करावा लागत असावा!

दलालांची कामाची पद्धत त्यांच्या लहरीनुसार चालते. अचानक एके दिवशी ते तुम्हाला म्हणतात, ''तुमचं दूध खराब आहे. मी ते विकत घेणार नाही.'' आणि ते तुम्हाला पैसे देणं बंद करतात.

''असल्या दलालांशी व्यवहार करताना मी लाखो रुपये गमावले आहेत. जर ते आमच्यासारख्या कंपनीला फसवू शकतात, तर बिचाऱ्या शेतकऱ्यांची काय अवस्था होत असेल!''

''एक ठरावीक आकार गाठल्यानंतरच बरीचशी दुग्धालयं दुग्धोपादकांना वाढीव सुविधा पुरवू लागतात. आम्ही पहिल्या दिवसापासूनच अशा सुविधा पुरवू लागलो.''

तो दलाल शेतकऱ्याचं १० ते ३० हजार रुपये देणं लागत असतो. आपले

---

* एका गायीसाठी २० ते ३० हजार रुपये मोजावे लागतात. ती वर्षाकाठी आठ-नऊ महिने दररोज १० लीटर दूध देते.

पैसे परत मिळतील या आशेनं तो गरीब शेतकरी दलालाला दूध देतच राहतो. खरंतर त्याच्यापुढे अन्य पर्यायच नसतो. अगदी राज्यातील दूध संघटनासुद्धा शेतकऱ्याचं हित जपत नसते. खेड्याच्या पातळीवर या संघटनेचा सेक्रेटरी एका दलालाचीच भूमिका वठवत असतो आणि शेतकऱ्याची पिळवणूक करत असतो.

शेतकऱ्यांची मनं जिंकून घेणं हा दुग्धव्यवसायाचा एक भाग झाला. परंतु ग्राहकांच्या आघाडीवर काय?

"मला ठाऊक होतं की, शहरातील ग्राहक दर्जा आणि सोय या दोन्ही गोष्टी लक्षात घेत असतो. त्यामुळे आम्ही शक्य तेवढं उत्कृष्ट दर्जाचा अत्याधुनिक प्लांट उभारला."

दुग्धप्रक्रियेसाठीची सारी यंत्रसामग्री जगभरातील सर्वोत्कृष्ट कंपन्यांकडून मागवण्यात आली होती. या पुरवठादारांकडून श्रीकुमारला तंत्रज्ञानविषयक मदतही भरपूर मिळाली. विषेशत: टेट्रापॅकमधील अनिल बर्मन यांनी अनेक मौलिक सूचना दिल्या. ती नोकरी सोडल्यानंतरसुद्धा ते मोलाचा सल्ला देतच राहिले.

"या व्यवसायातील विविध लोकांशी मी जवळचं नातं जोडू शकलो हे माझं भाग्य म्हटलं पाहिजे. मी जे करू पाहत होतो, त्याला त्यांनी पाठिंबा दिला."

आणखी एक असा खंदा आधारस्तंभ आहे – बिस्वाजित आचार्य – मिल्क मंत्रमधला उत्पादनाकडे बघणारा जनरल मॅनेजर. त्यानं आयआयटी खरगपूरमधून डेअरी टेक्नॉलॉजीमध्ये पदव्युत्तर अभ्यासक्रम पूर्ण केला आहे आणि ओम्फेडमध्ये त्यानं २०हून जास्त वर्षं अनुभव घेतला आहे. त्यानं या नवोदित उद्योगात सामील होण्यासाठी त्याची सरकारी नोकरीसुद्धा सोडून दिली.

तो म्हणतो, "श्रीकुमारशी चर्चा करताना त्याच्या ज्ञानाची खोली पाहून मी चकित झालो. त्याची समर्पितता पाहून मी थक्क झालो!"

२० हजार चौरसफूट आकाराचं दुधावरच्या सर्व प्रक्रिया एके ठिकाणी पार पाडणारं टेट्रापॅक प्रोसेसिंग युनिट अथपासून उभारण्यात वेगळाच थरार होता. हे दूध टँकर्समधून येतं. हातांचा स्पर्शही न करता तो साठवणीच्या टाक्यांमध्ये पंपानं भरलं जातं. त्यानंतर त्यावर यंत्रानं प्रक्रिया केल्या जातात आणि ते पिशव्यांमध्ये भरलं जातं.

"आमचा होमोजेनायझर (दुधातील घटक एकजीव करणारं यंत्र) आम्ही परदेशातून आयात केलं आहे. त्यामुळे दूध खूप दाट असतं. स्वच्छतेचे नियमसुद्धा इतर ठिकाणांपेक्षा अधिक उत्तम प्रकारे पाळले जातात."

हा कारखाना उभारण्यापूर्वी श्रीकुमार आणंदला जाऊन 'अमूल'ची कार्यपद्धती जवळून पाहून आला होता. त्यानं त्यांच्या अनुभवांवरून बोध घेण्याचाही प्रयत्न केला होता. त्याबरोबरच त्याला काहीतरी वेगळा प्रयोगही करून पाहायचा होता. एक कल्पना होती बाटल्यांमधून दूध वितरित करण्याची. परंतु त्यामुळे लीटरमागे दुधाची किंमत ४ ते ५ रुपयांनी वाढली असती. मग काय?

नशिबानं श्रीकुमारची आयडीएमसी या 'डेअरी टेक्नॉलॉजी अ‍ॅन्ड पॅकेजिंग' क्षेत्रातल्या कंपनीमधील सत्यव्रत मित्रांशी ओळख झाली.

"मी त्यांच्या कंपनीच्या मदतीनं पिशवीतून दुग्धवाटप करण्याच्या पद्धतीत सुधारणा घडवण्याचा प्रयत्न सुरू केला."

हे प्रयोग सात-आठ महिने सुरू राहिले. अखेरीस त्यांना तिपदरी प्लॅस्टिक तयार करण्यात यश मिळालं. या तिपदरी रचनेमुळे दुधावर सूर्यप्रकाशाचा परिणाम होत नाही आणि ते जास्त काळ ताजं राहतं. परंतु 'मिल्क मंत्र'नं जे पॅकेजिंग मशीन विकत घेतलं होतं, त्यात या नव्या प्रकारच्या प्लॅस्टिकचा वापर करता येत नव्हता. श्रीकुमार आणि बिस्वाजित यांनी या मशीन उत्पादकाबरोबर अथक प्रयत्न केले आणि या मशीनमध्ये आवश्यक ते फेरफार घडवले.

"आम्ही सुधारणा घडवूनसुद्धा किंमत वाढवली नाही, या गोष्टीचा मला सार्थ अभिमान वाटतो. आमच्या दुधाचा भाव लीटरमागे फक्त दोन रुपयांनी जास्त आहे."

'मिल्क मंत्र'चा कारखाना २०११ सालच्या ऑक्टोबर महिन्यात सुरू झाला. पहिले तीन महिने छोट्या प्रमाणावर विक्री सुरू होती. आता जोरदारपणे उत्पादन सुरू करण्यापूर्वी बाजारपेठ काबीज करण्याचं मोठं काम तडीला न्यावं लागणार होतं. श्रीकुमारनं थेट ग्राहकाशी संपर्क साधून माल खपवण्याचा नावीन्यपूर्ण मार्ग निवडला.

"आम्ही थेट घरपोच दूध द्यायला सुरुवात केली. दारोदारी जाऊन आम्ही ग्राहकांना आमच्या दुधाच्या उच्च दर्जाबद्दल आणि उत्कृष्ट पॅकेजिंगबद्दल सांगू लागलो."

श्रीकुमारचा पूर्वीचा सहकारी आणि 'मिल्क मंत्र'चा वित्तनिवेशक संदीप दास भारतात परत आला होता आणि नव्या नोकरीवर रुजू झाला नव्हता. त्यानं विक्रेत्यांना एक-दोन आठवड्यांचं प्रशिक्षण देऊन तरबेज करण्याची जबाबदारी आनंदानं स्वीकारली.

अल्पकाळातच लोक 'मिल्की मू' या दूधाच्या ब्रँडबद्दल चर्चा करू लागले; त्याची स्तुती करून एकमेकांपाशी त्याची शिफारस करू लागले. 'मिल्क मंत्र' अधिकृतपणे दुग्धवाटप करू लागलं, तोवर त्यानं २००० ग्राहक मिळवले होते. किरकोळ विक्रेते आता या नव्या ब्रँडचं दूध विकण्याबाबत रस दाखवू लागले होते. 'मिल्क मंत्र'नं त्वरेनं, विविध बाजारपेठांसाठी वितरक नेमले आणि भुवनेश्वरमध्ये जानेवारी, २०१२मध्ये विक्रीला जोमानं सुरुवात केली. पंजाबमधील डेअरी क्षेत्रात अनुभव घेतलेल्या सत्यजित मोहतीनं जनरल मॅनेजर (सेल्स) ही जबाबदारी सांभाळायला सुरुवात केली.

सुरुवातीला 'मिल्क मंत्र'ला किरकोळीच्या बाजारपेठेत प्रवेश करता येऊ नये, म्हणून 'ओम्फेड'नं बरेच प्रयत्न केले. परंतु ग्राहकांनीच 'मिल्क मंत्र'ला उचलून धरलं. परंतु विक्री आणि विपणन या क्षेत्रात अशा चकमकी सतत

चालूच असतात.

“अगदी ग्राहकाच्या दारात पोचेपर्यंत थंड दूध ठेवणं गरजेचं असतं आणि लोकांनी पैसे बुडवू नयेत यासाठी तुम्ही सतत जागरूक राहणं आवश्यक असतं. तुम्ही विक्री करून त्याच दिवशी पैसे वसूल केले नाहीत, तर ते पुन्हा मिळवता येत नाहीत.”

उत्पादनाला प्रारंभ होऊन आता दीड वर्ष झालं आहे. सध्या ‘मिल्क मंत्र’ दिवसाकाठी ३५ हजार लीटर दुधावर प्रक्रिया करतं आहे. कारखान्याच्या क्षमतेचा हा ६० टक्के वापर आहे. या कारखान्यात पनीर, ताक, लस्सी आणि दही हे पदार्थसुद्धा बनवले जाऊ लागले आहेत. दूध फक्त ओडिशातच विकलं जातं; परंतु अन्य दुग्धपदार्थ कोलकाता आणि रायपूरमध्येसुद्धा किरकोळीनं विकले जात आहेत.

या अन्य दुग्धपदार्थांच्या चवीत स्थानिक पसंतीनुसार फेरफार घडवले जातात. पूर्व भारतातील लोकांना खारी लस्सी मसालेदार चवीची हवी असते आणि गोड लस्सी भरपूर गोड हवी असते.

“आमची लस्सी सुरुवातीला खपली नाही; कारण त्यात आम्ही कोणताही सुगंधी अर्क घातला नव्हता,” श्रीकुमार हसून सांगतो.

कारखान्यात ८० कर्मचारी नियुक्त आहेत. त्यातले निम्मे कंत्राट-तत्त्वावर काम करत आहेत. या भागात इतर कोणतेही कारखाने नसल्यामुळे इथल्या लोकांच्या अंगी कार्यसंस्कृती अजून रुजू शकलेली नाही. उशिरा येणं, न कळवता दांडी मारणं, बेशिस्तपणे वागणं या कामगारांच्या गोष्टींबाबत शिस्त आणावी लागली.

“अखेरीस त्यांना जिंकून घेऊन त्यांच्या सवयी बदलणं गरजेचं असतं. ते साम-दाम-दंड-भेद या सर्व गोष्टींचा वापर करून हळूहळू घडत आहे.”

‘मिल्क मंत्र’ची मार्च, २०१३मध्ये संपलेल्या पहिल्या आर्थिक वर्षाची उलाढाल होती १८ कोटी रुपये. दुसऱ्या वर्षीची उलाढाल ५० कोटी रुपयांपेक्षा जास्त असेल, असा श्रीकुमारचा अंदाज आहे. कंपनीनं अजूनही नफा मिळवलेला नसला, तरी श्रीकुमार त्याची चिंता करत नाही. या व्यवसायात नफ्याची टक्केवारी खूप कमी असते. त्यामुळे खूप मोठ्या प्रमाणावर विक्री करता आली, तरच नफा मिळवता येतो.

परंतु ‘मिल्क मंत्र’चा प्रभाव आतापासूनच स्पष्टपणे जाणवू लागला आहे. कंपनीला १० हजार शेतकरी दूध पुरवत आहेत. या शेतकऱ्यांना लीटरमागे २० रुपये मिळतात आणि दलालांच्या दयेची त्यांना भीक मागावी लागत नाही. दुसरीकडे ‘ओम्फेड’सुद्धा दर्जाबाबत अधिक जागरूक झाली आहे. ओम्फेडचं उत्पादन ‘मिल्क मंत्र’च्या दहापटीनं जास्त असल्यामुळे अखेरीस ग्राहकांचीच चंगळ होणार आहे.

‘मिल्क मंत्र’ने दुसऱ्या टप्प्यावरील वित्तनिवेशाचं काम फेब्रुवारी, २०१३मध्ये पूर्ण केलं. परंतु कंपनीचा आकार मोठ्या प्रमाणावर वाढवण्यासाठी आणखी पैसा

गुंतवणं गरजेचं आहे. मुख्यत: श्रीकुमारच्या स्वप्नातील प्रकल्पासाठी – राष्ट्रीय पातळीवर उपलब्ध असलेलं दुग्धपेय तयार करण्यासाठी – आणखी पैसा गुंतवावा लागणार आहे.

"व्हेंचर कॅपिटलिस्ट्स आणि प्रायव्हेट इक्विटी निवेशक यांना आता खाद्यक्षेत्रातील सुस्थापित कंपन्यांमध्ये पैसे गुंतवणं लाभदायक वाटू लागलं आहे. त्यामुळे पैसे उभं करण्यात आता अडचण येणार नाही."

अशी मोठ्या आकाराची आणि आणखी वाढवण्याजोगी कंपनी स्थापन करण्यात एकच तोटा असतो. तो म्हणजे, कंपनीचा संस्थापक हा 'मायनॉरिटी शेअरहोल्डर' (जवळ कमी टक्के भागभांडवल असलेला गुंतवणूकदार) बनतो. कंपनीच्या मालकीबाबत कनिष्ठ स्थानी असणं ही दु:खद गोष्ट असली, तरी श्रीकुमारनं ती आता स्वीकारली आहे.

कारण चिमुकल्या भाकरीचा मोठा तुकडा मिळण्यापेक्षा प्रचंड मोठ्या भाकरीचा लहानसा तुकडा मिळवणं अधिक श्रेयस्कर असतं, हे सत्य त्याला उमगलं आहे.

कामाची गती अत्यंत जलद आहे. श्रीकुमारला ऑफिसबाहेरचं आयुष्यच उरलेलं नाही.

"दुग्धव्यवसाय हा तुम्हाला सतत गुंतवून ठेवणारा व्यवसाय आहे. गायी दिवसातून दोनदा दूध देतात. ते गोळा करून त्यावर प्रक्रिया करून ते पिशव्यांमध्ये भरून आम्हाला ताबडतोब विकावं लागतं. त्यानंतर पैशाची वसुलीही ताबडतोब करावी लागते. त्यामुळे आम्ही रात्रंदिवस कामाला जुंपलेले राहतो."

जरी श्रीकुमारला आता गोल्फ खेळण्यासाठी वेळ काढता येत नसला, तरी तो 'अॅस्पेन इन्स्टिट्यूट'चा सदस्य या नात्यानं त्याची कर्तव्य पार पाडण्यासाठी वेळ खर्चत असतो. ही ना-नफा तत्त्वावर चालवली जाणारी आंरराष्ट्रीय संस्था नीतिमूल्यांवर अधिष्ठित नेतृत्वगुण जोपासण्यासाठी काम करते.

'मिल्क मंत्र'ची स्थापना करताना आलेल्या असंख्य कडू-गोड अनुभवांच्या वेळेस सुकुमारची पत्नी, राशिमा त्याच्या पाठीशी पहाडासारखी उभी होती. अनेक व्यावसायिक आव्हानं पेलता पेलता या जोडप्यानं आणखी एक साहसी पाऊल उचललं आहे.

"आमचं पहिलं बाळ जून, २००९मध्ये जन्मलं. आम्ही भारतात परत आल्यावर अवघ्या एका महिन्यात! आमच्या दुसऱ्या अपत्याचा जन्म २०११मध्ये झाला. आम्ही त्यावेळेस यावर चर्चा केली आणि ठरवलं, 'सारी अनिश्चितता एकाच वेळेस पेलू या!'"

असं असूनही राशिमानं 'मिल्क मंत्र'च्या ब्रँडसाठी सर्वतोपरी साहाय्य केलं. अगदी 'मिल्की मू'चा लोगो निवडण्यापर्यंत तिनं सर्व गोष्टींमध्ये उत्साहानं सहभाग

घेतला. ती कंपनीच्या ह्यूमन रिसोर्स खात्याची जबाबदारीसुद्धा सांभाळते आहे.

अखेरीस कंपनीचा विकास आराखडा कागदावर लिहिलेला असला, तरी आयुष्याचं उद्दिष्टं हृदयावर कोरलेलं असतं.

श्रीकुमार आता कटकामध्ये राहतो; त्याच्या बालपणीच्या घरात! ज्या घरासाठी त्यानं कोर्टात लढा दिला ते अखेरीस कोर्टाबाहेर सामोपचारानं तह करून त्यानं २००६मध्ये परत मिळवलं.

आयुष्य नेहमीच न्याय्य नसतं, परंतु ते सुंदर असतं. तुमच्या कल्पनेतली कोणतीही गोष्ट तुम्ही वास्तवात उतरवू शकता. फक्त त्या गोष्टीवर तुम्ही दीर्घकाळ आणि मनोभावे प्रेम केलं पाहिजे आणि सतत प्रयत्न करत राहायला हवं.

तरुण उद्योजकांसाठी कानमंत्र!

आपण भारतात आज ज्या विकासाच्या टप्प्यावर उभे आहोत, ती आयुष्यात एकदाच मिळणारी संधी आहे! आणि जर कुणाला नवनिर्मितीचा मनापासून ध्यास लागला असेल, तर त्यासाठी हाच योग्य काळ आहे.

नवनिर्मितीपासून मिळणारा आनंद अत्यंत समाधानकारक असतो. माझं व्यावसायिक आयुष्य अतिशय यशस्वी झालेलं होतं; परंतु त्यातून मला समाधान लाभत नव्हतं. भारतातील लहानशा गावात परत येणं हे एक आव्हान वाटलं, तरी तिथे जे विस्तीर्ण क्षितिज लाभतं, ते इतरत्र लाभणं दुर्लभ! परंतु ते तुम्हाला आतून वाटलं पाहिजे!

आशेचा अंकुर

इतर लोक जेव्हा केवळ समस्यांचाच बाऊ करत असतात, तेव्हा हे वेडे पीर समस्यांवरचे तोडगे शोधण्यात मग्न असतात!
ते बदलांचे प्रवर्तक असतात.
नव्या पिढीला आशा पुरवणारे 'देवदूत' असतात!

वेडा पीर

मुरुगनन्थम : जयश्री इंडस्ट्रीज

कोइम्बतूर, केरळ

अवघ्या नवव्या इयत्तेपर्यंत शिकलेला मुरुगन एक प्रज्ञावान विचारवंत आणि संशोधक आहे. एका लहानशा वर्कशॉपमध्ये एकट्यानंच काम करून त्यानं एक अफलातून मशीन बनवून क्रांती घडवली आहे; कारण हे मशीन वापरून, अत्यल्प किमतीत सॅनिटरी नॅपकिन्स बनवता येतात. असे स्वस्तात उपलब्ध असलेले सॅनिटरी नॅपकिन्स तयार करून मुरुगननं भारतभरातल्या सर्वसाधारण स्त्रियांचं आयुष्यच बदलून टाकलं आहे.

मुरुगनन्थम थोडासा 'वेडा' आहे. प्रत्येक जणच असं म्हणतो आणि तोही हे

मत स्वीकारतो.

"लहानपणापासूनच मी सतत काहीतरी वेगळं करून पाहत असे. मी चारचौघांसारखं आयुष्य जगत नाही. मी सतत लहानसहान शोध लावण्यात मग्न असतो."

'इनोव्हेशन' यांसारख्या शब्दांचा प्रवेश मुरुगनच्या शब्दभांडारात अगदी अलीकडेच झाला आहे. कोइम्बतूरसारख्या औद्योगिक शहरात वर्कशॉपमधला मदतनीस म्हणून काम करणाऱ्या मुरुगनला इंग्रजी भाषेची गरजच पडत नव्हती. कापड गिरण्या आणि कारला आवश्यक अशी यंत्रसामग्री बनवणाऱ्या कोइम्बतूर शहरात माणसाचं मोल त्याच्या भल्यामोठ्या गाडीवरून आणि प्रचंड मोठ्या घरावरून मापलं जातं. मुरुगनला ही गोष्ट विनोदाची वाटते!

"माझे अनेक मित्र बोलेरो आणि स्कॉर्पिओसारख्या गाड्या विकत घेतात. जाड जाड सोनसाखळ्या गळ्यात घालतात आणि ते सोनं इतरांनी पाहावं म्हणून शर्टाची बटनं उघडीच ठेवतात. मानवी आयुष्याचं एवढंच ध्येय असायला हवं?"

असं जगणं म्हणजे केवळ जिवंत राहणं आहे, असं मुरुगन म्हणतो. तो फक्त नवव्या इयत्तेपर्यंतच शिकलेला असला, तरी तो एक विचारवंत, संशोधक-सुधारक आणि तत्त्वज्ञानी माणूस आहे. निर्मळ मन आणि तीव्र प्रज्ञा असलेला!

भारतातील ९० टक्के स्त्रियांना ज्या समस्येला सामोरं जावं लागतं, त्या समस्येचं निराकरण करण्यासाठी त्यानं त्याची ही प्रज्ञा खर्ची घातली. या समस्येबद्दल अजिबात बोललं-ऐकलं जात नाही. इतरांना ही समस्या दिसतही नाही. ही समस्या आहे स्त्रियांच्या मासिक पाळीची काळजी घेण्याबद्दलची; त्यासाठी काय वापरावं, याबद्दलची. मुरुगननं आपल्या पत्नीसाठी कमी किमतीत सॅनिटरी नॅपकिन बनवून देण्याचं आव्हान स्वीकारलं. हळूहळू त्या वेडानं तो झपाटूनच गेला. या शोधाचं हे वेड म्हणजे इतरांच्या दृष्टीनं निव्वळ वेडेपणा होता!

अनेक वर्षं सातत्यानं वेगवेगळे प्रयोग करून आणि थोडा पठडीबाहेरचा विचार करून मुरुगननं कमी खर्चात एक यंत्र बनवलं. स्वावलंबी बनू पाहणाऱ्या गटांना आणि या शोधाचा वापर करणाऱ्यांना त्याच्या या संशोधनाबद्दल सांगणं आणि त्यांना त्याचा लाभ घडवणं हे त्याच्या दृष्टीनं सर्वांत आनंददायी काम आहे. या शोधाचा फायदा भारताच्या कानाकोपऱ्यांतील स्त्रियांना आणि हळूहळू जगभरातल्या स्त्रियांना मिळावा, अशी त्याची प्रांजळ इच्छा आहे.

"मोठाल्या कंपन्या मला खूप प्रलोभन दाखवत आहेत, पण मला पैसा

नकोय. मला मर्सिडीज गाडीचा हव्यास नाहीये. पुढल्या १० वर्षांत, भारतातील १०० टक्के स्त्रियांना सॅनिटरी नॅपकिन्स वापरणं परवडावं, हीच माझी इच्छा आहे."

कोइम्बतूरच्या हद्दीनजीकच्या त्याच्या चिमुकल्या वर्कशॉपमध्ये तो एका साध्याशा लाकडी टेबलापाशी, साध्या लाकडी खुर्चीवर बसतो आणि त्याचे उदात्त विचार ऐकवतो. इथं वातानुकूलित करणारी यंत्रणा नाही; परंतु मला उकाडा जाणवत नाही.

आपण आपलं उभं आयुष्य भौतिक सुखाच्या गोष्टी आणि संपत्ती गोळा करण्यावर खर्चत असतो. पण या गोष्टी आपण मागे ठेवूनच तर जाणार असतो.

मला वाटतं की, मुरुगनच शहाणा आहे आणि आपणच वेडे आहोत!

वेडा पीर

मुरुगनन्थम : जयश्री इंडस्ट्रीज
कोइम्बतूर, केरळ

कोइम्बतूरनजीकच्या तमिळनाडूतील पप्पानाइकेन या खेड्यात मुरुगनन्थमचा जन्म झाला.

''गरीब कुटुंबात जन्म झाला हे मला माझं भाग्यच वाटतं! लोकांना वाटतं की, श्रीमंत असणं सुखाचं असतं; परंतु श्रीमंत मुलांना खरं बालपण उपभोगायलाच मिळत नाही! श्रीमंत मुलं फुलपाखरांमागे धावत नाहीत की झाडावर सरसर चढून जात नाहीत. मी ही सारी मौज अनुभवली.''

लहानपणी मुरुगनला विज्ञानाविषयी अतिशय आवड होती. ज्या तमिळ माध्यमातील शाळेत तो शिकत होता, तिथे त्याला उत्तेजन देणारे एक शिक्षक लाभले, हे त्याचं सुदैवच म्हटलं पाहिजे.

''मी शाळेतील विज्ञान प्रदर्शनात भाग घेतला होता. मी बनवलेल्या 'चिकन इन्क्युबेटर'ला (कोंबड्यांची अंडी उबवण्यासाठीची उबदार पेटी) पहिलं बक्षीस मिळालं.''

मुरुगनचे बरेचसे वर्गमित्र जमीनदार कुटुंबातले होते. मुरुगनला त्यांच्या शेतांवर जाऊन वेगवेगळी शेतकी अवजारं पाहायला आणि त्यात सुधारणा घडवून ती दुरुस्त करायला आवडत असे.

''मला यंत्रांशी आणि त्यातल्या भागांशी खेळायला, त्यांच्यावर प्रयोग करायला फारच आवडत असे!''

मुरुगनचे वडील हातमागावर काम करणारे विणकर होते; परंतु दुर्दैवानं एका अपघातात ते मृत्युमुखी पडले. त्याची आई, श्रीमती ए वनिक्ष कुटुंबपोषणासाठी शेतमजुरी करू लागली. शेतमजुरी दिवसाकाठी अवघी पाच रुपये मिळत असे. घरातला सर्वांत मोठा मुलगा असलेल्या मुरुगनने नवव्या इयत्तेनंतर शाळा सोडून दिली आणि काम करायला सुरुवात केली.

"लहानपणी मी असंख्य लहानसहान उद्योग उभे केले. मी फटाके, ऊस आणि गणेशमूर्ती विकल्या. त्यामुळे मला वाटू लागलं की, मी स्वतःचा कोणतातरी व्यवसाय करू शकेन!"

सुरुवातीला मुरुगननं कारखान्यातल्या कामगारांना इडल्या पुरवण्याचा व्यवसाय सुरू केला. हा उद्योग यशस्वी झाला, परंतु त्याचं यश पाहून इतर अनेक जण या व्यवसायात उतरले. एका स्पर्धकानं जेव्हा त्याच्या कुटुंबाला धमकी दिली, तेव्हा या १५ वर्षाच्या मुलानं निमूटपणे आपला व्यवसाय बंद केला. कारखाने आणि कापड गिरण्या असलेल्या कोइम्बतूर शहरात तो नोकरी शोधू लागला

त्यानं अनेक उद्योग केले, परंतु हातानं काम करण्यात त्याचा जीव गुंतलेला होता.

"मी एका वर्कशॉपमध्ये मदतनीस म्हणून चिकटलो. मशीन्सवर काम न करता तिथल्या लोकांना मी चहा-सिग्रेटी आणून देण्याचं हरकाम्याचं काम करत होतो."

शेजारच्या वर्कशॉप मालकानं मुरुगनला सावध केलं होतं, "तुझा मालक चांगला माणूस नाही. तू तिथं काम करू नकोस."

परंतु मुरुगनची विचारसरणी वेगळी होती.

"माझा मालक दारुड्या आहे, ही गोष्ट माझ्या फायद्याचीच आहे! मी खूप कष्ट करतोय, साऱ्या गोष्टी शिकून घेतोय. त्यामुळे लवकरच इतरांना वाटू लागेल की, मीच या वर्कशॉपचा मालक आहे!" असं मुरुगनला वाटत होतं.

इतर अनेक लहान उद्योजकांप्रमाणेच या वर्कशॉप मालकानं खूप व्याजावर कर्ज घेतलेली होती. १० हजार रुपयांच्या कर्जावर त्याला दिवसाला १०० रुपये व्याज द्यावं लागत होतं. या वर्कशॉप मालकाला दिवसालाच २५० रुपये कर्जहप्ता द्यावा लागत होता. परंतु दिवसा बरेचदा तो झिंगलेलाच असे आणि कशाकडेच लक्ष देत नसे.

"कर्ज देणाऱ्यांना दिसत होतं की, मी काम करतोय आणि त्यांचं कर्ज फेडतोय. ते म्हणू लागले, 'त्या दारुड्याला हाकलून दे आणि तूच हे वर्कशॉप चालवायला घे!'"

एके दिवशी त्या दारुड्यानं जाहीर केलं, तो त्याच्या गावी परत जाणार आहे. त्यानं मुरुगनवरच ते वर्कशॉप सोपवलं.

अशा प्रकारे एक लहानशी शेड आणि ग्रिल्स बनवणारं वेल्डिंग मशीन या तरुणाच्या हाती आलं. हा व्यवसाय अगदी लहानसा होता; परंतु तो मुरुगनला पुरेसा वाटत होता. त्यानं या व्यवसायावर पुरेसा पैसा मिळवून पाठच्या दोन बहिणींची लग्नं करून दिली आणि तो स्वतःसुद्धा विवाहबद्ध झाला. परंतु त्याचं चित्त नेहमी लहानसहान प्रयोग करून पाहण्यातच गुंतलेलं असे.

"मला दिसत होतं की, साऱ्या ग्रिल्सचं एकच जुनाट डिझाइन असे. किती कंटाळवाणं! त्यामुळे मी रांगोळ्यांच्या आकृतीवरून त्या डिझाइनची धातूची ग्रिल्स बनवायला सुरुवात केली."

त्यानं बनवलेली वैविध्यपूर्ण ग्रिल्स लोकप्रिय होऊ लागली. परंतु तरीसुद्धा त्यानं व्यवसायाचा आकार वाढवण्याचा प्रयत्न केला नाही.

"आणखी पैसा मिळवणं हे कधीच माझं उद्दिष्ट नव्हतं. मला सोन्याचा बाथटब नको होता! मला स्वत:चा विकास घडवायचा होता!"

लहानपणापासूनच मुरुगननं स्वत:च्या आयुष्याबद्दलचं एक विवक्षित तत्त्वज्ञान निश्चित केलं होतं. बालपणी त्याला आजूबाजूला भटकी कुत्री दिसत. ती कुठे राहतात, काय खातात असा त्याला प्रश्न पडत असे. जरी या प्रश्नांना त्याला नेमकी उत्तरं सापडली नाहीत, तरी काही दिवसांनी त्याला दिसत असे की, ती कुत्री जगली-वाचली आहेत आणि आकारानंही मोठी झाली आहेत.

"माझ्या लक्षात आलं की, जिवंत राहणं हा निसर्गनियम आहे. ती आपोआप घडणारी नैसर्गिक गोष्ट आहे. ती आपल्या हाती नसते. त्यामुळे प्रत्येक माणसानं केवळ जिवंत राहण्यापलीकडे काहीतरी करत राहिलं पाहिजे!"

१९९८ सालचा ऑक्टोबर महिना होता. मुरुगन वर्कशॉपमधून दुपारच्या जेवणासाठी आणि वामकुक्षीसाठी घरी आला होता. त्याला त्याची पत्नी शांती हॉलमधून हातात काहीतरी लपवून जाताना दिसली.

"तुझ्या हातात काय आहे?" त्यानं विचारलं.

तिनं त्याला फटकारलं, "तुम्ही त्यात नाक खुपसू नका!"

हे ऐकताक्षणी मुरुगन उठला आणि तिच्या मागे धावला. त्यानं तिचा हात घट्ट पकडला. तिच्या हातात त्याला एक फडकं दिसलं. ते इतकं गलिच्छ होतं की, त्यानं स्वत:ची मोपेड साफ करायलासुद्धा ते वापरलं नसतं!

"माझ्या लक्षात आलं की, पाळीबाबत ती स्वच्छता पाळत नाहीये! मी तिला विचारलं, 'तू सॅनिटरी नॅपकिन्स का वापरत नाहीस?'"

ती म्हणाली, "मी टीव्हीवरच्या सॅनिटरी नॅपकिन्सच्या जाहिराती पाहते; परंतु आपल्या कुटुंबातील स्त्रियांनी त्यांचा वापर सुरू केला, तर आपल्याला दुधाच्या खर्चात कपात करावी लागेल!"

मुरुगनला हे गूढ उकलेना. तो त्यांच्या भागातल्या औषधांच्या दुकानात गेला. त्याला सॅनिटरी नॅपकिन्सचे वेगवेगळे ब्रँड्ससुद्धा माहीत नव्हते. त्यानं एका आकर्षक रंगाच्या पुडक्याकडे बोट दाखवलं. दुकानातल्या मुलीनं ते पुडकं वर्तमानपत्रात गुंडाळलं आणि हळूच मुरुगनच्या हवाली केलं.

"मी जकात चुकवून स्मगल केलेला माल आणतोय, असंच मला वाटू

लागलं!''

घरी गेल्यावर मुरुगननं ते पुडकं उघडलं आणि त्याला दिसलं की, सॅनिटरी नॅपकिन म्हणजे फक्त 'पांढरं बँडेज' आहे. त्यानं ते हातात घेतलं आणि त्याचा मेंदू यांत्रिकपणे त्या नॅपकिनच्या वजनाचा अंदाज बांधू लागला.

''माझ्या ताबडतोब लक्षात आलं की, त्याचं वजन अवघं १० ग्रॅम आहे आणि ते कापसापासून बनवलेलं आहे.''

मुरुगनला ठाऊक होतं की, १० ग्रॅम कापसाची किंमत असते १० पैसे. तरीसुद्धा या नॅपकिनची विक्री-किंमत होती चार रुपये! नॅपकिनमागे केवढा प्रचंड नफा सुटत होता! त्यानं शांतीला वापरता येतील, असे कमी खर्चाचे नॅपकिन तयार करायचं ठरवलं. कोइम्बतूरमध्ये ५०० कापड गिरण्या आहेत. त्यामुळे कच्चा माल मिळवण्यात काहीही अडचण नव्हती.

''गळ्यात टाय बांधलेली मुलं कारनं आणि बसनं शाळेत जाताना पाहिली की, मला फार वाईट वाटतं. अशी मुलं एका सोनेरी पिंजऱ्यात अडकलेली असतात. त्यांना खरंखुरं बालपण अनुभवताच येत नाही!''

मुरुगननं लक्ष्मी मिल्समधून उत्तम प्रतीचा कापूस विकत घेतला; तो व्हिस्कोजच्या कापडात गुंडाळला. तो खरोखरीच सॅनिटरी नॅपकिनसारखा दिसू लागला.

''मी जेव्हा-जेव्हा कोणतीही नवी वस्तू बनवत असे, तेव्हा-तेव्हा मी माझ्या पत्नीपुढे जाऊन म्हणत असे, 'शांती! तुझे डोळे मीट!' आणि त्यानंतर मी ती वस्तू तिच्या हातात ठेवत असे. यावेळेसही मी तसंच केलं!''

शांतीनं डोळे उघडले तेव्हा तिला खूप आश्चर्य वाटलं.

मी म्हणालो, ''बघ! मी हे तुझ्यासाठी बनवलं आहे. वापरून बघ आणि ताबडतोब मला तुझं मत सांग.''

जणूकाही स्त्रियांची मासिक पाळी नॅपकिन बनवण्याच्या तंत्रज्ञानासाठी आवश्यक अशा प्रयोगांच्या वेळेसच नेमकी येणार असते!

ती म्हणाली, ''तुम्हाला काहीकाळ वाट बघावी लागेल!'' मुरुगनने तिला तो सॅनिटरी नॅपकिन दिला आणि ती गोष्ट तो विसरूनही गेला. तीन आठवड्यांनी तो जेव्हा दुपारच्या जेवणासाठी घरी आला, तेव्हा शांतीनं दरवाजा उघडून त्याच्यावर सरबत्ती सुरू केली.

''कसला फडतूस नॅपकिन दिलाय मला? अगदी भुक्कड! त्यापेक्षा फडकं वापरणं बरं!''

मुरुगनला हे वाक्ताडन एक 'ऐतिहासिक' दिवस म्हणून लक्षात राहिलं आहे!

शांतीला नॅपकिन पसंत पडला असता, तर मुरुगनचं संशोधन तत्क्षणीच थांबलं असतं. कुणीही कापसाची गुंडाळी विकत आणू शकतो, त्याचे चौकोनी तुकडे कापून ते व्हिस्कोज कापडात गुंडाळू शकतो! परंतु खरं तंत्रज्ञान त्याहून खूप गहन होतं. आता ते तंत्रज्ञान जाणून घ्यायचा मुरुगननं चंगच बांधला!

"सत्यमच्या राजूप्रमाणे मी वाघावर स्वार झालो! माझा स्वभाव असा विचित्र आहे की, सोप्या गोष्टीत मला अजिबात गम्य वाटत नाही! परंतु अवघड गोष्टी असल्या, तर त्या समस्येची उकल होईपर्यंत मला चैन पडत नाही!"

अशा प्रकारे, मुरुगननं त्यांचं संशोधन दुप्पट जोमानं सुरू केलं. त्याने विविध आकाराचे, विविध लांबी-रुंदीचे आणि अनेक प्रकारचे नॅपकिन बनवले. पण हे वापरून कोण बघणार? शांती हे महिन्यातून एकदाच वापरू शकत होती! या गतीनं हा प्रकल्प पूर्ण व्हायला अनेक वर्षं लागली असती. मुरुगननं यासाठी त्याच्या बहिणींची मदत मागायचं ठरवलं. परंतु स्त्रियांच्या आरोग्याबद्दल तो दाखवत असलेल्या आस्थेचा त्यांना राग आला.

त्यांनी शांतीला बोलावून सांगितलं, "अण्णाला वेडं लागलंय. त्याला सांग की, तुझं डोकं ठिकाणावर येईपर्यंत माझ्या घरी येऊ नकोस, असा माझा निरोप आहे."

पण मुरुगन सहजी हार मानणारा नव्हता. त्याला त्यानं बनवलेली नॅपकिन्स वापरून पाहायला तयार असलेले इच्छुक कुठे सापडले असते? त्याच्या डोक्यात एक कल्पना आली.

"मी मेडिकल कॉलेजचा विचार केला. तिथल्या मुली वैद्यकीय प्रशिक्षण घेत असल्यामुळे त्या सहकार्य देतील असं मला वाटलं."

सर्वांत जवळचं कॉलेज कोइम्बतूर मेडिकल कॉलेज होतं. ते त्याच्या घरापासून २७ किलोमीटर अंतरावर होतं. ते विमानतळाजवळ होतं. मुरुगननं त्याची स्कूटर काढली आणि मेडिकल कॉलेज गाठलं. येनकेन प्रकारेण त्यानं काही मुलींचं मन वळवून त्यांना या प्रयोगासाठी तयार केलं.

"आम्हाला काय करावं लागेल?" त्यांनी विचारलं.

"हे कापसाचे नॅपकिन्स आहेत. ते वापरून त्याबद्दलचं मत सांगा."

समस्या अशी होती की, वैद्यकीय शाखेच्या विद्यार्थिनींनासुद्धा त्यांच्या मासिक पाळीबद्दल बोलणं अवघड वाटत होतं. त्यामुळे मुरुगननं अभिप्राय लिहून देण्यासाठी एक तक्ता बनवला. ही कल्पना छान होती. परंतु ठरल्या दिवशी मुरुगन तक्ते गोळा करण्यासाठी तिथे पोचला, तेव्हा दोन मुलीच सर्वांचे तक्ते भराभरा लिहून देत होत्या. त्यांना सहानुभूती वाटत असेल किंवा सौजन्यापोटी त्या तसं करत असतील. परंतु त्या भरत असलेली माहिती खरी नव्हतीच!

"या खोट्या माहितीवर मी संशोधन कसं करू शकणार?"

मुरुगन कॉलेजसमोर बसला आणि गरमागरम चहा घोटाघोटानं पिऊ लागला. यातून मार्ग कसा निघेल, या विचारात तो मग्न होता. या टप्प्यावर त्याच्या डोक्यात एक अफलातून कल्पना विजेसारखी चमकली.

"मी स्वतःच हा नॅपकिन वापरून पाहीन!"

परंतु पुरुषाला मासिक पाळी कुठे येते?

> *"आमच्या कुटुंबात कुणीही नोकरी करत नाही... मला नुकतंच समजलं की, त्याला 'सेल्फ एम्प्लॉयमेंट' म्हणतात."*
>
> *"कोका-कोलाच्या फॉर्म्युल्याप्रमाणेच सॅनिटरी नॅपकिनमध्ये वापरला जाणारा माल हे मोठं गुपित आहे. त्यामुळेच या मालावर फारच थोड्या कंपन्यांचे सर्वाधिकार आहेत."*

त्यासाठी त्यानं थोडी कल्पकता वापरून आणि बालपणीच्या एका मित्राची मदत घेऊन एक अफलातून तोडगा शोधला. मुरुगननं गावातल्या खाटिकाला विनंती केली की, तो ज्या दिवशी बोकडाचं मुंडकं उडवणार असेल, त्यादिवशी त्यानं मुरुगनला पूर्वसूचना द्यावी. मुरुगनच्या घरावरून जाताना तो खाटीक सायकलची घंटा वाजवत गेला की, मुरुगनला ती सूचना मिळत असे.

"मी त्याच्या दुकानात जात असे, एका रिकाम्या फुटबॉलमध्ये ते गरम रक्त भरून घेत असे. मग मी तो नॅपकिन वापरत असे. त्या फुटबॉलला जोडलेली नळी नॅपकिनपर्यंत पोचत असे."

चालताना, सायकल चालवताना, कामावर जाताना मुरुगननं त्या बॉलवर दाब दिला की, त्याला जोडलेल्या नळीतून रक्ताची पिचकारी त्याच्या नॅपकिनवर रिती होती असे. मासिक पाळी चालू असताना स्त्रीला नित्यकर्म करताना कोणता त्रास होतो, याचा अनुभव मुरुगननं अशा प्रकारे १० दिवस घेतला.

"माझा कापडी नॅपकिन उपयुक्त नव्हता. माझ्या शरीराला दुर्गंधी येऊ लागली आणि माझ्या कपड्यांवर रक्ताचे डाग पडू लागले. स्त्रियांना कोणता त्रास भोगावा लागतो, याची मला पूर्ण कल्पना आली."

सॅनिटरी नॅपकिनच्या त्याच्या या वेडाचे दुष्परिणाम त्याला भोगावे लागत होते. त्याच्या शेजाऱ्यांना वाटू लागलं की, त्याला भूतानं झपाटलं तरी आहे किंवा त्याला कोणतातरी घाणेरडा आजार तरी जडला आहे. शांतीला वाटलं की, संशोधनाचा बहाणा करून मुरुगन कॉलेजच्या मुलींबरोबर लफडं करतो आहे. एके दिवशी, कधीही परत न येण्याची शपथ घेऊन आदळआपट करत ती घर सोडून गेली.

या गोष्टीचा मुरुगनवर आणि त्याच्या संशोधनावर काहीही परिणाम झाला नाही. हतबल झालेला असताना त्याला एक भन्नाट कल्पना सुचली आणि नॅपकिनबद्दल खराखुरा अभिप्राय मिळवण्याची रीत त्यानं शोधून काढली. हा नॅपकिन वापरायला दिल्यावर फक्त तो परत मागून घ्यायचा. तो नॅपकिन पाहिला की, आपोआपच सारं स्पष्ट होईल.

''कुणाकुणाला वाटत असे की, मी जादूटोणा करतोय. परंतु मेडिकल कॉलेजच्या विद्यार्थिनी मला ओळखत होत्या आणि त्यांनी माझ्या विनंतीला मान्यता दिली.''

त्याची पद्धत अगदी सोपी होती. तो वेगवेगळ्या नॅपकिन्सबरोबर काळी कॅरीबॅगसुद्धा देत असे. वापरलेले नॅपकिन्स त्या काळ्या कॅरीबॅगमध्ये घालून परत करायचे असत. ते तो दर आठवड्याला गोळा करत असे.

''मी फ्रेंचकटमधला किंवा फार हुशारीनं बोलणारा माणूस असतो, तर त्यांनी मला मदत केली नसती. परंतु त्यांना दिसत होतं की, मी एक साधासुधा माणूस आहे; काहीतरी लफडं करून पाहत नाहीये. त्यामुळे त्यांनी मला मदत केली.''

त्याच्या या वेडातही एक शिस्त होती. त्यानं त्या नॅपकिन्सना वेगवेगळ्या रंगांची लेबलं लावली होती. त्यावरून कोणी कोणते नॅपकिन्स वापरले, हे समजत होतं. घरी बनवलेल्या नॅपकिन्सबरोबर मुरुगननं थोडे ब्रँडेड नॅपकिन्ससुद्धा देत असे. हेतू हा की, दोहोंच्या दर्जातला फरक लक्षात यावा.

''एके दिवशी गोळा केलेले हे सारे नॅपकिन्स मी माझ्या घरातल्या टेबलावर पसरले आणि त्यांची तुलना करू लागलो... त्याच दिवशी माझी आई मला भेटायला आली!''

तिनं हे सारं डोळ्यांनी पाहिलं आणि तिचं डोकंच फिरलं. तिची पक्की खातरी झाली की, मुरुगनला वेड लागलं आहे आणि तिनं जाहीर केलं की, यापुढे ती त्याचं तोंडसुद्धा बघणार नाही!

दरम्यान, प्रयोगातून बरंच कळू लागलं होतं. कंपनीनं बनवलेल्या नॅपकिन्समध्ये काहीतरी वेगळं होतं. परंतु नेमकं काय, ते त्याला उमगत नव्हतं.

''मी 'स्टे फ्री' आणि 'केअर फ्री' ब्रँडचे नॅपकिन्स विविध लॅब्जमध्ये तपासणीसाठी पाठवले : आयआयटी, बिट्स पिलानी, साउथ इंडियन टेक्स्टाइल रिसर्च असोसिएशन वगैरे, वगैरे. प्रत्येक परीक्षणासाठी मला सहा ते दहा हजार रुपये द्यावे लागले. परंतु सारे जण एकसारखा रिपोर्टच कळवत होते!''

रिपोर्टमध्ये नमूद केलेलं होतं की, नॅपकिन्समध्ये सेल्यूलोज असलेला घटक आहे. सेल्यूलोज म्हणजेच कापूस! परंतु कितीही उच्च प्रतीचा कापूस मुरुगननं वापरला, तरी तो शोषणाचं काम नीटपणे करत नसे. अशी दोन वर्षं गेली आणि

अखेरीस मुरुगननं एक महत्त्वाचा निष्कर्ष काढला.

"या कंपन्या कापूस वापरतच नाहीयेत. कापूस वापरत असल्या तरी त्यावर कोणतीतरी विशेष प्रक्रिया करत आहेत. त्याचा छडा लावणं आवश्यक आहे."

अजून संशोधन केल्यानंतर मुरुगनच्या लक्षात आलं की, नॅपकिनमधला सेल्यूलोज असलेला घटक हा कापूस नसून तो लाकडाचा तंतू आहे. नेमकं सांगायचं, तर तो पाइनच्या लाकडाचा तंतू आहे.

"समस्या अवघड असली आणि एकही माणसाची मदत मिळवता येत नसली, तरी तुम्ही ठाम उभे रहा... तुम्हाला नक्कीच संधी मिळेल."

"मी शस्त्रक्रिया करून घेऊन स्त्री बनायलासुद्धा तयार होतो; त्यायोगे मला माझं संशोधन करता आलं असतं!"

"सॅनिटरी नॅपकिन्समध्ये विजेची सर्किट्स नसतात की कॉम्प्यूटर कोडिंग्ज नसतात. फक्त वापरलेल्या मालाबद्दल गुपित राखलं जातं. तो शोषून घेणारा असणं गरजेचं असतं. लाकडाचे तंतू ओलावा त्वरित शोषून घेतात आणि दाब दिला तरी त्यांचा आकार बदलत नाही. त्यामुळे ते सुखकारक असतात."

हे सारं ठीक आहे. परंतु पाइनची झाडं भारतात वाढत नाहीत. मुरुगनच्या लक्षात आलं की, हा माल त्याला ऑस्ट्रेलियातून आयात करावा लागणार आहे किंवा कॅनडा अथवा अमेरिकेतून मागवावा लागणार आहे. हे काम सोपं होतं – पाइनवुडचे तंतू कापसाच्या एक चतुर्थांश किमतीला मिळतात आणि इंटरनेटवरून मागवता येतात.

मुरुगननं शेतकी कॉलेजातल्या एका प्रोफेसरची मदत घेऊन एक पत्र बनवलं. २००० सालच्या नोव्हेंबर महिन्यात माल मागवला. काही आठवड्यांनी 'फेडेक्स'नं मालाचं पुडकं आणून दिलं तेव्हा तो इतका उत्तेजित झाला की, त्याला आनंदावर नियंत्रण ठेवणं शक्य होईना! परंतु काहीतरी चूक झाली होती!

"मी कॉटनरोलसारख्या गोष्टीची अपेक्षा करत होतो. परंतु मला तर चक्क एक फळकूट पाठवण्यात आलं होतं!"

या कडक वस्तूपासून मऊ नॅपकिन बनवणं कसं काय शक्य होणार होतं? दररोज मुरुगन फेडेक्सच्या खोक्यातून हे फळकूट बाहेर काढत असे आणि ते तपासून पाहत असे; कोडं उलगडण्याचा प्रयत्न करत असे. एके दिवशी त्यानं चुकून त्याचा तुकडा तोडला आणि त्याचं हृदय धडधडू लागलं – त्याच्या आत लाकडाचे तंतू होते.

"मला ताबडतोब सारं गुपित उलगडता आलं. परंतु मग माझ्या लक्षात आलं की, या मालावर प्रक्रिया करण्यासाठी चार-पाच कोटींचा कारखाना उभारावा लागेल!"

या सर्व गोष्टींमुळे बाजारात उपलब्ध असलेल्या नॅपकिन्सची किंमत वाढते. मग यावर उपाय कोणता? पुढली चार वर्षं मुरुगननं त्या पाइनवुडच्या फळकुटावर वेगवेगळ्या प्रकारे प्रक्रिया करण्यात खर्च केली. वेगवेगळे प्रयोग करत चुकांमधून बोध घेत अखेरीस त्यानं या समस्येवर तोडगा शोधला.

"मी माझ्या वर्कशॉपमधून एक लहानसं मशीन बनवलं आणि ते वापरून मी आता नॅपकिन्स बनवतो आहे."

मुरुगननं असे नॅपकिन्स मेडिकल कॉलेजमधील विद्यार्थिनींना वापरायला दिले. यावेळेस त्यांनी दिलेला अभिप्राय पूर्वीपेक्षा खूपच निराळा होता!

त्या म्हणाला, "अण्णा! काय झालंय? यावेळेस तुम्ही दिलेला नॅपकिन वापरला आणि नॅपकिन वापरतोय, हे मी विसरूनच गेले!"

शांतीनं 'भिक्कार' असं बिरुद लावलेल्या नॅपकिनपासून 'ब्रँडेड नॅपकिनच्या तोडीचा' इथवरचा पल्ला गाठायला खूप प्रयत्न करावे लागले. यासाठी काही दिवस किंवा काही आठवडे लागले नव्हते; तर तब्बल चार वर्षं! मुरुगननं बनवलेलं यंत्र वापरायला अगदी सोपं आहे. ते कसं वापरायचं, हे कुणालाही अवघ्या तासाभरात शिकता येईल! प्रक्रियेचा पहिला टप्पा आहे, 'डि-फायबरेशन' किंवा लाकडाचे तंतू अलग करणं.

"हे धोपटण्याची क्रिया करणारं, ड्राय मिक्सरसारखं यंत्र असतं. तुम्ही यंत्रात पाइनवुड टाकलंत की, त्याचे तंतू अलग होतात."

त्यानंतर झालेला लगदा दाबून सॅनिटरी पॅडच्या आकाराचा बनवला जातो. त्यासाठी अल्यूमिनियमचा साचा वापरला जातो. त्याची जाडी बदलून रेग्युलर किंवा एक्सएल आकाराचा नॅपकिन बनवला जातो. हे काम करणारं यंत्र पायानं पेडल दाबून वापरता येतं.

नॅपकिन बनवण्याचा तिसरा टप्पा असतो, हे पॅड सील करणं. त्यासाठी वेगळं मशीन वापरलं जातं. २००५मध्ये या सर्व यंत्रांची एकत्रित किंमत अवघी ६५ हजार रुपये होती. प्रत्येक नॅपकिन बनवायला एक रुपयाहूनही कमी खर्च येत होता!

"मी मद्रास आयआयटीशी आणि त्यानंतर भारतभरातल्या सर्वांशी संपर्क साधला. भारतातली सर्वांत मोठी समस्या अशी आहे की, जर तुम्हाला इंग्रजी येत नसलं, तर तुमच्याकडे कुणी ढुंकूनही बघत नाही! तुमच्यात कुवत आहे, असं कुणालाच वाटत नाही!"

परंतु कुठेतरी, कोणीतरी मुरुगनच्या शोधाची दखल घेतली!

२००६मध्ये मद्रास आयआयटीनं एक स्पर्धा आयोजित केली होती. स्पर्धेचं शीर्षक होतं, 'समाजहितासाठीचं संशोधन'. कमी खर्चात सॅनिटरी नॅपकिन बनवून देणारं मशीन या स्पर्धेत उतरवण्यात आलं. आणि या संशोधनाला प्रथम पारितोषिक मिळालं.

अचानक प्रत्येक जण विचारू लागला – हा मुरुगन कोण आहे?

''मासिकं आणि टीव्ही वाहिन्या इंटरव्ह्यूसाठी माझा पाठपुरावा करू लागल्या. मला स्वत:ला त्यावेळेस 'आयटीआय' आणि 'आयआयटी' यांतला फरकही समजत नव्हता!''

या प्रसिद्धीमुळे आणखी एक गोष्ट घडली. त्याच्या 'वेड्या चाळ्यांबद्दल' मुरुगनच्या पत्नीनं, बहिणींनी आणि आईनं त्याला माफ करून टाकलं. शांतीनं नवऱ्याकडे परत येऊन त्याच्याबरोबर पुन्हा संसार करायला सुरुवात केली.

त्याच वेळेस, मुरुगननं त्याच्या नॅपकिन्सची विक्री करण्याचा धाडसी निर्णय घेतला.

''मोती शोधण्यासाठी तुम्हाला समुद्रात दहा, वीस, शंभर वेळा बुडी मारावी लागते. मोती समुद्राच्या पृष्ठभागावर तरंगत नसतो!''

''मला भाड्याचं घर आणि भाड्याचं वर्कशॉप बरं वाटतं. मालकी मिळवणं ही डोकेदुखी आणि ओझं असतं.''

''मी माझा स्वत:चा नॅपकिन बाजारात आणला. तो 'जॉन्सन अ‍ॅन्ड जॉन्सन', 'प्रॉक्टर अ‍ॅन्ड गॅंबल' यांच्या नॅपकिनच्या तोडीचा होता, परंतु तो अर्ध्या किमतीला उपलब्ध होता.''

स्थानिक वर्तमानपत्रात एक छोटीशी जाहिरात देऊन मुरुगनचे 'कोवाई' नॅपकिन्स कोइम्बतूर शहरात २००६मध्ये विक्रीसाठी ठेवले गेले. परंतु त्याची जाहिरात आणि वितरण नीटपणे न केल्यामुळे हा ब्रॅंड अयशस्वी ठरला.

''माझ्या लक्षात आलं की, ग्राहकांची समजूत होती, 'कुणीतरी आठ नॅपकिन्स दहा रुपयांना देत असेल, तर ते निकृष्ट दर्जाचे असले पाहिजेत.' या खटाटोपात मी जबर मार खाल्ला आणि ५० हजार रुपये घालवून बसलो!''

मुरुगननं हे अपयश मूकपणे पचवलं. तो आणखी करू तरी काय शकणार होता? एकटा माणूस बलाढ्य बहुराष्ट्रीय कंपन्यांशी झुंज कशी देणार होता?

''माझ्याजवळ मशीन्स होती आणि कच्चा माल होता. मी त्या गोष्टी माझ्या बायकोला दिल्या. मला वाटलं पुढली पाच-दहा वर्षं तिला दुकानातून सॅनिटरी नॅपकिन्स विकत आणावे लागणार नाहीत!''

आयुष्य पुन्हा एकदा नेहमीप्रमाणे सुरू झालं. मुरुगन त्याच्या वर्कशॉपमध्ये

व्यग्र राहू लागला. दोन महिन्यांनी शांती त्याच्याजवळ आली आणि तिनं एक विचित्र मागणी केली, "मला आणखी कच्चा माल हवा आहे!"

"पण १५ हजार नॅपकिन्सना पुरेल एवढा कच्चा माल मी दिलेला होता! त्याचं तू काय केलंस?" मुरुगननं तिला प्रश्न केला.

"आपण नॅपकिन्स विकतोय!" ती म्हणाली

मुरुगनला वाटलं, "हे कसं शक्य आहे? कारण मी केलेला प्रयत्न तर फसला होता."

मग त्याच्या लक्षात आलं की, जवळपास राहणाऱ्या स्त्रिया सतत त्याच्या खिडकीतून डोकावून पाहत असत. मुरुगन हॉलमध्ये असला, तर त्या आत येऊन निघून जात. परंतु तो दुसऱ्या खोलीत असला, तर त्या आत येऊन शांतीकडून पुडकं घेत असत. पैसेसुद्धा दिले जात असत.

"पाच रुपये," त्यानं शांतीचे शब्द ऐकले

मुरुगननं विचारलं, "हा पुडा तू पाच रुपयांना का विकते आहेस?"

"ओ!... तुम्ही पाच रुपये ऐकलंत? खरंतर त्या हप्त्या-हप्त्यानं पैसे फेडताहेत. त्या आठवड्याला पाच रुपये देत आहेत."

काही-काही स्त्रिया तर येऊन एकच नॅपकिन विकत घेत होत्या. अशी सुविधा कोणताही दुकानदार पुरवत नसे.

मुरुगनच्या दृष्टीनं हा साक्षात्कारी क्षण होता. बहुराष्ट्रीय कंपन्यांशी कशा प्रकारे लढत द्यायची, हे त्याला आता उमगलं होतं. गेल्या ६० वर्षांत फक्त १० टक्के भारतीय स्त्रिया सॅनिटरी नॅपकिन्स वापरू लागल्या होत्या. मुरुगनला उरलेल्या ९० टक्के स्त्रियांनासुद्धा नॅपकिन्सच्या वापरासाठी उद्युक्त करायचं होतं.

"माझा व्यवसायाचा आराखडा वैयक्तिक ढाच्याचा आहे. एक स्त्री असं मशीन विकत घेईल. ती तो नॅपकिन बनवून तिच्या शेजाऱ्यांना विकेल."

अशा प्रकारे उत्पादनाच्या प्रक्रियेचं संपूर्णतः विकेंद्रीकरण घडेल. मालाच्या वाहतुकीचा प्रश्न उरणार नाही. नफेखोरी उद्भवणार नाही. उत्कृष्ट दर्जा आणि माफक किंमत! आपल्या विश्वासाच्या व्यक्तीकडून उपलब्ध असलेला माल!

"खरंतर मासिक पाळीबाबत आपल्या देशात स्त्रियांवर खूपच निर्बंध लादले जातात. तुम्हाला २० ते ३० सेकंदाच्या मालाच्या जाहिरातीतून लोकांची मानसिकता बदलता येत नाही."

प्रसारमाध्यमांकडून आणि लोकांनी एकमेकांना सांगितल्यामुळे मुरुगनला खूप प्रसिद्धी मिळाली आहे. वेगवेगळ्या परिषदांमध्ये आणि युनिव्हर्सिटीजमध्ये भाषणं देण्यासाठी त्याला आमंत्रणं मिळू लागली. सुरुवातीला त्याला त्याची अतिशय धास्ती वाटत असे; कारण त्याला फक्त तमिळ आणि तेलुगु या दोनच भाषा बोलता

येत असत.

"मी इंग्रजी शिकण्याचा प्रयत्न केला... हिंदी शिकण्यापेक्षा मला ते सोपं वाटलं."

समाजात नावारूपाला आल्यामुळे आणि हितचिंतकांनी त्याला योग्य तो सल्ला दिल्यामुळे मुरुगनला 'इंटलेक्चुअल प्रॉपर्टी राइट्स' म्हणजेच स्वतः लावलेल्या शोधाबद्दल कायद्यानं त्यावर मालकी हक्क प्रस्थापित करणं याबद्दल कळलं. अहमदाबादेतील 'नॅशनल इनोव्हेशन फाउंडेशन'(NIF)च्या मदतीनं त्यानं पेटंटसाठी अर्ज केला. त्याला त्याच संस्थेनं त्याच्या 'एनआयएफ मायक्रो इनोव्हेशन व्हेंचर फंड'द्वारा त्याच्या मशीनमध्ये बारीकसारीक सुधारणा घडवण्यास मदत केली.

"मी या यंत्रात अल्ट्राव्हायोलेट किरणांद्वारा निर्जंतुकीकरण करण्याची सामग्री बसवली, वेगवेगळ्या आकारांसाठी योग्य प्रकारची मापं आखली आणि दिवसाला एक हजार नॅपकिन्स बनवण्याची क्षमता निर्माण केली."

परंतु या व्यवसायाचं स्वरूप मात्र त्यानं पूर्वीसारखंच ठेवलं. मुरुगननं हे तंत्रज्ञान कोणत्याही मोठ्या कंपनीला विकायला किंवा भाड्यानं द्यायला ठाम नकार दिला. हे कमी किमतीचे नॅपकिन केवळ स्त्रियांसाठी आणि स्त्रियांकडूनच बनवले जावेत, या मुद्द्यावर तो ठाम राहिला.

चालू स्थितीतलं मशीन तो सेल्फ हेल्प ग्रुप्सना आणि स्त्री-उद्योजिकांना विकतो. एक दिवसाचं प्रशिक्षण आणि कच्चा माल मशीनसोबतच पुरवला जातो.

'ऑल इंडिया विमेन्स कॉन्फरन्स', 'डाटा', 'मलबार हॉस्पिटल', 'कम्युनिटी सेंटर – एएआय दिल्ली', 'मंडल महिला संकिया' आणि 'सम्मीलना' हे काही प्रारंभीचे ग्राहक होते. जिंदाल स्टील आणि मोझरबेयर यांसारख्या कंपन्यांनी हा प्रकल्प 'सीएसआर'* (CSR) उपक्रम म्हणून ओरिसा आणि कर्नाटकात हाती घेतला आहे.

नॅपकिन्स अनेक ब्रँडखाली विकले जातात (भारत आणि सात इतर देश मिळून ७४२ ब्रँडखाली विकले जातात.). 'ईझी फील', 'बी फ्री' आणि स्थानिक भाषांमधली 'सखी', 'नारी सुरक्षा', 'नलम' ही काही उदाहरणं आहेत. १५ रुपयांना १० नॅपकिन्स विकले जातात. उद्योजकाला प्रत्येक नॅपकिनमागे ५० पैसा नफा सुटतो. उत्पादनाच्या आकड्यानुसार उत्पादकाला महिना तीन ते पाच हजार रुपये मिळू शकतात.

---

* CSR Activity - Corporate Social Responsibility मोठ्या व्यवसायांनी समाजाची जबाबदारी उचलण्यासाठी कार्यान्वित केलेला उपक्रम.

''मला भूतानचं तत्त्वज्ञान आवडतं. तो एकच देश 'ग्रॉस नॅशनल प्रॉडक्ट' (देशाचं एकूण उत्पादन) याऐवजी 'ग्रॉस नॅशनल हॅपिनेस' (देशाचा एकूण आनंद) मोजतो.''

''माझ्या आईला पैसे मिळवण्यासाठी किती कष्ट करावे लागले आणि किती धडपड करावी लागली, हे मला स्पष्टपणे आठवतंय. असा नॅपकिन बनवणं ही गोष्ट प्रत्येक ग्रामीण स्त्रीला पोट भरण्यासाठी दीर्घकाळ करतायेण्याजोगा उद्योग आहे!''

मुरुगनचं उद्दिष्ट आहे की, अशा प्रकारे दहा लाख स्त्रियांना उद्योग उपलब्ध व्हावा. मुरुगनच्या मशीन्सनी अनेक गरजू स्त्रियांना पोटापाण्याचा लहानसा उद्योग मिळवून दिला आहे.

''या अनंतपूरमधल्या स्त्रीचं उदाहरण घ्या! तिच्या नवऱ्याला पोलिसांनी ठार केलं होतं. माझ्या मशीनमुळे ती आपल्या पायांवर उभी राहू शकली आहे.''

अशा गरजू स्त्रियांना मशीन विकत घेण्यासाठी बँका आनंदानं कर्ज देत आहेत. या मालाला सततचा ग्राहकवर्ग आहे आणि मशीनची किंमत अवघ्या सहा वर्षांमध्ये भरून निघते आहे.

२००९ सालापर्यंत नॅपकिन बनवणारी अशी १०० मशीन्स उत्तर प्रदेश, बिहार, आंध्र, तमिळनाडू, हरियाणा या राज्यांत वापरली जाऊ लागली आणि अडीच लाख ग्राहक स्त्रियांना नॅपकिन्स पुरवू लागली. परंतु या संशोधकाच्या डोळ्यांपुढे त्यापेक्षा मोठ्या कल्पना आहेत.

''१९६०मध्ये 'अमूल'नं दुग्धक्रांती घडवली. मला तशीच आणखी एक क्रांती फेडरेशन तत्त्वावर घडवायची आहे.''

हे उद्दिष्ट डोळ्यांपुढे ठेवल्यामुळे मुरुगननं राज्य सरकारांबरोबर काम करणं सुरू केलं आहे. त्याची सुरुवात झाली उत्तरखंडपासून. तिथं सरकारच्या मालकीच्या – 'उत्तरखंड पर्वतीय आजीविका संवर्धन' यांनी एक मशीन विकत घेतलं आणि ते बारपूरमध्ये सुरू केलं. हे तेहेरी जिल्ह्यातलं दुर्गम जागेवरचं खेडं आहे.

''ही जागा डेराडूनपासून १६ तासांच्या अंतरावर आहे. तिथून तुम्हाला खोलवरचं गंगानदीचं पात्र दिसतं. तिथे जायला रस्ताच नाही. आम्हाला एका गाढवाच्या पाठीवरून मशीन न्यावं लागलं!''

या भागातील स्त्रियांनी आयुष्यात पहिल्यांदाच नॅपकिन वापरले. अशा छोट्याशा उद्योगाद्वारे सात-आठ स्त्रियांना काम मिळालं. असाच प्रयोग या भागातील इतर २२ खेड्यांमध्ये केला गेला.

'ग्रासरूट्स टेक्नॉलॉजिकल इनोव्हेशन्स'साठी दिल्या जाणाऱ्या पुरस्कारांमध्ये

मुरुगनला तेव्हाच्या राष्ट्रपती प्रतिभा पाटील यांच्या हस्ते पुरस्कार देऊन त्याचा गौरव केला गेला. त्यानं लावलेल्या शोधाची सरकारनं आणि आयएएस वर्तुळातील मंडळींनी दखल घेतली. महाराष्ट्र, गुजरात आणि छत्तीसगढ ही राज्यं खूप उत्साहानं पुढं आली.

'फेडरेशन मॉडेल'चा अर्थ असा की, अमूल किंवा मदर डेअरी यांच्या धर्तीवर प्रत्येक राज्य आपला विशेष असा ब्रँड तयार करेल आणि त्याद्वारे विक्री करेल. उदहरण द्यायचं तर या राज्य स्तरावरल्या योजनेत महाराष्ट्रात भाग घेणाऱ्या स्त्रिया 'निर्मल' या ब्रँडनं नॅपकिन्स विकतात, तर गुजरातेत 'सखी' या ब्रँडनं नॅपकिन्स विकले जातात.

"गुजरात राज्य खूपच पाठिंबा देत आहे. मला वाटतंय की, लवकरच या राज्यातील १०० टक्के स्त्रिया सॅनिटरी नॅपकिन्स वापरू लागतील. भारतातील इतर राज्यांपुढला तो उज्ज्वल आदर्श ठरेल."*

असं असलं तरी एकूण प्रगती सातत्यानं, परंतु धिम्या गतीनंच होते आहे. ऑगस्ट, २०१३पर्यंत एकूण ९४७ मशीन्स वापरली जाऊ लागली होती. असं होण्याचं कारण म्हणजे मशीन्सचा प्रसार योग्य मार्गानंच केला जावा, यावर मुरुगन ठाम आहे. जेव्हा राजकारणी लोक त्याच्याजवळ येऊन एकदम १०० ते २०० मशीन्स मागू लागतात, तेव्हा तो त्यांना नकार देतो.

"कदाचित ते फुकट सायकली, फुकट टीव्ही वाटतात, तसंच हे मशीन्सही फुकटात देतील. पण मला फुकटात देणं पसंत नाही. दिलेलं मशीन वापरणारी व्यक्ती सोबत असायला हवी, या मुद्द्यावर मी ठाम आहे."

नक्षलवादी आणि आदिवासी टापू मुरुगनचे आवडते भाग आहेत. जेव्हा वेगवेगळ्या संस्था त्याच्याकडे मशीन्सची मागणी करत येतात, तेव्हा तो त्यांना मशीन्सच्या वापरासाठी एकट भागातली, दूरच्या कोपऱ्यातली खेडी शोधून काढायला सांगतो.

"प्रत्येक ठिकाणी स्त्रिया हे नॅपकिन्स बनवत आहेत आणि त्या ते जवळपासच्या लोकांनाच विकत आहेत. हे मोठ्या व्यवसायचं अनुकरण नव्हे! हा राष्ट्रीय विकास आहे!"

परंतु या मशीन्सबद्दल आणि अशा व्यवसायबद्दल फक्त भारतातून नव्हे, तर बांगलादेश, श्रीलंका, नेपाळ, मॉरिशस आणि अगदी दूरवरच्या दक्षिण आफ्रिका, केनिया आणि नायजेरियासारख्या देशांमधूनही विचारणा होऊ लागली आहे. अशा प्रकारचा व्यवसाय कुठेही करता येईल. दुसऱ्या देशानं मुरुगनकडून फक्त एक

---

* हे पुस्तक छापायला गेलं, तोवर संपूर्ण गुजरातमध्ये अशी ५५ मशीन्स वापरली जाऊ लागली होती.

मशीन विकत घेतलं आणि आपल्या देशात त्याच्याच तत्त्वांनुसार वापरण्यासाठी त्याच्या प्रतिकृती बनवल्या, तरी तेवढ्यावरच तो संतुष्ट असतो.

त्याला नाव आणि कीर्ती मिळालेली असली, तरी तो अजूनही नम्रभावानं वागतो. कारण त्याचे पाय घट्ट जमिनीवरच रोवलेले आहेत.

''तुम्ही माझ्या ऑफिसात फोन केलात, तर मीच फोन उचलतो. मी साहाय्यक नियुक्त केलेला नाही!''

ही मशीन्स तो अवघ्या चार मदतनिसांच्या साहाय्यानं स्वतःच्या वर्कशॉपमध्येच एकत्र जोडतो. त्याचे विविध भाग तो तपशीलवार सूचना देऊन वेगवेगळ्या उत्पादकांकडून बनवून घेतो.

तो हसून म्हणतो, ''ते नॅनो कारसाठी करतात तसंच!''

विकल्या जाणाऱ्या प्रत्येक मशीनमागे मुरुगनच्या 'जयश्री इंडस्ट्रीज'ला अल्पसा नफा सुटतो. (२०१३मध्ये मशीन्सची किंमत १.४५ लाख ते २.५ लाख होती.) तो तेवढ्यावर संतुष्ट आहे.

''मला उत्पादनाला काही खर्च येतो आणि त्यावर मी फक्त गरजेइतका नफा घेतो. मी त्याहून जास्त नफा घेऊ लागलो, तर ती हाव होईल!''

मुरुगनचं तर्कशास्त्र अगदी सोपं आहे! 'मानवी जीवनाचं अंतिम उद्दिष्ट आहे 'साक्षात्कार' मिळवण्याचं,' असं त्याचं मत आहे. जगात खूप श्रीमंत लोक असले तरी मूठभरच साक्षात्कारी आत्मे असतात. अशा साक्षात्करी जिवांनी जीवनातली क्षुल्लक सुखं त्यागली आणि ते दूरवरच्या हिमालयात तपस्येसाठी गेले, परंतु मुरुगन तसं काही एक करणार नाहीये.

''हे पहा, केवळ निर्जन अरण्यात बसूनच साक्षात्कार मिळत नसतो! अगदी तुमच्या कामाच्या जागी किंवा घरी बसलेले असतानासुद्धा तुम्ही साक्षात्कार मिळवू शकता. त्यासाठी तुमची मानसिकता योग्य प्रकारची असावी लागते!''

तुम्हाला आनंद मिळवण्यासाठी काय गरजेचं असतं? बालवयात तुम्ही चॉकलेट बारवर खूश होता. मोठेपणी तुम्हाला प्रेम, पैसा, नाव आणि कीर्ती अपेक्षित असते. ही यादी कधीही न संपणारी असते. मुरुगनला सुखी राहण्यासाठी कशाचीच गरज भासत नाही. तो सुखीच असतो.

''मी आठवड्याचे सातही दिवस, दिवसाचे चोवीस तास आनंदातच असतो. त्यापेक्षा जास्तीच्या गोष्टी निरर्थक आहेत! हे पेन, हा लॅपटॉप यांसारख्या गोष्टी बिनमहत्त्वाच्या आहेत. बोलण्यासाठी कुणी जवळ असलं, तरी मी आनंदात असतो आणि मी एकटा असतानासुद्धा आनंदातच असतो!''

आनंदी जीव, परंतु स्वच्छ उद्दिष्ट डोळ्यांपुढे ठेवणारा!

''माझ्या जन्मापूर्वी फक्त पाच ते सहा टक्के भारतीय स्त्रिया सॅनिटरी नॅपकिन्स

वापरत होत्या आणि आणखी १५ ते २० वर्षांनी भारतातल्या सर्व स्त्रिया सॅनिटरी नॅपकिन्स वापरत असतील. मला तेवढंच पाहिजे. माझं आयुष्य त्यानं सार्थकी लागेल!''

प्रश्न आहे की, तुमच्या माघारी तुम्ही या जगात काय सोडून जाता? घर, गाडी, बँकबॅलन्स? की या सुंदर जगात खळ्ळखळ्ळ माजवणारी एक छोटीशी कल्पना?

तरुण उद्योजकांसाठी कानमंत्र!

माणसं जगण्याच्या धडपडीत व्यग्र असतात. त्यामुळे स्वतःचा विकास घडवणं, डोळ्यांपुढे उद्दिष्टं ठेवून ती साध्य करणं यांसाठी कुणीच धडपड करत नाही. बंगळुरूमध्ये फ्लॅट विकत घेणं, सुंदर मुलीशी विवाह करणं, दोन मुलं जन्माला घालणं, त्यांना कॉन्व्हेंट स्कूलमध्ये शिक्षण देणं... यालाच, ते सार्थक समजतात. यालाच ते म्हणतात, 'मी छान बस्तान बसवलंय.' खरंतर ते नुसते जिवंत राहण्याची धडपड करत असतात!

मी कोणत्याही विद्यार्थ्याला विचारलं, 'तू काय शिकतो आहेत?' तर ते उत्तर देतात, 'एमसीए, एमएससी, बीटेक.' हे सारं बोलण्यापुरतं असतं. त्यांचं अंतिम उद्दिष्ट काय असतं? सर्वांचं अंतिम उद्दिष्ट समान असतं. भरपूर पैसा कमवण्याचं.

मला वाटतं की, इंजिनिअर्सनी त्यांच्या क्षेत्रात नवीन शोध लावावेत, नव्या सुधारणा घडवाव्यात. तुमचं क्षेत्र कोणतंही असो. त्यासाठी तुम्ही कोणतीतरी नवनिर्मिती करायला हवीत.

समजा तुम्ही पेन बनवत आहात. मग ते जीव ओतून बनवा. ते इतक्या उत्कृष्ट दर्जाचं बनवा की, इतर साऱ्या पेन्सपेक्षा ते उजवं ठरेल! आपोआपच तुमचं नाव होईल. अशा उत्कृष्ट दर्जाचं पेन प्रथम कोइम्बतूरमध्ये, मग आजूबाजूच्या राज्यांमध्ये, त्यानंतर भारतात, त्यानंतर आशिया खंडात विकलं जाऊ लागेल. त्यातून मिळणारा पैसा हे जोडउत्पादन ठरेल!

सर्जनशीलतेनं विचार करा. मी काय करतोय? मी मशीन बनवत नाहीये, तर एका छोट्या समस्येवर तोडगा शोधतोय. अशा अगणित मानवी समस्या आहेत. कोणत्याही एका समस्येवर जरी तुम्ही तोडगा शोधू शकलात, तरी तुम्ही मोठं कार्य केलंत असं होईल. चारचौघांत तुम्ही आपल्या वेगळेपणानं उठून दिसाल.

एक अंतिम सूचना. तुम्ही जेवढं मिळवता, तेवढंच खर्च करा. बँकेकडून कर्ज घेणं, ईएमआय अशा फंदात पडू नका. आपलं आयुष्य साधं ठेवा. गरजा साध्या ठेवा. सर्वकाळ आनंदी राहण्यासाठी कशाचीही गरज नसते. तो तुमचा जन्मसिद्ध हक्क असतो!

दिव्य प्रेम

डॉ. चंद्रशेखर संकुराथ्री : श्रीकिरण इन्स्टिट्यूट ऑफ ऑफ्थल्मॉलॉजी (श्रीकिरण नेत्रालय)

काकिनाडा, आंध्र प्रदेश

डॉ. चंद्रशेखर संकुराथ्री यांनी दुःखावर मात करून श्रीकिरण नेत्रालयाची स्थापना केली. गेली २० वर्षं हे धर्मादाय हॉस्पिटल सिद्ध करून दाखवत आहे की कॅनडा असो की, काकिनाडा – उत्कृष्टता भौगोलिकतेवर अवलंबून नसते.

आंध्र प्रदेशातलं कोणतंही जेवण दही–भात आणि लोणच्याशिवाय पूर्ण होऊच शकत नाही. दही–भात शांतवणारा असतो; तर लोणचं तुमच्या जिभेला आग लावतं!

डॉ. चंद्रशेखर संकुराथ्री त्यासारखेच आहेत. ते एखाद्या काकांप्रमाणे प्रेमळ आणि सौम्य दिसतात; परंतु त्यांच्या अंतर्यामी धगधगणारा जिद्दीचा वन्ही किनाऱ्यावरच्या या संथ, शांत गावात क्वचितच पाहायला मिळतो.

विशाखापट्टणमपासून काकिनाडाला कारनं जाताना दोहो बाजूंना भाताची हिरवीगार खाचरं दिसतात. ही भूमी अत्यंत सुदैवी आणि सुपीक आहे.

हीच डॉ. चंद्रशेखर संकुराथ्रींची जन्मभूमी आहे. उच्च नीतिमूल्यं आचरणाऱ्या गरीब कुटुंबात लहानाचं मोठं होताना परिस्थितीचे दणके सोसण्याचं बळ त्यांनी मिळवलं.

"गरिबी म्हणजे काय, यातना म्हणजे काय याची मला जाणीव आहे – ती जाणीव हाच माझा ठेवा आहे."

साठच्या दशकाच्या शेवटी कॅनडाला स्थलांतर केल्यानंतर डॉ. चंद्रांना सगळी सुसंपन्नता लाभली – उत्तम नोकरी, सुंदर घर आणि कुटुंब. परंतु हा सारा ठेवा २३ जून, १९८५ला दैवानं त्यांच्याकडून हिरावून घेतला. त्यादिवशी डॉ. चंद्रांची पत्नी आणि दोन लहान मुलं कनिष्काच्या विमान दुर्घटनेत मृत्युमुखी पडली.

कडवटपणानं आणि निराशेनं त्यांच्या आत्म्यातली आग आणखीच चेतावली गेली. जगण्यात काही अर्थ उरला होता का?

जगण्यासाठी प्रेरणा देणारं उद्दिष्ट काहीतरी भव्य-दिव्य असणं आवश्यक होतं. डॉ. चंद्रा १९८९मध्ये काकिनाडा इथे परत आले. त्यांनी 'मंजरी संकुराथ्री स्मृतिसंस्था' स्थापित केली आणि या संस्थेद्वारे 'श्रीकिरण नेत्रालय' (त्यांच्या मुलाच्या नावे) आणि 'शारदाविद्यालयम' (त्यांच्या मुलीच्या नावे) सुरू केलं. गेल्या २० वर्षांमध्ये या दोन संस्थांनी हजारो आयुष्यांचा संपूर्ण कायापालट घडवला आहे.

हॉस्पिटलच्या प्रवेशद्वारापाशीच मंजरी, श्रीकिरण आणि शारदा यांचा फ्रेम केलेला सुंदर फोटो लावलेला आहे. त्यातून त्यांचं अस्तित्व अजूनही जाणवतं.

शारदा – सरस्वतीचंच आणखी एक नाव – हा प्रशालेचा आत्मा आहे.

श्रीकिरण – सूर्यकिरण – हा नेत्रालयाचा आत्मा आहे.

मंजरी – संगीतातील एका रागाचे नाव – हा या दिव्य संगीताचा आत्मा आहे.

हे संगीत कानांनी ऐकता आलं नाही, तरी हृदयाला जाणवतं!

दिव्य प्रेम

डॉ. चंद्रशेखर संकुराथ्री : श्रीकिरण इन्स्टिट्यूट ऑफ ऑफ्थल्मॉलॉजी (श्रीकिरण नेत्रालय) काकिनाडा, आंध्र प्रदेश

चंद्रशेखर संकुराथ्रींचा जन्म आंध्र प्रदेशातील प्रकाशम जिल्ह्यातील सिंगरायाकोंडा या गावी झाला. परंतु त्याहून मोठ्या आकाराच्या राजमुंद्री गावात ते लहानाचे मोठे झाले.

''सहा भाऊ आणि दोन बहिणी यांत मी सर्वांत धाकटा होतो. माझे वडील स्टेशन मास्तर होते. आमच्या जवळ फारसा पैसा नव्हता; परंतु आम्हा सर्व भावंडांना उत्तम शिक्षण मिळालं.''

चंद्रा पाच वर्षांचे असतानाच त्यांची आई निवर्तली आणि त्यापाठोपाठ काही वर्षांतच त्यांचे वडीलसुद्धा निवर्तले. ते स्थानिक नगरपालिकेच्या शाळेत शिकले. परंतु ते फारसे महत्त्वाकांक्षी विद्यार्थी नव्हते किंवा आपण काय बनावं, याबद्दलही त्यांचे काही ठाम विचार नव्हते.

''आमचे गणिताचे एक शिक्षक सर्व विद्यार्थ्यांना सतत धाक-दपटशहा दाखवत असत. मला त्यांचा इतका राग येत असे की, मी गणितात कसाबसा उत्तीर्ण होऊ शकत असे. म्हणूनच अकरावीनंतर मी गणिताऐवजी जीवशास्त्र (बायॉलॉजी) हा विषय निवडला.''

इतर सर्व विद्यार्थ्यांप्रमाणेच चंद्रांचीसुद्धा डॉक्टर होण्याची इच्छा होती. परंतु इंटरची परीक्षा पूर्ण झाली, तेव्हा ते अवघे १५ वर्षांचे होते. नियमानुसार वैद्यकीय कॉलेजात प्रवेश मिळवण्यासाठी कमीत कमी १७ वर्षांचं वय असणं आवश्यक होतं. त्यामुळे त्यांनी प्राणिशास्त्रात (झूलॉजीमध्ये) बी.एस्सी. होण्याचं ठरवलं.

''मी बी.एस्सी.नंतर वैद्यकीय शिक्षण घेऊ शकलो असतो, परंतु तोवर मला त्याबद्दल तेवढी तीव्र ओढ वाटेनाशी झाली होती.''

वॉल्टेअर (विशाखापट्टणम) येथील आंध्र युनिव्हर्सिटीतच डॉ. चंद्रशेखर शिकत राहिले आणि त्यांनी झूलॉजी या विषयात एम.एस्सी. ही पदवी मिळवली. त्यांच्या भावाबहिणींनी त्यांची देखभाल केली आणि त्यांना शिक्षण पूर्ण करण्यासाठी साहाय्य केलं.

''मी माझ्या कुटुंबीयांचा अत्यंत ऋणी आहे. आज मी जो काही आहे, त्याचं सारं श्रेय त्यांच्याकडे जातं!''

पदव्युत्तर शिक्षण पूर्ण करताना डॉ. चंद्रांना त्यांच्या सुदैवानं अत्यंत उत्तम प्राध्यापक लाभले – डॉ. के.हनुमन्थ राव. डॉ. राव यांच्या प्रेरणेनं या तरुण विद्यार्थ्यानं अध्यापन-क्षेत्रात प्रवेश करायचं ठरवलं. त्यांनी अर्ज करताच त्यांना राजमुंद्रीत लेक्चररची नोकरी मिळाली. परंतु लवकरच त्यांचा भ्रमनिरास झाला.

''मला अनेक गोष्टी शिकवण्याची तळमळ वाटत होती. परंतु त्या गोष्टी शिकू इच्छिणारे विद्यार्थीच मला सापडले नाहीत.''

चंद्रांनी नोकरी सोडली आणि काकिनाडा येथील 'सेंट्रल इन्स्टिट्यूट ऑफ फिशरिज टेक्नॉलॉजी' (CIFC) इथे त्यांनी रिसर्च ॲसिस्टंटची नोकरी सुरू केली. ते साल होतं, १९६५. परंतु लवकरच त्यांच्या लक्षात आलं की, त्यांना फक्त माहिती (डेटा) गोळा करण्याचं काम करावं लागत आहे. संशोधन करायची संधीच मिळत नाहीये.

''मी परदेशातील युनिव्हर्सिटीत जिथे खरोखरच संशोधन करता येईल, अशा ठिकाणी पी.एचडी.साठी अर्ज करायचं ठरवलं.''

चंद्रांच्या एका मित्रानं आदल्याच वर्षी कॅनडातील न्यू फाउंडलंड येथील मेमोरियल युनिव्हर्सिटीत प्रवेश घेतला होता. त्या मित्रानं त्यांना तिथला पत्ता आणि अर्जाचे कागद पाठवून दिले.

''मी फक्त त्या एकाच युनिव्हर्सिटीत अर्ज धाडला होता. नशिबानं त्यांनी मला प्रवेश आणि शिष्यवृत्ती दिली.''

चंद्रांच्या भावांनी त्यांना विमानाचं जाण्याचं तिकीट आणि गरम कपडे विकत घेऊन दिले. अशा प्रकारे ते २९ सप्टेंबर, १९६७ रोजी कॅनडात पोचले.

कॅनडा भारताहून सर्वस्वी निराळा देश आहे – तिथलं जेवण, तिथली संस्कृती आणि तिथली प्रचंड थंडी भारतापेक्षा सर्वस्वी निराळी आहे. परंतु मेमोरियल युनिव्हर्सिटीत शिकण्याचा एक फार मोठा फायदा होता. युनिव्हर्सिटीचा संपूर्ण परिसर अनेक उबदार, भुयारी बोगद्यांनी संलग्न केलेला होता.

''आम्ही क्वचितच बाहेर पडत असू. त्यामुळे बाहेरचं धुकं आणि थंडी यांचा मला फारसा त्रास झाला नाही.''

१९६९मध्ये एम.एस्सी.ची पदवी मिळाल्यानंतर चंद्रांना पीएच.डी. करण्याची

तीव्र इच्छा होती.

त्यांना कॅनडातील युनिव्हर्सिटी ऑफ आल्बार्टामधील डॉ. जॉन सी. होम्स यांच्या संशोधनानं मंत्रमुग्ध केलं होतं. 'पॅरासाइट इकॉलॉजी' (परोपजीवी जीवसृष्टीबद्दलचं पर्यावरणशास्त्र) या १९६०च्या दशकाच्या उत्तरार्धातील महत्त्वपूर्ण विषयात डॉ. होम्स हे तज्ज्ञ समजले जात होते.

"मला त्यांच्या मार्गदर्शनाखाली संशोधन करायचं होतं. परंतु एडमंटनच्या थंडीत जाणं, हा लोकांच्या मते शुद्ध वेडेपणा होता."

हा भाग तेथील अत्यंत विषम तापमानासाठी कुप्रसिद्ध होता. वर्षातले सहा महिने तिथलं तापमान शून्य अंशाच्या खाली असतं. परंतु भडक माथ्याचा हा जिद्दी तरुण त्या थंडीला जुमानणारा नव्हता.

"मला काही करावंसं वाटलं, तर त्या आड येणाऱ्या कशालाही मी जुमानत नाही! जानेवारी-फेब्रुवारी महिन्यांमध्ये तर तिथलं तापमान शून्याखाली चाळीस अंशापर्यंत घसरत असे. परंतु तो अनुभव शब्दातीत होता!"

डॉ. होम्सच्या मार्गदर्शनाखाली संशोधन केल्यामुळे चंद्रांच्या आयुष्याला वेगळंच वळण लागलं. डॉ. होम्स हे मितभाषी गृहस्थ होते. ते तुमच्या विचारबुद्धीला चालना देत; तुम्हाला योग्य दिशा दाखवत; परंतु ते तुम्हाला कधीही तपशीलवार सूचना देत नसत. तुम्हाला स्वतंत्रपणे विचार करून स्वत:चा निर्णय स्वत: घ्यावा लागत असे.

"मला सुरुवातीला ते फारसे आवडले नाहीत. परंतु काही काळानं मला त्यांची अध्ययन-पद्धत अतिशय आवडू लागली."

डॉ. होम्सचा आग्रह असे की, विद्यार्थ्यांनी त्यांना 'जॉन' या नावानं संबोधावं. जर तुम्ही जॉनला कामाबद्दल माहिती सांगितली आणि त्यानं 'ठीक आहे' अशी पावती दिली, तर त्याचा अर्थ असे की, तुम्ही योग्य मार्गानं जात आहात. परंतु तुमच्या विचारशृंखलेत, संशोधनात काही त्रुटी जाणवली, तर जॉन तुम्हाला अनेक प्रश्न विचारून तुमची उलटतपासणी घेत असे आणि त्या प्रक्रियेत तुमची त्रुटी तुम्हाला उमगत असे!

"मी तर्कशुद्धदृष्ट्या विचार करायला शिकलो. माझ्या आयुष्यात मी शिकलेली ती सर्वाधिक महत्त्वाची गोष्ट होती."

१९७४मध्ये चंद्रांनी त्यांची पीएच.डी. पूर्ण केली. यावेळेपर्यंत ते कॅनडाचे नागरिक झाले होते. कायमस्वरूपी स्थलांतर करण्याचा त्यांचा कधीच मानस नव्हता. परंतु त्यावेळेस त्यांच्यापुढे अन्य पर्यायच नव्हता. त्यांनी अत्यंत प्रतिष्ठेच्या 'नॅशनल रिसर्च कौन्सिल' (NRC) शिष्यवृत्तीसाठी अर्ज केला होता.

"मी मुलाखतीसाठी गेलो, तेव्हा मला सांगण्यात आलं की, ही संशोधन

शिष्यवृत्ती फक्त कॅनडाच्या नागरिकांनाच दिली जाते.''

''भारतात सतत कुणीतरी तुम्हाला सांगत असतं की, तुम्ही काय करावंत, कसं करावंत. कॅनडात मी स्वतंत्र बुद्धीनं विचार करायला शिकलो.''

''दिवसभर शेतात राबल्यानंतरसुद्धा शाळेत आतुरतेनं येणारी ती मुलं पाहिली, तेव्हा माझे डोळे उघडले. मला नवाच बोध झाला!''

त्यामुळे त्यांनी आवश्यक त्या प्रक्रिया पार पाडल्या आणि कॅनडात स्थिरावण्याचा निर्णय घेतला.

चंद्रांची पहिली नोकर होती नानाइमो येथील 'पॅसिफिक बायॉलॉजिकल स्टेशन'मधली. हे व्हँकुव्हर नजीकचं सर्वोत्कृष्ट दर्जाचं फिशरीज रिसर्च सेंटर (मच्छीमारी व्यवसाय विषयक संशोधन केंद्र) आहे. तिथे दोन नामवंत वैज्ञानिक 'फिश पॅरासाइट्स'वर काम करत होते. चंद्रांनी त्यांच्या हाताखाली पोस्ट-डॉक्टरल-रिसर्च-फेलो म्हणून दोन वर्षं काम केलं. त्यांना या कामासाठी एनआरसीनं वित्तसाहाय्य पुरवलं. परंतु त्यांना नानाइमो इथे कायमस्वरूपी नोकरी मिळू शकली नाही.

१९७७मध्ये ते ऑटोवा इथे आले आणि त्यांनी कॅनेडियन वाइल्ड लाइफ सर्व्हिसमध्ये नोकरी घेतली.

दरम्यान त्यांनी १९७५मध्ये भारताला भेट दिली होती आणि काकिनाडामधील मंजरीबरोबर विवाह केला होता. नोव्हेंबर, १९७८मध्ये त्यांचा मुलगा श्रीकिरण याचा जन्म झाला आणि १९८१च्या जुलै महिन्यात त्यांची कन्या शारदा हिचा जन्म झाला. एका प्रशस्त उपनगरीय घरात हे कुटुंब आनंदानं वास्तव्य करत होतं.

१९८४मध्ये 'ब्यूरो ऑफ मेडिकल डिव्हायसेस'मध्ये 'सायंटिफिक इव्हॅल्यूएटर' या पदावर डॉ. चंद्रा रुजू झाले. (अमेरिकेतील 'फूड अॅन्ड ड्रग अॅड्मिनिस्ट्रेशन'सारखं कार्य करणारी ही कॅनडातील संस्था आहे.) पुढल्या वर्षी त्यांच्या वार्षिक उन्हाळी सुट्टीसाठी त्यांची पत्नी आणि मुलं भारतात जायला निघाले.

''मी ऑगस्टमध्ये भारतात येण्याचं कबूल केलं. म्हणजे मुलांची शाळा उघडायच्या वेळेस आम्ही सारे जण कॅनडात परत आलो असतो.''

परंतु हे घडणार नव्हतं!

डॉ. चंद्रा मंजरी, श्रीकिरण आणि शारदा यांना मॉन्ट्रिअलच्या विमानतळावर सोडून माघारी घरी आले.

२३ जून, १९८५ रोजी मध्यरात्री १२ वाजून १५ मिनिटांनी ३२९ प्रवाशांना घेऊन एअर इंडियाची फ्लाइट-१८२ आकाशात झेपावली. सकाळी ७.१० वाजता

हे विमान आयर्लंडजवळ आलं आणि आणखी दीड तासांनी ते लंडनच्या हीथ्रो विमानतळावर उतरणार होतं.

सकाळी ७.१४ला शॅनन एअर ट्रॅफिक कंट्रोलच्या रडार स्क्रीनवरून ‘एम्परर कनिष्क’ हे विमान अंतर्धान पावलं. पुढील कार्गोविभागात ठेवलेला बॉम्ब फुटून सारे प्रवासी विमानबाहेर फेकले गेले.

कुणीही जगलं-वाचलं नाही!

‘एअर इंडिया-१८२’ किंवा ‘कनिष्क बॉंबिंग’ची बातमी ऐकून सारं जग हादरून गेलं. डॉ. चंद्रशेखर यांचं तर सारं जग नामशेष झालं!

पुढली तीन वर्षं ते जणू धुक्यात वावरत होते! सुन्न झाले होते!

“मला आशा वाटत असे की, काहीतरी चमत्कार घडेल. कदाचित ते जिवंत राहिले असतील!”

पण ते कायमचे सोडून गेले आहेत, हे जेव्हा स्पष्ट झालं, तेव्हा चंद्रांनी देवाची आळवणी सुरू केली – “देवा मीच का? माझं कुटुंबच का? त्यांना नेऊन मला कशासाठी मागे ठेवलंस?”

देव मूकच राहिला.

परंतु त्यांचा आतला आवाज म्हणाला, “घरी जा!”

चंद्रांनी त्यांची नोकर सोडली. घर विकून ते भारतात परत आले. त्यांच्या मनात एकच विचार होता – कोणत्यातरी प्रकारे मुलांना मदत करायची!

“अनाथाश्रम सुरू करावा, हा माझा पहिला विचार होता.”

भारतात अनाथाश्रम चालवणाऱ्या एका कॅनडातील संस्थेत त्यांनी स्वेच्छेनं मदत करायला प्रारंभ केला होता, परंतु मुलांचं संगोपन कशा प्रकारे करावं, याबाबतचे त्यांचे विचार वेगळे होते.

“एके दिवशी माझ्या लक्षात आलं की, त्यांची समजूत पटवण्याचा खटाटोप करण्याऐवजी मी स्वत:च एक अनाथाश्रम का उघडू नये?”

त्यांनी काकिनाडा या गावाची निवड केली, कारण ते मंजरीचं मूळ गाव होतं.

त्यांनी सर्वप्रथम १९८९मध्ये कॅनडात एका धर्मार्थ-संस्थेची नोंदणी केली. त्या संस्थेला त्यांनी ‘द मंजरी संकुराथ्री मेमोरियल फाउंडेशन’ असं नाव दिलं. १९८९मध्ये भारतातसुद्धा संकुराथ्री फाउंडेशनची ‘ना नफा तत्त्वावरची संस्था’ म्हणून नोंदणी करण्यात आली.

“दर्जा आणि अचूकपणा या गोष्टी अतिशय महत्त्वाच्या असतात. मग ती शिक्षणसंस्था असो की रुग्णालय! आपण जे काही करतो, त्यात सर्वोत्कृष्टतेचा ध्यास आपण का धरू नये ?”

"तुम्हाला रुग्णाबद्दल सहानुभाव वाटायला हवा. मग ते पैसे देवोत की न देवोत! प्रत्येकालाच चांगली दृष्टी लाभायला हवी... फक्त श्रीमंतांनाच नव्हे!"

चंद्रांनी पुढली गोष्ट हाती घेतली ती घर बांधायची! परंतु ते वाटलं तेवढं सोपं नव्हतं. त्यावेळेस परदेशातील नागरिकांना भारतात स्थावर मालमत्ता विकत घ्यायचा हक्क नव्हता.

"मी थेट मुंबई गाठली आणि रिझर्व्ह बँकेतील एका अधिकाऱ्याची भेट घेतली, परंतु तो कोणतीही मदत करू शकला नाही."

अखेरीस त्यांनी त्यांच्या बहिणीच्या नावे जमीन विकत घेतली आणि बांधकामाला सुरुवात केली. १९९०मध्ये बांधकाम पूर्ण झालं! डॉ. चंद्रा त्या घरात राहू लागले.

त्याच्या घराशेजारीच अर्धवट बांधून झालेली अनाथाश्रमाची इमारत होती. इथे भातखाचरं होती. डॉ. चंद्रा आजूबाजूला फेरफटका मारत असत आणि बरेचदा शेतात गुरं चारणाऱ्या लहान मुलांना पाहत असत.

ते विचारत, "तुम्ही शेतात काय करताय?"

मुलं म्हणत, "माझे बाबा मला इथं कामासाठी घेऊन आले आहेत."

डॉ. चंद्रा विचारत, "तुम्हाला शिकायचंय?"

मुलं पटकन उत्तर देत, "शिकणार कसे? शाळा तर दिवसा असते. त्यावेळेस आम्हाला काम असतं."

चंद्रा म्हणाले, "शाळा संध्याकाळी किंवा रात्री भरवली, तर तुम्ही याल?" ते सारे उत्साहानं, एकमुखानं उत्तर देत – "होऽऽ!"

अशाप्रकारे ते सारं सुरू झालं. १९९० सालच्या जानेवारी महिन्यात चंद्रांनी उघड्यावर शाळा भरवायला सुरुवात केली. मुलं पाटी-पेन्सील घेऊन आली. तिथं टेबल, खुर्च्या किंवा पुस्तकं यांपैकी काहीही नव्हतं.

"मी त्यांना तेलुगू मुळाक्षरं आणि प्राथमिक स्वरूपाचं बेरीज-वजाबाक्यांसारखं अंकगणित, दैनंदिन जीवनात उपयुक्त ठरतील अशा गोष्टी शिकवू लागलो."

ती मुलं-मुली पाच ते तेरा वर्षांच्या वयोगटातील होती आणि त्यांची शिक्षणासाठीची अधीरता चंद्रांना स्तिमित करून गेली. त्यांनी कधीही एकाही वर्गाला बुट्टी मारली नाही!

"मी बालवयाचा होतो, तेव्हा शाळेबद्दल मला इतकी तळमळ वाटत होती, असं मला वाटत नाही."

जवळच एक सरकारी शाळा होती – नेहमीप्रमाणे शाळेच्या दोन खोल्या, दोन शिक्षक, १२० विद्यार्थी आणि पहिली ते पाचवी इयत्ता या पठडीतली.

एके दिवशी चंद्रांनी काही विद्यार्थ्यांना थांबवून विचारलं, "तुम्ही कुठल्या

इयत्तेत शिकत आहात?''

मुलं म्हणाली, ''तिसऱ्या, चौथ्या, पाचव्या इयत्तेत!''

''तुझं नाव काय?'' चंद्रांनी विचारलं. मुलगा म्हणाला, ''राजेश.'' चंद्रा म्हणाले, ''तुझं नाव लिहून दाखव जरं!''

त्यांना त्यांच्या तेलुगू या मातृभाषेत स्वत:चं नावसुद्धा लिहिता येत नव्हतं! चंद्रा म्हणाले, ''ठीक आहे... दुपारी साडेतीन वाजता शाळा सुटली की या इथे!''

दररोज शाळा सुटल्यावर जवळजवळ ४५ मुलं चंद्रांच्या घरी येऊ लागली. त्यांच्या बहिणीनं – हेमानं त्यांना शिकवायची जबाबदारी स्वीकारली. आंब्याच्या झाडाखाली बसून चौथी-पाचवीतली मुलं साऱ्या प्राथमिक गोष्टी अथपासून शिकू लागली.

काही जण यायची थांबली. काही आठवड्यांनी २० मुलं येत राहिली.

''अखेरीस त्या सर्वांना नीटपणे लिहिता-वाचता येऊ लागलं; त्यांना अभ्यासात गोडी वाटू लागली आणि शाळेतही ती चांगले गुण मिळवू लागली.''

या छोट्याशा प्रयत्नाला लाभलेलं यश पाहून चंद्रांच्या मनात आशेचा एक अंधूक किरण डोकावू लागला. जर आंब्याच्या झाडाखालच्या जास्तीच्या वर्गाचा इतका प्रभाव दिसू शकला, तर पूर्ण शाळेमुळे किती फायदा होईल!

तोपर्यंत चंद्राच्या डोक्यात अनाथाश्रम चालू करायचा विचारच घोळत होता. आता चंद्रांना त्याहूनही खूपकाही साध्य करण्याचा मार्ग दिसू लागला होता.

''मी अनाथाश्रम चालू केला, तर माझ्या आयुष्यभरात मी ३० मुलांना मदत करू शकेन. परंतु मी शाळा सुरू केली, तर मी अनेक मुलांना मदत करू शकेन!''

''तुम्हाला कशाबद्दलतरी ठाम विश्वास वाटत असेल, तर तुम्ही त्याबाबतीत अविचल राहिलं पाहिजेत; कशाबाबतही तडजोड करता कामा नये!''

''मला नुकतीच शाळा-कॉलेजातलं शिक्षण संपवून बाहेर पडलेली माणसं नियुक्त करायला आवडतात. त्यांना प्रमाणपत्र मिळालेलं नसलं, तरी मी त्यांना प्रशिक्षण देतो आणि माझ्या दीर्घकालीन उद्दिष्टांना साजेल, असं मी त्यांना घडवतो.''

जी इमारत चंद्रा अनाथाश्रमासाठी वापरणार होते, तीच त्याऐवजी शाळेची इमारत बनली. १४ जुलै, १९९२ रोजी 'शारदा विद्यालयम'चं उद्घाटन झालं. पहिलीत २५ मुलं दाखल करण्यात आली आणि दोन शिक्षकांची नियुक्ती करण्यात आली.

''त्यानंतर आम्ही दरसाल एक इयत्ता वाढवत नेली.''

शाळेला आकार दिला जात असतानाच, आणखी एका समस्येनं चंद्रांचं लक्ष

वेधून घेतलं. अमेरिकेत राहणारा त्यांचा नेत्ररोगतज्ज्ञ मित्र डॉ. व्ही.के. राजू नेहमी भारतातील मोठ्या प्रमाणावरच्या अंध लोकांबद्दल बोलत असे. 'वर्ल्ड हेल्थ ऑर्गनायझेशन'च्या मते यांतील ८० टक्के लोक बरे होऊ शकले असते.

''माझा हा मित्र भारतात येत असे आणि फुकट नेत्रोपचार शिबिरं आयोजित करत असे. परंतु त्याला खूपच वैफल्य अनुभवाला येत असे.''

डॉ. राजू फक्त आठ-दहा दिवसांसाठीच येऊ शकत असत. खरंतर या समस्येवर खूप मोठं काम करण आवश्यक होतं. डॉ. राजू जी नेत्रोपचार शिबिरं आयोजित करत असत, ती कामचलाऊ ऑपरेशन-थिएटर्स म्हणून भाड्यानं घेतलेल्या शाळांच्या इमारतींमध्ये भरवावी लागत असत.

ग्रामीण भागातील भारतीय व्यक्तीला उत्तम दर्जाचं डोळ्यांचं हॉस्पिटल का मिळू नये? खूप जण हा प्रश्न विचारतात, परंतु फारच थोडे जण त्यावर तोडगा सुचवतात.

''मी डॉ. राजूंना म्हटलं की, मी डोळ्यांचं हॉस्पिटल बांधायला तयार आहे. परंतु आम्हाला उत्कृष्ट दर्जाची सेवा पुरवता यावी, यासाठी त्यांनी आम्हाला मदत करायचं कबूल केलं पाहिजे.''

डॉ. राजूंनी या प्रस्तावाला आनंदानं मान्यता दिली. २१ जानेवारी, १९९३ रोजी शारदा विद्यालयमच्या इमारतीत 'श्रीकिरण इन्स्टिट्यूट ऑफ ऑफ्थल्मॉलॉजी' सुरू करण्यात आली. शाळा इमारतीच्या तळमजल्यावर भरवली जात होती, तर नेत्रालय पहिल्या मजल्यावर सुरू करण्यात आलं होतं.

''आमच्यापाशी एकूण चार हजार चौरसफूट जागा होती.''

हॉस्पिटलमध्ये अवघे सहा मदतनीस आणि एक तरुण डॉक्टर काम करत होता. त्यानं स्थानिक कॉलेजातून नुकतीच पदवी मिळवली होती, परंतु या हॉस्पिटलची माहिती काकिनाड्यात आणि आजूबाजूच्या टापूत वाऱ्यासारखी फैलावली. मग पाहता पाहता रुग्णांच्या झुंडीच्या झुंडी लोटू लागल्या.

''माझ्या लक्षात आलं की, शाळा आणि हॉस्पिटल एकाच इमारतीतून चालवता येणार नाही.''

शाळेच्या वर्गांसाठी फाटकाजवळ एक लहानशी इमारत बांधण्यात आली. जुन्या शाळेच्या संपूर्ण इमारतीत हॉस्पिटल सुरू करण्यात आलं. परंतु विटा-चुन्याच्या इमारतीचा भक्कम पाया दूरदर्शित्व आणि नीतिमूल्यं यांनी रचला गेला होता.

''मी कॅनडात २२ वर्षं राहिलो होतो. त्यामुळे तिथल्या सर्व उत्कृष्ट कार्यपद्धती मला शाळेत आणि हॉस्पिटलमध्ये रुजवायच्या होत्या. त्यासाठी योग्य प्रकारच्या माणसांची साथ मिळणं गरजेचं होतं.''

आणि अशा माणसांना आपल्या भव्यदिव्य स्वप्नातही सामावून घेणं गरजेचं असतं.

चंद्रांनी स्वत: मदुराईमधील 'अरविंद नेत्रालय'ला भेट दिली आणि आपल्या

प्रकल्पाबद्दल तिथल्या डॉ. वेंकटास्वामींबरोबर चर्चा केली.

"अत्यंत थोर आणि विनयशील माणूस! दरवेळेस कोणतीही समस्या उद्भवली की, मी थेट त्यांच्या ऑफिसात जात असे. ते नेहमीच मला योग्य मार्गदर्शन पुरवत असत."

श्रीकिरण नेत्रालय अरविंद नेत्रालयाच्या धर्तीवरच चालवलं जातं – उच्च दर्जाची, परवडण्याजोगी नेत्रसेवा! काकिनाडापासून ५० ते १०० किलोमीटरच्या परिसरात श्रीकिरण नेत्रायलानं ग्रामीण भागात नेत्रशिबिरांचं आयोजन करायला प्रारंभ केला.

"आम्हाला दिसलं की, लोकांना कशाचंच आकलन होत नसतं. त्यांना नीटपणे दिसत नसलं, तर चश्म्यानं दृष्टी सुधारेल, हेसुद्धा ठाऊक नसतं."

श्रीकिरण नेत्रालयाचं उद्दिष्ट अगदी साधं आहे – आस्थेनं उच्च दर्जाची नेत्रसेवा पुरवण्याचं. तरीसुद्धा बाहेरच्या अनोळखी माणसाला स्थानिक लोकांचा विश्वास ताबडतोब मिळवता येत नसतो.

त्यामुळे समाजाला आपल्या उद्दिष्टात सामावून घेण्याचं धोरण ते अवलंबत आहेत. प्रथम ते सरपंचाशी किंवा प्रमुख नेत्याशी संवाद साधतात आणि आपलं उद्दिष्ट त्याला समजावून सांगतात. शाळेच्या एखाद्या लहानशा इमारतीत ते नेत्रोपचार शिबिराबद्दल माहिती देतात. हे शिबिर सर्वांसाठी खुलं आणि मोफत असतं.

"शिबिराच्या दिवशी नावनोंदणी केलेल्या प्रत्येक रुग्णाला आम्ही तपासतो. मग कितीही रुग्णांनी का नाव नोंदवलं असेना!"

बारीक-सारीक उपचारांची गरज असेल, तर ते तिथल्या तिथे केले जातात. बाकीच्या लोकांना पुढील तपासणीसाठी आणि गरज पडल्यास शस्त्रक्रिया करण्यासाठी काकिनाडा इथं नेलं जातं.

"मी मुलांसमवेत असतो तेव्हा मी माझं दुःख विसरतो... त्यामुळेच मला त्यांच्यासमवेत खूप वेळ खर्च करावासा वाटतो. त्यांना शाळेत भेटावंसं, त्यांच्याशी बोलावसं वाटतं."

२० जानेवारी, १९९३ रोजी पहिलं नेत्रोपचार शिबिर भरवण्यात आलं आणि ५४ रुग्ण तिथे आले होते. त्यांच्यापैकी १८ जणांना मोतिबिंदू झाल्याचं निदान करण्यात आलं; परंतु त्यांच्यापैकी फक्त ११ रुग्ण शस्त्रक्रियेसाठी तयार झाले.

"इतरांना वाट पाहून उपचार पाहायचे होते. त्यांना पाहायचं होतं की, हे लोक गंभीरपणे काम करत आहेत ना? ते नीटपणे शस्त्रक्रिया करत आहेत ना?"

शस्त्रक्रियेसाठीचे रुग्ण डॉ. चंद्रांच्या मारुती जिप्सीमधून काकिनाडा इथे नेण्यात आले आणि शस्त्रक्रियेनंतर त्यांना घरी पोचवण्यात आलं. मारुती जिप्सीमध्ये फक्त १० जण बसू शकत असत. त्यामुळे बरेचदा अनेक खेपा कराव्या लागत. त्यासाठी बसचा पर्याय उत्कृष्ट ठरला असता. परंतु तो खर्चिक होता!

देवानं डॉ. चंद्रांची मूक आळवणी ऐकली आणि १९९५मध्ये 'जिंदाल ॲल्युमिनियम'नं त्यांना आर्थिक मदत केली. परंतु त्या वित्तसाहाय्यानं मिनीबसच्या किमतीपैकी अवघे निम्मे पैसे उभे राहिले होते.

''तरीसुद्धा आम्ही मिनीबस विकत घेतली... मी माझी मारुती जिप्सी विकून उरलेले निम्मे पैसे उभे केले.''

रुग्णांना घरून हॉस्पिटलपर्यंत नेणं ही आगळीवेगळी पद्धत होती. त्यावेळेस 'रोटरी क्लब' आणि 'लायन्स क्लब' यांच्यातर्फे अनेकदा नेत्रोपचार शिबिरं आयोजित केली जात असत. ती शिबिरं भाड्यानं घेतलेल्या शाळांच्या इमारतींमध्ये आणि जनतेसाठीच्या सभागृहांमध्ये भरवली जात असत. (अशा प्रकारे शस्त्रक्रिया करण्यावर १९९८ सालापासून कायद्यानं बंदी घालण्यात आलेली आहे.)

''मला ती पद्धत अयोग्य वाटली. जर रुग्णाला शस्त्रक्रियेनंतर काही समस्या उद्‌भवली, तर त्यानं कुठे धाव घ्यावी? कुठे जावं हे त्याला कसं कळेल?''

अशा जागी शस्त्रक्रिया केली, तर जंतुसंसर्ग होण्याचा संभवसुद्धा खूप वाढतो. त्यामुळे अनेकांकडून विरोध होत असूनही श्रीकिरण नेत्रालयानं अधिक चांगली पद्धत निवडली. ते काकिनाडातील सुसज्ज हॉस्पिटलमध्येच शस्त्रक्रिया करू लागले.

श्रीकिरण नेत्रालयानं आणखी एका आगळ्या-वेगळ्या पद्धतीचा अवलंब केला. त्यानी शस्त्रक्रियेनंतर मोफत नेत्रतपासणी करायला प्रारंभ केला. अगदी उत्तम नेत्रायलंसुद्धा असं करणं गरजेचं मानत नाहीत. ते म्हणतात की, रुग्णाला समस्या उद्‌भवली तर तो इथे परत येईल.

डॉ. चंद्रांचं मत वेगळं आहे.

''माझ्या पाहणीनुसार, समस्या उद्‌भवली तरीसुद्धा निम्मे लोकच पुन्हा तपासणीसाठी येतात. उरलेल्याचं काय होतं? ठाऊक नाही!''

खेड्यात बस नेणं, रुग्णांना गोळा करणं, तपासणं आणि त्यांना पुन्हा घरी पोचतं करणं हा खर्चिक पर्याय आहे. परंतु तो गरजेचा आहे.

''आम्हाला शस्त्रक्रियेनंतर सहा आठवड्याएवढ्या दीर्घकाळापर्यंत रुग्णांना देखरेखीखाली ठेवावसं वाटलं... असं केलं की, यशाची शक्यता वाढते.''

आणखी एक महत्त्वाचा फरक म्हणजे, मोतीबिंदूच्या सर्व रुग्णांवर शस्त्रक्रिया करताना 'इन्ट्रा ऑक्युलर लेन्स इम्प्लांट' (IOL) पुरवण्याचा डॉ. चंद्रांचा निर्णय होता. अनेकांचं मत होतं की, गरीब रुग्णांना चश्मा दिला तरी पुरेसं होईल.

''आम्ही ९९.९ टक्के रुग्णांवर या प्रक्रियेनं शस्त्रक्रिया करतो. ०.०१ टक्के रुग्णाची काहीतरी वैद्यकीय समस्या असल्यामुळे त्यांना 'आयओएल' बसवता येत नाही.''

ही कामगिरी फारच मोठी आहे. १९९०च्या दशकात राष्ट्रीय पातळीवर 'आयओएल'चा वापर ४० टक्क्यांपेक्षा कमी होता. आजही तो ६० टक्क्यांपेक्षा जास्त नाही.

त्यामुळे हा महत्त्वाकांक्षी आणि खर्चिक प्रकल्प ठरला. जमीन आणि इमारत यांचा प्रारंभीचा खर्च डॉ. चंद्रांनी पूर्णपणे उचलला. पहिली चार वर्षं त्यांनी शस्त्रक्रियांचा खर्चसुद्धा उचलला.

"मी कधीच अंदाजपत्रक तयार केलं नाही किंवा खर्चाचा अंदाजही कधी तपशीलवार घेतला नाही. देव थोर आहे. आम्ही फार छोटे होतो. तरीसुद्धा माझा पैसा पुरेसा ठरला."

परंतु रुग्णांची संख्या वाढू लागली, त्याबरोबर खर्चही वाढत गेला. दर वर्षाला २० लाख रुपयांपासून खर्च ४० लाखांच्या वर जाऊन पोचला. या टप्प्यावर डॉ. चंद्रांचे कॅनडातले शुभचिंतक मदतीसाठी पुढे सरसावले.

"लोक मला विचारत असत, 'तू काय करतो आहेस?' मी त्यांना माझ्या प्रकल्पाबद्दल सांगत असे आणि म्हणत असे, 'तुम्हाला मदत करावीशी वाटली तर आम्हाला लहानशी आर्थिक मदत करा.'"

१९९७मध्ये डॉ. चंद्रांना Help the aged Canada नावाच्या वृद्धांसाठी कार्य करणाऱ्या संस्थेबाबत कळलं. मोतीबिंदू ही प्रामुख्यानं वृद्धांना जडणारी व्याधी असल्यामुळे त्यांनी श्रीकिरण नेत्रालयाला वित्तसाहाय्य करण्याचं कबूल केलं. दोन लाख कॅनेडियन डॉलर्स ही या संस्थेच्या दृष्टीनं खूप मोठी मदत ठरली.

"या पैशांमुळे आम्ही वैद्यकीय यंत्रसामग्री, डॉक्टरांचं प्रशिक्षण, अन्य मदतनिसांचं प्रशिक्षण यांवर खर्च करू शकलो. त्या वित्तसाहाय्यामुळे आम्हाला खूपच आधार मिळाला आणि आमचा आत्मविश्वास वाढला."

"माझा मुलगा फक्त सहा वर्षांचा होता. परंतु तो नेहमी म्हणत असे की, मोठा झाल्यावर त्याला मुलांसाठी नेत्ररोगतज्ज्ञ बनायचं आहे... तो असं का म्हणत असे, हे मला ठाऊक नाही."

पुढली नऊ वर्षं 'हेल्प द एजेड कॅनडा' आणि 'कॅनेडियन इंटरनॅशनल डेव्हलपमेंट एजन्सी' (CIDA) यांनी श्रीकिरण नेत्रालयाला सातत्यानं मदत पुरवली. इतर महत्त्वाचे देणगीदार होते – सेन्सर टेक्नॉलॉजी लिमिटेड, कॅनडा; आय केअर फॉर ॲडिरोडॅक्स, यूएसए आणि भारतातील इन्फोसिस फाउंडेशन.

श्रीकिरण नेत्रायलाला इतक्या साऱ्या देणगीदारांची गरज पडण्याचं कारण अगदी साधसं आहे : त्यांच्याकडे ९० टक्के रुग्णांवर फुकट इलाज केला जातो. (भारतातील इतर कोणतंही हॉस्पिटल ९० टक्के शस्त्रक्रिया फुकटात करून देत नाही.) ही संख्यासुद्धा खूप मोठी आहे. १९९३मध्ये ४७५ शस्त्रक्रिया करण्यात आल्या, तर २००२-०३मध्ये शस्त्रक्रियांनी उच्चांक गाठला.

"अवघ्या पाच डॉक्टरांनी, मदतनिसांच्या साहाय्यानं, एका वर्षात १७ हजार

नेत्र-शस्त्रक्रिया केल्या. वस्तुत: आम्ही आंध्र प्रदेशातलं द्वितीय क्रमांकावरचं सर्वांत मोठं हॉस्पिटल होतो.''

आंध्र प्रदेशातलं प्रथम क्रमांकावरचं सर्वांत मोठं हॉस्पिटल होतं हैदराबादमधलं एल.व्ही. प्रसाद हॉस्पिटल. या हॉस्पिटलनं एका वर्षात २५ हजार नेत्र-शस्त्रक्रिया केल्या होत्या. परंतु त्या हॉस्पिटलमध्ये ८० डॉक्टर काम करत होते आणि बाकीच्या सुविधासुद्धा खूपच जास्त होत्या.

डॉ. चंद्रा अभिमानानं सांगतात, ''तीच तर आमची विशेषता होती – कमीत कमी साधनसामग्री आणि डॉक्टरांच्या आधारे खूप रुग्णांना सेवा पुरवणं!''

त्यांना हे साध्य करता येत असे, कारण ते ॲसेंब्ली लाइन तत्त्वाचा अवलंब करत असत. तिथे प्रत्यक्ष शस्त्रक्रियेपूर्वीच्या आणि नंतरच्या सर्व गोष्टी डॉक्टरांचे साहाय्यकच पार पाडत असत. प्रत्यक्ष शस्त्रक्रियेला फक्त तीन-चार मिनिटं लागतात. डॉक्टर लहानसा छेद देऊन मोतीबिंदू काढतात आणि त्या जागी इन्ट्रा ऑक्युलर लेन्स बसवतात. असं असलं तरी डॉक्टरांवर कामाचा बोजा खूपच पडतो.

''ते सारे तरुण डॉक्टर आहेत. त्यांच्यापैकी कुणीही चुकूनही तक्रार करत नाही!''

अर्थातच अधूनमधून सेप्टिक्स (जंतुसंसर्ग) होत असतील? आंध्र प्रदेशातील लहानशा गावातून हजारो शस्त्रक्रिया करणं शक्य होत असेल?

ही गोष्ट सत्य आहे की थापेबाजी आहे?

यांसारख्या शंकांबाबतचं सत्यशोधन करण्यासाठी केंद्र सरकारच्या स्वास्थ मंत्रायलाने हैदराबादमधून अन्वेषणासाठी काही लोकांना पाठवलं.

त्या अन्वेषकांनी डोळ्यांनी पाहिल्यावर धक्काच बसला की, प्रत्येक शस्त्रक्रियेबाबत संपूर्ण नोंद केली जात होती, प्रत्येक कृतीत संपूर्ण पारदर्शित्व होतं. प्रत्येक रुग्णाला नाव आणि घरच्या पत्त्यानिशी एक ओळखपत्र दिलं जात होतं. १७ हजार शस्त्रक्रिया खरोखरच प्रत्यक्षात करण्यात आल्या होत्या.

त्यांच्या सच्चेपणाबद्दलचा निर्वाळा देणारं हे लिखित प्रमाणपत्र आणखी एका कारणासाठी अत्यंत उपयुक्त ठरलं. अंधत्वावर नियंत्रण ठेवण्यासाठी जो राष्ट्रीय उपक्रम राबवला जात होता, त्याअन्वये फुकट करण्यात आलेल्या प्रत्येक मोतीबिंदू-शस्त्रक्रियेमागे श्रीकिरण नेत्रायलाला ७५० रुपयांची मदत मागता येणार होती (श्रीकिरण नेत्रालयात प्रत्येक मोतीबिंदू शस्त्रक्रियेसाठी खरा खर्च येतो, २५०० रुपये.)

''आम्हाला कॅनडा सरकार, रोटरी इंटरनॅशनल आणि अन्य मदतसंस्थांकडून पाठिंबा मिळाला हे आमचं भाग्य! परंतु आम्ही नेहमीच आमच्याजवळच्या निधीपेक्षा जास्त पैसे खर्च करत होतो.''

परंतु सरकारकडून येणं असलेले पैसे सोडले जात नव्हते. दिल्लीहून आणखी एक तपासगट अवतरला. त्यात वरिष्ठ लेखापाल, कनिष्ठ लेखापाल (अकौंटंट)

आणि अन्वेषण संघ यांचा समावेश होता. त्यांनी साऱ्या खातेवह्या उकरून काढल्या. रुग्णांचे दरवाजे ठोठावले.

त्यांनी रुग्णांना विचारलं, "तुम्ही श्रीकिरण नेत्रालयातून शस्त्रक्रिया करून घेतलीत?"

"हो!"

त्यांनी दरडावून विचारलं, "तुम्ही त्यांना काही पैसे दिलेत?"

"एक पैसासुद्धा दिला नाही."

"त्यांनी चांगली वागणूक दिली?"

"हो. आमच्या कुटुंबीयांपेक्षाही चांगली वागणूक आम्हाला मिळाली."

चिखलाचा शिंतोडाही उडवण्याजोगं त्यांच्या हाती काही लागलं नाही. हा अन्वेषण संघ दिल्लीला परत गेला, परंतु तरीसुद्धा मंत्रालय पैसे पाठवेना.

"पैसे मिळवण्यासाठी तुम्हाला त्यांचे हात ओले करावे लागतात. आम्ही तसं न करण्याबाबत ठाम भूमिका घेतली होती."

अखेरीस डॉ. चंद्रा स्वत: दिल्लीला गेले आणि त्यांनी मध्यवर्ती स्वास्थ मंत्रालयातील मुख्य सचिव, श्रीमती सुजाता राव यांची भेट घेतली. त्यांनी संबंधित खात्यांमधील लोकांना बोलावून म्हटलं, "डॉ. चंद्रशेखर इथे आले आहेत. तुम्हाला हवे ते प्रश्न तुम्ही त्यांना विचारू शकता." खोलीत संपूर्ण शांतता पसरली.

एका आठवड्यानंतर, श्रीकिरण नेत्रालयाला त्यांचे हक्काचे ७० लाख रुपये देण्यात आले. काकिनाडा जिल्हाधिकाऱ्याने स्वत: धनादेशावर सही केली आणि तो धनादेश डॉ. चंद्रशेखरांच्या हाती सुपूर्त केला.

"भारतातील प्रत्येक बालकानं आपला देश सुधारण्यासाठी स्वेच्छेनं मदतीचा हात पुढे करावा, अशी माझी इच्छा आहे."

"हे पैसे वापरून आम्ही या इमारतीच्या बांधकामाला प्रारंभ केला आहे," सध्या वापरात असलेल्या चारमजली इमारतीकडे अंगुलिनिर्देश करून डॉ. चंद्रा म्हणाले.

दरम्यान त्यांचा पहिला प्रकल्प – शारदा विद्यालयमसुद्धा वाढत होता आणि नीटपणे सुरू होता. २००३ सालापर्यंत शाळेत १४० विद्यार्थी शिकत होते आणि १२ शिक्षक शिकवत होते. २००८मध्ये व्हँकुव्हरमधील एका हितचिंतकानं अडीच लाख कॅनेडियन डॉलर्स जमवले आणि शाळेला मदत म्हणून दिले. ही रक्कम वापरून चांगली दुमजली अशी हायस्कूलची इमारत उभी करता आली.

नेत्रालयाच्या तुलनेत शाळा चालवण्यासाठी कमी खर्च येत होता. वर्षाला चार-पाच लाख रुपये पुरत होते. परंतु शाळेचा समाजावर प्रचंड प्रभाव पडत होता.

शारदा विद्यालयममध्ये ६० टक्के संख्या विद्यार्थिनींची आहेत. मुलं फक्त

शालेय शिक्षण घेऊन थांबत नाहीत. ती पुढेसुद्धा शिकत राहतात. एम.एस्सी., पॉलिटेक्निक डिप्लोमा किंवा अगदी इंजिनिअरिंगसुद्धा!

शारदा विद्यालायातून उत्तीर्ण होऊन बाहेर पडणारे काही विद्यार्थी नेत्रालयात काम करू लागतात. ऑपरेशन थिएटरमध्ये व्यवस्थापनात किंवा मदतीच्या अन्य कामात ते हातभार लावतात. माळ्याचा मुलगा अशांपैकी एक आहे.

दहावीची परीक्षा उत्तीर्ण झाल्यावर तो डॉ. चंद्रांकडे येऊन म्हणाला, ''मला आणखी शिक्षण घेणं शक्य होणार नाहीये... मला नोकरीची गरज आहे.''

त्याला चश्म्याच्या दुकानात नोकरी देण्यात आली.

''तो फारच चांगला मुलगा आहे! स्वत:चं काम आटोपलं की, तो दुसऱ्या कुणालातरी मदत करू लागतो.

''मला बोलावणंसुद्धा धाडावं लागत नाही... तो स्वत:हूनच हजर होतो. आमचे विद्यार्थी आणि इतर तरुण मुलं यांच्यात हाच फरक आहे!''

यूएस आणि कॅनडा इथं स्वेच्छेनं काम करण्याची परंपराच आहे. डॉ. चंद्रांना वाटतं की, ही गोष्ट भारतात अभावानंच आढळते.

''कॅनडात हायस्कूलच्या दिवसांपासूनच प्रत्येक मूल स्वेच्छेनं मदत करायला सुरुवात करतं... वृद्धाश्रमांमध्ये किंवा बालरुग्णालयांमध्ये. इथे इतकी लोकसंख्या असूनही कुणीही मदतीसाठी पुढे येत नाही!''

खरं सांगायचं तर, श्रीकिरणचे देणगीदार आणि स्वयंसेवक काकिनाडापेक्षा कॅनडातच जास्त आहेत. तिथे रेसिडन्सी करणारे डॉक्टर श्रीकिरण नेत्रालयात वर्षाकाठी तीन आठवडे स्वेच्छेनं फुकट काम करतात. इथला अनुभवच त्यांना अत्यंत मोलाचा वाटतो – इतक्या गुंतागुंतीच्या आणि असंख्य प्रमाणातील समस्या विकसित देशांमध्ये सहजी पाहायला मिळत नाहीत.

''आम्ही युनिव्हर्सिटी ऑफ आल्बर्टाच्या मदतीनं 'टेलिऑफ्थॉल्मॉलॉजी' उपक्रमसुद्धा कार्यान्वित करत आहोत. त्यायोगे मूळ ठिकाणच्या हॉस्पिटलमधील डॉक्टरला दूरदूरच्या भागातले रुग्ण मूळ हॉस्पिटलमध्ये बसूनच तपासता येतील!''

काकिनाड्यातील नेत्रायलाची प्रसिद्धीला न आलेली कहाणी २००८मध्ये 'सीएनएन'या वृत्तवाहिनीला समजली. सीएनएनने डॉ. चंद्रांना 'रिअल हिरो' अशा शब्दात गौरवलं आणि त्यांच्या कामाला जगभरात प्रसिद्धी दिली. खरंतर या पदवीनं भूषवलेली भारतातील ती पहिलीच व्यक्ती होती. सीएनएनने केलेल्या गौरवांनंतर स्थानिक तेलुगू समाचारपत्राला जाग आली आणि त्यांनी 'संकुराथ्री फाउंडेशन'वर एक लेख छापला.

''त्या रविवारी सकाळपासून संध्याकाळपर्यंत माझा फोन खणखणत होता. लोकांकडून होणारं कौतुक छान वाटत होतं. त्या सर्वांनी आर्थिक मदत करण्याची

गरज नव्हती.''

वैयक्तिक गौरवापेक्षा अशा गोष्टींमुळे त्यांच्या कर्मचाऱ्यांचं मनोबल वाढत असतं. त्यामुळेच डॉ. चंद्रांना अतिशय बरं वाटतं. २०१०मध्ये जेव्हा सीएनएन-आयबीएन ताहिनीनं त्यांना 'हिरो' म्हणून गौरवलं, तेव्हा तो पुरस्कार त्यांनी आपल्या कर्मचाऱ्यांना समर्पित केला.

''मी मुंबईला पारितोषिक स्वीकारायला गेलो, तेव्हा त्या सर्वांना इतका आनंद झाला! मी सर्वांसमोर जाहीर केलं की, त्या पुरस्काराचे खरे मानकरी माझे कर्मचारीच आहेत; मी नव्हे! या पुरस्कारानं आपल्याला असंच खूप काम करण्याची प्रेरणा मिळो, अशी मी प्रार्थना केली.''

२०१०मध्ये श्रीकिरण नेत्रायलानं आठ हजार नेत्र-शस्त्रक्रिया फुकट केल्या. नेत्रालयाचं वार्षिक अंदाजपत्रक चार कोटी रुपयांवर पोचलं होतं, तर शाळेचं वार्षिक अंदाजपत्रक १८ लाख रुपये होतं. या दोन्ही संस्थांमध्ये मिळून १३० कर्मचारी काम करत होते.

''२००५ सालापासून आम्हाला मिळणाऱ्या आंतरराष्ट्रीय संस्थांच्या देणग्या बंद झाल्या आहेत. फक्त वैयक्तिक देणग्या – त्यासुद्धा बऱ्याचशा कॅनडातून येत आहेत. त्यामुळे आमचा ४० टक्के खर्च भरून निघतोय.''

श्रीकिरण नेत्रालयाचं स्वत:चं उत्पन्न ३० ते ३५ टक्के खर्च भागवतंय. त्यांचं उत्पन्न पैसे देऊन शस्त्रक्रिया करून घेणाऱ्यांकडून, त्यांच्या औषधदुकानातून आणि चश्म्यांच्या दुकानातून मिळतं आहे. कागदोपत्री खर्चाच्या २० टक्के भाग सरकारी अनुदानातून यायला हवा! प्रत्यक्षात सरकारकडून निधी दिलाच जात नाहीये. सरकारकडून येऊ घातलेल्या निधीचा फक्त आकडाच फुगत चालला आहे!

पुन्हा एकवार डॉ. चंद्रांनी श्रीमती सुजाता राव यांची भेट घेतली. त्यांनी मदत करायचं कबूल केलं. परंतु त्यांच्या प्रयत्नांनासुद्धा यश आलं नाही. मार्च, २०१३पर्यंत सरकारकडून अद्याप ५० लाख रुपयांचा निधी येणं आहे, परंतु सरकारी यंत्रणा हा पैसा द्यायला राजीच नाही. येणं असलेल्या रकमेचा आकडा फुगत चालला आहे. डॉ. चंद्रांना या योजनेतून काही निष्पन्न होईल असं वाटेनासं झालं आहे.

''आम्ही आमच्याच बळावर दोन जिल्ह्यांमध्ये काम करतोय.... सरकारी यंत्रणेतला भ्रष्टाचार दूर होईल अशी मला अजिबात शक्यता दिसत नाही... ही यंत्रणा मुळापासून किडलेली आहे!''

काहीही होवो! संकुराश्री फाउंडेशन आपलं काम करत राहील! आपलं काम सुरू करून २० वर्षं उलटल्यानंतर श्रीकिरण नेत्रालयानं आता आपल्या व्यवसायाचा योजनाबद्ध आराखडा बनवला आहे. शस्त्रक्रियांची संख्या तेवढीच राखून इतर सुविधा वाढवण्याचं त्यांचं उद्दिष्ट आहे.

"आम्ही कॉर्पस फंड (मूलभूत निधी ठेवा) सुरू करायचा विचार करतोय. आम्ही फुकट शस्त्रक्रिया पूर्वीसारख्याच करत राहू, परंतु आम्हाला पैसे देऊन शस्त्रक्रिया करून घेणारे रुग्ण जास्त प्रमाणात आकृष्ट करून घ्यायचे आहेत."

श्रीकिरण नेत्रालयातील ९० टक्के शस्त्रक्रिया मोतीबिंदूच्या असल्या, तरी हॉस्पिटल आणि तिथले डॉक्टर अधिक गुंतागुंतीच्या शस्त्रक्रिया करण्याबाबतही तेवढेच सक्षम आहेत.

"आम्ही एका आठ महिन्यांच्या मुलावर शस्त्रक्रिया केली. जन्मतःच त्याच्या कॉर्निआ (डोळ्याच्या बाहुलीचा पारदर्शक पडदा) अपारदर्शी होता. त्यामुळे त्याला दिसत नव्हतं. आम्ही त्याच्या दोन्ही डोळ्यांवर नव्या कॉर्निआचं रोपण केलं."

हे कुटुंब ज्या-ज्या इतर रुग्णालयांकडे चौकशीसाठी गेलं होतं, त्या सर्वांनी या शस्त्रक्रियेसाठी अडीच लाख खर्च येईल असं सांगितलं होतं. श्रीकिरण नेत्रालयातील सुविधा आणि शस्त्रक्रियेबाबतची कुशलता व दर्जा मोठ्या शहरातील कोणत्याही अन्य अद्ययावत रुग्णालयाच्या तोडीचाच आहे! असं असूनही सुखवस्तू लोक या 'गरिबांच्या रुग्णालयात' यायला कचरतात. त्यांना वाटतं, त्यांच्या पैशांच्या जोरावर त्यांना इतरत्र अधिक चांगली सुविधा लाभेल.

"जेव्हा रुग्ण स्वतः इथे येऊन आमच्या रुग्णालयातील सुविधा प्रत्यक्ष पाहतात, आमच्या डॉक्टरांशी बोलतात, तेव्हाच त्यांच्या लक्षात येतं की, हैदराबादला किंवा इतरत्र जायची गरज नाही!"

जेव्हा एखादा रुग्ण येतो, तेव्हा तो रुग्ण समुपदेशकाला भेटतो. हा समुपदेशक त्याला अनेक प्रश्न विचारतो. प्रश्नांच्या उत्तरांवरून समुपदेशकाला त्या रुग्णाच्या परिस्थितीचा अंदाज बांधता येतो. गरज असली, तर गरीब रुग्णांवर मोफत उपचार केले जातात.

"रुग्ण खरोखरच गरजू आहे की नाही, याबाबत आम्ही बांधलेला अंदाज ९७ टक्के वेळा खरा ठरतो. गरिबीचं ढोंग करून घुसणाऱ्या तीन टक्के रुग्णांबाबत आम्ही चिंता करत नाही!"

मध्यमवर्गीयांना खर्चात थोडी सूट दिली जाते, तर सुखवस्तू मंडळी पूर्ण आकार चुकता करतात. एकाच प्रकरची शस्त्रक्रिया सर्व रुग्णांवर केली जाते; परंतु ज्यांना परवडतं ते लोक जास्त पैसे देऊन 'फेको आणि फोल्डेबल लेन्स' यांचा पर्याय निवडतात.

"फेको लेन्स शस्त्रक्रियेला इतर रुग्णालयांमध्ये एक लाख रुपयांपर्यंत खर्च येतो. आम्ही तीच शस्त्रक्रिया फक्त २० हजार रुपयांमध्ये करून देतो."

डॉ. चंद्रांना वाटतंय की, काही वर्षांतच पैसे देणारे रुग्ण वाढतील आणि त्यायोगे उभ्या राहणाऱ्या पैशांत पूर्ण हॉस्पिटलचा (धर्मादाय भागाचासुद्धा) खर्च निघेल.

"जेव्हा सशुल्क आणि फुकट या शस्त्रक्रिया समप्रमाणात होऊ लागतील, तेव्हा बाहेरील मदतनिधीशिवाय आम्ही काम चालवू शकू."

आज सत्तरी गाठलेले डॉ. चंद्रा पूर्वीइतकेच उत्साही आणि कार्यक्षम आहेत. ते आठवड्याचे सात दिवस कार्यरत असतात. ते पहाटे साडेचार वाजता उठतात, प्राणायाम करतात, ई-मेल्स आणि वर्तमानपत्र वाचतात. आठ वाजता इडली किंवा डोसा किंवा उपमा असा नाश्ता घेतात. साडेआठ वाजता ते त्यांच्या घरालगत असलेल्या नेत्रालय आणि प्रशालेच्या प्रांगणात चालत जातात.

संध्याकाळी सात वाजेपर्यंत ते हॉस्पिटलमध्ये किंवा शाळेत असतात. मध्येच थोडावेळ ते दुपारच्या जेवणासाठी सुटी घेतात.

"मी क्वचितच इतरत्र जातो किंवा संमारंभाला उपस्थिती लावतो!"

परंतु शाळा-कॉलेजच्या मुलांशी बोलायची एकही संधी ते गमवत नाहीत. ते त्यांना संकुराथ्री फाउंडेशनच्या कामाबद्दल माहिती देतात आणि त्यांनी आपल्या समाजासाठी योगदान द्यावं, यासाठी त्यांना उद्युक्त करायचा प्रयत्न करतात.

"मी त्यांना सांगतो – प्रत्येकाला मदत करावी म्हणजे आर्थिक मदत करावी, असं वाटत असतं. मदत केवळ आर्थिक स्वरूपाचीच नसते. ती वैचारिक स्वरूपाचीसुद्धा असू शकते!"

उदाहरणार्थ, १९९४ सालापासून ऑटोवा-कॅनडामधील सेंट ग्रेगरीन कॅथलिक स्कूलमधली मुलं दरसाल 'बेक सेल'द्वारे शारदा विद्यालयमसाठी निधी गोळा करत आहेत. वर्षानुवर्षं असा निधी जमवून आजवर त्यांनी एकूण ३० हजार कॅनेडियन डॉलर्सची मदत पुरवली आहे.

"अशी मानसिकता आपल्या समाजात दिसत नाही..."

२०१०मध्ये संकुराथ्री फाउंडेशननं स्वेच्छा मदतीचा एक प्रकल्प राबवला. त्यांनी काकिनाडातील 'जीएनटीव्ही'च्या सहभागानं हा प्रकल्प योजला होता. विद्यार्थी २० किलोमीटर परिघातील सर्व खेड्यांमध्ये पायी फिरले. त्यांनी एका महिन्यात १९ खेड्यांमध्ये शिबिरं आयोजित केली. सेवा म्हणजे काय, याची झलक त्यांना पाहता आली!

"सांघिक उद्योग म्हणजे काय हे त्यांना शिकता आलं. त्यांना काहीतरी साध्य केल्याची सार्थकाची भावना अनुभवता आली."

गेली तीन वर्षं डॉ. चंद्रा स्थानिक लोकांचा सहभाग मिळवण्याचा जोरदार प्रयत्न करत आहेत. काकिनाडात ते निधी उभारणी उपक्रम आयोजित करत आहेत.

"आमच्या कार्याबद्दल लोकांना जाणीव करून देण्याचा प्रयत्न मी हाती घेतला आहे आणि आम्हाला त्याच्या मदतीची गरज आहे, हे मी त्यांना सांगू लागलोय."

डॉ. चंद्रानंतर काय? पूर्वीइतक्याच सक्षमतेनं, समर्पिततेनं हे काम त्यांच्या मागे चालू राहील? या बुद्धिवादी आणि आशावादी माणसाला वाटतंय की, हे काम

तसंच चालू राहू शकेल! डॉ. चंद्रांचा पुतण्या डॉ. राजेंद्र संकुराथ्री या संस्थेशी अगदी सुरुवातीपासून संलग्न आहे.

''उत्तरदायित्व सोपवण्याच्या दृष्टीनं तो सर्वथा योग्य माणूस आहे! परंपरा जतन करण्याची जबाबदारी मी त्याच्यावर सोपवणार आहे.''

त्याखेरीज दैनंदिन कामकाज आपोआप सुरळीतपणे चालू राहील, अशा यंत्रणा पूर्वीपासून कार्यान्वित करण्यात आलेल्या आहेत.

''मी दरवर्षी पाच-सहा आठवड्यांसाठी कॅनडात जात असतो. माझ्या अनुपस्थितीत इथला कारभार व्यवस्थित चाललेला असतो,'' ते स्मितवदनानं म्हणतात.

योग्य माणसं निवडून त्यांना आपल्या ध्येयाची आणि ऊर्जेची लागण करून देणं, यालाच 'नेतृत्व' म्हणतात! आपली दूरदृष्टी, उत्कटता आणि ध्येयवाद इतरांमध्ये संक्रमित करणं म्हणजेच नेतृत्व!

हे काही नेहमीच सुरळीतपणे किंवा सहजपणे घडत नसतं. कधीकधी तुमचा अंदाज चुकूही शकतो. डॉ. चंद्रांना सुरुवातीच्या एका कर्मचाऱ्याची अद्यापही आठवण आहे. या तरुण डॉक्टरला त्यांनी प्रशिक्षणासाठी परदेशी पाठवलं होतं. सुरुवातीला त्यानं उत्तम प्रकारे काम केलं.

''चार वर्षांनंतर तो अत्यंत आत्मकेंद्री बनला आणि सांघिक प्रयत्न करेनासा झाला. मला त्याला कामावरून काढून टाकावं लागलं!''

अनुभवी, जुन्या कर्मचाऱ्याला निलंबित करणं सोपं नव्हतं, त्यामुळे या नव्या संस्थेला हादरा बसणार होता. परंतु डॉ. चंद्रा एका बाबतीत अगदी ठाम होते.

''काही बाबतीत मी माझ्या उभ्या आयुष्यात कधीही तडजोड केली नाही. मला संस्था बंद करावी लागली, तर मी ती बंद करेन. परंतु मी कधीही निकृष्ट प्रतीचं काम खपवून घेणार नाही!''

इतर डॉक्टर आणि कर्मचारी डॉ. चंद्रांच्या पाठीशी उभे राहिले. त्यांनी हे उत्तम काम पुढे नेलं.

''मला कोणताही खेद वाटत नाही... संस्थेच्या हितासाठी तुम्हाला अवघड निर्णय घ्यावेच लागतात!''

गेल्या २० वर्षांचं कार्य आकड्यांमध्ये मांडायचं म्हणजे : १८२६ नेत्र-शिबिरं, १,८०,००० शस्त्रक्रिया. भावनिक गोळाबेरीज – निग्रह, चिकाटी आणि निखळ आनंद!

''एखादा अंध माणूस रुग्णालयात येऊन दृष्टी परत मिळवून माघारी जातो तेव्हा मला शब्दातीत आनंद होतो! मी शाळेतील मुलं पाहतो, तेव्हा त्यांच्यात मला माझी मुलं दिसतात.'' (ते स्तब्ध होतात.)

''त्यामुळे माझ्या हृदयाची स्पंदनं चालू राहिली आहेत.''

प्रत्येक वैफल्य, प्रत्येक लढा विस्मरणात जातो.

वैयक्तिक आघातांची दुखरी बोचसुद्धा विसरली जाते.

“इतक्या वर्षांनंतर आता माझी देवाबद्दल किंवा त्या दहशतवाद्यांबद्दल कोणतीही तक्रार शिल्लक राहिलेली नाही... मी त्या रागातून अलिप्त होऊ शकलोय. मी मन:शांती अनुभवतोय.”

जर तुम्ही समोर येणाऱ्या आयुष्याचा स्वीकार कराल, त्यापुढे नतमस्तक व्हाल, तर तुम्ही मुक्त व्हाल आणि त्या जोडीलाच खऱ्या अर्थानं आयुष्य अनुभवाल!

तरुण उद्योजकांसाठी कानमंत्र!

तरुणांनीच आपल्या देशाबाबत ध्येय मनी जपून ते साकार करायचे प्रयत्न केले पाहिजेत.

जबाबदारीनं वागा. कारण या देशाच्या भवितव्याची जबाबदारी तुमच्या खांद्यावर आहे!

माझ्यामते, सुधारणा म्हणजे फक्त इंटरनेट, स्मार्टफोन नव्हेत! सुधारणा म्हणजे प्रत्येक माणसासाठी चांगलं आयुष्य आणि स्वच्छ पाणी, स्वच्छतेच्या सुविधा, शिक्षण, स्वास्थ्यसेवा आणि प्राथमिक गरजांच्या पूर्तीची उपलब्धता!

सर्व माणसांचं सक्षमीकरण झालं पाहिजे. तसं झालं नाही, तर विकासाला खीळ बसेल; कारण देशाला अशांचा भार पेलणं भाग पडेल.

समाजात प्राथमिक स्वरूपाची नीतिमूल्यंच लोप पावू लागली आहेत. ज्याला 'विकास' म्हटलं जातं, तो आपल्या संस्कृतीची नीतिमूल्यांची, माणूसकीची, सद्वर्तनाची आणि कौटुंबिक ऐक्याची किंमत मोजून मिळवावा लागू नये!

पैसा म्हणजेच सर्वस्व नव्हे. तुम्ही विद्यार्थी असाल, तर शेजारच्या मुलाला फुकट शिकवू शकाल. रोज अर्धा तास खर्चून त्याला गणित शिकवा. ते सोपं नसेल. आपल्याला सहजपणे करण्याजोगी सारी मदत स्वेच्छेनं पुरवा.

मनाची कवाडं उघडा. नवीन विचारप्रणाली कार्यान्वित करा. पठडीबाहेरचा कल्पक विचार करायला शिका. उत्साहानं काम करा.

असं केलंत, तरच आपल्या पुढल्या असंख्य समस्यांचं निराकरण शक्य होईल!

हम होंगे कामयाब!

दिलफ्रोज काझी :
एस.एस.एम. कॉलेज ऑफ इंजिनिअरिंग
परिहासपोरा, काश्मीर

१९८८मध्ये दिलफ्रोज काझीनं श्रीनगरमध्ये स्त्रियांसाठी अभियांत्रिकी कॉलेजची स्थापना केली. त्यासाठी तिला अनेक अडथळ्यांवर मात करावी लागली. अगदी दहशतवाद्यांच्या हल्ल्यांनाही तोंड द्यावं लागलं. पण साऱ्या समस्यांना ती पुरून उरली . या जिद्दी बाईनं 'एस.एस.एम. कॉलेज ऑफ इंजिनिअरिंग' संस्थापित करण्याचं काम तडीला नेलं. संपूर्ण काश्मीरमधलं हे पहिलं,

एकमेव खाजगी इंजिनिअरिंग कॉलेज आहे!

'पृथ्वीवर कुठे स्वर्ग असलाच, तर तो इथेच आहे! इथेच!' या ओळी मी इतिहासाच्या पाठ्यपुस्तकात वाचल्या होत्या, पण १९८६मध्ये जेव्हा मी काश्मीरला पहिल्यांदा गेले, तेव्हा मला त्याचा खऱ्या अर्थाने प्रत्यय आला. शालिमार आणि निशात या बागा खरोखरच स्वर्गासमान भासल्या होत्या.

मी रेस्टॉरंटमधल्या वेटर्सना चोरून न्याहाळत असे . रस्त्यावरल्या मुलांचे गाल खरोखरच सफरचंदासारखे गोबरे-गुलाबी दिसत होते. 'राहण्याच्या दृष्टीनं कसली अफलातून जागा आहे ही!' असा विचार माझ्या मनात आला. त्यावेळेस मला काहीही कल्पना नव्हती की, नोकरी शोधण्यासाठी धडपडणाऱ्या सर्वसामान्य काश्मिरी मुलींचं आयुष्य किती खडतर असतं! आकर्षक माहितीपत्रकात छापलेल्या शिकाऱ्यांच्या (दल लेकमधील चिमुकल्या छपरी नौका) आणि जाहिरातीमधल्या आकर्षक चित्रांपलीकडच्या, सर्वसाधारण काश्मिरी माणसाच्या आयुष्याबद्दल मला काहीच ठाऊक नव्हतं.

मी काश्मीरमधील घातपाती कृत्यांबद्दल दु:खी अंत:करणानं वाचलं. मला त्यामागचं कारण ठाऊक नसलं, तरी घातापातचे भीषण परिणाम ठाऊक होते. घातपातामुळे आपली वार्षिक रजा काश्मीरमध्ये व्यतीत करायला कोणीही प्रवासी धजावणार नव्हतं. बॉलिवुड सिनेमांची चित्रीकरणं आता काश्मीरमध्ये होणं शक्य नव्हतं. माझ्यासारख्या सर्वसामान्यांसाठी काश्मीर हा निषिद्ध टापू ठरणार होता.

आणि सर्वसामान्य काश्मिरी मुलामुलींची स्थिती काय असणार होती? मला माझ्या शहरातील आणि देशभरातील असंख्य कॉलेजांपैकी एक कॉलेज निवडण्याचा पर्याय उपलब्ध होता, परंतु सर्वसामान्य काश्मिरी मुलामुलींनी कुठून शिक्षण घेतलं असतं? त्यांना नोकऱ्या कुठे मिळाल्या असत्या? याबद्दल मी क्षणभरही विचार केला नाही!

त्या देखण्या काश्मिरी वेटर्सना आता गिऱ्हाइकं मिळणार नव्हती. ती सफरचंदी गालांची मुलं आता हाती बंदूक घेणार होती. त्याबद्दल मी मनाचं कवाडं घट्ट मिटून घेतली होती.

मी दिलफ्रोज काझीची कहाणी ऐकता-ऐकता रडले; तिची कहाणी कागदावर उतरवताना मी रडले. हे लोक आपले बांधव आहेत. ते केवळ वर्तमानपत्रातल्या आकडेवारीतला मजकूर नव्हते!

अपप्रचार आणि द्वेष यांमुळे आपली बुद्धी आणि अंत:करणं चोंदून जात आहेत. परंतु सरोवराची द्रवरसता जशी नाहीशी होत नसते, त्याप्रमाणेच आपल्यातली माणुसकीसुद्धा कधी नष्ट होत नसते.

सत्याचा शोध घेणं; शांतीसाठी तळमळणं आणि सर्वांच्या हितासाठी प्रयत्न करणं कधीही थांबणार नसतं! एका स्त्रीनं हा दृढविश्वास भक्कम चिलखतासारखा धारण केला आहे. बंदुकांपेक्षा लेखणी अधिक बलवान असते, असा तिचा दृढविश्वास आहे!

(लेखिकेच्या वतीनं श्रीनगरमधली ही दिलफ्रोज काझींची मुलाखत अलिया बशीरनं घेतली होती.)

हम होंगे कामयाब!

दिलफ्रोज काझी :
एस.एस.एम. कॉलेज ऑफ इंजिनिअरिंग परिहासपोरा, काश्मीर

दिलफ्रोजचा जन्म श्रीनगरमधील एका निम्न मध्यमवर्गीय परिवारात झाला.

"मी छताबलची रहिवासी आहे. इथं एकाच घरात पाच कुटुंब राहत होती आणि सामाईक अंगण वापरत होती."

दिलफ्रोज चार मुलांमधली थोरली मुलगी होती. तिचे वडील त्यांच्या वयोवृद्ध आई-वडिलांकडे आणि बहिणींकडेसुद्धा बघत होते. जरी त्यांनी अनेक वेगवेगळे व्यवसाय करून पाहिले असले, तरी घरात नेहमीच पैशांची चणचण भासत असे.

"मी महिना दोन रुपये फी असलेल्या सरकारी शाळेत शिकले. परंतु तेवढी फीसुद्धा माझे वडील सहा-सहा महिने भरू शकत नसत."

त्या काळात मुलीला शालेय शिक्षण देणं, हीच एक आगळीवेगळी गोष्ट होती. आसपासच्या स्त्रिया त्याबद्दल कुचाकळ्या आणि टीका-टिप्पणी करत असत; परंतु त्याकडे दिलफ्रोजचे कुटुंबीय दुर्लक्ष करत असत. त्यांना शिक्षणाची महती पटलेली होती.

"आम्ही अशा वातावरणात राहत असलो, तरी माझ्या आईची विचारसरणी अगदी वेगळी होती."

आजूबाजूच्या कुणीही स्त्रिया तसं करत नसल्या, तरी ती चरख्यावर सूत कातत असे. शाळा सुटल्यावर दिलफ्रोज तिच्या आईजवळ बसून तिला मदत करत असे. त्यांनी पश्मिन्याच्या धाग्यांनी केलेल्या विणकामामुळे या कुटुंबाला अल्पसं जोड उत्पन्न मिळत असे.

"लहानपणापासून मला जाणीव झाली होती की, मी काम करून माझ्या वडिलांना हातभार लावायला हवा; उपजीविकेसाठी पैसा कमावायला हवा."

१९८१मध्ये दिलफ्रोज नवाकडाल येथील मुलींसाठीच्या सरकारी कॉलेजात

प्रवेश घेतला. सुखवस्तू कुटुंबातील मुलींप्रमाणे तिच्याजवळ किमती कपडे किंवा बूट नव्हते. तिची पर्ससुद्धा अगदी स्वस्तातली पॉलियुरेथीन फोमपासून बनवलेली असे. परंतु दिलफ्रोजची अभिरुची मात्र उच्च होती आणि तिचं व्यक्तिमत्त्व आकर्षक होतं.

"मी सुसंस्कृतपणे बोलत-वागत असे. चांगल्या कुटुंबातील मुलींना माझ्याशी मैत्री करावीशी वाटत असे." एकदा एका मुलीनं दिलफ्रोजला विचारलं, "तू ही पर्स कोठून विकत घेतलीस?"

छाप पाडण्याच्या हेतूनं दिलफ्रोजच्या तोंडून निघून गेलं, "मी ही मोठ्या बाजारातून २५० रुपयांना विकत आणली."

त्या मैत्रिणीनं तत्क्षणी म्हटलं, "मग माझ्यासाठीसुद्धा एक आण ना? प्लीऽऽज?"

आता खरं बोलणं शक्य नव्हतं, दिलफ्रोजनं वडिलांकरवी तशी पर्स आणवली आणि त्यावर ४०० टक्के नफा मिळवला. लगेचच आणखी मुलींनी तशाच पर्सेस मागवल्या. त्यांच्या कॉलेजामध्ये तशा पर्सेसची फॅशनच पसरली!

"मी तशा शेकडो पर्सेस विकल्या. मी ही अजिबात अतिशयोक्ती करत नाहीये! त्या अनुभवातून मला कळलं की, मला व्यवसाय करून त्यातून पैसा मिळवता येतो!"

त्यानंतर 'फिरन' (कोट) घालायची फॅशन बोकाळली. अभ्यास करता-करता, एकीकडे दिलफ्रोज कपडे बेतणं आणि शिवणं हेदेखील शिकली. त्यानंतर ती लालचौक भागतील एका दुकानात गेली. तिथे तिनं कपडे शिवून देण्याचं एक मोठं कंत्राट मिळवलं. त्या दुकानदारानं तिला कापड पुरवलं आणि प्रत्येक 'फिरन' मागे सात रुपये शिलाई दिली.

"अशा प्रकारे एकीकडे शिकता-शिकता मी पैसे मिळवू लागले होते!"

दिलफ्रोज अभ्यासात मध्यम दर्जाची असली, तरी ती अष्टपैलू होती. व्यवसाय करण्याखेरीज ती कॉलेजातील अभ्यासक्रमांव्यतिरिक्त अशा अनेक इतर उपक्रमांमध्ये भाग घेत असे. 'सर्वोत्कृष्ट खेळाडू', 'सर्वोत्कृष्ट नर्तिका' आणि 'सर्वोत्कृष्ट एनसीसी कॅडेट' अशी विविध बक्षिसं तिनं मिळवली होती.

विशेषत: एनसीसीमुळे तिची अनेक नव्या गोष्टींशी ओळख झाली. एका वर्षी ती एनसीसी कॅंपसाठी जम्मूला जाऊन आली. तिच्या वडिलांनी तिला हातखर्चासाठी थोडे जास्तीचे पैसे दिले. परंतु त्यातील एक पैसाही खर्च न करता, तिनं त्यांना ती सारी रक्कम परत करून टाकली.

"ते त्यांनी कुणाकडून तरी उसने घेतले असणार, हे मला माहीत होतं."

खरंतर शिवणकाम करून मिळवलेल्या पैसासुद्धा ती कधीही स्वत:वर खर्चत नसे. अनेक वर्षांपूर्वी तिच्या आजोबांनी बॅंकेकडून पाच हजार रुपये कर्जाऊ घेतले

होते आणि त्यानंतर त्याची परतफेड करता आली नव्हती. मुद्दल आणि त्याच्यावरचं अनेक वर्षांचं व्याज मिळून हा आकडा २० हजार रुपयांवर पोचला होता.

"मी लहान होते, तेव्हा बँकेतले अधिकारी आमच्या घरी येऊन आम्हाला धाकदपटशा दाखवत असत... मी अगदी घाबरून जात असे."

आपलं कुटुंब या कर्जातून मुक्त झालं आहे, असं स्वप्न या कोवळ्या वयाच्या मुलीनं उराशी जपलं होतं. कायद्याची पदवी मिळवून या तरुण मुलीनं नोकरी शोधायला प्रारंभ केला. काश्मीरमधल्या प्रत्येक सुशिक्षित माणसाचं ते स्वप्न असतं! परंतु ते सोप नव्हतं.

दिलफ्रोजनं सबइन्स्पेक्टरच्या जागेसाठी अर्ज केला. या जागेसाठी मुलाखत जम्मूमध्ये घेतली जाणार होती. वडिलांनी तिच्या प्रवासासाठी कसेबसे ३०० रुपये उभे केले. या पदासाठी, कमीत कमी उंची पाच फूट दोन इंच असण्याची अट होती. दिलफ्रोज त्यापेक्षा अर्ध्या इंचानं ठेंगणी होती. त्यामुळे तिला बाद करण्यात आलं.

इतर अनेक मुलाखतींमध्ये उमेदवाराच्या दर्जापेक्षा त्याची 'तडजोड' करण्याची वृत्ती महत्त्वाची धरली गेली.

"मी इभ्रतीला अतिशय महत्त्व देते. लाचारी करणं, हाजी-हाजी करणं मला मान्य नसतं!"

एकदा दिलफ्रोजनं जे.के. टूरिझम खात्यात स्वागतिकेच्या जागेसाठी अर्ज पाठवला. तिला मुलाखतीसाठी बोलवण्यात आलं. शेकडो लोक तिष्ठत थांबले होते. पहिले दोन उमेदवार आत गेले आणि निवडले गेले. उरलेल्यांच्या मुलाखती रद्द करण्यात आल्या. इतर सारे निमूटपणे निघून गेले. परंतु दिलफ्रोज अतिशय संतापली!

"मला हा अन्याय सहन करता आला नाही. मला कळलं की, टूरिझम डायरेक्टरनं त्याच्या मुलीला ही नोकरी दिली होती!"

आपली प्रमाणपत्रं घेऊन दिलफ्रोज तिच्या वडिलांबरोबर मुख्यमंत्री फारूख अब्दुल्ला यांच्याकडे गेली. नेहमीप्रमाणे त्यांना भेटायला लोकांचा समुद्र लोटला होता. त्या गर्दीतून रेटारेटी करून त्याच्यापर्यंत पोचणं तिला शक्य झालं नाही.

परंतु मुख्यमंत्र्यांचा एक सिक्युरिटी गार्ड त्यांच्याच भागात राहत होता. त्यानं तिच्या वडिलांना सांगितलं, "तुमच्या मुलीला चटकन पाठवा. मंत्रीसाहेब त्यांच्या कारकडे चालले आहेत."

> *"माझे आई-वडील शाळेत शिकलेले नसले; तरी ते अत्यंत सुसंस्कृत आहेत. त्यांची समाजात चांगली ऊठ-बस आहे. परंतु त्यांच्याकडे पैसे कमी होते."*

गालावरून आसवं वाहत असलेली दिलफ्रोज फारूख अब्दुल्लांकडे धावत

गेली. तिनं काय घडलं ते त्यांच्या कानी घातलं आणि स्वत:ची प्रमाणपत्रं दाखवली.

मुख्यमंत्री म्हणाले, "बेटा, गाडीत बस! ये!!"

टूरिझम डिपार्टमेंटला पोचल्यावर फारूख अब्दुल्ला ताडताड पावलं टाकत आत गेले आणि त्यांनी विचारलं, "ती यादी कुठेय?"

खोलीत नीरव शांतता पसरली.

ते म्हणाले, "त्या यादीत हिचं नाव सर्वांत पहिलं असायला हवं होतं!" नवी यादी घाईघाईनं टाइप केली गेली. टूरिझम डायरेक्टर बाहेरगावी गेलेला असल्यामुळे त्याची सही घेता आली नाही. ती तारीख होती १ जुलै, १९८४.

दुसऱ्याच दिवशी सकाळी फारूख अब्दुल्लांचं सरकार गडगडलं. ती यादी कुचकामाची ठरली. तिचं स्वप्नं भंगलं. तिच्या आकांक्षांच्या ठिकऱ्या-ठिकऱ्या झाल्या.

"ही सारी अल्लाची करणी होती. त्या नोकरीवर माझं नाव नव्हतं.... माझ्या नशिबात आणखी काहीतरी भव्यदिव्य लिहिलेलं होतं!"

तिचा नोकरीचा शोध सुरूच होता. तिनं 'गार्मेंट टेक्नॉलॉजी'मध्ये दुकान उघडण्यासाठी इंडस्ट्रियल डिपार्टमेंटकडे अर्ज केला होता. कारण त्या व्यवसायात तिला पुरेसा अनुभव होता. हे ऑफिस बाग-ए-अलि-मर्दाखान या भागात होतं. दररोज ती तिथे खेटे घालत असे; परंतु तिथला कारकून तिचं नावच नोंदवून घेत नसे. तिला नुसतं बसवून ठेवत असे.

"समोर न्याहाळण्याजोगी देखणी मुलगी बसलीये, याचा त्याला आनंद वाटत असे."

दिलफ्रोजला हे सहन करता आलं नाही. तिनं ही कल्पना सोडून दिली. कायद्याची पदवीधर असल्यामुळे तिनं कोर्टात प्रॅक्टिस करायचा विचार केला. परंतु तिच्या लगेचच लक्षात आलं की, तिथलं वातावरण मुलींच्या दृष्टीनं योग्य नाही... वेळ निघून चालला होता. कोणतीही नोकरी दृष्टिपथात नव्हती...

"मी २५ वर्षांची होते आणि प्रत्येक जण म्हणू लागलं होतं – तिचं लग्न करून टाका. परंतु मी हेकेखोर आणि हट्टी होते. मला गृहिणी बनून चूल आणि मूल यांतच गुरफटायचं नव्हतं."

अखेरीस नशीब तिच्यावर प्रसन्न झालं. दिलफ्रोजनं ओबेरॉय पॅलेस हॉटेलमध्ये 'गेस्ट रिलेशन्स ऑफिसर' या पदासाठी अर्ज केला. ज्या मुलींना इंटरव्ह्यूसाठी बोलावण्यात आलं होतं, त्या बहुतेक लष्कराची पार्श्वभूमी असलेल्या, उत्तम इंग्रजी बोलणाऱ्या होत्या. दिलफ्रोजला तिथं भांबावल्यासारखं, अवघडल्यासारखं वाटत होतं. ती मुलाखतीसाठी आत गेली, तेव्हा तिला निवडलं जाण्याची अजिबात आशा वाटत नव्हती.

मुलाखत घेणाऱ्यानं विचारलं, "तू कोणत्या शाळेत शिकलीस?"

दिलफ्रोजनं अगदी हळू आवाजात उत्तर दिलं, "गॉर्मेंट स्कूल."

मुलाखत घेणाऱ्याला ऐकू आलं 'कॉन्व्हेंट स्कूल.' त्यानं तिची निवड केली. ही नोकरी फक्त तीन महिन्यांसाठी प्रवाशांची प्रचंड गर्दी असलेल्या मोसमापुरतीच होती.

"तो सर्वकाळ मला भीती वाटत होती की, त्यांनी माझी कागदपत्रं वाचली तर ते मला नोकरीवरून काढून टाकतील. परंतु तसं घडलं नाही."

त्याऐवजी मला तिथे खूप अनुभव घेता आला; खूप शिकता आलं. त्या हॉटेलमध्ये अनेक संपन्न स्थितीतले भारतीय आणि परदेशी लोक राहत होते. त्यांच्याशी संभाषण करता-करता दिलफ्रोजचं इंग्रजी खूपच सुधारलं. संवाद साधण्याचं कौशल्यसुद्धा तिनं त्याकाळात आत्मसात करून घेतलं.

"मी स्वत:च्या बळावर काहीतरी करू शकेन, असा मला आत्मविश्वास लाभला."

त्यामुळे ही नोकरी संपली, तेव्हा दिलफ्रोजनं स्वत:चा छोटासा व्यवसाय सुरू करायचा निर्णय घेतला. तिच्या मनातली कल्पना अगदी साधीसोपी होती – मुलींसाठी प्रशिक्षण संस्था सुरू करण्याची! काश्मीरमधले श्रीमंत लोक आपल्या मुलींना शिक्षण पूर्ण केल्यानंतर नोकरी करू देत नसत; परंतु लग्न होईपर्यंत त्यांनी स्वत:ला कोणत्यातरी छंदात गुंतवून घ्यावं, असं त्यांना वाटत असे. मुलींनी छंदासाठी प्रशिक्षण घ्यावं अशी त्यांची इच्छा असे.

"मला वाटलं की, मी मुलींना कपडे बेतणं-शिवणं आणि टायपिंग-शॉर्टहँड या गोष्टी शिकवू शकेन."

चांगल्या व्यवसायासाठी गरजेची पहिली गोष्ट असते, उत्तम ठिकाणची जागा. दिलफ्रोजनं आपली प्रशिक्षण संस्था श्रीनगरमधल्या 'राजबाग' या झकपक विभागात काढायचं ठरवलं. भाड्यानं उपलब्ध असलेलं एक घर तिनं शोधून काढलं.

"कोणतीही नवी गोष्ट शिकण्याची मला अतीव इच्छा वाटत असे."

"मी कितीही लढा दिला, तरी स्त्रीत्वाची प्रतिष्ठा जपण्याचा माझा प्रयत्न असतो"

तो घरमालक म्हणाला, "ही जागा मी तुला महिना पाच हजार रुपये घरभाड्याच्या करारावर देईन. परंतु तू मला पाच महिन्याचं भांड आगाऊ आणि एकरकमी दिलं पाहिजेस."

त्याकाळात ही प्रचंड मोठी रक्कम होती. ती एवढे पैसे कोठून उभे करणार होती? दिलफ्रोजनं एक धाडसी पाऊल उचललं. तिच्या लग्नाच्या वेळेस सुवर्णअलंकार

विकत घेण्यासाठी तिच्या आजोबांनी २२ हजार रुपये बाजूला ठेवले होते.

"मी ते पैसे घेतले आणि घरमालक श्रीयुत बेग यांना नेऊन दिले. अर्थातच घरी हलकल्लोळ माजला!"

एका काकांनी तिची समजूत घालायचा प्रयत्न केला. ते म्हणाले, "हिला व्यवसाय करायचाय ना? तिला सात हजार रुपयांची एक रिक्षा विकत घेऊन द्या!"

ते म्हणाले, "मी तुला तीन रिक्षा विकत घेऊन देतो. त्या भाड्यानं चालवायला दिल्यावर दररोज संध्याकाळी ते तुला घरी पैसे आणून देतील. तुला कोणतेही कष्ट न करता कमाई करता येईल."

परंतु काहीतरी करण्याची तिची तीव्र तळमळ त्यांना कळली नव्हती.

> *"मला स्वत:ला काम करता-करता इतरांनाही काम मिळवून द्यायचंय!"*

तिच्यापुढलं पहिलं काम होतं, या संस्थेसाठी विद्यार्थिनी शोधण्याचं!

एका अत्यंत श्रीमंत कुटुंबातली मुलगी तिच्या परिचयाची होती. या मुलीच्या आई-वडिलांनी तिला कॉलेजात जायची परवानगी दिली नव्हती.

"रुखसाना, तू माझ्या संस्थेत का दाखल होत नाहीस?"

रुखसानाला त्यात रस असला, तरी तिला त्याची काही घाई नव्हती. दिलफ्रोजनं तिचा पाठपुरावा करून तिचं मन वळवण्याचा प्रयत्न केला. दिलफ्रोज तिला म्हणाली, "अगं, निदान ॲडमिशन तर घे!"

जेव्हा रुखसाना तिच्या आजीकडे करणनगरला गेली तेव्हा दिलफ्रोज तिथवर गेली आणि तिनं रुखसानाकडून फीचे पैसे हस्तगत केले. शंभर रुपये नकद!

एकदा रुखसानानं प्रवेश घेतल्यावर तिच्या आणखी तीन मैत्रिणीसुद्धा दाखल झाल्या. मार्च, १९८८मध्ये ही प्रशिक्षण संस्था सुरू झाली. एका महिन्यात एकूण नऊ मुलींनी प्रवेश घेतला.

दिलफ्रोज या संस्थेची मुख्याध्यापिका होती. ती मुख्य प्रशिक्षिकासुद्धा होती. दिलफ्रोज या मुलींना कपडे बेतणं-शिवणं शिकवू लागली; तर जवळच राहणारी एक सरदारणी त्यांना पुष्परचना करायला शिकवू लागली.

"मी त्या स्त्रीला 'आँटी' म्हणून हाक मारत असे. तिनं माझ्याकडून कधीही शिकवण्याबद्दलचे पैसे घेतले नाहीत."

परंतु दिलफ्रोजला शिवणयंत्रं विकत घ्यावी लागली. एका काकांनी तिला हप्त्यावर चार शिवणयंत्रं मिळवून दिली. या संस्थेतली सारी सामग्री अगदी जुजबी स्वरूपाची असली, तरी वातावरण तरुणाईच्या उत्साहानं ओसंडून वाहत होतं.

"माझ्या डोक्यात सतत नवनवीन कल्पक विचार दाटी करत असत. अचानक

एके दिवशी, मी मुलींना म्हणाले, 'चला! आपण फनफेअर आयोजित करू या!'''

प्रत्येकी पाच रुपयांच्या २०० प्रवेशपत्रिका छापण्यात आल्या आणि मुली त्या विकायला बाहेर पडल्या. या साऱ्या मुली इतक्या देखण्या आणि सुसंस्कृत होत्या की, अल्पकाळात सारी तिकिटं विकली गेली. आणखी तिकिटं छापण्यात आली आणि तीसुद्धा बघता-बघता खपली. आता त्या सर्व जणी विचार करू लागल्या – फनफेअरमध्ये काय-काय करायचं?

या विद्यार्थिनींनी अनेक कल्पक सूचना केल्या. मसूदानं काही मडकी आणली आणि 'मटका फोडो' स्टॉल उभारला. सेहेरानं 'तंबोला'चा (हाउसी) स्टॉल उघडला. सिमरननं तिची म्युझिक सिस्टीम आणली आणि त्यावर सर्वांत नवी अशी लोकप्रिय इंग्रजी गाणी लावली.

दिलफ्रोज कॅश काउंटरवर बसली होती. ती वेगवेगळ्या खेळांसाठी तिकिटं विकत होती. त्यांना क्षणाचीही फुरसत मिळत नव्हती. जनतेच्या मागणीमुळे फनफेअरची मुदत आणखी एका दिवसानं वाढवण्यात आली.

एका कुचाळखोर शेजारणीनं ताशेरा झोडला, ''महिन्यापूर्वीच तर संस्था चालू झालीये आणि लगेचच हा कसला फनफेअर?''

परंतु दिलफ्रोजनं असल्या ताशेऱ्यांना अजिबात धूप घातला नाही. दोन दिवसांचं फनफेअर संपला तेव्हा दीड लाख रुपये जमा झाले होते. शामियानावाला, बंदूकवाला आणि इतर पुरवठादारांचे पैसे चुकते केल्यानंतर २५ हजार रुपये नगद नफा झाला. दिलफ्रोजनं घरमालकाला देण्यासाठी आजोबांकडून घेतलेली सारी रक्कम फनफेअरमधून उभी राहिली होती.

''सुरुवातीला मी युनिव्हर्सिटी उघडायचं स्वप्नं पाहत नव्हते. मुलींना आपल्या पायावर उभं राहण्यासाठी सक्षम करणारे काही कोर्सेस चालू करणं, एवढाच माझा प्रारंभीचा विचार होता.''

''दुसऱ्याचा विश्वास संपादन करणं हा मूल्यवान ठेवा असतो. कुणी तुमच्यावर विश्वास टाकला की, त्यांच्या विश्वासाला पात्र ठरण्यासाठी तुम्ही शर्थीचे प्रयत्न करू लागता!''

''मी आजोबांचे पैसे फेडले. त्या दिवसांनंतर मी कधीही कचरले नाही. मी एकामागून एक धोके पत्करत गेले!''

या मुली इतका मोठा कार्यक्रम यशस्वीपणे तडीला नेतील, असं कुणालाच वाटलं नव्हतं. ते आता यांच्याकडे आदरानं पाहू लागले.

ऑक्टोबर, १९८८मध्ये दिलफ्रोजनं कुटुंबानं शोधलेल्या मुलाशी विवाह करायला

होकार दिला. तिचा भावी पती काझी शबीर अहमद एका सैनिक स्कूलमध्ये इंग्रजी शिकवत होता आणि तिथला तो कमिशन्ड ऑफिसर म्हणजे लष्करी-नियुक्ती मिळवलेला अधिकारी होता. दिलफ्रोजनं आपली संस्था चालू ठेवण्याला त्यानं कोणतीही हरकत घेतली नसली, तरी तिच्या भावी सासूला तो वेळेचा अपव्यय वाटत होता.

"ती सतत माझ्या आई-वडिलांना निरोप पाठवत असे की, तिला कोणतीतरी नोकरी लावून द्या; नाहीतरी तिच्या संस्थेत पाच-दहाच विद्यार्थिनी आहेत!"

जानेवारी, १९८९पर्यंत घातपाती कृत्यं इतकी वाढली होती की, राज्यातली सर्व कॉलेजं बंद करण्यात आली! दिलफ्रोज घरी चरखा चालवण्यात वेळ घालवू लागली.

घरी निष्क्रियतेनं बसून शेजारणींबरोबर कुचाळक्या करण्यात तिला काहीही रस वाटत नव्हता. काश्मीर खोऱ्यातली परिस्थिती सुधारल्यावर तिला पुन्हा आपले क्लासेस सुरू करता आले.

"मधला सारा काळ मी जागेचं भाडं भरत राहिले होते; कारण परिस्थिती सुधारेल याची मला खातरी वाटत होती!"

तिनं तीन महिने कालावधीच शॉर्टहँड टायपिंगचा नवा कोर्स सुरू केला होता आणि अनेकांना त्या कोर्सचं आकर्षण वाटत होतं. कोर्स संपल्यावर मुलींना प्रमाणपत्र हवं असे. दिलफ्रोजनं 'श्रीनगर स्कूल ऑफ मॅनेजमेंट ट्रस्ट' या मथळ्याची लेटरहेड्स छापून घेतली आणि खाली टाइप करून दिलं, 'अमुक-अमुक विद्यार्थिनीने तीन महिन्यांचा शॉर्टहँडचा कोर्स पूर्ण केल्याचं हे प्रमाणपत्र आहे.'

या ट्रस्टची नोंदणी करण्यात आलेली असली, तरी हा कोर्स मान्यताप्राप्त नव्हता. मुलींचे पालक आक्षेप घेऊ लागले की, नोकरीसाठी या प्रमाणपत्राचा काही उपयोग होणार नाही!

दिलफ्रोजने आपल्या कोर्सला शैक्षणिक मान्यता मिळवून घेण्यासाठी टेक्निकल बोर्डकडे धाव घेतली.

"या बोर्डावरचे एक संचालक होते, सलाम बट्ट. देव त्यांचं भलं करो. त्यांनी मला उत्तम मार्गदर्शन केलं."

श्रीयुत बट्ट म्हणाले, "दिलफ्रोज, शिक्षण नियामक मंडळ आणि एआयसीटीई फक्त सेक्रेटेरियल प्रॅक्टिसच्या दोन वर्षांच्या पॉलिटेक्निक कोर्सला मान्यता देतात."

आणखी एक तीन वर्षं मुदतीचा आर्किटेक्चरल असिस्टंटशिपचा कोर्ससुद्धा मान्यताप्राप्त होता. हे दोन्ही कोर्स चालू करण्याची परवानगी मिळवण्यासाठी दिलफ्रोजनं अर्ज केला. दिलफ्रोज या दोन्ही कोर्सना नियामक मंडळाची परवानगी मिळवण्याची वाट पाहत असतानाच श्रीयुत जी.एम.शेख – काश्मीर गव्हर्मेंट

पॉलिटेक्निकचे मुख्याध्यापक – त्यांच्या मुलीसाठी प्रवेश घ्यायला आले. ती मुलगी सेक्रेटरियल प्रॅक्टिस कोर्सची पहिली विद्यार्थिनी ठरली.

''कदाचित शेख साहेबांना माझ्याबद्दल विश्वास वाटत असेल, मला ठाऊक नाही, मी त्यांना कधी भेटले नाही. परंतु त्यांच्या निर्णयाचा मला खूप फायदा झाला!''

लोकांना वाटू लागलं की, ही मान्यताप्राप्त, चांगली संस्था असली पाहिजे! पहिल्याच वर्षी, बारामुल्लासारख्या दूरच्या भागांतूनसुद्धा २२ जणांनी प्रवेश घेतले. एआयसीटीईनं दिलफ्रोजच्या संस्थेला मान्यता दिल्याने हा कोर्स निर्विघ्नपणे मार्गी लागला.

''मी तीन महिने मुदतीचा कोर्स बंद करून अकौंटन्सीसारख्या विषयांसाठी शिक्षक नियुक्त केले.''

विद्यार्थी प्रवेश घेतानाच फी भरत असल्यामुळे शिक्षकवर्गाला नियुक्त करण्याजोगा पैसा हाताशी होता; परंतु आर्किटेक्चरच्या कोर्ससाठी आवश्यक असे ड्रॉइंग बोर्ड विकत घेण्यासाठी पैसा नव्हता.

''शेख साहेबांनी, त्यांच्या पॉलिटेक्निकमधले काही बोर्ड्स आणि सर्व्हेसाठीची सामग्री मला उसनी दिली. त्यामुळे मला खूपच मदत झाली.''

अशीच मोठी मदत तिला तिच्या भावंडांमुळे मिळाली. तिचे भाऊ – बिलाल व इंतेकाब आणि बहीण अरीफा – यांनी विनावेतन व्यवस्थापन पदं सांभाळली.

''माझ्या कॉलेजसाठी मदत करायला माझ्या भावंडांनी प्राधान्यक्रम दिला. मला मदत करण्यासाठी त्यांनी स्वत:चं शिक्षण अर्ध्यावर सोडलं.''

''मी अजिबात घाबरत नाही! माझ्या मुलांची जबाबदारी मी माझ्या बहिणीवर सोपवली आहे. मला काही झालं तर ती त्यांच्याकडे बघेल!''

''पुढल्या पिढीसाठी मी हजारो इंजिनिअर्स घडवले आहेत. माझं ते योगदान आहे!''

हे कुणी आधी योजलं नव्हतं. ते आपसूकच घडत गेलं. या वेळेपर्यंत त्यांचे वडील आजारी पडले होते आणि त्यांनी आपला व्यवसाय बंद केला होता.

एस.एस.एम. पॉलिटेक्निकला लाभलेल्या यशामुळे अनेक प्रतिस्पर्धी निर्माण झाले. १९९२मध्ये 'किते पॉलिटेक' नावाची इन्स्टिट्यूट राजबाग विभागात उभी राहिली. ती मुलामुलींना सहशिक्षण (co-ed) देणारी संस्था असल्यामुळे या संस्थेकडे खूप विद्यार्थी आकृष्ट होऊ लागले.

''माझ्या लक्षात आलं की, आई-वडील मुलांच्या शिक्षणावर मुलीपेक्षा जास्त पैसे खर्च करत असतात. आमची संस्था जिवंत ठेवण्यासाठी आम्हाला त्यात बदल

घडवणं आवश्यक आहे.''

एस.एस.एम. पॉलिटेक्निकनेसुद्धा मुलामुलींना सहशिक्षण द्यायला प्रारंभ केला. 'किते पॉलिटेक' नामशेष झाली, तरी एस.एस.एम. पॉलिटेकची घोडदौड सुरूच राहिली.

प्रारंभिक अडचणींखेरीज, दिलफ्रोजला काही अत्यंत भीषण समस्यांचा सामना करावा लागला. या समस्या दहशतवाद्यांनी उभ्या केल्या होत्या.

'हिजबुल मुजाहिदीन'च्या प्रमुखाचं भलावणीचं पत्र घेऊन कुपवारा येथील एक मुलगी एस.एस.एम. पॉलिटेककडे आली. तिला एकाही वर्गाला उपस्थिती न लावता उत्तीर्ण झाल्याचं प्रमाणपत्र हवं होतं. समस्येत भर म्हणून 'हिजबुल'चा स्थानिक प्रमुख या मुलीला प्रवेश देण्याच्या विरोधात होता. दिलफ्रोज कातरीत सापडली होती.

''मला त्या भीषण दिवसांची आठवणही नकोशी वाटते... मी वाइटात वाईट गोष्टींना सामोरी गेले होते...''

एकेदिवशी सकाळी दिलफ्रोजच्या भावाचं पांपोरहून अपहरण करण्यात आलं. दहशतवाद्यांनी त्याला सोडवण्यासाठी ५० हजार रुपयांच्या खंडणीची मागणी केली. त्याला सोडवून आणण्यासाठी दिलफ्रोज त्या दहशतवाद्यांच्या छावणीत गेली. ती आत चालत जात होती, तेव्हा लांब दाढी ठेवलेल्या तरुण मुलांनी त्यांच्या हातातल्या कलाश्निकोव्ह रायफल्सचा खडखड आवाज करायला सुरुवात केली.

''परंतु मी अजिबात घाबरले नाही. मी टणक मनाची आहे!''

दिलफ्रोज दहशतवाद्यांच्या प्रमुखाला भेटली आणि म्हणाली, ''भाऊ, मी तुमची बहीण आहे...''

पाच हजार रुपये देऊन तिनं ते प्रकरण मिटवलं.

दरम्यान दल गेटजवळील आणखी एका संस्थेच्या कानी पडलं की, अशाप्रकारे खंडणी देण्यात आली आहे. त्यामुळे त्यांनी दिलफ्रोजच्या नवऱ्याचं अपहरण केलं आणि ५० हजार रुपयांच्या खंडणीची मागणी केली.

''पहिल्या टोळीनं दया दाखवली होती. परंतु या मंडळींनी काहीएक ऐकलं नाही. जेव्हा आम्ही म्हटलं की, आमच्यापाशी पैसे नाहीत, तेव्हा त्यांनी आमच्या कॉलेजमध्ये शिरून सामानाची तोडफोड केली.''

अशा आपत्ती आल्या, तरी दिलफ्रोजनं कधीही संस्था बंद करायचा विचार केला नाही! कॉलेज उत्तमप्रकारे चालू राहिलं आणि १९९५ सालापर्यंत त्यातील विद्यार्थ्यांची संख्या प्रचंड प्रमाणात वाढली. या वेळेपर्यंत एआयसीटीईनं आपले नियम बदलले होते. कॉलेज आता भाड्याच्या जागेतून चालवण्यावर निर्बंध घातले गेले होते. ते

कॉलेज स्वत:च्या मालकीच्या जमिनीवर स्वत:च्या इमारतीत भरवलं जाणं बंधनकारक करण्यात आलेलं होतं.

आता जागेसाठी शोध सुरू झाला. परिहासपोरा भागात जमीन अगदी कमी किमतीत उपलब्ध होती. ही जागा श्रीनगरबाहेर २० किलोमीटर अंतरावर आहे. दिलफ्रोजनं '१० कनाल' (१ कनाल = ५०५ चौरस मीटर्स) जागा एका कनालमागे २५ हजार रुपये देऊन विकत घेतली.

''जमिनीसाठीच एवढे पैसे मोजल्यावर माझ्यापाशी फक्त २० हजार रुपये शिल्लक राहिले होते.'' तिनं एक आर्किटेक्ट नेमून इमारतीच्या खर्चाचा अंदाज घेतला.

आर्किटेक्ट म्हणाला, ''तुम्हाला बांधकामासाठी किमानपक्षी २ कोटी रुपये खर्च येईल. तुमच्यापाशी कमीत कमी २० लाख रुपये असायला हवेत.''

गाठीशी पैसाच नसल्यामुळे प्रारंभी बांधलेल्या इमारती दगड-चिखलाचा वापर करून अगदी लहान आकाराच्या बांधाव्या लागल्या होत्या.

तोटक्या सुविधांबाबत विद्यार्थी कुरकुर करत असले, तरी अभ्यासाबाबत त्यांना तक्रारीला जागा नव्हती. अभ्यासावर प्रामाणिकपणे भरपूर भर दिला जात होता.

तशाच प्रामाणिकपणानं दिलफ्रोज कॉलेजचं संपूर्ण व्यवस्थापन सांभाळत होती. कॉलेजच्या वाढीव बांधकामासाठी तिला पैसा उभा करावा लागणार होता. लोकांनी तिला आनंदानं कर्जाऊ पैसे दिले, कारण त्यांच्या विश्वास होता की, दिलफ्रोज शब्दाला पक्की आहे.

''मी पैसे कर्जाऊ घेतले, तर वायदा केलेल्या तारखेला मी ते परत करते. काश्मिरी भाषेत याला 'परतीत' म्हणतात!''

काही समस्या उत्कट समर्पिततेच्या बळावर सोडवता येतात. परंतु अन्य काही समस्या तुम्हाला मुळापासून हादरवून टाकून तुमच्या नीतिमूल्यांची आणि धैर्याची सत्त्वपरीक्षा पाहतात.

एस.एस.एम. कॉलेज ऑफ इंजिनिअरिंगच्या नशिबी ही कसोटी इफ्तिकार हुसेन अन्सारी याच्या रूपानं उभी ठाकली. पट्टण टापूतला हा शिया धर्मीयांचा नेता होता.

''मी संतापले! मी म्हटलं, बघतेच कुणाची मला ठार मारायची टाप आहे ते!''

अन्सारीचं एकमेव स्वच्छ उद्दिष्ट होतं – ''मी इथं कॉलेज चालवू देणार नाही!'' हा मोठा ताकदवान व घातक माणूस होता. पोलीस त्याच्या बाजूनं उभे होते. प्रत्येकानं दिलफ्रोजला तिथून निघून जाण्याचा सल्ला दिला.

"माझ्या नवऱ्यानंसुद्धा हातपाय गाळले होते. परंतु कॉलेज इतकं उत्तम चाललेलं असताना इथून हलणं मला कसं शक्य झालं असतं?''

दिलफ्रोजनं कसाबसा त्याच्या धमक्यांचा सामना केला – तोंडी धमक्या, मानसिक त्रास आणि शारीरिक हल्ल्याच्या धमक्या.

"मी एक स्त्री होते. यामुळेच बहुधा मी टिकून राहू शकले.''

अन्सारीच्या वतीनं अनेकदा पोलिसांची येऊन सुरू असलेल्या बांधकामाची तोडफोड करण्याचा प्रयत्न केला.

"मी त्या इमारतीपुढे उभी राहत असे आणि ते मला बोटही लावू शकत नसत.''

८ मे, १९९५ रोजी नव्या इमारतीची 'स्लॅब' घालती जात होती आणि दिलफ्रोज तिथं देखरेख करत उभी होती. तिचा नवरा पैसे काढण्यासाठी बँकेत गेला होता.

त्यादिवशी ट्रॅक्टर्सवर गुंडांना चढवून स्वत: अन्सारीच तिथं पोचला. त्या साऱ्यांच्या हातात लांबलचक लाकडी काठ्या होत्या. एक ट्रक दगड घेऊन कॉलेजकडे येत होता. एस.एस.एम.पासून काही अंतरावर पोचलेल्या त्या ट्रकला अन्सारीनं आणि त्याच्या गुंडांनी आग लावून दिली.

त्या ट्रकमधल्या लोकांना बंदूकधारी गुंड म्हणाले, "जा आणि मॅडमना घेऊन या!''

दरम्यान खेड्यातल्या लोकांनी येऊन दिलफ्रोजला सावध केलं होतं की, तिचा जीव प्रचंड धोक्यात आहे.

"कृपा करून इथून ताबडतोब निघून जा. आज ते तुझा नक्कीच जीव घेतील.''

सारे जण घाबरले होते आणि कॉलेजबाहेर निघून गेले होते. फक्त दिलफ्रोज जागची हलली नव्हती.

"मला भयंकर संताप आला होता. मी म्हटलं, बघतेच कोण मला मारायला धजावतंय ते!''

परंतु कॉलेजमध्ये जेव्हा चिटपाखरूही उरलं नाही, तेव्हा दिलफ्रोजला थोडी भीती वाटू लागली. तिनं तिच्या व्हिजिटिंग कार्डवर थोडक्यात लिहिलं, "मला सोडवायला या; कारण काही बंदूकधारी गुंडांनी मला वेढा घातला आहे.''

एका मजुरानं हे कार्ड पट्टणमधल्या स्टेशन हाउस ऑफिसरपर्यंत पोचवलं. त्या अधिकाऱ्यानं या विनवणीकडे गांभीर्यानं पाहिलंच नाही. नाहीतरी त्याच्यापाशी वाहन नव्हतंच आणि त्याला वरून कोणतीही सूचनासुद्धा आलेली नव्हती. चालू असलेल्या भांडणात नाक खुपसून त्याला अन्सारीचा राग ओढवून घ्यायचा नव्हता.

परंतु त्याच वेळेस सात टनी मिलिटरी ट्रकमधून अतिरिक्त पोलीस अधीक्षक सोपोरहून श्रीनगरला चालला होता. स्टेशन ऑफिसरनं त्याला म्हटलं, ''साहेब, त्या मॅडमनी आपल्याला मदतीची विनंती करणारी चिठ्ठी धाडली आहे.''

तो एस.पी. ताबडतोब म्हणाला, ''चला, तिथं जाऊ!''

वाटेवर त्याला पेटवून दिलेला ट्रक दिसला आणि एस.एस.एम. कॉलेजकडे जाणारा रस्ता पूर्णपणे निर्मनुष्य झालेला दिसला. काहीतरी नक्कीच गंभीर होतं! एस.एस.एम.ला येऊन पोचल्यावर त्यांनी पटकन दिलफ्रोजला बुलेटप्रूफ कारमध्ये चढवलं. माघारी वळल्यावर त्या पेटलेल्या ट्रकच्या बाजूनं जाताना सर्व बाजूंनी बंदुकीच्या फैरी झडू लागल्या.

''मी मधोमध खाली मुंडी घालून बसले होते. माझ्या खांद्यावरून मशीनगनच्या फैरी डागल्या जात होत्या.''

''हे कॉलेज 'माझी मालमत्ता' आहे असं मी कधीच समजत नाही, उद्या समजा ते बंद पडलं, तर तोटा कोणाचा होणार आहे? समाजाचाच तोटा होणार आहे.''

''मला अजूनही पुरेसं समाधान वाटत नाही... अजूनही मी काही विशेष केलंय, असं मला वाटत नाही. मी कुणीतरी 'विशेष व्यक्ती' आहे, असं मला वाटत नाही.''

कसंबसं हे बुलेटप्रूफ वाहन त्या गोळीबारातून सुखरूपपणे बाहेर काढता आलं आणि पोलीस मुख्यालयापर्यंत पोचलं. तो अतिरिक्त पोलीस अधीक्षक म्हणाला, ''दहशतवाद्यांचा सामना करताना गेल्या दहा वर्षांत पहिल्याच वेळेस त्यांना बंदुकीच्या ९०० फैरी झाडाव्या लागल्या होत्या!'' बंदुकांची लढाई इतकी घनघोर होती की, ते बचावले हा चमत्कारच होता!

परंतु ही घटना घडल्यानंतरसुद्धा दिलफ्रोज मनानं खंबीरच राहिली. ही भल्यासाठी लढत असल्यामुळे हार मानायचा प्रश्नच उद्भवत नव्हता.

तरीसुद्धा एस.एस.पी. मुनीर खान यांनी समझोता घडवून आणायचा प्रयत्न केला. त्यांनी दिलफ्रोज आणि अन्सारी या दोघांना त्यांच्या ऑफिसात बोलावून तिढा सोडवण्याचा प्रयत्न केला. अन्सारी स्वत: आला नाही. त्याने त्याचा भाऊ अबीद याला पाठवलं.

एस.एस.पी.ने दिलफ्रोजला विचारलं, ''मॅडम, तुमचं काय म्हणणं आहे?'' दिलफ्रोज म्हणाली,''ठीक आहे. मी इथून हलायला तयार आहे. परंतु मला माझ्या जमिनीची आणि इमारतीची भरपाई मिळायला हवी.''

जमिनीची किंमत होती नऊ लाख ३० कनाल आणि इमारतींची किंमत होती, १६ लाख म्हणजे एकूण २५ लाख रुपये.

अबीद अन्सारीनं त्याच्या भावाशी बोलणं केलं आणि तो म्हणाला, "हा ५०६ क्रमांकाचा जमिनीचा तुकडा गायी चरवण्याचं कुरण आहे. ते तुमच्या मालकीचं असूच शकत नाही."

दिलफ्रोज उसळून म्हणाली की, त्याच्या स्वत:च्याच लोकांनी हीच जमीन तिला विकली होती आणि त्याबद्दलचे कायदेशीर कागदपत्र तिला दिले होते. अबीदनं आणखीच आक्रमक पवित्रा घेत म्हटलं की, जी जमीन कायदेशीररीत्या विकत घेतल्याचा ती दावा करतेय, तिची किंमत कनाल मागे तीन हजार रुपयांपेक्षा जास्त असूच शकत नाही.

"हिच्याजवळ पापाचा पैसा आहे. मी तिला फक्त दोन लाख रुपये देईन."

त्याचा स्वीकार करणं केवळ अशक्य होतं. पाच किंवा अगदी दहा लाखांपर्यंतचा तोटा सहन करायला दिलफ्रोज सिद्ध होती. परंतु ही किंमत स्वीकरणं म्हणजे सारं काही फुकटात देऊन टाकणं ठरलं असतं. तिनं हा प्रस्ताव स्वीकारला असता तर तिच्याजवळ काहीच उरलं नसतं – जमीनही नाही आणि दुसरीकडे कॉलेज सुरू करण्याजोगा पैसाही नाही!

"मी देवाचं नाव घेतलं आणि मला एक नवंच बळ लाभलं!"

दिलफ्रोजनं तडजोड करून ती जागा सोडायला ठाम नकार दिला. अखेरीस ही लढाई जमिनीसाठी नव्हती. ती लढाई तत्त्वासाठी होती. शिक्षण घेणं हा प्रत्येकाचा मूलभूत अधिकार असतो; परंतु अनेक जण इतरांपासून हा हक्क हिरावून घेऊ पाहत असतात.

"त्याच्या लक्षात आलं होतं की, जर लोक शिकून शहाणे झाले, तर ते त्याच्यावर आंधळेपणानं विश्वास ठेऊन त्याला मतं देणार नाहीत."

परिहासपोराच्या रहिवाशांनीच त्याचं कारस्थान उघडं केलं.

"त्याचे स्वत:चेच लोक माझ्या बाजूनं बोलू लागले. माझ्या दृष्टीनं तो फार मोठा आधार होता."

हे कॉलेज बचावलं आणि त्याची प्रगतीही झाली. बंदुकीपेक्षा लेखणी अधिक बलवान असते, हे त्यायोगे सिद्ध झालं आहे.

२०१३मध्ये वेगवेगळ्या १० शाखांमध्ये या कॉलेजात एकूण चार हजार विद्यार्थी शिक्षण घेत होते. उत्कृष्ट दर्जाच्या शिक्षण संस्थांची वाढती मागणी असूनही काश्मीरमधलं ते एकमेव खाजगी इंजिनिअरिंग कॉलेज आहे. काश्मीर खोऱ्यातलं वातावरण इतकं स्फोटक आहे की, तिथे आर्थिक गुंतवणूक करायला लोक धजावतच नाहीत!

"काश्मीरमध्ये असंख्य इंजिनिअर्स आहेत. त्यांच्यापाशी भरपूर पैसा आणि मालकीच्या जमिनी आहेत. मग इंजिनिअरिंग कॉलेज सुरू करायचं काम देवानं माझ्यावरच का बरं सोपवलं?"

त्याचं कारण असं आहे की, त्यासाठी पैसा किंवा तंत्रज्ञानापेक्षा आंतरिक श्रद्धा आणि विश्वास अधिक गरजेचा असतो. डोळ्यांपुढे ठाम उद्दिष्ट असणं आवश्यक असतं.

"काश्मीर आपल्या भविष्याबद्दल कोणताही निर्णय घेवो! माझे विद्यार्थी काश्मीरची उन्नती करण्यासाठी झटतील, याबद्दल मला खातरी वाटतेय."

काश्मीरच्या या नागरिकांना उत्तम प्रकारे घडवण्यात दिलफ्रोज मनापासून रस घेते आहे. उपाध्यक्ष या पदावर असलेल्या दिलफ्रोजचं ते कर्तव्य नसलं, तरीसुद्धा ती त्याकडे वैयक्तिक लक्ष पुरवते आहे.

"मी कॉलेजमधल्या प्रत्येक मुलाला भेटू इच्छिते. मला त्यांच्या समस्या जाणून घ्यायच्या असतात."

"मी एका शांतता परिषदेसाठी पाकिस्तानात गेले होते; तेव्हा मी श्रीयुत मुशर्रफना म्हणाले, 'तुम्हाला जर काश्मीरबद्दल खरीखुरी आत्मीयता वाटत असती, तर तुम्ही मुलांच्या हाती लेखणीऐवजी बंदुका दिल्या नसत्या. मुसलमान तरुणांना – अगदी लहान मुलांना तुम्ही बंदूक वापरायला लावली नसती.'"

तिला एका गंभीर समस्येवर तोडगा शोधायचा आहे – मानसिक स्वास्थ्य. नुकत्याच घेतलेल्या एका सर्वेक्षणानुसार, १६ वर्षं वयाखालच्या २० टक्के काश्मिरी मुलांना डिप्रेशनची – वैफल्यग्रस्ततेची व्याधी जडली आहे.

"आपली मुलं वैफल्यग्रस्त का आहेत? कारण त्यांनी हास्याच्या खळखळाटाऐवजी फक्त बंदुकींचे आवाजच ऐकले आहेत. ते आवाज ऐकतच ती लहानांची मोठी झाली आहेत!"

मुलांना स्वतंत्रपणे, शांततेत जगता आलं पाहिजे. दिलफ्रोज धर्म आणि राजकारण या विषयांपासून कटाक्षानं दूर राहत असली, तरी ती प्राथमिक नीतिमूल्यांची शिफारस करायला अजिबात कचरत नाही.

कॉलेजातील एक मुलगा तिच्या नजरेला नजर भिडवायला नकार देत होता. तो म्हणत होत की, हादीस शरीफनं आई किंवा बहीण नसलेल्या कोणत्याही स्त्रीच्या नजरेला नजर देण्यास मनाई केलेली आहे.

दिलफ्रोज त्याला म्हणाली, "फक्त तुला जन्म देणारी स्त्रीच मातेसमान असते?

तुला शिक्षण देऊन चांगला माणूस म्हणून घडवणारी स्त्री तुझी आई नसते?''

ज्येष्ठांना, गुरूंना मान देणं, हे सार्वत्रिक तत्त्व आहे. या मुलाच्या ते लक्षात आलं.

''त्यानं आपलं मस्तक वर उचलून माझ्या नजरेला नजर दिली.''

शैक्षणिक दर्जा आणि शिस्त यांनासुद्धा ती तेवढंच महत्त्व देते. एका मुलीनं सर्व वर्गांना आणि अंतिम परीक्षेलासुद्धा दांडी मारली होती, तेव्हा दिलफ्रोजनं तिच्या श्रीमुखात भडकवली.

''मी तिच्याबाबत वैयक्तिक पातळीवर जबाबदार आहे असं मला वाटत होतं; कारण तिचे लंडनस्थित वडील मला म्हणाले होते, 'मी माझी मुलगी तुमच्यावर सोपवून जात आहे.''

परंतु या घटनेनंतर दिलफ्रोजला स्पष्टपणे जाणीव झाली की, आपलं म्हणणं तरुणाईच्या गळी उतरवण्यासाठी संवाद आणि चातुर्य हे पर्याय अधिक चांगले ठरतील. उदाहरणार्थ, काश्मीरमधला अत्यंत नाजूक प्रश्न आहे की, मुलामुलींमध्ये कितपत खेळीमेळीचं वातावरण असावं.

तीन मुली दिलफ्रोजपाशी आल्या आणि त्यांनी विचारलं, ''मॅडम, आम्ही मुलांबरोबर बसून आमच्या प्रकल्पांबाबत चर्चा करू नये, असं प्राध्यापक आम्हाला का सांगत आहेत?''

दिलफ्रोजनं त्यांच्याशी स्वातंत्र्य आणि जबाबदारी या मुद्द्यांबाबत चर्चा केली.

''एखादी आई बोलेल, तसं मी त्यांच्याशी बोलले. मी त्यांना म्हणाले – 'इथे तुम्हाला संपूर्ण स्वातंत्र्य दिलं जातं आहे; परंतु काही विद्यार्थी त्याचा गैरफायदा घेताहेत. मग आम्ही काय करावं बरं?'''

आणि त्या सर्वांनी मला वचन दिलं की, त्यांचं वागणं औचित्यपूर्णच राहील; म्हणजे कोणत्याही पालकांना किंवा राजकारण्यांना एस.एस.एम.मधील विद्यार्थ्यांच्या वर्तनाबद्दल आक्षेप घेता येणार नाही. परंतु जरी एखादी अप्रिय घटना उद्भवलीच, तरी दिलफ्रोज आता हुकूमशहाप्रमाणे वागत नाही.

''आता मी संबंधित विद्यार्थ्याला बोलावते, त्याच्याशी बोलते. त्याची किंवा तिची समस्या जाणून घेते. त्यांच्या अभ्यासाकडे लक्ष देते... आता मी फक्त रागवत नाही. मला आता अन्य क्लृप्त्या कळल्या आहेत.''

काश्मीरमधील शिक्षणखात्याकडून वाट्यास येणाऱ्या असंख्य अडथळ्यांवर मात करण्यासाठीसुद्धा क्लृप्तीचा वापर करणं भाग पडतं आहे. एस.एस.एम. हे खाजगी कॉलेज असल्यामुळे त्याला जम्मू-काश्मीरच्या सरकारकडून अधिकृत मान्यता मिळवून काश्मीर युनिव्हर्सिटीबरोबर संलग्नता मिळवावी लागली. ही संलग्नता मिळवण्यासाठी सात वर्षं प्रतीक्षा करावी लागली. नव्या कोर्सेसबाबत

त्यांना अजूनही अशी संलग्नता मिळवता आलेली नाही.

"गेल्या वर्षी मला पदार्थविज्ञानशास्त्र आणि गणित या विषयांमध्ये एम.एम.सी.चा पदव्युत्तर अभ्यासक्रम सुरू करायचा होता. त्यासाठी आम्ही नवी इमारत बांधून सारी सामग्री विकत घेतली."

कॉलेजसाठी जम्मू-काश्मीर सरकारनं अधिकृत मान्यता दिली; परंतु काश्मीर युनिव्हर्सिटीनं संलग्नता दिली नाही. दिलफ्रोजला हाजीहाजी करणं किंवा वशिले लावणं मंजूर नाही!

"त्यांना मत्सर वाटतो की, दिलफ्रोज इतकं सारं करत असताना तिला आणखी विषयांसाठी मान्यता कशासाठी द्यावी? परंतु हे सारं मी कुणासाठी करते आहे, ही गोष्ट ते लक्षातच घेत नाहीत!"

"आमची मुलं वैफल्यग्रस्त का होतात? कारण ती बंदुकांचे आवाज ऐकतच लहानाची मोठी होतात!"

त्याच दारावर हातानं सारखं ठोकत राहिलात, तर फक्त बोटांचे सांधे खरचटतात! २००९मध्ये एस.एस.एम.ने हरियाणात एक जोड-कॉलेज सुरू केलं आणि तिथे बीबीए आणि एमबीएचे अभ्यासक्रम सुरू केले. नवीन उद्योजकांचं स्वागत हे राज्य खूपच मोकळ्या मनानं करत असतं!

"तुम्ही सर्व प्रक्रिया पूर्ण केल्यात, साऱ्या अटींनुसार संस्था उभी केलीत, तर 'नो ऑबजेक्शन सर्टिफिकेट' (NOC) आणि अधिकृत मान्यता मिळवणं सुलभ असतं."

हरियाणाच्या होडल जिल्ह्यातील गुधशना गावी उभी केलेली 'श्रीनगर इन्स्टिट्यूट ऑफ मॅनेजमेंट ॲन्ड टेक्नॉलॉजी' (SSMT) आता ८०० विद्यार्थ्यांना प्रशिक्षण देते आहे. हे सारे विद्यार्थी काश्मिरी आहेत. ही जागा काश्मीर बाहेरची असली तरी उद्दिष्ट तेच आहे – काश्मिरी तरुणांना प्रशिक्षण देऊन तयार करण्याचं! आयुष्यात काहीतरी करून दाखवायचा स्फुल्लिंग त्यांच्या अंत:करणात चेतवण्याचं!

असाच एक धडपड्या तरुण काही महिन्यांपूर्वी तिला भेटायला आला. तो लंडनला एक कॉफी शॉपमध्ये नोकरीला होता आणि तिथून नुकताच कायमचा परत आला होता.

तो म्हणाला, "मी श्रीनगरमध्ये 'कॅफे कॉफी डे' किंवा 'बरिस्ता' यांपेक्षाही सरस असं कॉफी शॉप चालू करू शकेन. त्यांच्यापेक्षा खूप स्वस्तात तिथं मी कॉफी देईन."

दिलफ्रोजला त्याच्या अंतरीची जाज्वल्य इच्छा जाणवली. तिनं त्याला एक लाख रुपये दिले आणि तिच्या कॉलेजमध्ये कॉफी शॉप उघडायला सांगितलं.

"का? कारण जर बट साहेब, शेख साहेब यांनी मला संधी दिली नसती, तर

आज मी कुठे असते? त्यांनी माझ्यावर विश्वास टाकला.''

त्या तरुणाबरोबर दिलफ्रोजनं कोणताही लेखी करार केलेला नाही. तिनं त्याच्याकडून भाडं किंवा भाड्याचे आगाऊ पैसे मागितलेले नाहीत. त्याला नफा सुटू लागला की, तो स्वतःहून तिच्या पैशांची परतफेड करू लागेल.

समाजाचं ऋण चुकतं करण्यासाठी दिलफ्रोजनं ग्रामीण काश्मीरमधील शेकडो स्त्रियांना व्यावसायिक प्रशिक्षण आणि कर्जाऊ पैसे दिले आहेत. त्याखेरीज वर्षातून दोन वेळा ती दोन क्विंटल तांदूळ, नमकिन गोष्टी, चहा आणि साखर या गोष्टी गरजूंमध्ये फुकट वाटते.

''इथे इतकं द्रारिद्र्य आहे! मी काहीतरी करायलाच हवं, असं मला वाटतं. माझं बालपण ज्याप्रकारे गेलं, त्यामुळे अशा लोकांच्या यातना मी समजू शकते. अशी माझी वृत्ती आहे.''

याच मनोवृत्तीमुळे दिलफ्रोज कुपवारातील बलात्कार झालेल्या ३० स्त्रियांपर्यंत पोचली. तिनं त्यांच्या पुनर्वसनासाठी मदत केली. तिच्या या आणि अशाच अनेक सत्कार्यांसाठी, शांततेसाठी कार्यरत असलेल्या आणि २००५ सालच्या 'नोबेल पीस प्राइझ'साठी संयुक्त नामांकन मिळवलेल्या जगभरातील एक हजार स्त्रियांमध्ये दिलफ्रोजचं नामांकन करण्यात आलं होतं.

''मला हे पत्र मिळालं, तेव्हा माझं मन अगदी निर्विकार होतं. संध्याकाळपर्यंत थोडीशी आनंदाची भावना वाटू लागली. परंतु मी प्रशस्तिपत्रकं आणि पारितोषिकं यांना फारसं महत्त्व देत नाही. या साऱ्या गोष्टी राजकारणावर अवलंबून असतात!''

दिलफ्रोजला तिच्या स्वकीयांनी केलेलं कौतुक मोलाचं वाटतं. तिचे विद्यार्थी, तिचे सहाध्यायी, तिचे स्नेही यांच्या प्रेमाचं तिला मोल वाटतं. एका प्राध्यापकानं तिची तुलना परिहासपोराला गतवैभव मिळवून देणाऱ्या राजकन्येशी केली होती. परिहासपोरा ही प्राचीन काळातल्या काश्मीरची राजधानी होती.

''एका काश्मिरी माणसानं उच्चारलेले हे शब्द मला अतिशय प्रेरणादायी वाटले.''

परंतु सर्वाधिक आधार आणि प्रेरणा तिला तिचे कुटुंबीय पुरवत आहेत. तिचा पती शबीर काझी साऱ्या बऱ्यावाईट काळात तिला खंबीरपणे आधार आणि उत्तेजन देत तिच्या पाठीशी पहाडासारखा उभा आहे. तिच्यावर कधी टीका झाली, तर तो फक्त म्हणतो, ''मेलेल्या कुत्र्याला कोणी कधी लाथ घालत नसतं!''

१९८९ सालापासून, शबीर त्यांच्या संस्थेचा एक घटक बनला आहे आणि सध्या तो एस.एस.एम. कॉलेज ऑफ इंजिनिअरिंगचं अध्यक्षपद भूषवत आहे.

तिच्या स्वप्नपूर्तीसाठी तिच्या आई-वडिलांनीसुद्धा मोठी भूमिका बजावलेली आहे.

“ते माझ्याजवळ होते हे माझं परमभाग्य! त्यांच्यामुळे माझ्या मुलांना माझी कधी उणीव भासली नाही.”

खरंतर, तिची भावंडंसुद्धा एकाच परिसरात राहतात. त्यामुळे संध्याकाळी सारे कुटुंबीय एकत्र जमतात. ते चर्चेसाठी एखादा विषय निवडतात किंवा वेगवेगळी गाणी गातात.

“संगीत तुम्हाला साऱ्या तणावांचा विसर पाडतं. मला बागकाम आणि जलतरणसुद्धा अत्यंत प्रिय आहे.”

तिच्या थोरल्या दोन मुली इन्सिया आणि साना श्रीनगरबाहेर शिक्षण घेत आहेत. धाकटी हया अजून शालेय शिक्षण घेत आहे. त्यांची आई कामात व्यग्र असते हे त्यांना ठाऊक असल्याने त्या तिला समजून घेतात.

“मी लहानसहान मौजेसाठी वेळ काढायचा प्रयत्न करते. कधीकधी आम्ही अचानक मोटारनं सैर करतो, आइसक्रीम खातो. त्या दिवशी कॉलेजमध्ये घडलेल्या गोष्टींबद्दल मी त्यांच्याशी चर्चा करते; गाड्या निर्णयांबद्दलची त्यांची प्रतिक्रिया जाणून घेते.”

दिलफ्रोजच्या मुली तिचा न्यायनिवडा करतात, तिच्या कामाचं टीकात्मक परीक्षण करतात आणि त्या तिच्या जिवलग सख्याही आहेत. ती जेव्हा ‘वाझवात’ऐवजी साधा भात आणि अंडाकरी पसंत करते, तेव्हा त्या तिला चिडवतातसुद्धा.

“तुला चांगल्या भोजनाचा आस्वाद घ्यावासा वाटत नसला, तर इतका पैसा कमावून काय फायदा आहे?” असं त्या आईला दटावतात.

तिला दागिने किंवा महागड्या कपड्यांवरसुद्धा पैसा खर्च करायला आवडत नाही! एकच अपवादात्मक गोष्ट तिला प्रिय आहे – दर वर्षीचा परदेश प्रवास! चैन म्हणून नव्हे, तर साहसाचा शोध घेण्याच्या वृत्तीनं! या साहसप्रेमापायीच अलीकडे दिलफ्रोजनं तिच्या फॉर्चुनर गाडीतून तिच्या मुलींसमवेत गुरेझ व्हॅलीमध्ये भ्रमंती केली.

“आमच्या स्वत:च्याच राज्यात पाहण्यासारखं इतकं काही आहे. परंतु ‘माझं राज्य’ हा शब्द मला आवडत नाही! सारं जगच मला आपलं वाटतं.”

लोकांनी मोकळेपणानं मिसळावं, एकमेकांकडून शिकावं, प्रेमानं एकमेकांना स्वीकारावं! हीच काश्मिरी वृत्ती आहे! हीच माणुसकी आहे!

“एका एनजीओने मला अध्यक्ष म्हणून बोलवलं, परंतु त्यांचं म्हणणं होतं की, साऱ्या बिगर-काश्मिरी लोकांना काश्मीरबाहेर हाकलून देण्यात यावं. मला ही वृत्ती पटत नाही!”

याचा देशभक्ती किंवा राष्ट्रप्रेमाची उत्कट भावना यांच्याशी काडीएवढाही संबंध नाही.

"देवानं हे सुंदर जग निर्माण केलंय. कुठं त्यानं पर्वत उभे केलेत, तर कुठं महासागर. कुठं त्यांनी संत्री पिकवलीत, तर कुठं सफरचंद!"

पर्वतावर वास्तव्य करणाऱ्याला सागराची ओढ वाटते; तर सागरकिनारी राहणाऱ्याला पर्वतांचं वेड वाटतं. ही सहजभावना असते. आपणच मधोमध भिंती उभ्या करत असतो.

"मी देवाला म्हणते – हे सारं तुझंच आहे. तूच या साऱ्याचं रक्षण कर. माझं काहीही नाहीये!"

या जगात तुम्ही एकटेच येता आणि जगातून एकटेच जाता. तुम्ही तुमच्या मागे केवळ तुमच्या अस्तित्वाचा सुगंध आणि इतरांच्या हृदयात उत्कट प्रेमभावना मागे ठेवून जात असता.

तरुण उद्योजकांसाठी कानमंत्र!

स्त्रिया उद्योजक झाल्यास खूप यशस्वी होतील. कारण स्त्रिया अत्यंत काळजीपूर्वक, पद्धतशीरपणे काम करतात. त्यांनी कोणतंही काम हाती घेतलं की, त्या ते श्रद्धापूर्वक करत राहतात. चीनचंच पहा ना! तिथे स्त्रिया इतके उद्योग करत असल्यामुळेच त्या देशानं प्रगती केली आहे.

एकच समस्या आहे! स्त्रिया फार चटकन हार मानतात. झुंज देण्याची शक्ती त्यांच्या ठायी नसते. केवळ भांडणासाठी भांडण करायचं नसतं. शक्यतो समस्या युक्तीनं सोडवायच्या असतात. कारण ध्येयप्राप्ती करणं ही महत्त्वाची गोष्ट असते.

सहनशीलता दाखवा; परंतु ध्येयप्राप्तीकडे वाटचाल करायचं थांबवू नका. तुम्हाला सातत्यानं प्रयत्न करावे लागतात.

कुणीतरी तुमच्यापुढला एक रस्ता बंद केला, तर दुसरा पर्याय शोधा. कुणी माझ्यापुढला दरवाजाच बंद केला, तर मला खिडकीतून शिरता येईल का, असा विचार करते. जगात अशी कोणतीही गोष्ट नाही की, जिच्याकडे जायचा पर्यायी मार्ग उपलब्ध नाही.

नेहमी भविष्यकालीन योजना आखत रहा. तुम्ही माझी डायरी पाहिलीत, तर त्यातली सुरुवातीची दोन पानं माझ्या या वर्षीच्या योजनांनी भरलेली आढळतील!

चला! या कार्यारंभ करू या!

संजय विजयकुमार, सिजो कुरुव्हिला जॉर्ज आणि प्रणव सुरेश : स्टार्टअप व्हिलेज कोची, केरळ

केरळातील कॉलेज कँपसवरून सुरू झालेली ही नवी कंपनी नवं उद्दिष्ट तडीला नेऊ पाहते आहे – केरळमधील विविध कॉलेजांमध्ये 'स्टार्टअप' व्हायरस फैलावण्याचं उद्दिष्ट! विविध कॉलेजांमधील मुलांना नवे उद्योग सुरू करायला प्रेरित करण्याचं उद्दिष्ट. त्यांचं दिवास्वप्न आहे : अशा एक हजार उदयोन्मुख कंपन्यांना विविध प्रकारचं साहाय्य पुरवून अमेरिकेतील कॅलिफोर्नियामधल्या सिलिकॉन व्हॅलीसारखा 'सिलिकॉन कोस्ट' केरळमध्ये संस्थापित करणं!

मध्यमवर्गीय पार्श्वभूमीच्या कोणत्याही तरुणाला औद्योगिक जगत हे तुरळक भाग्यवंतांचं जग वाटत असतं. त्यामुळे त्याकडे ते चोरटे दृष्टिक्षेप टाकून त्या जगातली हालचाल दुरूनच न्याहाळू शकतात; परंतु तिथे त्यांना कधीच कुणीही आमंत्रण देऊन बोलवणार नाही, हे त्यांना मनोमन माहीत असतं.

अशा ठिकाणी प्रवेश करायचा एकच मार्ग असतो : घुसखोरी करून आत शिरण्याचा! संजय विजयकुमारनं नेमकं तेच केलं. त्रिवेंद्रमच्या इंजिनिअरिंग कॉलेजात द्वितीय वर्षाचा विद्यार्थी असताना संजयनं आणि त्याच्या काही मित्रांनी थोडे जास्तीचे पैसे मिळवण्यासाठी एक व्यवसाय सुरू केला. आणि तो अल्पावधीतच अपेक्षेपलीकडे यशस्वी झाला.

स्टीव्ह जॉब्जचा आदर्श डोळ्यांपुढे ठेवून संजयनं त्याच्या सात वर्गमित्रांना एकत्र केलं. आणि या व्यवसायाच्या यशामुळे हुरूप मिळवून त्यातून एक कंपनी स्थापित केली.

त्रिवेंद्रममधील 'टेक्नॉलॉजी बिझनेस इंटरनेट'मध्ये (TBI) इन्क्युबेट झालेली ही पहिली विद्यार्थी संस्था होती. ही गोष्ट घडली; ऑगस्ट, २००५मध्ये. त्याचवेळेस, या मुलांच्या डोळ्यांपुढे भव्यदिव्य कल्पना होती. त्या कल्पनांना ते 'सिलिकान व्हॅलीची स्वप्न' म्हणू लागले. अमेरिकेतील सिलिकॉन व्हॅलीसारखी व्यवसाय-संस्कृती केरळमध्ये रुजवायची त्यांची आकांक्षा होती. अशी संस्कृती – जिथं तरुण उद्योजकांना उत्तेजन आणि आधार दिला जाईल.

"आम्हाला भेटलेल्या कोणत्याही महत्त्वाच्या व्यक्तीला आम्ही आमची ही कल्पना सांगत असू. परंतु त्यावेळेस आम्ही तरुण होतो. आमचं बोलणं कुणी गांभीर्यानं घेतच नसे!"

आता सात वर्षांनी, MobME ही २५ कोटींची मोबाइल-इंटरनेट कंपनी बनली असून तिनं अफाट यश मिळवलं आहे. आता सरकारनं या स्वप्नाळू तरुणांशी हातमिळवणी करून त्यांचं 'सिलिकॉन व्हॅली'चं स्वप्न वास्तवात उतरवण्याचा चंग बांधला आहे.

कोचीमधील 'स्टार्टअप व्हिलेज' हा पहिलाच सरकारी आणि खाजगी भागीदारीचा आदर्श ठरेल असा, 'टेक्नॉलॉजी बिझनेस इन्क्युबेटर' (TBI) आहे. ही जागा उत्कट इच्छा, ऊर्जा आणि कल्पनांच्या उद्रेकानं फसफसते आहे!

या इमारतीमधले कॉरिडॉर्स आपल्या भिंतींवर प्रेरक बोधवचनं मिरवत आहेत आणि 'कोडर्स' नवे-नवे ॲप्स बनवण्यात गर्क आहेत. परंतु त्यांच्या संकल्पनांसाठी बाजारपेठ आवश्यक आहे; त्यांना वित्तनिवेशकांची गरज आहे . सर्वांत महत्त्वाची गोष्ट म्हणजे, त्यांना पाठीवर उत्तेजनाची थाप देणारं; 'उत्तम काम करतो आहेस, करत रहा!' असं म्हणणारं कुणीतरी हवं आहे.

"आम्ही फार भाग्यवान होतो. आम्हाला अतिशय उत्कृष्ट मार्गदर्शक आणि गुरू लाभले. प्रत्येक उदयोन्मुख कंपनीला तसे मार्गदर्शक आणि गुरू लाभले, तरच त्यांना यश लाभतं!"

गरज आहे मोठी स्वप्नं पाहण्याची – तुमच्या राज्यासाठी, तुमच्या देशासाठी

आणि उद्योजकत्व या संकल्पनेसाठी!
तुम्ही उद्योगविश्वात घुसखोरी तर केलीच आहेत. आता त्या विश्वाची प्रवेशद्वारं सर्वांसाठी खुली करून द्या!
नव्या लोकांना आणि त्यांच्या नव्या कल्पनांना मुक्तद्वार मिळवून द्या – एक नवंच विश्व उदयाला आणा!

चला! या कार्यारंभ करू या!

संजय विजयकुमार, सिजो कुरुव्हिला जॉर्ज आणि प्रणव सुरेश : स्टार्टअप व्हिलेज कोची, केरळ

संजय विजयकुमार त्रिवेंद्रममध्ये जन्मला.

"तुम्ही केरळमध्ये जन्म घेतलात, तर तुम्हाला इंजिनिअर किंवा डॉक्टर बनावंच लागतं! परंतु का कोण जाणे, मला चारचौघांसारखं वागायची अजिबात इच्छा नव्हती."

बास्केटबॉल खेळाडू बनणं, हे संजयचं स्वप्न होतं. नवव्या आणि दहाव्या इयत्तेत असताना संजय हा खेळ राष्ट्रीय पातळीवर खेळला. 'स्पोर्ट्स ऑथॉरिटी ऑफ इंडिया'नं त्याची पुढील प्रशिक्षणासाठी निवड केली.

परंतु जेव्हा त्यानं वडिलांपाशी जाऊन म्हटलं, "आबा! मला आणखी अभ्यास करायचा नाहीये. मला बास्केटबॉल खेळायचाय." तेव्हा त्याचे वडील म्हणाले, "सचिननं क्रिकेटमध्ये जशी कामगिरी केली, तशी तुला बास्केटबॉलमध्ये करता आली नाही, तर तुला अजिबात पैसा मिळणार नाही!"

बास्केटबॉल खेळाडूला केरळमध्ये मिळणारी एकमेव नोकरी होती – राज्य विद्युत महामंडळातील कारकुनाची!

संजयनं बास्केटबॉल खेळणं थांबवलं. मग तो इंजिनिअरिंग आणि आर्किटेक्चरच्या प्रवेश परीक्षांसाठी तयारी करू लागला. संपूर्ण भारतभरात बाविसावा क्रमांक मिळवून त्यानं दिल्लीतील 'स्कूल ऑफ प्लॅनिंग अ‍ॅन्ड आर्किटेक्चर'मध्ये प्रवेश मिळवला. उटी आणि कोडाइकॅनॉल पलीकडे कुठेही न गेलेल्या लहान गावच्या मुलासाठी दिल्लीला जाणं हे मोठ्ठं साहसच होतं.

परंतु त्रिवेंद्रममधील इंजिनिअरिंग कॉलेजात दुसऱ्या वर्षाचं शिक्षण घेणाऱ्या त्याच्या भावानं त्याला एक सुज्ञपणाचा सल्ला दिला.

त्याचा भाऊ म्हणाला, "दिल्लीत तू कुणालाही ओळखत नाहीस. तिथं कशासाठी जातो आहेस? केरळमध्ये खूप बास्केटबॉल खेळाडू आहेत – इथंच रहा!"

संजयला हे पटलं. शिवाय त्याला आईच्या हातच्या जेवणाचाही मोह पडला! त्यामुळे संजयनं आपला बेत बदलून त्रिवेंद्रममधील इंजिनिअरिंग कॉलेजात प्रवेश घेतला. त्यानं इंडस्ट्रियल इंजिनिअरिंग ही शाखा निवडली. परंतु काहीतरी वेगळं करण्याच्या विचाराचा भुंगा अजून त्याचा मेंदू पोखरतच होता.

कॉलेजाच्या प्रवेशद्वाराजवळच्या 'सल्ला कॉफी हाउस'मध्ये बसून संजय आणि त्याचे मित्र वेगवेगळ्या गोष्टींवर विचार करत असत. तेव्हा मोबाइल फोन्सनी कॉलेज कँपसमध्ये नुकताच प्रवेश केला होता. मोबाइल फोन ही नवी फॅशन बनली होती. संजयच्या लक्षात आलं की, कँपसवर मोबाइल फोन्सची 'रिचार्ज कुपन्स' विकून तो पैसा मिळवू शकेल.

"आमच्या लगेचच लक्षात आलं की, फोन कंपन्यांच्या विविध योजना असल्या, तरी त्यातील एकही योजना विद्यार्थ्यांच्या दृष्टीनं आकर्षक नाही!"

२००५मध्ये संजय आणि त्याचा मित्र – विवेक फ्रान्सिस 'बीपीएल'च्या त्रिवेंद्रममधील मोबाइल ऑफिसात शिरले. त्यांनी सेल्स खात्याच्या प्रमुखाला भेटायची इच्छा दर्शवली. त्याच्यापुढे ते अगदी आगाऊपणे म्हणाले की, कंपनीला कँपसमध्ये लोकप्रियता मिळालेली नाही, कारण कंपनीला कॉलेज विद्यार्थ्यांच्या गरजाच कळलेल्या नाहीत.

तेथील सेल्स खात्याच्या प्रमुखानं त्यांना विचारलं, "तर मग आम्ही काय करायला हवं असं तुम्हाला वाटतंय?"

त्या सेल्स प्रमुखानं सॉफ्टवेअरमध्ये थोडेसे बदल करून विद्यार्थ्यांसाठी खास असा 'टॉक टाइम प्लॅन' बनवायला कबुली दिली. या योजनेअंतर्गत, सहा महिन्यांचे पैसे भरल्यावर सहा महिने मोफत दिले जाणार होते. तसेच तेच नेटवर्क वापरणाऱ्या मित्रांशी बोलताना सवलतीचे दर दिले जाणार होते.

"आम्हाला रोख पैसे देणं शक्य होणार नाही. परंतु तुम्ही आम्हाला १०० सिम कार्ड्स उसनी दिलीत, तर ती आम्ही आमच्या मित्रांमध्ये खपवू," संजय म्हणाला.

कंपनीनं ही विनंती मान्य केली. संजयनं त्याच्या कॉलेजातल्या आणि राज्यभरातल्या इतर कॉलेजातल्या त्याच्या मित्रांना हाताशी धरून कार्ड्स विकायला प्रारंभ केला. सुरुवातीचं उद्दिष्ट होतं, पुढल्या वर्षभरात एक हजार सिम कार्ड्स विकण्याचं. पण अवघ्या तीनच महिन्यांत त्यांनी १४ हजार सिम कार्ड्स विकून आठ लाख रुपयांचा नफा मिळवला!

"पुढल्या महिन्याभरात आम्ही त्यातले चार लाख रुपये उडवून टाकले! आम्ही कॉलेजमधल्या छकड्या पोरींना मोठाल्या रेस्टॉरंट्समध्ये जेवायला घेऊन गेलो... आम्ही बंगळुरूला गेलो, मोटार बाइक्स आणि महागडे मोबाइल फोन्स विकत घेऊन आलो."

पैसे उधळायची तृष्णा शमल्यावर या मुलांनी काहीतरी सर्जनात्मक काम करायचं ठरवलं.

''स्टीव्ह जॉब्ज आणि सिलिकॉन व्हॅलीतले अनेक लोक आमचे प्रेरणास्थान होते. त्यामुळे आम्ही विचार केला, 'आपण आपली कंपनी का सुरू करू नये?'''

संजय आणि विवेक यांनी त्यांच्या कॉलेजमधील इतर पाच सहाध्यायांना हाताशी घेऊन एक पार्टनशिप कंपनी चालू केली. (हे इतर सहाध्यायी होते : सोनी जॉय, प्रणव सुरेश, अनिल अँटनी, विष्णू गोपाल, होजे ल्यूक.) त्रिवेंद्रमच्या लॉयला स्कूलमधील बालवर्गापासून हे सारे एकमेकांचे जिवलग दोस्त होते. त्यांच्या कंपनीचं नाव होतं – 'टॉर्क टेक्नॉलॉजी सोल्यूशन्स'.

हे सारं ठीक होतं, परंतु नवी कंपनी काय करणार होती? मल्याळी सिनेमांच्या जाहिराती करणारे रिंगटोन्स आणि वॉलपेपर्स तयार करून त्यायोगे मोबाइल्सवर नव्या सिनेमांचा प्रचार करायचं त्यांनी ठरवलं. हे हिंदी सिनेमांसाठी सर्रास केलं जात असे; परंतु केरळमध्ये अद्याप तसा प्रयोग झालेला नव्हता.

''आम्ही मम्मूटीला भेटून आमची कल्पना त्याच्या गळी उतरवायचं ठरवलं.''

परंतु कॉलेजची पोरं केरळच्या अमिताभ बच्चनपर्यंत पोचणार तरी कशी? ही पोरं कोचीला गेली आणि मम्मूटीला शोधत त्यांनी वेगवेगळे स्टुडिओ पालथे घातले. अखेरीस एका स्टुडिओत त्यांना हा सुपरस्टार सापडला. तेव्हा संजयनं आणि त्याच्या मित्रांनी त्याची प्रत्यक्ष भेट घेण्यात यश मिळवलं.

''वाटेतल्या लोकांना आम्ही ज्या गोष्टी सांगितल्या, त्या त्यांना समजल्या नसल्या, तरी त्या मोलाच्या आहेत एवढा त्यांना बोध झाला. त्यामुळे त्यांनी आम्हाला थेट वरपर्यंत पाठवून दिलं!''

तंत्रज्ञान आणि मोबाइलच्या दर्दी असलेल्या या सुपरस्टारने त्याच्या नव्या 'राजमाणिक्यम' या चित्रपटासाठी 'काहीतरी नवं' करण्याचा निर्णय घेतला. जेव्हा हा सिनेमा सुपरहिट झाला तेव्हा अनेक निर्माते संजयपुढे रांगा लावून उभे राहिले.

''केरळमधील सर्व प्रमुख कलावंतांचे 'राइट्स' आम्ही काबीज केले. त्यामुळे आम्ही केरळ चित्रपट व्यवसायाचे 'हंगामा' किंवा 'मौजे' बनलो.''

MobMEने लवकरच सर्व प्रसारमाध्यम कंपन्यांशी करार केले. 'ऑनमोबाइल'पासून 'डिआटाइम्स'पर्यंत सर्वांची कंत्राटं त्यांनी मिळवली. मग ही मंडळी बीपीएल मोबाइलकडे गेली आणि त्यांनी लक्षावधी नव्या कल्पना सुचवल्या. त्यातली एक कल्पना होती – 'आउट डायलर सर्व्हिस'साठी व्हॉइस सर्व्हर्स सुरू करण्याची.

''गंमत म्हणजे आम्ही स्वत: कधी एकदासुद्धा सर्व्हर-रूम आतून पाहिली नव्हती किंवा सर्व्हर कसा दिसतो, हेसुद्धा आम्हाला ठाऊक नव्हतं.''

त्यांनी आयबीएमला फोन करून एका सर्व्हरची जेव्हा मागणी केली, तेव्हा त्या सेल्स प्रतिनिधीनं त्यांना सर्व्हरबाबतचा तपशील विचारला.

"आम्ही त्याला म्हटलं, 'दोन लाख किमतीचं मशीन पाठवून द्या.' आम्ही अंदाज बांधला की, महागानं मशीन कामाचा भार पेलेल आणि आम्हाला हवं ते सारं करेल."

अशा पठडीबाहेरच्या मार्गांनी त्यांनी आगेकूच सुरू ठेवली. ते वर्गाबाहेर जास्त वेळ घालवू लागले, तरी वेळ वाया घालवत नव्हते. ते फक्त सैद्धान्तिक चर्चा न करता वास्तवातले प्रयोग करून पाहत होते; गोष्टी मार्गी लावत होते.

"उद्योजकानं एखाद्या मस्तवाल बैलाच्या जोमानं काम केलं पाहिजे आणि भटक्या जिप्सीचं आयुष्य जगलं पाहिजे."

ऑगस्ट, २००५मध्ये कॉलेजची पाचवी सेमीस्टर सुरू झाली, तेव्हा या मंडळींनी त्यांच्या 'व्यवसाया'बाबत गांभीर्यानं विचार करायचं ठरवलं. त्रिवेंद्रममध्ये उद्योजकतेवर एक परिषद भरवली जाणार होती. त्या बातमीकडे त्यांचं लक्ष गेलं.

"आम्ही आमची बंगळुरूची 'इंडस्ट्रियल टूर' अर्ध्यावरच सोडली आणि या 'टेक्नोपार्क'मध्ये गेलो. ही उच्च तंत्रज्ञानाची अफलातून जागा होती... तिथल्या इमारती काचेच्या होत्या."

या टेक्नोपार्कमधले तंत्रज्ञान सल्लागार, श्रीयुत आर.सी. दत्त यांना समजेना की, डोळ्यांपुढे कोणताही व्यवसायाचा आराखडा नसलेल्या आणि गाठीशी काहीही पैसा नसलेल्या इंजिनिअरिंग कॉलेजातल्या विद्यार्थ्यांना ते मार्गदर्शन तरी काय करणार! परंतु त्यांना या मुलांची जिद्द आवडली आणि ते काहीतरी करून दाखवतील असं त्यांना वाटलं. त्यांनी या मुलांच्या कंपनीला आपल्या पंखाखाली घेतलं. ते त्यांचे पहिले गुरू झाले.

'टॉर्क'ला एक प्रयोग समजून टेक्नोपार्कनं 'डिपार्टमेंट ऑफ सायन्स अ‍ॅन्ड टेक्नॉलॉजी' (DST)कडे इन्क्युबेटर सुरू करण्याची परवानगी मागितली. ऑगस्ट, २००६मध्ये टेक्नॉलॉजी बिझनेस इन्क्युबेटर सुरू झाला. एवढंच नव्हे; तर संजयला त्यांनी संचालक मंडळात घेऊन धोरणं आखायची परवानगी दिली.

"त्यांनी मला सांगितलं की, तुला जे-जे हवं असेल, ते तू धोरणाच्या यादीत समाविष्ट कर; म्हणजे तुझ्यानंतर इथं येणाऱ्या उदयोन्मुख उद्योगांनासुद्धा तेच लाभ मिळतील."

उदाहरण घ्या भाड्याचं. त्यावेळेस, चौघांना बसता येण्याजोग्या जागेचं तिथलं मासिक भाडं होतं दरमहा १४ हजार रुपये. हा दर खाली आणून त्यांनी दरमहा चार हजार रुपये इतका केला. परंतु टॉर्कला तेवढे पैसे देणंसुद्धा शक्य नव्हतं.

“आमच्या संपूर्ण सेमीस्टरच्या इंजिनिअरिंग फीजच पाच हजार रुपये होत्या.”

अखेरीस टेक्नोपार्क टीबीआयनं त्यांना संपूर्ण १२ महिन्यांचं भाडं माफ करून टाकलं. हे तरुण उद्योजक वेगवेगळ्या सेवा-सुविधा पुरवण्यासाठी टेलिकॉम-ऑपरेटर्स आणि टीव्ही वाहिन्यांबरोबर काम करू लागले.

“आमच्या टीममधला विष्णू गोपाल प्रोग्रॅमिंग-तज्ज्ञ होता. आम्ही इतर जण हळूहळू कामचलाऊ स्वरूपाचं प्रोग्रॅमिंग शिकत गेलो.”

त्रिवेंद्रम येथील इंजिनिअरिंग कॉलेजमध्ये तिसऱ्या वर्षात शिकणाऱ्या विष्णूनं उन्हाळ्याच्या सुटीत मोबाइल्सवर परीक्षेचे निकाल दाखवण्याची सुविधा तयार केली होती. त्यानं MobMEमधील साती जणांचं नेतृत्व करून सर्व माहिती एकत्रितपणे देणारी ‘फास्ट कोड’ ही सुविधा निर्माण केली. (ही कंपनी केरळमधील मोबाइल-ऑपरेटर्ससाठी बल्क मेल्स म्हणजेच एकत्रितपणे एकाच वेळेस अनेक मेल्स पाठवण्याचं कामही करून देऊ लागली.)

अर्थात ग्राहकांना कबूल केल्यावेळेत काम करून देणं आणि एकीकडे अभ्यास करणं ही तारेवरची कसरतच होती. नशिबानं, २००७ सालच्या मध्यापर्यंत सिजो कुरुव्हिला जॉर्ज यानं पदवी मिळवली होती. त्यानं आपली इन्फोसिसमधली नोकरी सोडून दिली आणि या व्यवसायासाठी तो पूर्णवेळ काम करू लागला.

सुरुवातीच्या या उत्साहाच्या दिवसात या तरुण उद्योजकांना त्यांच्यावर विश्वास टाकणारे मातब्बर लोक मिळवता आले, हे त्यांचं भाग्यच होतं. मम्मूटीनं त्यांची ओळख त्याच्या चार्टर्ड अकौंटंटबरोबर – सानिलकुमारबरोबर – करून दिली होती.

“या चार्टर्ड अकौंटंटनं आमच्या यशासाठी खूपचं मोठं योगदान दिलं... त्याच्यामुळेच आम्हाला आमचा पहिला वित्तनिवेशक मिळवता आला.”

सानिलकुमारला ओळखणं म्हणजे ‘लिन्क्ड इन नेटवर्क’ मिळवण्यासारखंच होतं. त्यानं MobMEच्या संस्थापकांची ओळख पट्टारा या मल्याळी उद्योजकाबरोबर करून दिली. या होजे पट्टारानं गल्फमध्ये भरपूर पैसा कमावला होता. या मुलांनी त्याला त्यांच्या कल्पनांबद्दल जे काही सांगितलं, ते त्याच्या डोक्यावरून गेलं असलं, तरी त्यांचा दुर्दम्य आशावाद आणि उत्साह त्याला अतिशय भावला.

१२ डिसेंबर, २००६ रोजी पट्टारानं त्यांच्या उद्योगात ८० लाख रुपये गुंतवायचं कबूल केलं.

आणखी मोठा प्रभाव पडला इन्फोसिसच्या क्रिस गोपालकृष्णनचा. संजयनं त्याचा काहीही परिचय नसताना त्याला एक ई-मेल पाठवली होती –

मूठभर मध्यमवर्गीय मंडळींनी जागतिक दर्जाचा उद्योग स्थापन केलेला पाहून मी फारच प्रेरित झालो आहे. तुम्ही पुढल्या वेळेस त्रिवेंद्रमला याल तेव्हा मला तुमची भेट घ्यायची आहे.

क्रिस फक्त भेटलेच नाहीत; तर त्यांनी कंपनीच्या टेक्नोपार्कमधील चौघांना बसता येण्याजोग्या चिमुकल्या ऑफिसला भेटही दिली.

आजूबाजूला नजर टाकून ते म्हणाले, ''आम्ही याच आकाराच्या खोलीतून 'इन्फोसिस' सुरू केली होती.''

त्या दिवसापासून क्रिस गोपालकृष्णन या तरुणांचे मार्गदर्शक आणि गुरू बनले. २००६ सालच्या अखेरीपर्यंत, 'टॉर्क' ही भागीदारीतली कंपनी 'मोबमी वायरलेस सोल्यूशन्स प्रायव्हेट लिमिटेड'मध्ये परिवर्तित करण्यात आली होती. जुलै, २००७मध्ये 'MobME'ला आणखी एक मोठा 'एंजल इन्व्हेस्टर' लाभला. तो होता जॉर्ज ब्रोडी. हा सिलिकॉन व्हॅलीमधला अत्यंत अनुभवी उद्योजक होता. ब्रोडीनं 'MobME'च्या संचालक मंडळाचं अध्यक्षपदसुद्धा स्वीकारलं.

''तुमचा गुरू तुमच्या सर्व समस्यांची उकल करून देत नसतो. चांगला गुरू तुम्हाला त्यासाठी संदर्भ पुरवत असतो. अशाच एका प्रसंगी मीसुद्धा तसंच केलं.''

''तुम्हाला यश मिळवायचं असेल, तर तुम्ही यश मिळवावंत अशी सदिच्छा बाळगणारे अनेक लोक तुमच्या आजूबाजूला असायला हवेत. असे अनेक लोक आम्हाला लाभले, हे आमचं सुदैवच होतं.''

यात समावेश होता त्यांच्या प्राध्यापकांचा; त्रिवेंद्रम इंजिनिअरिंग कॉलेजच्या शाखा-प्रमुखांचा आणि मुख्याध्यापकांचा; विशेषत: डॉ. बी. अनिल (कर्मचारी-सल्लागार) आणि प्रा. मीरा कुमारी (कॉलेज युनियनवरील कर्मचाऱ्यांची प्रतिनिधी) यांचा. कॉलेजच्या अखेरच्या वर्षी संजयची वर्गातली उपस्थिती शून्य होती. तरीसुद्धा ९० टक्के उपस्थिती दाखवून त्यांनी त्याला युनिव्हर्सिटीच्या अंतिम परीक्षेला बसू दिलं.

हे सारं चालू असतानाच या मंडळींनी एक 'संकल्पना-टिपण' केलं होतं. त्याचं शीर्षक होतं 'सिलिका कोस्टचं स्वप्न.' सिलिकॉन व्हॅलीसारखं नवनिर्मिती करणारं मध्यवर्ती केंद्र केरळमध्ये सुरू करावं, हे या तरुणांचं स्वप्न होतं.

''ही गोष्ट YCombinator*च्या पूर्वीची होती. YCombinator नंतरच 'इन्क्युबेशन' ही संकल्पना लोकप्रिय झाली. आमच्या डोळ्यांपुढे त्याचं स्वरूप होतं. चर्चा करता येईल अशी जागा, जिथे विद्यार्थी एकमेकांशी आपल्या कल्पनांची देवघेव करतील आणि आपला उद्योग सुरू करण्याची प्रेरणा मिळवतील,'' प्रणव

---

* YCombinator : हा सिलिकॉन व्हॅलीमधला अत्यंत यशस्वी असा इन्क्युबेटर आहे. ड्रॉपबॉक्स, रेडिट आणि एअर बीएनबी यांसारख्या ५५० डिजिटल स्टार्टअप्सना त्यानं आर्थिक मदत केली आहे.

सुरेशने सांगितलं.

परंतु इतका मोठा प्रकल्प सुरू कसा करायचा? या तरुणांना जेव्हा कुणा महत्त्वाच्या व्यक्तीला भेटायची संधी मिळे, तेव्हा ते त्या व्यक्तीला त्यांचं 'संकल्पना-टिपण' दाखवत असत. अशी एक व्यक्ती होती डॉ. ए.पी.जे. अब्दुल कलाम.

ते तरुण त्यांना एप्रिल, २००७मध्ये राष्ट्रपती भवनात भेटले. या तरुणांबरोबर डॉ. कलाम यांनी ४५ मिनिटं चर्चा केली. कलाम उत्तेजन देऊन म्हणाले, "तरुणाईच या देशाचं भविष्य घडवणार आहे! तुम्ही समाजाचं ऋण फेडण्याचासुद्धा विचार करायला हवात!"

परंतु 'सिलिकॉन कोस्ट' ही काळापुढची संकल्पना होती. त्यावर कुणीच विश्वास ठेवेना. शिवाय या लोकांनी इतर अनेक कामं शिरावर घेतली होती आणि ती नीटपणे करून त्यांनी स्वत:ला सिद्ध करून दाखवायची गरज होती.

MobMEच्या दृष्टीनं २००७ हे साल अत्यंत निर्णायक होतं. त्यावर्षी त्यांच्यापैकी महत्त्वाच्या लोकांनी पदवी मिळवली होती. पण सारे जण कंपनीत राहिले नाहीत. संस्थापकांपैकी संजय, विवेक, सोनी, प्रणव आणि सिजो कंपनीतच राहिले. त्यांनी आणखी २.४ कोटींचा वित्तनिवेश मिळवला. कंपनीची यापुढली वाढ करणं, हे आव्हानात्मक काम होतं.

त्यांनी आपलं ऑफिस कोचीला हलवलं; म्हणजे त्यांना टेलिकॉम ऑपरेटर्सबरोबर काम करणं सुलभ झालं असतं. जेव्हा 'लॉक्हीड मार्टिन डी.एस.टी इंडिया इनोव्हेशन ग्रोथ प्रोग्रॅम'मध्ये MobMEची निवड झाली, तेव्हा टीममधले काही लोक दिल्लीला हलले.

"आम्ही एअरटेल आणि सीएनएन-आयबीएनच्या 'सिटिझन जर्नलिस्ट'साठी काम करत होतो. म्हणून आम्ही गुरगावमधील एका अपार्टमेंटमध्ये आमचं मार्केटिंग ऑफिस थाटलं."

त्याच सुमाराला या टीमनं 'मोबशेअर' नावाचं एक ॲप तयार केलं. ते ॲप वापरणाऱ्यांना त्यांच्या मोबाइल फोन्सवरून फोटो आणि व्हिडिओ पाठवता येतात. 'देशातील सर्वोच्च दहा इनोव्हेटर्सपैकी एक' असं नामांकन MobMEनं मिळवलं. २००८ सालच्या अंतापर्यंत MobMEमध्ये ३० कर्मचारी काम करत होते आणि कंपनीची उलाढाल १.७४ कोटी रुपये झाली होती.

परंतु यावेळेपर्यंत कंपनीच्या प्रमुख संस्थापकाची संख्या रोडावली होती. संजय आणि सोनी कंपनीतच राहिले; परंतु इतरांनी इतरत्र नोकऱ्या घेतल्या किंवा ते एमबीएसाठी दाखल झाले.

"कंपनीला आम्हा सर्वांची गरज नव्हती. बाहेर पडून पदव्युत्तर अभ्यासक्रम पूर्ण करावा आणि जग पाहावं ही गोष्टच योग्य ठरणार होती. गरज पडल्यास भविष्यात

आम्ही कंपनीत परतही आलो असतो!'' प्रणव म्हणाला.

प्रणवनं इंडियन इन्स्टिट्यूट ऑफ मॅनेजमेंट, कोलकाता (२००८-१०ची बॅच) इथे प्रवेश घेतला. सिजोनं चेन्नईमधील 'ग्रेटलेक्स इन्स्टिट्यूट'मधला एक वर्षाचा अभ्यासक्रम सुरू केला. अभ्यासक्रम पूर्ण केल्यावर दोघांनाही कॅंपस इंटरव्ह्यूमधूनच नोकऱ्या मिळाल्या. सिजोनं दोन वर्षं 'प्राइस वॉटरहाउस कूपर्स' आणि 'डिलॉइट' या कंपन्यांमध्ये अनुभव घेतला. त्याने २०१०मध्ये पूर्णपणे आराम केला.

''मी कोचीला आलो. काही पुस्तकं वाचली आणि वर्षभर इतर काहीही न करता फक्त आराम केला!'' सिजो म्हणतो.

या कालखंडानंतर त्यानं पुन्हा एकदा संजयशी संपर्क साधला. त्यांनी २००७मध्ये ज्या 'इनोव्हेशन हब'बद्दल टिपण लिहिलं होतं, ते भारत सरकारचे सल्लागार म्हणून काम करणाऱ्या श्री. एच.के. मित्तल यांच्या दृष्टीस पडलं होतं. त्यांना जाणवलं की, उद्योजकांसाठीचे सध्याचे उपक्रम यशस्वी ठरलेले नाहीत.* आयआयटी आणि आयआयएम यांच्यापलीकडे कार्यक्षेत्र वाढवून लहान गावापर्यंत पोचणं गरजेचं आहे.

''इथं सारं काही मोकळ्या मनानं विचारात घेतलं जातं –
आम्ही कुणालाही संधी नाकारत नाही.
कोणतीही कल्पना अव्हेरत नाही...''

इन्क्युबेशनसाठी पब्लिक प्रायव्हेट पार्टनरशिप गरजेची आहे, असं म्हणणारे ते पहिलेच तज्ज्ञ होते.

डॉ. मित्तल यांनी या प्रस्तावाची सरकारच्या विविध समित्यांपुढे शिफारस केली. या प्रक्रियेला जवळजवळ दोन वर्षं लागली. दरम्यान, संजयनं क्रिस यांना विनंती केली की, त्यांनी 'चीफ मेंटॉर' म्हणून नियामक मंडळावर यावं.

संजय क्रिस यांना म्हणाला, ''तुम्ही माझ्या ठायी धगधगती जिद्द प्रज्वलित केली आहेत. आता तेच काम तुम्ही इतर हजारो तरुणांसाठी करा!''

अशाप्रकारे त्यांचं उद्दिष्ट तर तयार झालं : उद्योजकत्वाच्या व्हायरसचा फैलाव केरळभरातल्या सर्व कॉलेजांमध्ये करणं! पुढील १० वर्षांमध्ये एक हजार इंटरनेट आणि मोबाइल प्रॉडक्ट स्टार्टअप्ससाठी 'इन्क्युबेशन' पुरवणं.

केरळ सरकार आणि टेक्नोपार्कनं मदतीची हमी दिली. सरकारने या प्रस्तावाला २०११ सालच्या नोव्हेंबर महिन्यात मान्यता दिली. संजय संचालक मंडळाचा

---

* DST – डिपार्टमेंट ऑफ सायन्स अ‍ॅन्ड टेक्नॉलॉजीनं १९८० सालापासून साठांहून अधिक इन्क्युबेटर्स चालू केले असले, तरी त्यातले फारच थोडे यशस्वी झाले आहेत.

अध्यक्ष झाला, तर डिसेंबरमध्ये सिजोनं सीईओ हे पद स्वीकारलं.

"'स्टार्ट अप व्हिलेज' ही MobMEपासून सर्वथा स्वतंत्र असलेली, ना-नफा तत्त्वावर चालणारी संस्था आहे. मी तिचा पहिला कर्मचारी होतो," असं संजय म्हणतो.

अधिकृत प्रस्तावात त्याचा उल्लेख 'टेलिकॉम इनोव्हेशन हब' असा करण्यात आला होता आणि त्यासाठी पाच कोटी रुपयांचा वितानिवेश होणं गरजेचं होतं. यांपैकी ५० टक्के भांडवल सरकारकडून येणार होतं आणि ५० टक्के खाजगी क्षेत्रातून येणार होतं. खासगी क्षेत्रातील भागीदारावर सर्व सुविधा पुरवण्याची आणि या इन्क्युबेटरचं कामकाज सांभाळण्याची जबाबदारी टाकण्यात आली होती. ही संस्था भागीदार म्हणून नियामक मंडळावर यायला कबूल झाली आणि त्यांनी या बायोटेक पार्कमधील पाच हजार चौरस फुटांची जागा तात्पुरती वापरण्यास परवानगी दिली. या जागेसाठी त्यांनी चौरस फुटाला दोन रुपये इतका अल्प आकार लावला.

"खरंतर या इमारतीच्या डोक्यावर एक पाण्याची टाकी होती. ती खांबावर उभारलेली होती. आम्ही म्हटलं, 'ही जागा आम्हाला द्या तर खरी! पुढे काय करायचं ते आम्ही बघतो!'"

त्यांचं मल्याळी मित्रमंडळ पुन्हा मदतीला धावून आलं. सिजोनं होजे थॉमस या बांधकाम व्यावसायिकला बांधकामासाठी मदत करायची विनंती केली. अगदी अल्पावधीत ४० मजली इमारत बांधण्यासाठी सुप्रसिद्ध असलेल्या थॉमसनं त्याची टीम कामाला लावली. अशा प्रकारे अवघ्या सात दिवसांमध्ये चार मजली इमारत उभी राहिली.

'स्टार्ट अप व्हिलेज' प्रत्यक्षात १५ एप्रिल, २०१२ रोजी चालू झालं.

आता यात इन्क्युबेशनची ऊब मागत येणाऱ्या भावी उद्योजकांचीच काय ती उणीव होती. ती गोष्ट अगदी सहजपणे घडली.

"लोक MobMEकडे बघत आणि विचार करत – या मुलांचे पालक तर सरकारी नोकरीतच होते! तरीसुद्धा त्यांनी कंपनी चालू केली! तशी मलासुद्धा करता येईल!"

कँपसवरील ओळखींमधून आणि इतरांशी संपर्क साधण्याचे काही उपक्रम राबवून स्टार्टअप व्हिलेज अल्पावधीत पहिल्या १२ कंपन्यांच्या गटाला आकृष्ट करू शकलं. २०१२ सालच्या अखेरीपर्यंत ४००पेक्षा जास्त कंपन्यांचे अर्ज आले आणि त्यातील १५० कंपन्यांना इन्क्युबेटरच्या पंखाखाली घेण्यात आलं. परंतु कामाचा आवाका वाढवण्यासाठी आणखी मदतीचे हात पुढे येणं आवश्यक होतं.

या सुमाराला संजयने पुन्हा प्रणवशी संपर्क साधला. त्याचं मन वळवायला फारसे प्रयास पडले नाहीत. प्रणवनं आपली कॉर्पोरेट नोकरी सोडून दिली आणि तो

स्टार्टअप व्हिलेजमध्ये चीफ ऑपरेटिंग ऑफिसर या पदावर रुजू झाला.

"कामाचा आवाका वाढवण्यासाठी चार गोष्टींची गरज असते – अधिक प्रमाणातल्या सुविधा (जागा, इंटरनेट, सल्ला इ.इ.), अधिक मार्गदर्शक-गुरू, प्राथमिक स्वरूपातलं भांडवल आणि योजना आखण्यासाठी मदत. आम्ही आम्हा सर्वांमध्ये ही कामं वाटून घेतली."

डिसेंबर, २०१३मध्ये एकूण ४९४ उदयोन्मुख कंपन्या स्टार्टअप व्हिलेजच्या पंखाखाली आल्या होत्या. हे विद्यार्थी अद्याप कॉलेजात शिकत होते.

"कॉलेजांमध्ये सभा घेतो, तेव्हा आम्ही 'आंत्रप्रेन्युअरशिप' किंवा 'उद्योजकत्व' हा शब्द उच्चारतही नाही. आम्ही मुलांना फक्त सांगतो की, तुमच्या आवडीच्या क्षेत्रात काहीतरी काम सुरू करा!"

गुणवत्ता मापनाची किंवा छाननीची कोणतीही कडक पद्धत इथे नाही. एखाद्या स्वरूपात आलेली कल्पना दुसऱ्या कशाततरी विकसित होऊ शकते. निदाल, निजिल आणि श्रीकुमार यांनी स्टार्टअप व्हिलेजमध्ये वर्षापूर्वी प्रवेश केला, तेव्हा त्यांनी कोचीन युनिव्हर्सिटीतून नुकतीच पदवी मिळवलेली होती. ई-पब्लिशिंगसाठी उपयुक्त साधन बनवण्याचा त्यांचा मानस होता. प्रत्यक्षात त्यांनी अतिशय उत्कृष्ट असं 'मशिंगा' नावाचं मशीन बनवलं. आय.आर.सेन्सर्सचा वापर करून अनेक ठिकाणी स्पर्श करून कार्यान्वित होणारी यंत्रणा असलेलं टेबल होतं ते.

"'सिलिकॉन कोस्ट' ही संकल्पना एक स्वप्न आहे. ती व्यावसायिक योजना नव्हे!"

अवघ्या आठ महिन्यांमध्ये या चमूनं नमुन्याचं एक मशीन बनवलं; एंजल इन्व्हेस्टर्सकडून प्राथमिक वित्तनिवेश मिळवला आणि पहिल्या मशीनसाठी मागणीसुद्धा मिळवली! समान धर्मीयांच्या मेळाव्यात वावरण्याचा असा फायदा होत असतो! प्रारंभीच्या काळात अशी 'हटके' स्वरूपाची संकल्पना जिवंत ठेवण्यासाठी कोणती मदत पुरवावी लागते, हे 'स्टार्टअप व्हिलेज'चे कार्यकर्ते उत्तम प्रकारे जाणतात.

इथंच 'स्टार्टअप व्हिलेज' साहाय्यभूत ठरतं. डी.एस.टी.च्या सध्याच्या योजनांच्या अंतर्गत उपलब्ध असलेला पैसा आणि सरकारकडून मिळणारा पैसा ते अशा उदयोन्मुख आणि गरजू कंपन्यांकडे वळवतात. कोणत्याही तारणाशिवाय आणि अजिबात व्याज न आकारता, अशा योजनांद्वारे दोन ते पाच लाखापर्यंत प्राथमिक भांडवल मिळू शकतं.

पुढल्या टप्प्यावर 'स्टार्टअप व्हिलेज'चे कर्मचारी अशा उद्योजकांची एंजल इन्व्हेस्टर्सबरोबर भेट घडवून आणतात. जुलैच्या अखेरीस 'वीकएन्ड' नावाचा दोन दिवसांचा एक उपक्रम 'स्टार्टअप व्हिलेज'नं आखला होता. त्यात अशा ४० उदयोन्मुख कंपन्यांनी वित्तनिवेशकांसमोर आपल्या योजना मांडल्या. त्यांपैकी पाच जणांना

पुढल्याच आठवड्यात वित्तनिवेशक मिळाला.

"ज्या नव्या कंपन्यांना महाग किंवा खर्चिक सामग्री विकत घेणं गरजेचं असतं, अशांनासुद्धा आम्ही मदत पुरवतो, म्हणजे त्यांना अधिक चांगल्या प्रकारे काम करता येतं."

या इन्क्युबेटरच्या विसावलेली एक नूतन कंपनी आहे, 'बॅकबेंच स्टुडिओ'. ही कंपनी एका टूडी ॲनिमेशन मालिकेवर – 'लिटल होम्स'वर काम करते आहे. संभाव्य वित्तनिवेशकाला दाखवण्यासाठी त्यांना एक महिन्याच्या अल्पावधीत एक व्हिडिओ बनवणं खूप गरजेचं होतं. 'स्टार्टअप व्हिलेज'नं त्यांना एका यंत्रासाठी तीन लाख रुपये कर्जाऊ दिले. त्या यंत्राच्या साहाय्यानं त्यांना थेट पडद्यावर चित्र रेखाटता येत होतं.

परंतु सर्वांत महत्त्वाचा 'स्टार्टअप व्हिलेज'कडून लाभणारा फायदा म्हणजे – इथे सर्व प्रकारची मंडळी आपल्या नैसर्गिक वृत्तीनं वावरू शकतात. इतरांमध्ये सहजी न सामावणारे, अभ्यासू किडे, सर्जनशील विचारवंत – प्रत्येकाचं इथे स्वागत होतं. 'टॉक एच' किंवा 'आदी शंकरा इन्स्टिट्यूट' अशा कुणीही न ऐकलेल्या कॉलेजांमधून बाहेर पडणारी मंडळीसुद्धा इथे येतात, परंतु इथे त्याबद्दल कुणीही फिकीर करत नाही. तुम्ही प्रत्यक्षात काय करत आहात, ही गोष्ट महत्त्वाची मानली जाते.

'प्रॉडक्ट स्टार्टअप्स'कडे म्हणजेच कोणतीतरी उपयुक्त वस्तू बनवण्याच्या उद्योगाकडे विषेश लक्ष पुरवलं जातं. इथं प्रत्येक टीमला फक्त एक टेबल दिलं जातं. त्यांना लहानशा खोल्या दिल्या जात नाहीत.

"आमच्याकडे बाहेरचेसुद्धा अनेक मार्गदर्शक येतात. परंतु मित्रांनी एकमेकांना केलेलं मार्गदर्शन खूप मोलाचं ठरतं. एका विशिष्ट टप्प्यानंतर, अशा वैयक्तिक स्वरूपाच्या विचारांच्या देवघेवी खूप महत्त्वाच्या ठरतात."

एक वर्ष संपल्यानंतर डिपार्टमेंट ऑफ सायन्स ॲन्ड टेक्नॉलॉजी (डी.एस.टी.)च्या राष्ट्रीय सल्लागार समितीनं 'स्टार्टअप व्हिलेज'च्या कामगिरीचा आढावा घेतला. त्यांनी निष्कर्ष काढला की, या 'इनक्युबेटर'ने त्यांची पाच वर्षांसाठीची उद्दिष्टं अवघ्या एकाच वर्षात पूर्णत्वाला नेली आहेत. त्यामुळे डी.एस.टी.नं त्यांच्याकडून 'एक्सपान्शन प्रपोजल'ची मागणी केली.

परंतु 'स्टार्टअप व्हिलेज'मधल्या स्वप्नाळू लोकांची भरारी खूपच मोठी आहे.

२०१३ सालच्या उन्हाळ्यात सिजो, संजय आणि दीपक रविन्द्रन* यांची निवड 'राजीव सर्कल फेलोज' म्हणून करण्यात आली. सिलिकॉन व्हॅलीमधली ही

---

* दीपक रविन्द्रनची 'इनोज' ही कंपनी हा दुसरा कँपस स्टार्टअप होता. दीपक स्टार्टअप व्हिलेजच्या संचालक मंडळीचाही सदस्य आहे.

फेलोशिप आपल्या दिवंगत पतीच्या स्मृतीखातर श्रीमती आशा नाडेजा-मोटवानी यांनी संस्थापित केली आहे. त्यांचे दिवंगत पती राजीव मोटवानी हे गूगलच्या लॅरी आणि सर्जी ब्रिन यांचे प्रारंभीचे मार्गदर्शक गुरू होते.

या तिघांना या फेलोशिपमुळे सिलिकॉन व्हॅलीत मुक्त संचार करता आला. जॅक डॉर्सी (ट्विटर), मार्क अँड्रीसन (नेटस्केप), राम-श्रीराम (शेर्पालो व्हेंचर्स) आणि त्यासारख्याच अनेक ख्यातनाम मंडळींना हे तिघे भेटू शकले.

''या अनुभवामुळे आमच्या लक्षात आलं की, भारतातूनसुद्धा एक अब्ज डॉलर्सची उलाढाल करणारी कंपनी सुरू करणं शक्यतेच्या परिघातलं आहे. ही संधी केवळ आमच्यासाठीच उपलब्ध नाही; तर २६ वर्षं वयाखालच्या ६० कोटी भारतीयांसाठीसुद्धा ती उपलब्ध आहे.''

सिलिकॉन व्हॅलीमधील उद्योजकांची प्रेरित करणाऱ्या अवतरणांनी 'स्टार्टअप व्हिलेज'चे कॉरिडॉर्स आणि जिने भरून गेलेले आहेत. कॉम्प्यूटरपुढे बसलेल्या कुण्यातरी मुलाला मनोमन खातरी वाटत असते की, ही गोष्ट भारतातसुद्धा करता येईल.

''या मुलांना सहजपणे नोकऱ्या मिळतील. परंतु त्यांचा ज्या गोष्टीवर दृढविश्वास आहे, त्या गोष्टीसाठी ही मुलं त्यांच्या आयुष्याची महत्त्वाची वर्षं खर्ची घालत आहेत. या सर्वांना कशा पद्धतीनं आधार द्यावा, हे आमच्यापुढलं मोठ्ठं आव्हान आहे.''

हे कसं शक्य होऊ शकेल? एक हजार उद्योजकांना आणि उच्चपदस्थांना मार्गदर्शक-गुरू बनवण्यासाठी तयार केलं, केरळभरातील ५०० कॉलेजांमध्ये लहान-लहान इन्क्युबेटर्स आणि 'इनोव्हेशन झोन्स' स्थापन केले आणि एका वर्षभरात ॲप्स तयार करणारे एक हजार व्यावसायिक तयार केले, तर हे शक्य होऊ शकेल?

'स्टार्टअप व्हिलेज'ला आता 'सिक्युरिटीज ॲन्ड एक्स्चेंज बोर्ड ऑफ इंडिया' (SEBI)कडून स्वत:चा १० मिलियन (एक कोटी) डॉलर्सचा एंजल फंड जमवायची परवानगी मिळाली आहे. त्याच्या मदतीनं आणखी स्टार्टअप्सना 'स्टार्टअप व्हिलेज'मध्ये जागा देऊन साहाय्य करता येईल.

सध्या तिथे ४८ लोकांना जागा देता आली आहे आणि बाकीच्या दूरस्थांना दुरूनच मार्गदर्शन पुरवावं लागतं आहे.

''आमचं स्वप्न आहे की, एक लाख चौरस फूट जागा उपलब्ध व्हावी आणि तिथे लोकांना मुक्त संचाराची परवानगी असावी. त्यांना बसायला बीनबॅग्ज आणि उत्कृष्ट दर्जाची इंटरनेट सुविधा पुरवली जावी. बाकीच्या गोष्टी ते स्वत: जमवतील.''

MobME कंपनी अशाच प्रकारे अस्तित्वात आली. मार्च, २०१३मध्ये इंजिनिअरिंगच्या तिसऱ्या वर्षाच्या विद्यार्थ्यांनी चालू केलेल्या या कंपनीची वार्षिक उलाढाल २५ कोटी रुपयांपेक्षा जास्त होती आणि त्यावर १० कोटी नफा सुटला. कंपनीच्या भागभांडवलाची बाजारपेठेतली किंमत (शेअरव्हॅल्यू) १०० कोटी होती. परंतु अवघं २९ वर्षांचं वय असलेल्या कंपनीच्या संस्थापकांचं आयुष्यातील सत्याबाबतचं आकलन मात्र अगदी स्वच्छ आणि स्पष्ट आहे.

''आमच्या सुज्ञ मार्गदर्शक-गुरूंनी आम्हाला वारंवार सांगितलं आहे की, तुम्ही किती पैसा कमावलात, ही गोष्ट महत्त्वाची नाही!''

तुम्ही सारेच केव्हा ना केव्हा मृत्यू पावता आणि जाताना इथला पैसा तुम्ही तुमच्याबरोबर नेत नसता.

''आयुष्यात तुम्ही नेहमी डोळ्यांपुढे कोणतंतरी ध्येय ठेवलं पाहिजे. त्या ध्येयप्राप्तीसाठी झटलं पाहिजेत. जीवनविषयक तत्त्वज्ञान अनुसरलं पाहिजेत.''

आपल्याला जे करावंसं वाटतंय, आपली ज्यावर श्रद्धा आहे, ते करत राहून MobMEनं इतर अनेकांचा मार्ग सुकर केला आहे; त्यांना दिशा दाखवली आहे. सरकारी नोकरदारांच्या मुलामुलींना त्यांनी 'सुरक्षित नोकरी'पलीकडली क्षितिजं शोधायला प्रवृत्त केलं आहे.

'टेक्नोपार्क टीबीआय'* आणि 'स्टार्टअप व्हिलेज' यांनी इन्क्युबेट केलेल्या उदयोन्मुख कंपन्यांची एकूण संख्या ५००पेक्षा जास्त आहे.

त्यांना इतकं यश लाभलं आहे की, देशात फक्त केरळ राज्य सरकारनं अधिकृत अशी 'विद्यार्थी-उद्योजकांबाबतचं धोरण' (स्टुडंट आंत्रप्रेन्युअरशिप पॉलिसी) जाहीर केली आहे. ती याप्रमाणे आहे –

'जर एखादा विद्यार्थी बिजनेस इन्क्युबेटर अंतर्गत असलेली कंपनी चालवत असेल, तर तो कोणत्याही कॉलेजचा असो त्याला चार टक्के वाढीव मार्क आणि उपस्थितीबाबत २० टक्के सूट दिली जाईल.' केरळ राज्य सरकारनं त्यांच्या अंदाजपत्रकातील एक टक्का रक्कम (५०० कोटी रुपये) तरुण उद्योजकांसाठी राखीव ठेवले आहेत.

आणखी वाढत्या संख्येनं 'स्टार्टअप्स' निर्माण करण्याची कल्पना जनतेला पसंत पडली आहे. सर्व राजकीय पक्षाचे नेते या संकल्पनेला पाठिंबा देत आहेत; मग सत्तेवर कोणतीही पार्टी असो! ही गोष्ट भारतात अभावानंच दृष्टीस पडते.

''असं घडलं, कारण आम्ही सध्याच्या व्यवस्थेशी झुंज देत होतो... आमची

---

* २००६-२०१२च्या कालखंडात टेक्नोपार्क टीबीआयनं १५० कंपन्या इन्क्युबेट केल्या आणि ४५०० नोकऱ्या निर्माण करून १८० ते २०० कोटींची उलाढाल घडवली.

स्वत:ची स्वप्नं आणि आकांक्षा बाळगणारे आम्ही नूतन पिढीचे शिलेदार आहोत!''

जेव्हा अनेक लोक एकत्र येऊन एकच स्वप्न पाहतात, तेव्हा ते त्या सर्वांचं सामाईक स्वप्न बनतं. ते इतकं प्रचंड मोठं स्वप्न बनतं की, ते अनेकांचं स्वप्न बनतं.

''आमचं स्वप्न असं आहे : एक दिवस असा उजाडेल की, जेव्हा सिलिकॉन व्हॅलीमधील अस्ताला गेलेला सूर्य भारतातील सिलिकॉन किनाऱ्यावर उदयाला येत असेल!''

या सूर्याची पहिली कोवळी किरणं क्षितिजावर दिसू लागली आहेत. पुढल्या पिढीची भेट घेण्याचा संकेत दैवानं दिलेला आहे. वेगळ्या प्रकारचं स्वातंत्र्य त्यांच्या भविष्यात लिहिलेलं आहे.

तरुण उद्योजकांसाठी कानमंत्र!

संजय : आपण अशा जगात राहतोय की, जिथं लोक मृत्यूपेक्षासुद्धा अपयशालाच जास्त घाबरतात. प्रत्येक लहानशा चुकीचा अवास्तव गवगवा केला जातो. जर तुम्ही धैर्यानं आणि निग्रहानं अपयशाच्या भीतीवर मात करू शकलात, तर तुम्ही आयुष्यात काहीही साध्य करू शकाल.

आम्हाला कशाचंही ज्ञान नव्हतं. आम्ही स्वत:च शिकून उद्योग स्थापन केला; परंतु आम्हाला काही अत्यंत उत्कृष्ट मार्गदर्शक लाभले. त्यांनी आम्हाला कोणतेही सोपे तोडगे दाखवले नाहीत. त्यांच्यासारखे गुरू लाभणं अत्यंत महत्त्वाचं असतं. कारण तुम्ही मायकल जॉर्डन असाल, तर तुम्हाला फिल जॅक्सनसारखा प्रशिक्षक आवश्यक असतो.

प्रशिक्षकाशिवाय तुम्ही एखादा डाव जिंकू शकाल, परंतु चँपियनशिप्स मिळवू शकणार नाही.

ज्या विद्यार्थ्यांना आपला स्वत:चा व्यवसाय सुरू करायचा आहे, त्यांना कॉलेजनं मदत पुरवली पाहिजे. निदान खेळाडू आणि एन.सी.सी. कॅडेट्स यांच्या बरोबरीनं त्यांना वागवलं पाहिजे. त्यांच्याप्रमाणेच उद्योजक विद्यार्थ्यांना 'ग्रेस मार्क्स' (वाढीव गुण) आणि उपस्थितीत सवलत दिली पाहिजे.

सिजो : तुम्ही करत असलेलं काम तुम्हाला मनापासून आवडलं, तरच तुम्ही नेत्रदीपक कामगिरी करू शकता. व्यवसायात उडी घेण्यापूर्वी तुम्हाला त्यात का पडावंसं वाटतंय, हे नीटपणे समजून घ्या. व्यवसाय करणं सोपं नसतं आणि ते कष्टाचं काम असतं. परंतु उद्योजक म्हणून करावी लागणारी कामं तुम्हाला मनापासून आवडत असली आणि आव्हान पेलण्यात तुम्हाला गम्य वाटत असलं, तर व्यवसाय करणं मोठं मौजेचं असतं.

नवीन गोष्टी शिकून घेण्यासाठी, वेगळ्या अनुभवांतून जाण्यासाठी आणि आगळ्यावेगळ्या आयुष्याच्या प्रवासासाठी व्यवसायात पडा.

पैसा कमावण्यासाठी व्यवसायाकडे वळू नका – पैसा मिळो किंवा न मिळो – व्यवसाय करताना येणारे अनुभव तुम्हाला समृद्ध करतील!

प्रणव : अगदी तरुण वयातच व्यवसाय सुरू करा. कॉलेजात असतानाचे

दिवस व्यवसायासाठी उत्तम ठरतात. त्यावेळेस तुमच्यावर कोणतंही सामाजिक दडपण नसतं किंवा तुम्हाला अपयशाची फिकीरही वाटत नसते.

त्यावेळेस तुम्ही व्यवसायात प्रयोग करायला आणि त्या प्रयोगात फसगत व्हायलाही हवा तेवढा वेळ देऊ शकता. फक्त अपयश जिव्हारी लावून न घेता प्रयत्न सुरू ठेवणं, ही युक्ती शिकून घेणं गरजेचं असतं.

शक्य तेवढ्या लवकर व्यवसायाला प्रारंभ करा आणि तुम्हाला सद्य:काळात साजेशी कल्पना स्फुरली असेल, तर ताबडतोब त्या कल्पनेला वास्तवात उतरवायचा प्रयत्न सुरू करा. जर तुमचा प्रयत्न प्रामाणिक असेल, तर तुम्ही वाटेतल्या अडथळ्यांवर मत करू शकाल.

या जगात तुम्हाला मदत करू इच्छिणारे आणि तुम्हाला गरज पडेल तेव्हा तुमच्या मदतीला धावून येणारे अनेक सज्जन लोक आहेत. तुम्ही त्यांना शोधून काढून मदतीची विनंती करण्याचीच काय ती गरज असते!

उद्योजकांची नावे आणि ई-मेल्स

१. चंदूभाई विराणी : contact@balajiwafers.com
२. नंदकिशोर चौधरी : nkc@jaipurrugsco.com
३. विवेक देशपांडे : vivek@spacewood.in
किरीट जोशी : kirit@spacewood.in
४. सी.व्ही. जेकब : (c/o) georgepaul@synthite.com
५. पराक्रमसिंह जाडेजा : ceo@jyoti.co.in
६. जगजितसिंग कपूर : (c/o) kapl.ritu@gmail.com
७. मुख्तारुल अमीन : mamin@superhousegroup.com
८. बहादूर अली : (c/o) drjaiswal@ibgroup.co.in
९. दीपक दाधोटी : deepak@servocontrolsindia.com
१०. रोहित भट : rohith@robosoftin.com
११. श्रीराम सुब्रमन्या : sriram.subramanya@integra.co.in
१२. संदीप कपूर : sandeep@yorktransnational.com
१३. विराट खुटाल : vkhutal@gmail.com
१४. अभिजित बरुआ : premiercryo@sify.com
१५. विभोर अगरवाल : info@multimax.in
१६. श्रीकुमार मिश्रा : srikumar.misra@milkmantra.com
१७. मुरुगन्थम : muruganantham_in@yahoo.com
१८. डॉ. चंद्रशेखर संकुराथ्री : chandra@srikiran.org
१९. दिलफ्रोज काझी : qdilafrose@gmail.com
२०. संजय विजयकुमार : sanjay@mobme.in
२१. सिजो कुरुव्हिला : ceo@startupvillage.in

भारतातील प्रेरणादायी महिला

आघाडीचे महिला नेतृत्व

लाखोंना स्वत:च्या क्षमतेची खरी जाणीव करून देण्यास
उद्युक्त करणाऱ्या यशस्विनींच्या अंतरंगांचे मनमोहक दर्शन!

लेखक
सुधा मेनन

मराठी अनुवाद
सुमिता बोरसे

आता ती केवळ... राबणारी बिनचेहऱ्याची बाई राहिलेली नाही तर ती स्वत:चे हक्क असलेली स्वतंत्र नागरिक आहे.
केवळ घरकाम, मोलमजुरीच नव्हे, तर उद्योगसमूहाची अध्यक्षा... बँकेची व्यवस्थापिका... प्रतिष्ठित सामाजिक कार्यकर्ती... ते उत्कृष्ट कलाकार अशा विविध क्षेत्रांत तिने आपल्या कर्तृत्वाचा 'कॅन्व्हॉस' चितारला आहे.
अनु आगा... लीला पूनावाला... मेहेर पद्‌मजी... किरण मुझुमदार-शॉ... यांच्यासारख्या प्रथितयश उद्योजिका!
शुभा मुद्‌गल, मल्लिका साराभाई यांच्यासारख्या कलाकार!
शिखा शर्मा... नैना किडवाई... प्रिया पॉल... यांच्यासारख्या यशस्विता आणि सुवर्णकन्या पी.टी. उषा...
यांच्या यशोगाथांचा हा आलेख!